ഗ്രീൻ ബുക്സ്

പാട്ടിന്റെ വൈശാഖപൗർണ്ണമി

ഡോ. എം.ഡി. മനോജ്

അധ്യാപകൻ, എഴുത്തുകാരൻ.
മലപ്പുറം ജില്ലയിലെ വെട്ടിച്ചിറയിൽ ജനനം.
രവീന്ദ്ര സംഗീതം, പി. ഭാസ്കരൻ സംഗീതസ്മൃതികൾ,
എം.ബി.എസ്. ജീവിതവും സംഗീതവും
തുടങ്ങിയ ഇരുപത്തിമൂന്നോളം കൃതികളുടെ കർത്താവ്.

പുരസ്കാരം: 2009ലെ പുസ്തക എഡിറ്റിങ്ങിനുള്ള
'അല' അവാർഡ്, 2011ലെ കേരള ഫിലിം ക്രിട്ടിക്സ്
അസോസിയേഷന്റെ മികച്ച സിനിമാഗ്രന്ഥത്തിനുള്ള അവാർഡ്,
2016ലെ കേരള ഫിലിം ക്രിട്ടിക്സ് അവാർഡ് എന്നിവ ലഭിച്ചു.
ഇപ്പോൾ ആതവനാട് മാട്ടുമ്മൽ
ഹയർ സെക്കൻഡറി സ്കൂളിൽ അധ്യാപകൻ.

സംഗീതം

പാട്ടിന്റെ വൈശാഖപൗർണ്ണമി

ഡോ. എം.ഡി. മനോജ്

ഗ്രീൻ ബുക്സ്

green books private limited
gb building, civil lane road, ayyanthole,
thrissur- 680 003, kerala, ph: +91 487-2381066, 2381039
website: www.greenbooksindia.com
e-mail: info@greenbooksindia.com

malayalam
pattinte vysakhapournami
music
by
dr. m.d. manoj

first published september 2018

cover design : mansoor cheruppa

branches:
thrissur 0487-2422515
palakkad 0491-2546162
thiruvananthapuram 0471-2335301
calicut 0495 4854662
kannur 0497-2763038

isbn : 978-93-87357-49-5

GBPL/1033/2018

ലേഖയ്ക്കും അമ്മുവിനും

പാട്ടിന്റെ സൗന്ദര്യവഴികൾ പലതാണ്. വാക്കും ഈണവും തമ്മിലുൾച്ചേർന്നിരിക്കുന്ന സർഗ്ഗസമന്വയത്തിന് ബഹുസ്വരതയേറും. സ്നേഹാതുരമായി തൊട്ടുരിയാടിയ പോലെ സ്വരമെന്ന സവിശേഷഘടനാസ്വരൂപവും ഇതിനോട് ചേരുമ്പോൾ അതൊരു രാഗസുരഭിലമായ മുഹൂർത്തമാകുന്നു. ഇങ്ങനെ ദീപ്തവും അഭിജാതവുമായ ഒരു ഗാനാസ്വാദനത്തിന്റെ കൈവഴികളിലേക്ക് നാമൊഴുകി വീഴുമ്പോൾ ജീവിതത്തിന് വീണ്ടും അനുരാഗത്തിന്റെ അനുഭവലോകങ്ങൾ ഉണ്ടാവുകയാണ്. പാട്ടിൽ നിറയുന്ന അനുഭൂതിയുടെ പരിണാമങ്ങൾ അടയാളപ്പെടുത്തുവാൻ നടത്തുന്ന എളിയ ശ്രമമാണ് ഈ പുസ്തകം. ഇതിലെ പാട്ടിലെ സാഹിത്യത്തിന്റെയും സംഗീതത്തിന്റെയും ഗായകരുടെയുമെല്ലാം സംഭാവനകൾ സ്വാഭാവികമായി നിരീക്ഷിക്കപ്പെടുന്നുണ്ട്. 'പാട്ടിന്റെ വൈശാഖപൗർണ്ണമി' യാഥാർത്ഥ്യമാക്കുവാൻ സഹായിച്ച ഗ്രീൻ ബുക്സിന് നന്ദി.

ഡോ. എം.ഡി. മനോജ്

ഉള്ളടക്കം

ഏതോ വിഭാതം പാടും സോപാനഗീതം പോലെ

രാപ്പകലുകളാകുന്ന ഇരുമുടിക്കെട്ടുമേന്തി യാത്ര തുടരുന്ന കാലത്തെക്കുറിച്ച് ഒ.എൻ.വിയുടെ ഒരു പാട്ടുണ്ട് (പുറപ്പാട്). കാല പ്രയാണത്തെ ഇത്രമാത്രം കരുതലോടെ ആവിഷ്കരിക്കുന്ന മറ്റൊരു പല്ലവിയില്ല. ജീവിതത്തിന്റെ ഉദയാസ്തമയങ്ങൾ പാട്ടിലിളവേൽക്കുന്നവർക്കെല്ലാം പലവിധ വൈകാരിക നേരങ്ങളെയാണ് പകുത്തുനൽകുന്നത്. ചലച്ചിത്രഗാനങ്ങളിലെ അർത്ഥനിർഭരമായ ഇത്തരം മുഹൂർത്തങ്ങൾ കഥാപാത്രങ്ങളിലും പ്രേക്ഷകനിലുമുണ്ടാകുന്ന അനുഭൂതിതലങ്ങൾ എന്നും വേറിട്ടു നിൽക്കുന്നു. പ്രപഞ്ചത്തിലെ സർവചരാചര സൗഖ്യത്തിൽ ഉദയാസ്തമയ നിറഭേദങ്ങൾക്കുള്ള പങ്ക് വളരെ വലുതാണ്. അനിർവചനീയമായ ഈ ഛായികച്ചേലുകളെ ഒരു ക്യാൻവാസിലും, ഫ്രെയിമിലും അളവറ്റ രീതിയിൽ പകർത്താവുന്നതല്ല. ചലച്ചിത്രങ്ങളുടെ സംഗീതഘടനയിൽ ഈ യാമങ്ങൾ പലപ്പോഴും മൗനവും വിരഹവും പ്രതീക്ഷയും പ്രണയവുമെല്ലാം കൈ കോർത്തു നിൽക്കുന്ന ഇടങ്ങളിലേക്കാണ് വിന്യസിക്കപ്പെടുന്നത്. അതിനാൽ രാഗങ്ങളിൽ ലയിച്ചുണരുന്ന പാട്ടുനേരങ്ങൾ നമ്മുടെ മനസ്സിലേക്ക് ഗൃഹാതുരതയും നൊമ്പരവും ആഹ്ലാദവുമെല്ലാം കൊണ്ടുവരുന്നു. ആഴിയും അപാരതയും അനന്തമായ ആകാശവും വിജനമായ കടവുമെല്ലാം സല്ലാപ മൗനങ്ങളാൽ പാട്ടിന്റെ ഉദയാസ്തമയങ്ങൾ തീർക്കുന്നത് നാമനുഭവിച്ചറിയുന്നു.

പാട്ടിന്റെ അനുഭവതലങ്ങളിൽ ഉദയാസ്തമയങ്ങൾ എന്ന ശാശ്വതമായ പ്രകൃതിഘടകങ്ങൾ വശ്യമായി പരിണമിക്കുന്നു. ഉദയാസ്തമയങ്ങൾ ആഹ്ലാദംപോലെ ഘോഷിക്കുന്ന കാലവും വിഷാദം പോലെ അലയടിക്കുന്ന നേരവും പാട്ടിന്റെ ഘടനകളിൽ ഉൾച്ചേർന്നിരിക്കുന്നത് കാണാം. ഇവയുടെ ചക്രഗതികൾ സ്വന്തം മനസ്സിൽ ഉണ്ടാക്കുന്ന മഹാനിത്യതയുടെ അനുഭവമെല്ലാം പാട്ടുകളിൽ കവികൾ പകർന്നു തരുന്നുണ്ട്.

'പുലരിയും സന്ധ്യയും എന്റെ പ്രതീക്ഷതൻ ചന്ദ്രോത്സവങ്ങളായി മാറി.' (പത്മരാഗം) എന്ന വരികളിൽ മനസ്സിന്റെ ഭാവതരംഗിതമായ ഒരന്തരീക്ഷത്തെയാണ് ശ്രീകുമാരൻതമ്പി വരച്ചുകാട്ടുന്നത്. 'ഉഷസ്സും സന്ധ്യയും വഞ്ചന പൊതിയും പ്രകടനപത്രികകൾ' (സൗന്ദര്യപൂജ) എന്ന

വരികൾക്കിടയിൽ ജീവിതാനുഭവങ്ങളുടെ തീവ്രബോധ്യം ലയിപ്പിച്ചു ചേർക്കാൻ അദ്ദേഹത്തിനു കഴിഞ്ഞു. പ്രതീക്ഷയുടെ പവിഴത്തിളക്കവുമായി നമ്മുടെ മനസ്സിൽ വന്നുതൊടുന്ന ചില വരികളെ ശ്രദ്ധിക്കാം.

രോഗവുമായി മല്ലടിച്ച്, ജീവിതത്തിലേക്ക് തിരിച്ചു വരുന്ന 'സുകൃത' ത്തിലെ നായകനായ രവിശങ്കർ ആദ്യം നന്ദി പറയുന്നത് പുലരികളോടാണ്.

"എന്നൊടൊത്തുണരുന്ന പുലരികളേ...
എന്നൊടൊത്തു കിനാവുകണ്ടു ചിരിക്കുമിരവുകളേ
യാത്ര തുടരുന്നു...ശുഭയാത്ര നേർന്നു വരൂ..."

(ഒ.എൻ.വി)

പ്രത്യാശാഭരിതമായ മറ്റൊരു വിഭാത വേളയാണിത്. പൂവിട്ടു പൂക്കൾ പാടുന്ന പുലരികളും സന്ധ്യകളും (നിയെത്ര ധന്യ) ഒ.എൻ. വിയുടെ ഗാനപ്രപഞ്ചത്തിൽ സജീവ സാന്നിധ്യങ്ങളാകുന്നു.

ഉണരൂ ഉണരൂ ഉഷാദേവതേ (എയർഹോസ്റ്റസ്), ഉഷസ്സേ നീയെന്നെ വിളിക്കുകില്ലെങ്കിൽ (പാദസരം), സരസ്വതീയാമം കഴിഞ്ഞു ഉഷസ്സിൻ സഹസ്രദളങ്ങൾ വിരിഞ്ഞു. പൊന്നുഷസ്സിൽ ഉപവനങ്ങൾ പൂവിടും (വിഷുക്കണി), ഉഷസ്സാം സ്വർണത്താമര വിടർന്നു (പത്മരാഗം), ഉഷാകിരണങ്ങൾ പുൽകി പുൽകി (ഗുരുവായൂർ കേശവൻ) ഇങ്ങനെ പാട്ടിന്റെ പുലരിക്കാഴ്ചകൾ നീളുന്നു. ഏകമാം വെളിച്ചത്തിന്റെ ഉദ്ഭവസ്ഥാനമന്വേഷിക്കുന്നതും ഒരു നിത്യാനന്ദ പ്രഭാവത്തെ പ്രതീക്ഷിക്കുകയും ചെയ്യുന്ന കവിമനസ്സുകൾ ആണ് ഇവിടെ പ്രതിഫലിക്കുന്നത്. 'ഉദയമില്ലാതില്ല അസ്തമയം ഉണരൂ മനസ്സേ ഉണരൂ'(വെളുത്ത കത്രീന-ശ്രീകുമാരൻ തമ്പി) എന്ന വരികളിൽ നിറയുന്ന പ്രത്യക്ഷതയുടെ ലളിത വിശാലതകൾ ഏറെ ശ്രദ്ധേയമാണ്.

എള്ളെണ്ണ മണം പൊങ്ങുന്ന കൂന്തലിൽ പുൽകിപ്പടർന്നതിനാൽ ധന്യമാകുന്ന സൂര്യവിഭാതത്തെയും പാട്ടിൽ ശ്രീകുമാരൻ തമ്പി പ്രണയസുവാസിതമാക്കി. പ്രണയിനിയുടെ നീലനയനഭാവമായി കായലിൽ വിടർന്നുലയുന്ന മേടമാസപ്പുലരികൾ (മധു ആലപ്പുഴ) പാട്ടിൽ പൊൻ കണിയായി തിളങ്ങുന്നു. കാമിനിയുടെ മിഴികളിൽ ഉദയാസ്തമയ പൂജയുടെ ദർശന സൗഭാഗ്യം കൊതിക്കുന്ന ഒരാളുടെ വികാരവിചാരങ്ങൾ ശ്രീകുമാരൻ തമ്പി ചതുർവേദം എന്ന സിനിമയിലെ പാട്ടിൽ കൊണ്ടുവന്നു.

അനുരാഗത്തിന്റെ അന്തരീക്ഷമൊരുക്കുന്നതിൽ ഉദയാസ്തമയങ്ങളുടെ ഉചിതമായൊരു സമന്വയ വിചാരമിതാ...

"പ്രിയതമനാകും പ്രഭാതത്തെ തേടുന്ന
വിരഹിയാം സന്ധ്യയെപ്പോലെ
കൊതിക്കുന്നു ഞാനിന്നും നിന്നുള്ളിലലിയുവാൻ
അരികിലുണ്ടെന്നാലും നീ."

(ശംഖുപുഷ്പം, ശ്രീകുമാരൻ തമ്പി, എം.കെ. അർജുനൻ)

പ്രൗഢഭാവനയുടെ ഗാഢനിശ്ചയമായി മാറുന്ന മറ്റൊരു സന്ദർഭം "മേഘമൽഹാർ" എന്ന സിനിമയിൽ കാണാം, പൊന്നുഷസ്സുകൾ നീരാടുവാൻ വരുന്ന സൗന്ദര്യ തീർത്ഥക്കരയിലാണ്. നഷ്ടസ്മൃതികളുടെ വർണപ്പൊട്ടുകൾ തേടി പ്രണയികൾ എത്തുന്നത്) ഭാവസംവിധാന ക്രമങ്ങൾ നിരത്തിയുണ്ടാക്കുന്ന ഘടനകൾ നിരവധിയുണ്ട്, പാട്ടിന്റെ പാദങ്ങളിൽ. ചാമരങ്ങൾ വീശി ഭാവുകമരുളുന്ന ഉദയവേളകൾ പാട്ടിന് സാക്ഷ്യമായി നിന്നു (എം.സി. രാജേന്ദ്രൻ). 'അരുണകിരണമുദയമണിയുമുഷസ്സിലുതിരും സാമസംഗീതം' (കെ. ജയകുമാർ) ആയിരുന്നു 'കിഴക്കുണരും പക്ഷി'യിലെ രവീന്ദ്രസ്പർശത്തിന് മാറ്റുകൂട്ടിയത്.

വൈവിധ്യമാർന്ന പുലരികൾ നിറയുന്ന പാട്ടുനിമിഷങ്ങൾ ചലച്ചിത്ര സന്ദർഭത്തിന് ശക്തി പകരുന്നുണ്ടെന്നത് സത്യമാണ്.

"വ്രീളാഭരിതയായി വീണ്ടുമൊരു പുലർവേള കൺചിമ്മിയുണർന്നു.
പൂവും പ്രസാദവും നീട്ടി നിൽക്കുമ്പോൾ ഏതോ വിഷാദം വിടർന്നു"
(നഖക്ഷതങ്ങൾ)

ആഹ്ലാദവേളയിൽ നിന്നും വിഷാദത്തിലേക്കുള്ള ഈ വികാരസംക്രമണം പാട്ടിൽ ഉദയത്തിൽ നിന്നും അസ്തമയത്തിലേക്കുള്ള പ്രയാണധ്വനികളായിത്തീരുകയാണ്. വരികളിൽ തുളുമ്പുന്ന വൈകാരിക വ്യതിയാനത്തെ ആലാപന സൗഖ്യത്തിന്റെ തേനും വയമ്പും ചേർത്ത് ജയചന്ദ്രൻ മധുരതരമാക്കി.

കിഴക്കിനക്കോലായിലെ അരുണോദയം വരയുന്ന സ്വർണ്ണവർണ്ണക്കോലങ്ങൾ ഗ്രാമ്യമായ ഒരു അഗ്രഹാര വിശുദ്ധിയുടെ ചിത്രമൊരുക്കുന്നത് (വിയറ്റ്നാം കോളനി) ശ്രദ്ധാർഹമാണ്.

"പുഴയൊരു പൂണുലായ്
മലകളെ തഴുകുമ്പോൾ
ഉപനയനം ചെയ്യും
ഉഷസ്സിന് കൗമാരം"
(ബിച്ചുതിരുമല)

എന്നീ വരികളിലെ ദൃശ്യസന്നിവേശം പ്രശാന്തസുന്ദരമായ മറ്റൊരു ഉദയമുഖത്തെ കാണിച്ചുതരുന്നു. പൂമരക്കൊമ്പിൽ തൂവൽ കുടഞ്ഞുണരുന്ന പുലരിയെ (മനസ്സാ വാചാ കർമ്മണ) നാം ഒരു പാട്ടിൽ തിരിച്ചറിയുന്നുണ്ട്. അരുവിയലകൾ പുടവ ഞൊറിയുമരിയ പുലരിയെ കാണാനെന്തുഭംഗി? (വസന്തഗീതങ്ങൾ)

"അകിൽപ്പുകപൊങ്ങും മുകിൽ മുറ്റമെങ്ങും
ആയി പൊങ്കാലയോടെ വരുന്നു, മെല്ലെ വരുന്നു
ആ ദിവാകരബിംബം"
(ഈ മനോഹരതീരം)

പൊന്നിലയിൽ കുങ്കുമവും പൂവും പ്രസാദവും ചേർത്തൊരുക്കി നയനാഭിരാമമാകുന്നു മറ്റൊരു പുലർവേള. ഭരതനാട്യം ചെയ്യുന്ന പൂവുകളും

പമ്പമേളം നടത്തുന്ന തുമ്പികളുമെല്ലാം ഈ മനോഹര തീരത്തിൽ നമ്മെ മാടി വിളിക്കുന്നു.

കോവിലിൽ പുലർവേളയിൽ ജയദേവ ഗീതാലാപനം (പവിത്രം) എന്ന വരികളിലെ സഹജ സംഗീതത്തിന് സമാനസ്പർശമായി 'ഏതോ വിഭാതം പാടും സോപാനഗീതം പോലെ' പ്രണയാർദ്രമായി നിൻ മാനസം (നന്ദനം - ഗിരീഷ് പുത്തഞ്ചേരി) എന്ന വരികളെ വായിക്കാൻ കഴിയും. ആർദ്രഹൃദയനായ ആരോ ഒരാൾ പ്രണയിനിയുടെ മനസ്സിന്റെ ജാലകം തിരഞ്ഞുവരുന്നത് പാട്ടിന്റെ പുലർമഴയിലാണ് (ഗിരീഷ് പുത്തഞ്ചേരി). കുന്നിറങ്ങിവരുന്ന കുങ്കുമസന്ധ്യയെ പ്രഭാതസന്ധ്യയെന്ന് വിളിക്കാനാണ് ഒ.എൻ.വിക്കിഷ്ടം. ഹൃദയം കവരുന്ന മലയമാരുത ഗാനവുമായി മറ്റൊരു പ്രഭാതസന്ധ്യയെയും (നമ്മുടെ നാട് - ഒ.എൻ.വി.) കവി സ്വാഗതം ചെയ്യുന്നു. പുലരാൻ തുടങ്ങുന്ന രാത്രിയുടെ (പ്രഭാതസന്ധ്യ) ചിത്രം ഗിരീഷ് പുത്തഞ്ചേരി ഇങ്ങനെ വരച്ചിട്ടു.

"പുലരാൻ തുടങ്ങുമൊരു രാത്രിയിൽ
തനിയേ കിടന്നു മിഴി വാർക്കവേ-
ഒരു നേർത്ത തെന്നലലിവോടെ
വന്നു നെറുകയിൽ തലോടി മാഞ്ഞുവോ"
(സമ്മർ ഇൻ ബത്‌ലഹേം)

സന്ധ്യാനിലശോഭകൾ

ഉഷസ്സിന്റെ ഉന്മാദലഹരികൾ പ്രസന്നമായ ഒരന്തരീക്ഷത്തെയാണ് പാട്ടിൽ പലപ്പോഴും പ്രദാനം ചെയ്യുന്നത്. എന്നാൽ പാട്ടിൽ വിഷാദഗ്രസ്തമായ ഇരുണ്ട ഇടവേളകൾ ഒരുക്കുന്നതിൽ അസ്തമയ സന്ധ്യകൾക്ക് കൂടി വലിയ പങ്കുണ്ടെന്ന് കാണാം, ആവർത്തനത്തിന്റെ ചാക്രികത മിഥ്യാബോധത്തെ പാട്ടിൽ ചേർത്തുവയ്ക്കുന്നതും കൗതുകകരമാണ്.

"വീണ്ടും ജനിക്കാൻ നാളെ കിഴക്കുദിക്കാൻ
ഇന്നു പടിഞ്ഞാറസ്തമയം" (അസ്തമയം)

എന്ന ചരണാന്ത്യത്തിൽ അസ്തമയ വിചാരത്തെ നിർവചിച്ചിട്ടുണ്ട്.

"അസ്തമയം അസ്തമയം
അപരാജിതർ തന്നാലിംഗനം
അജയ്യസന്ധ്യതന്നാവാഹനം
അപാരതേ, നിൻ വിസ്മയസുസ്മിതം"
(അസ്തമയം - ശ്രീകുമാരൻ തമ്പി)

വൈചിത്ര്യമാർന്ന ഭാവപ്രപഞ്ച നിർമ്മിതികൾക്ക് കൂട്ടായി കവികൾ സന്ധ്യകളെ പാട്ടിലേക്ക് ക്ഷണിച്ചു വരുത്തുന്ന പതിവുണ്ട് - ഇമേജറികൾക്കായിരുന്നു ഇവിടെ സ്ഥാനം.

"സന്ധ്യയാം ഗോപസ്ത്രീതൻ മുഖം തുടുത്തു
ചെന്തളിർ മെയ്യിൽ താരനഖമമർന്നു"
(നൃത്തശാല - ശ്രീകുമാരൻ തമ്പി)

സന്ധ്യയെ അമ്പലമായി സങ്കൽപിക്കുന്ന പവിത്രാന്തരീക്ഷത്തിൽ കാലമൊരു കഥാപാത്രമാകുന്നു. ഇത്തരമൊരു കാലബോധത്തിന്റെ ഭാവനയെ ഒരു സനാതന ശ്രേഷ്ഠതയായി വളർത്തിക്കൊണ്ടു വരുമ്പോൾ തന്നെ നിത്യതയുടെ അധീശത്വവും മനുഷ്യന് മുന്നിൽ വെളിപ്പെടുന്നുണ്ട്. ശ്രീകുമാരൻ തമ്പിയുടെ വരികൾ ഇങ്ങനെ ഒരു ഭാവാന്തരീക്ഷത്തിന് തിളക്കം നൽകുന്നുണ്ട്.

"സന്ധ്യതന്നമ്പലത്തിൽ കുങ്കുമ പൂത്തറയിൽ
ചന്ദനകാപ്പു ചാർത്തി അമ്പിളീദേവിയായി
താരകളാരതിയായ്...."

(അഭിനിവേശം)

അസ്തമയം, മനുഷ്യമനസ്സിനെ സങ്കീർണവും മായികവും ആയ വൈകാരികാനുഭവങ്ങളിൽ പ്രവേശിപ്പിക്കുന്നുവെന്നത് യാഥാർത്ഥ്യം. സ്മരണകളുടെ അവസാനിക്കാത്ത ആഴങ്ങളിലേക്ക് സഞ്ചരിച്ച് വാക്കുകളിൽ വനവസന്തം സൃഷ്ടിച്ച് മറ്റൊരു ആശയലോകത്തേക്ക് മനസ്സിനെ കൊണ്ടുപോകുന്നു. പ്രസാദാത്മകമല്ലാത്ത ഒരു ലോകത്തേക്കുള്ള തിരിച്ചുപോകലും വിഷാദസ്വപ്നങ്ങളിലേക്കുള്ള മടക്കയാത്രയുമെല്ലാം അസ്തമയസന്ധ്യയുടെ അടയാളങ്ങളായി പാട്ടുകളിൽ നിറഞ്ഞു നിന്നു. "പടിഞ്ഞാറു ചുവന്നു പിരിയുന്നതോർക്കാൻ (മൂന്നാംപക്കം - ശ്രീകുമാരൻ തമ്പി) എന്ന പാട്ടിൽ അനിവാര്യവിരഹത്തെ അസ്തമയവുമായി ചേർത്തു വയ്ക്കുന്നുണ്ട്.

സങ്കടമൗനങ്ങൾ പടരുന്ന യാമങ്ങളെ പാട്ടിനിണങ്ങും വിധം (വിഷാദരാഗങ്ങൾക്കുള്ള പങ്ക് ചെറുതല്ല) വരികളിൽ സമന്വയിപ്പിക്കുന്നത് ശ്രദ്ധേയമാണ്. ജീവിതദിനാന്തതീരങ്ങളിലെ അസ്തമയവിഷാദത്തെ കാവാലം 'രതിനിർവേദ'ത്തിൽ ഇങ്ങനെ എഴുതിച്ചേർത്തു.

"മൗനം തളരും തണലിൽ
നീളും നിഴലിൽ വഴിയിൽ
കാറ്റുവീശി ഇലകൊഴിഞ്ഞു
കാത്തിരിപ്പിന്റെ വീർപ്പുലഞ്ഞു"

'നീളും നിഴലിൽ വഴിയേ' സന്ധ്യ വന്നണയുകയാണ്. 'അലഞ്ഞടിയും കനലൊളിയായ് ദൂരെ ദിനാന്തതീരം' എന്നു ചരണം അവസാനിക്കുമ്പോൾ പാട്ടിൽ അസ്തമയ പൂർണ്ണിമയുടെ സാക്ഷാത്കാരം. തേങ്ങുന്ന മൗനത്തിന്റെ ശോകശ്രുതികൾ പാട്ടിലുണരുന്ന അത്യപൂർവമായ ശ്യാമയാമങ്ങളിൽ ഒന്നാണിത്.

സന്ധ്യയുടെ എത്രയെത്ര ഭാവങ്ങളാണ് ഒ.എൻ.വി.യുടെ പാട്ടുകളിൽ തിടമ്പേറ്റി നിൽക്കുന്നത്. കുങ്കുമസന്ധ്യ, പ്രഭാതസന്ധ്യ, മായാത്ത സൗവർണ്ണസന്ധ്യ, ചന്ദനപ്പൊട്ടിട്ട സന്ധ്യ, കണ്ണീരണിഞ്ഞ സന്ധ്യ. ശ്രാവണസന്ധ്യ, പൂ ചൂടി നിൽക്കും സന്ധ്യ, പൊന്നു പോലുരുകുന്ന സായം സന്ധ്യ, വരവർണ്ണിനിയായ സന്ധ്യ, ത്രിസന്ധ്യ, തുളസി വെറ്റില

തിന്നു ചുണ്ടുതുടുത്ത സന്ധ്യ, സ്വർണ പുഷ്പങ്ങൾ കൈയിലേന്തിയ സന്ധ്യ, തൊഴുതുമടങ്ങുന്ന സന്ധ്യ... ഇങ്ങനെ ഒ. എൻ. വിയുടെ പാട്ടുകളിൽ സാന്ധ്യ ശോഭ വന്നു നിറയുന്നു.

ഇരുണ്ടനിറവും നിശാ സ്വഭാവവുമുള്ള മങ്ങിയ നേരത്തിന്റെ (nocturnal time) സാന്നിധ്യം ഒ.എൻ.വിയുടെ പല പാട്ടുകളിലുമുണ്ട്.

"നേരം മങ്ങിയ നേരം
ശിശിരം കോരിച്ചൊരിയും കുളിരിൽ"-

'ഇസബെല്ല'യിലെ ഘനീഭൂതമൗനത്തിന് പാട്ടിൽ ഇതിനപ്പുറം ഒരു ആവിഷ്കാരവുമില്ല. അതേസമയം പ്രാണനിൽ ആനന്ദം പകരുന്ന ഒരു താരാട്ടുപാട്ടിൽ പോലും മൗനമുദ്രിതമായ ഒരു സന്ധ്യാനേരത്തിന്റെ ചുറ്റിപ്പടർച്ചകൾ കാണാം,

"രാവും പകലും ഇണചേരുന്ന സന്ധ്യയുടെ,
സൗവർണനിറമോലും ഈ മുഖം നോക്കി."
(ഒ.എൻ.വി - ദേവരാജൻ)

ഇരുളും വെളിച്ചവും കൂടിക്കലരുന്ന ഒരു ഛായാഗ്രഹണപ്രതീതി പാട്ടിൽ ഇതൾ വിരിയുകയാണ് ഇവിടെ. 'ആഴി അലയാഴി, അപാരതേ... നിൻവിജനമാം കരയിൽ, അലയുന്നു ഞാനാം പഥികൻ' എന്നും (വയലാർ - ദേവരാജൻ) 'അപാരസുന്ദര നീലാകാശം അനന്തതേ നിൻമഹാസമുദ്രം', (പി. ഭാസ്കരൻ-പുകഴേന്തി) എന്നുമുള്ള വരികളിലെല്ലാം അനന്തമായൊരു വിഷാദമൗനത്തിന്റെ തുടികൾ മുഴങ്ങുന്നുണ്ട്.

പ്രണയാനുഭവ സാന്നിധ്യമായി മാറാൻ കഴിയുന്ന സൗന്ദര്യഭാവത്തിന്റെ ക്രമവുമായി ഒരു പാട്ട് ആരേയും നിഗൂഢപ്രണയാനുരാഗികളാക്കും. ഗൃഹാതുര പ്രണയത്തിന്റെ സംഗീതശ്രുതികളുമായി വരുന്ന ഒരു സന്ധ്യാനേരത്തെ ഗിരീഷ് പുത്തഞ്ചേരി തന്റെ വരികളിൽ ഇങ്ങനെ ആവിഷ്കരിച്ചിരിക്കുന്നത് കാണാം.

"കാവിനകത്തൊരു കാർത്തിക സന്ധ്യയിലന്നൊരു കൈത്തിരി
വെച്ചുമടങ്ങി വരുംവഴി
പിന്നിമെടഞ്ഞിടുമാമുടി, ഒരു തലോടി ഒരുമ്മ കൊടുത്തു
കടന്നു കളഞ്ഞൊരു കള്ളനെ നുള്ളിയതിന്നലെയെന്നതു
പോലെ മനസ്സിൽ തെളിയുന്നു"-(മേഘം)

ശുഭപന്തുവരാളിയുടെ വിഷാദലയങ്ങളിൽ അലിയുന്ന ഒരു പ്രണയസന്ധ്യയെ ഗിരീഷ്, പിന്നെയും പിന്നെയും വരച്ചിട്ടു (ഒരേ കടൽ). പ്രണയനിമിഷങ്ങളുടെ കുങ്കുമം വാരിവിതറി അതിസുന്ദരിയായ ഒരു ത്രിസന്ധ്യ കടന്നു പോകുമ്പോൾ മനസ്സിന്റെ ഇടനാഴിയിൽ വീണ്ടും പ്രണയിനിയുടെ പദനിസ്വനമുണരുകയാണ്. 'വാതിൽപ്പഴുതിലൂടെൻ മുന്നിൽ' എന്ന പാട്ടിൽ (ഇടനാഴിയിൽ ഒരു കാലൊച്ച) ആണ് ഇത്തരം പദനിസ്വനങ്ങൾ.

ആത്മസംഗീതത്തിന്റെ അനുപമ വിന്യാസം പോലെ ചില പാട്ടുകളിൽ വിരഹസ്മൃതികളുടെ കടലിരമ്പമുണ്ട്. വിരഹമൗനത്തിന്റെ സാന്ദ്രവും

സംഗീതാത്മകവുമായ ഒരു ക്ഷണികമാത്രയെ പാട്ടിന്റെ ചിമിഴിലൊതുക്കുന്ന മറ്റൊരു സാന്ധ്യസ്പർശമിതാ....

"ശാരദസായം സന്ധ്യേ...
പൂവുകൾ യാത്രയായ്, പറവകൾ യാത്രയായ്
നീയും പോകുന്നുവോ..."
(ഒ.എൻ.വി.)

വിരഹവേദന തീക്ഷ്ണവും തീവ്രവുമായി പരിണമിക്കുന്നത് സായം സന്ധ്യാനേരത്താണ്. അനിവാര്യമായ ഒരു വിരഹയാമത്തെ കവി തന്റെ വരികളിൽ ഇങ്ങനെ സാക്ഷാത്കരിക്കുന്നു.

"വിട തരൂ... ഇന്നീ സായംസന്ധ്യയിൽ
ഏതോ കാണാതീരം തേടി ഏതോ
യാത്രാഗീതം പാടി പിരിയുവാൻ"
(എന്റെ നന്ദിനിക്കുട്ടിക്ക് - ഒ.എൻ.വി.)

വയലാറിന്റെ 'സന്ധ്യമയങ്ങും നേരം' എന്ന പാട്ട് കുട്ടനാടൻ കേരളീയ ഗ്രാമത്തിലെ നാടൻ പ്രേമത്തെ എത്ര മനോഹരമായാണ് വരച്ചിടുന്നത്. 'ബന്ധുരേ...' എന്ന നീട്ടലിലെ രാഗമാധുര്യത്തെ എത്ര വർണിച്ചാലും തീരില്ല. (ദേവരാജൻ) ജീവിതത്തിന്റെ അനുഭവസാക്ഷ്യങ്ങളെ പ്രകൃതിയുടെ ഭാഷയിലേക്ക് ഇങ്ങനെയൊക്കെയാണ് കവികൾ പരിഭാഷപ്പെടുത്തുന്നത്. ജീവിതത്തിലെ വൈകാരിക മുഹൂർത്തങ്ങൾക്ക് ഉദയാസ്തമയ ശോഭകൾ നൽകി പൂരിപ്പിക്കുന്ന പാട്ടുഭാഷയുടെ ഇത്തരം സർഗ്ഗാത്മക സങ്കല്പങ്ങൾ വ്യാപകമായ ഒരു ഭാവസമൃദ്ധി കൈവരിക്കുന്നതിൽ അതിശയപ്പെടാനൊന്നുമില്ല.

■

മൗനത്തിൻ ഇടനാഴിയിൽ

മനസ്സ് അതിരും നിലയുമില്ലാത്ത കലവറയാണ്. മൗനസമാധിയുടെ മന്ദ്രമധുരമായ ഒരിടം അതിലുണ്ട്. ഇതിലേക്ക് ഏതെങ്കിലും ഒരിന്ദ്രിയാനുഭവം പ്രത്യേക ഭാവതലത്തിന്റെ ശ്രുതിയുണർത്തുംവിധം ഏകാഗ്രമാകുന്നു. മൂകത നൊമ്പരമെന്നോ ആഹ്ലാദമെന്നോ വേർപെടാത്ത സംഗീതമാവുകയാണ്. മനുഷ്യന്റെ അതുവരെയുള്ള സ്മൃതിയും കലാസംസ്കൃതിയും ഭാവുകത്വപരമായ കലാനുഭവവും ഈ ശ്രുതിയോട് ചേർന്നുകിടക്കുന്നു. ഇങ്ങനെ പാകപ്പെട്ടു കിടക്കുന്ന വൈകാരികതയുടെ പാടത്ത് വീഴുന്ന മൗനത്തിന്റെ മഴത്തുള്ളികൾക്ക് തിളക്കമേറെയാണ്.

മനസ്സിൽ ഭാവവ്യവഹാരങ്ങൾക്കപ്പുറം അനന്തസ്പർശിനികളുള്ള മൗനത്തിന്റെ ഒരു അകമുണ്ട്. പാട്ടിന്റെ നീണ്ടു പടർന്നു ഘനമാകുന്ന മൗനപ്പടർച്ചകൾ. മൗനത്തിൽനിന്ന് മൊഴിപ്പിറവിയിലേക്കുള്ള ദൂരമാണിത്. മൗനം നിബിഡമായ ഒരു മാനസികാനുഭവമാകുന്നത് ചലച്ചിത്രഗാനങ്ങളിലാണ്. പാട്ടിലെ ഓരോ പ്രേമസമയവും വേറിട്ടവ ആയതിനാൽ അവയിലെ മൗനവിതാനവും മൊഴിപ്പിറവികളും വിഭിന്നമാണ്.

ഭാവഗീതത്തോട് നിരന്തരം അടുത്തു നിൽക്കുന്ന കാവ്യഭാഷയുടെ രൂപീകരണത്തിൽ മൗനത്തിന്റെ അടുക്കുകൾ കൊണ്ട് ഒരു സൗന്ദര്യഗോപുരം നിർമിക്കുകയാണ് ഒ.എൻ.വിയിലെ പാട്ടെഴുത്തുകാരൻ. മൗനമൊരു അമൂർത്തലിപിയായി പാട്ടിന്റെ ആഖ്യാനഘടനയിലേക്ക് ആഗിരണം ചെയ്യപ്പെടുന്നു. മൗനബദ്ധമായിത്തീരുന്ന ജീവിതനിമിഷങ്ങളെ ചേർത്തുവച്ച് വിസ്തൃതമായൊരു സ്ഥലരാശിയിലേക്ക് പാട്ടിനെ ആനയിക്കുകയാണിവിടെ. അനുരാഗത്തിന്റെ ആത്മഹർഷം മൗനത്താൽ നിറയുന്ന നിമിഷങ്ങൾ ഒ.എൻ.വിയുടെ ചലച്ചിത്രഗാനങ്ങളിൽ നിരവധിയുണ്ട്.

"മൗനമാകും പളുങ്കുതാലത്തിൽ ഞാനൊരുക്കുമീ പൂവുകൾ
കാഴ്ചവയ്ക്കുവാൻ നീ വരുംവഴി കാത്തുനിൽക്കയാണ് ഞാൻ"
(പ്രവാസം -ഒ.എൻ.വി)

മൗനത്തിന്റെ ആഴങ്ങൾ ഏറ്റവും അധികം കാണുവാൻ കഴിയുക ഒ.എൻ.വിയുടെ പാട്ടുകളിൽത്തന്നെയാണ്.

"ഒരു മഞ്ഞുതുള്ളിതന്നാഴങ്ങളിൽ മുങ്ങി
നിവരുമെൻ മോഹത്തിൻ മൗനത്താലോ
ഹൃദയാഭിലാഷങ്ങൾ നീട്ടിക്കുറുക്കുന്ന
മധുമത്തകോകിലമൊഴികളാലേ
പറയൂ...ഞാനെങ്ങനെ പറയേണ്ടു" (ചൈതന്യം)

എന്ന പാട്ടുവരികളിൽ സ്നേഹനൊമ്പരങ്ങൾ പകർത്തിയെഴുതപ്പെടുന്നത് ഇങ്ങനെയാണ്.

മൗനത്തിൽനിന്ന് മൊഴിയിലേക്കുള്ള അകലത്തെ കവി പാട്ടിൽ വരച്ചുകാട്ടുന്നത് ശ്രദ്ധേയമാണ്. വരികളിൽ നിറയുന്ന മൗനനേരങ്ങളെ ലോകയുക്തികൊണ്ട് സാമാന്യവത്കരിക്കുന്നതിന് സാംഗത്യമേറുന്നു.

"മൗനത്തിലൊതുങ്ങാത്ത ഭാവമുണ്ടോ
ഭാവഗീതമുണ്ടോ? മൊഴികളുണ്ടോ?

ആടും ചിലമ്പിൽ നിന്നടരും മുത്തിനും
വാടിക്കൊഴിയുമിലയ്ക്കും മൗനം

മൗനത്തിലൊതുങ്ങാത്ത മാനസത്തുടിപ്പുണ്ടോ?
നാദവും നാദത്തിൻ പൊരുളുമുണ്ടോ?" (അയിത്തം)

പൊന്നുപോലുരുകുന്ന സായം സന്ധ്യയിൽ 'ഒന്നും പറയാതെ' യാത്രയാകുന്ന ഒരു പ്രണയയാമത്തെയാണ് കവി മൗനവിടർച്ചകൾ കൊണ്ടലങ്കരിക്കുന്നത്.

'ഉത്തരം' എന്ന സിനിമയിലെ കവിതാശകലത്തിൽ വിരഹമൗനത്തിന്റെ ഒരു ഭൂപടം വരച്ചിടുന്നുണ്ട്, ഒ.എൻ.വി.

"സ്വരമിടറാതെ മിഴി നനയാതെ
വിടപറയുവാൻ കഴിയുന്നില്ലെങ്കിൽ
ഹൃദയം പേറുന്ന കദനഭാരത്തെ
ഒതുക്കി വെയ്ക്കുകീ കനത്ത മൗനത്തിൽ"

മറ്റൊന്നിലും കിട്ടാത്ത അനുഭൂതി മുഹൂർത്തങ്ങളെയും ആവിഷ്കരണ ഘടനകളെയും പാട്ടിൽ സമന്വയിപ്പിക്കുന്നത് വിലോഭനീയമൗനമായിരിക്കും. അനാദിയായ പ്രപഞ്ചമൗനത്തിന്റെ ഒരനുസ്യൂതി ആശയങ്ങളെ അഗാധമായി വഹിച്ചൊഴുകുന്ന ഊർജ്ജപ്രവാഹമായി പാട്ടിൽ നിറയുന്നത് ശ്രദ്ധിക്കുക.

"എന്റെ മൺവീണയിൽ കൂടണയാനൊരു
മൗനം പറന്നുപറന്നു വന്നൂ...
പൂവിൻ ചൊടിയിലും മൗനം
ഭൂമിദേവിതന്നാത്മാവിൽ മൗനം
വിണ്ണിന്റെ കണ്ണുനീർത്തുള്ളിയിലും
കൊച്ചു മൺതരിച്ചുണ്ടിനും മൗനം"

(നേരം പുലരുമ്പോൾ)

പാട്ടിൽ ഭാവുകത്വരൂപീകരണത്തിന് സഹായിക്കുന്നത് ഇത്തരം മൗനമൊരുക്കുന്ന ഒരു സ്വപ്നഭൂമികയാണ്. ഇവിടെ ഹൃദയം നിറയുന്ന അനുരാഗത്തെ അറിയുവാൻ സഹായിക്കുന്നത് പാട്ടിൽ പ്രകാശിച്ചുനിൽക്കുന്ന സാന്ദ്രമൗനമാണ്.

"ആകാശം ഒരു നീലത്താമരയായ് വിരിയെ
ആത്മാവിൻ പൂചൂടി സൗരഭ്യം തേടി
വന്നു, ഞാനരികിൽ ഉരിയാടീലൊന്നും
മൗനത്താലറിയും ഹൃദയം നിറയും രാഗമിതാ
നിന്നുയിരിൻ സാന്ദ്രലയം തേടുകയായ്"

(മഹാനഗരം)

ആശയപരമായും അനുഭൂതിപരവുമായ ഒരു ആണ്ടുപോകൽ മൗനത്തിലുണ്ട്. പാട്ടിൽ ഭാവപ്പൊരുളുകൾ അടക്കം ചെയ്യുന്നത് മൗനത്തിലൂടെയാണ് എന്നറിയാൻ ഈ പാട്ട് കേട്ടാൽ മതി. ഒരു നല്ല പാട്ട് മൗനത്തെ വീണ്ടെടുക്കുന്നു.

"നിന്റെ ശാലീന മൗനമാകുമീ
പൊൻമണിച്ചെപ്പിനുള്ളിലായ്
മൂടിവെച്ച നിഗൂഢഭാവങ്ങൾ
പൂക്കളായ് ശലഭങ്ങളായ്"

(നഖക്ഷതങ്ങൾ)

മൗനത്തിന്റെ കയങ്ങളിൽ ഒരു മുങ്ങിക്കളി. നാട്ടുകിണറുകളിലേതുപോലെ ആഴത്തിൽ മൗനമാണ് പാട്ടിലെ നമ്മയെന്ന് പറയാൻ ഇതൊന്നുകൂടി കേൾക്കണം. തികച്ചും കാവ്യാത്മകമായൊരു മൗനം.

"അന്തഃരശ്രുസരസ്സിൽ നീന്തിടും
ഹംസഗീതങ്ങളില്ലയോ
ശബ്ദസാഗരത്തിൻ അഗാധ
നിശ്ശബ്ദ ശാന്തതയില്ലയോ?"

(നഖക്ഷതങ്ങൾ)

ഒരു മൗനം തേടി മൊഴികൾ യാത്രയാകുന്നതും (നഖക്ഷതങ്ങൾ), എന്നോ കണ്ട കിനാവിന്റെയോർമകൾ മൗനത്തിൽ മൊട്ടിടുന്നതും (സുഖമോ ദേവി) വാടുന്ന പൂവിൻ മൗനം തേങ്ങുന്നതും (എന്റെ നന്ദിനിക്കുട്ടിക്ക്) മൗനം ഒരു സംഗീതമാകുന്നതും, മന്ത്രം പോലെ മൗനമുണരുന്നതും (മനസ്സിന്റെ തീർത്ഥയാത്ര), മൗനങ്ങളിൽ തേൻ കണമിറ്റുന്നതും (പ്രതീക്ഷ) ഒ.എൻ.വിയുടെ പാട്ടിൽ നിറസാന്നിധ്യങ്ങളാകുന്നു. ഒരു പാട്ടിലെ മൗനത്തിന്റെ ദർശന വ്യാസം അതിനെ ഭാവഭദ്രമാക്കുന്നത് ശ്രദ്ധേയമാണ്. വാക്കുകളുടെ അർത്ഥവും പ്രാണമിടിപ്പും അനുഭവങ്ങളുടെ ആഴവുമെല്ലാം മൗനത്തിന്റെ വിഭിന്നരൂപവ്യാപ്തികളായി പാട്ടിൽ പതിഞ്ഞുകിടക്കുന്നുണ്ട്. മനുഷ്യാനുഭവത്തിന്റെ ആന്തരിക പ്രത്യക്ഷങ്ങളിലാണ്

പാട്ട് ഇടപെടുന്നത്. ഇതിനെ പ്രകാശിപ്പിക്കാനുള്ള ആന്തരവാസ്തവോ പാധിയായി മൗനമുണരുന്ന ഒരു പാട്ട് ഇതാ...

ആന്തരികാനുഭവങ്ങളുമായി കവിയുടെ ആത്മസത്ത നടത്തുന്ന ഭാഷണരീതിയിൽ മൗനത്തിന്റെ അടുക്കുകൾ ശ്രദ്ധിക്കാം.

"ഉള്ളിലെ സ്നേഹപ്രവാഹത്തിൽ നിന്നൊരു
തുള്ളിയും വാക്കുകൾ പകർന്നീലാ
മാനസഭാവങ്ങൾ മൗനത്തിലൊളിപ്പിച്ചു
മാനിനീ... ഞാനിരുന്നു"

(വചനം)

പ്രത്യക്ഷമായ സ്ഥലകാല വ്യവഹാരങ്ങൾക്കപ്പുറത്തുള്ള മൗനത്തിന്റെ ഘടികാരം പാട്ടിൽ കവി സൂക്ഷിക്കുന്നുണ്ട് എന്നതിന് എത്രയോ ഉദാഹര ണങ്ങളുണ്ട്.

"വിണ്ണിൻരാഗം മണ്ണിൽ പൊൻ വെയിലായ്
വന്നൂ മൂകം പൂക്കൾ തൂകുമ്പോൾ
നീയറിയാതറിയാതെ നിൻ മൗനം തേൻമൊഴിയായി"

(ദയ)

അനുരാഗവും സാന്ത്വനവും സംഗീതവും മന്ത്രവുമെല്ലാം മൗനത്തി ലുണർന്ന് വരികയാണ് ഒ. എൻ. വിയുടെ പാട്ടുകളിൽ.

"സാന്ത്വനത്തിന്നമൃത സംഗീതമീ സാന്ദ്രമൗനത്തിൽ നിന്നുനുകർന്നു നാം" (പ്രവാസം) എന്ന വരികളിൽ മൗനത്തിന്റെ സമുദ്രസംഗീതമില്ലേ? ജീവിതവിഷാദത്തിന്റെ (pessimissm) അലകളുമായി പാട്ടിൽ മൗനമുദ്രിത മായ ഒരുനേരമിതാ.

"സാന്ദ്രമാം മൗനത്തിൻ കച്ചപ്പുതച്ചു നീ
ശാന്തമായന്ത്യമാം ശയ്യ പൂകി" (ലാൽസലാം)

ഇച്ഛ കൂടാതെ മനസ്സിലേക്ക് ആളിപ്പടരുന്ന വിരഹത്തെയും വിങ്ങലി നെയും പ്രകടമാക്കുന്ന മറ്റൊരു മൗനവും ഒ.എൻ. വിയുടെ പാട്ടിലുണ്ട്.

"മൃത്യുവിൻ കൊത്തേറ്റ് നൂറായ് നുറുങ്ങും
ഹൃത്തടം വീണ്ടുമുയിർക്കുമെന്നോ
ഏതോ നിഗൂഢമാം മൗനം വിഴുങ്ങിയ
നാദത്തിനുണ്ടാമോ മാറ്റൊലികൾ"

(എന്റെ ഹൃദയത്തിന്റെ ഉടമ)

ഒ.എൻ.വിയുടെ പാട്ടുകളിൽ മാത്രമല്ല, മൗനത്തിന്റെ ഈ സ്വപ്നഭൂമി കയുള്ളത്.

"എന്നിലെ ശോകം മറവിതൻ കൂട്ടിൽ
നിന്നെന്തിനെൻ മൗനത്തെ വിളിച്ചുണർത്തി"

(ശരശയ്യ)

എന്നെഴുതിയത് വയലാറാണ്. മൗനങ്ങൾ പാടുന്ന നേരം കോടിജന്മ ങ്ങളാൽ പരസ്പരമറിയുന്ന അനുരാഗികളെയാണ് വയലാർ 'പ്രയാണം'

എന്ന സിനിമയിലെ പാട്ടിൽ വരച്ചിടുന്നത്. ആന്തരബോധത്തിന്റെ കാഴ്ചകൾ ആവിഷ്കരിക്കുവാൻ നിത്യഭാഷ കൈവശമില്ലാതെ വരുമ്പോൾ 'മൗനമെന്ന മറുഭാഷ'യുടെ നിർമ്മാണം നടക്കുകയാണിവിടെ.

"മോഹം മനസ്സിനുള്ളിൽ സ്വരപ്പെടുത്തുന്നൊരീ
മൗനസംഗീതത്തിൻ ചിറകൊതുക്കി
മറ്റൊരാൾ മീട്ടാത്ത മാണിക്യവീണയായ്
മടിയിൽ കിടന്നേനെ ഞാൻ"

(കൊട്ടാരം വിൽക്കാനുണ്ട്)

ശ്രീകുമാരൻ തമ്പിയും പാട്ടിൽ മൗനാനുരാഗത്തിന്റെ പൂക്കൾ ചൊരിഞ്ഞു. കണ്ണുകൾ കൊണ്ട് അർച്ചനയും മൗനങ്ങൾ കൊണ്ട് കീർത്തനവും (തൂവാനത്തുമ്പികൾ) നിർവഹിക്കുന്ന പ്രണയനിർഭരമായ ഒരു നേരത്തെയും ശ്രീകുമാരൻ തമ്പി പാട്ടിൽ കൊണ്ടുവന്നു. അനുരാഗിണിയുടെ 'മൗനം പോലും മധുരം'എന്നു പറയാൻ മടിയില്ലാത്ത പ്രണയിയെയും അദ്ദേഹത്തിന്റെ പാട്ടിൽ നാം കണ്ടു. 'മൗനമെത്ര ഉയർന്ന സംഗീതമെന്ന്' (അക്കരപ്പച്ച) അദ്ദേഹം പാട്ടിലൂടെ നമ്മെ ഓർമ്മിപ്പിച്ചു.

മാനസത്തെ 'മറക്കുവാനാകാത്ത മൗനസംഗീത'മെന്നാണ് യൂസഫലി കേച്ചേരി പേരിട്ടത് (സ്നേഹം). മനസ്സിൽ സംഗീതം മധുവൊഴുക്കുന്നത് നാദസരോവരം മൗനം ഭജിക്കുമ്പോഴാണ് (ചിത്രശലഭം) എന്ന പ്രാപഞ്ചികസ്പർശിയായ വിചാരത്തെ എത്ര മനോഹരമായാണ് പാട്ടിൽ കവി ആവിഷ്കരിച്ചിരിക്കുന്നത്. ലോകവും മനസ്സും തമ്മിലുള്ള സ്വരൈക്യമാണ് പാട്ടിൽ മൗനമായി നിറയുന്നത്. പാട്ടിലെ ആന്തരികശ്രുതിയിണക്കമായി മൗനത്തെ നാമറിയുന്നു.

മൗനവുമായുള്ള ഏകാന്ത ഭാഷണമായി മാറുന്ന പാട്ടുകൾ എത്രയോ എഴുതിയിട്ടുണ്ട് പൂവച്ചൽ ഖാദർ. 'മൗനമേ നിറയും മൗനമേ' (തകര) എന്ന താരസ്ഥായിയിലെ നീട്ടലിൽ സാന്ദ്രദുഃഖത്തിന്റെ തീക്ഷ്ണതയുണ്ട്. അതേസമയം പ്രണയമൗനത്തെ പ്രകൃതിയോട് ചേർത്തുവയ്ക്കന്നൊരു നിമിഷത്തെ പാട്ടിൽ പൂവച്ചൽ ആവിഷ്കരിക്കുന്നതിങ്ങനെ.

"സിന്ദൂരസന്ധ്യയ്ക്ക് മൗനം
മന്ദാരക്കാടിന് മൗനം
എന്തുപറഞ്ഞാലും എന്നരികിൽ
എൻ പ്രിയനെപ്പോഴും മൗനം"

(ചൂള)

നാദമായിടുന്നൊരു മൗനത്തെയും (ഇവിടെ തുടങ്ങുന്നു), തേങ്ങലായ് മാറുന്ന നേർത്ത മൗനത്തെയും (പൂവിരിയും പുലരി), കസവണിയുന്ന ലയമൗനത്തെയും (നിറക്കൂട്ട്), രാഗം ചൂടി പാടുന്നൊരു മൗനത്തെയും (തമ്മിൽതമ്മിൽ), വാചാലമാകുന്ന മറ്റൊരു മൗനത്തെയും (ഇതാ ഒരു ധിക്കാരി) ചിറകിടുന്ന മൗനത്തെയും (മകളേ മാപ്പു തരൂ) എല്ലാം

പൂവച്ചൽ ഖാദർ പാട്ടിൽ കൊണ്ടുവരുമ്പോൾ വാക്കുകൾക്കപ്പുറത്തുള്ള അർത്ഥത്തിന്റെ വിനിമയങ്ങളിലേക്കാണ് നാം ചെന്നെത്തുക.

'മൗനം സ്വരമായ് ഈ കൈക്കുമ്പിളിൽ'എന്ന 'ആയുഷ്കാല'ത്തിലെ പാട്ടിൽ സന്ദർഭത്തിന്റെ മുഴുവൻ സാന്ദ്രതയും ചേർത്തുവച്ചിട്ടുണ്ട് കൈതപ്രം. 'മൗനസരോവരമാകെയുണർന്നു' എന്ന പാട്ടിലും കൈതപ്രം കാവ്യാത്മകമായ ഒരു മൗനത്തിന്റെ (സവിധം) അച്ചടക്കം കൊണ്ടുവന്നു. മൗനത്തിന്റെ കാന്തിയുണ്ട് ഈ പാട്ടിന്. ശബ്ദതലത്തിന്റെ പ്രാഥമികത യിൽ നിന്ന് മൗനാർത്ഥത്തിന്റെ നൈരന്തര്യങ്ങളിലേക്ക് സഞ്ചരിക്കുന്ന പാട്ടിന്റെ പദവിന്യാസം ബിച്ചു തിരുമലയുടെ ഒരു പാട്ടിൽ വരുന്നതി ങ്ങനെ.

'ഒരു മൗനമായ് പിന്നെയും വന്നുതേങ്ങി കിളിച്ചില്ലയിൽ നൊമ്പരം', 'ആകാശമൗന'ത്തിന്റെ സമൃദ്ധിയും ബിച്ചു പാട്ടിൽ നിറച്ചുവച്ചിട്ടുണ്ട്.

'മറന്നിട്ടുമെന്തിനോ മനസ്സിൽ തുളുമ്പുന്ന മൗനാനുരാഗത്തിൻ ലോല ഭാവം'(രണ്ടാം ഭാവം)ത്തെ ഗിരീഷ് പുത്തഞ്ചേരി പാട്ടിന്റെ മണിച്ചിമിഴിൽ നിറച്ചുവച്ചിരുന്നു. മൗനത്തിന്റെ വിലോലഭാവങ്ങളെ വ്യത്യസ്തമായി അവതരിപ്പിക്കുന്ന കാല്പനികമായ ഒരു സൗന്ദര്യബോധത്തിന്റെ വിതാന മുണ്ട് ഗിരീഷിന്റെ പാട്ടുകളിൽ. ഓർമയുടെ പുരാവസ്തുക്കൾ സംഭരിച്ചു വയ്ക്കുവാനുള്ള വലിയൊരു പാരമ്പര്യബോധത്തിന്റെ പ്രകടമായ തെളിഞ്ഞുകാണലായി മൗനം കടന്നു വരുന്നു.

ഈ സ്വകാര്യാനുഭവത്തിൽ പൂർണമായ മൗനവത്കരണത്തിനപ്പുറം ജീവിതപ്രണയത്തിന്റെയും പ്രണയജീവിതത്തിന്റെയും സൂക്ഷ്മാംശങ്ങൾ രൂപീകരിക്കപ്പെടുകയാണ്. ഇവിടെ മൊഴിമറന്ന മൗനവും (അഗ്നിദേവൻ) തിരിയുഴിയുന്ന മൗനവും മൗനം ചുരത്തുന്ന നെഞ്ചും (നന്ദനം) രുദ്രവീണ പോലെയൊരു മൗനവും (അരയന്നങ്ങളുടെ വീട്) അരുണസിന്ദൂരമായ് കുതിരുന്ന മൗനവും (ആറാം തമ്പുരാൻ) എല്ലാം പാട്ടിനെ അങ്ങേയറ്റം സ്പർശിച്ചുനിൽക്കുന്നു.

ഇങ്ങനെ മൗനം എന്ന ഏകകേന്ദ്രത്തിന് ചുറ്റും ഭ്രമണം ചെയ്യുന്ന ഒന്നായി പാട്ട് മാറുകയാണ്. ഇന്ദ്രിയബദ്ധമായ ഓർമകളെയും കാലാനുഭ വങ്ങളെയും കൂട്ടിയിണക്കി പാട്ടിന്റെ ഘടനയിൽ അഗാധമായൊരു മൗന ത്തിന്റെ ബഹുസ്വരങ്ങൾ കേൾപ്പിക്കാനാവും. പൂങ്കാറ്റും പൂങ്കിനാവും ഗന്ധർവനുമെല്ലാം മൗനത്തിന്റെ ഇടനാഴിയിൽ (മാളൂട്ടി-പഴവിള രമേശൻ) പാട്ടിന്റെ ജാലകങ്ങൾ ഒന്നൊന്നായി തുറന്നു തരുമ്പോൾ സ്വത്വസംസ്കൃ തിയുടെ താളങ്ങളും പ്രകൃതിയിലെ ജനിതകസ്വരങ്ങളും ചേർന്ന ജീവിത ത്തിന്റെ സിംഫണിയെ നാം വീണ്ടെടുക്കുകയാണ്.

■

ഒരു വട്ടംകൂടിയാപ്പുഴയുടെ തീരത്ത്

എത്ര ദൂരേക്ക് ഒഴുകിമറഞ്ഞാലും തിരിച്ചെപ്പോഴോ മനസ്സിനെ ചുറ്റിയെത്തുന്നുണ്ടാകാം ഓർമ്മയുടെ ഒരു നദി. ഏതു ഋതുവിലും തിരോഭവിക്കാതെ ഒഴുകുന്ന നദിയോർമകൾകൊണ്ട് സമൃദ്ധമാണ് മലയാളിയുടെ മനസ്സുകൾ. പുഴകൊണ്ട് നനഞ്ഞ വാക്കുകളാൽ/ഈണങ്ങളാൽ അയാൾ സ്വന്തം ജീവചരിത്രത്തെ പൂരിപ്പിച്ചുകൊണ്ടേയിരിക്കുന്നു. പുഴയുടെ ഏറ്റവും നേർത്ത വിരൽപ്പാടുകളിൽപ്പോലും അയാൾ ഗൃഹാതുരനാകുന്നു. ഓർമകളായും മറവികളായും ഒരേസമയം അകത്തേക്കും പുറത്തേക്കും ഒഴുകിനിറയുന്നവ, ജീവിത തീരങ്ങളിൽ വൈവിധ്യമാർന്ന ചിത്രങ്ങളെഴുതിയവ, വിരഹം കൊണ്ടുവന്നവ, പാപമോക്ഷങ്ങളിൽ പങ്കുചേർന്നവ, സ്വകാര്യതകളിൽ ഈണമായി തുളുമ്പിയ, ഇഷ്ടരഹസ്യങ്ങൾ പകർന്നവ.അങ്ങനെ പുഴയുടെ പകർച്ചകൾ എന്തുമാത്രം. അനാദിയായ കാലത്തിൽ നിന്ന് പുഴയിലേക്കൊഴുകിവരുന്ന പുലർവെളിച്ചം എത്രയോ ചലച്ചിത്രങ്ങളിൽ മിഴിനിറഞ്ഞുണരും ഫ്രെയിമുകളായി. പെയ്തുപോകുന്ന മഴകൾ പുഴയിലുണ്ടാക്കുന്ന നുണക്കുഴികളെ ക്യാമറയിൽ കണ്ടു നാം കൗതുകം പൂണ്ടു. പാട്ടിന്റെ ദൃശ്യങ്ങളെ മാറ്റിവരയ്ക്കുകയായിരുന്നു നദികൾ. എത്ര കേട്ടിട്ടും മായാതെ മനസ്സിൽ നിന്നു, പുഴ പാടിയ പ്രണയഗീതികൾ. കവികൾ കുറിച്ചിട്ട പ്രണയകാന്തികൾ.

പാട്ടിലെ കടവുകൾ

ആദ്യാനുഭവങ്ങളുടെയും ആകുലതകളുടെയും എല്ലാം അനന്തപ്രയാണത്തെ അടയാളപ്പെടുത്തിയാണ് പാട്ടിൽ പുഴയുടെ പകർച്ചകൾ... പാട്ടിലെ പ്രണയത്തിലേക്ക് ഊളിയിട്ടിറങ്ങുമ്പോൾ പിന്നെയും പുഴയുടെ പരിരംഭണങ്ങൾ. മലയാള ഗാനങ്ങളിൽ തിടംവച്ചുണരുന്ന പുഴയുടെ സഞ്ചാരപഥങ്ങൾ വിപുലവും വിസ്തൃതിയുള്ളതുമാണ്. പുഴക്കടവുകൾ പാട്ടിൽ അനുരാഗികളുടേതായി മാറി. ഇതിൽ വള്ളുവനാടിന്റെ ഛായാഭംഗികളെ ഒരുക്കൂട്ടിയതിൽ വലിയ പങ്ക് വഹിച്ചത് പി. ഭാസ്കരനായിരുന്നു. വിൻസന്റ് മാഷും പി.എൻ. മേനോനും ചിത്രീകരണം നിർവ്വഹിച്ച പല പാട്ടുകളിലും ഭാസ്കരൻ മാഷിന്റെ നാട്ടുപുഴകൾ സജീവസാന്നിധ്യമായി. പുഴയുടെ കാവ്യസംഗീതമായിരുന്നു അത്. പാട്ടിൽ പുഴക്കടവുകൾ

സംഗമത്തിന്റെയും ഔത്സുക്യത്തിന്റെയും വിരഹത്തിന്റെയും ഇടങ്ങളായി മാറി.

"കടവത്ത് തോണിയടുത്തപ്പോൾ പെണ്ണിന്റെ
കവിളത്ത് മഴവില്ലിൻ നിഴലാട്ടം" (മുറപ്പെണ്ണ്)

ഇവിടെ കടവത്ത്-കവിളത്ത് എന്നീ വാക്കുകളിൽ ഈണത്തിന്റെ ഞൊറികൾ തുന്നിച്ചേർത്ത ചിദംബര സംഗീതത്തിന്റെ മാറ്റ് ഒന്നുവേറെ തന്നെയാണ്. സംഗീതവും പ്രണയവും ഒരുപോലെ ആശ്ലേഷിക്കുന്ന എത്രയോ പുഴക്കടവുകൾ പിന്നെയും പാട്ടിൽ നിറഞ്ഞുനിന്നു. 'കരയുന്നോ പുഴ ചിരിക്കുന്നോ' (മുറപ്പെണ്ണ്) എന്ന പാട്ടിലെ ഏകാന്ത വിഷാദം നാമറിയുന്നത് പുഴയുടെ അന്തരംഗത്തിലൂടെയാണ്. (വള്ളുവനാടൻ ശബ്ദ ചിത്രങ്ങൾ). പദരചനയുടെ ആഴങ്ങളിൽ നിന്നും ചുഴികളിൽ നിന്നുമാണ് ഈ ഗാനത്തിന്റെ സംഗീതമുണ്ടാകുന്നത്. വാക്കുകളുടെ നദീതീരങ്ങളിൽ ഈണം തേടിയലഞ്ഞവരാണ് ബാബുരാജും ദേവരാജനും ചിദംബര നാഥും രാഘവനുമെല്ലാം. നദികളെ സ്വരവാഹിനികളാക്കി മാറ്റുകയായി രുന്നു ഇവർ. പെരിയാറും ആലപ്പുഴയും കിള്ളിയാറും പള്ളാത്തുരുത്തി യാറും ചെങ്കുളത്താറും കാലടിപ്പുഴയും മാനന്തവാടിപ്പുഴയും എല്ലാം വയലാർ-ദേവരാജൻ സംഗീത സംഗമത്തിലൂടെ ഒഴുകിപ്പരന്നു. നിരവധി യോളങ്ങൾ ശ്രുതിയിട്ടും പൊന്നലകൾ ഞൊറിഞ്ഞുടുത്തുമെല്ലാം യാത്ര യാകുന്ന സംഗീത തരംഗിണികളിൽ പിന്നീടെത്രയോ പേർ സാധകം ചെയ്തു.

കടവിലെ ഗൃഹാതുര ചിത്രങ്ങൾ പതുക്കെ വിടർത്തി മറ്റൊരു ഗാനമിതാ...

"ആറ്റുവഞ്ചിക്കടവിൽ വച്ചു
അന്നു നിന്നെ ഞാൻ കണ്ടപ്പോൾ
പാട്ടുവന്നത് പവിഴച്ചുണ്ടിൽ
പാതിനിർത്തിയതെന്താണ്"
(കായംകുളം കൊച്ചുണ്ണി)

പിന്നീട് ജോബ് മാഷിന്റെ സൗമ്യസംഗീതത്തിൽ അനുരാഗികൾ അല്ലിയാമ്പൽക്കടവ് കണ്ടു വന്നു. 'മഞ്ഞണിപ്പൂനിലാവ്' എന്ന 'മോഹന' ഗാനത്തിൽ രാഘവൻ മാഷ് തന്റെ ഈണത്തെ വ്യാഖ്യാനിച്ചത് ഭാസ്കര നെഴുതിയ 'പേരാറ്റിൻ കടവത്ത്' എന്ന സമ്പൂർണ ഇമേജറിയിലായിരുന്നു. വയലിനും മുരളിയുമൊന്നിച്ചുചേർത്ത് ലയസൗഖ്യത്തിന്റെ ഒരു നീരാട്ട് തന്നെ. 'ഉമ്മാച്ചു' എന്ന നോവലിലെ അതേ പശ്ചാത്തലം തന്നെയാണ് വരികളിൽ ഭാസ്കരൻ മാഷ് മെനഞ്ഞെടുത്തത്. മായനും ഉമ്മാച്ചുവും സ്വപ്നം കണ്ട ജീവിതനദിയോരങ്ങളിലേക്കൊരു പാട്ടെഴുതിയതിങ്ങനെ:

"ആറ്റിനക്കരെയക്കരെയാരാണോ
പൂത്തുനിക്കണ പൂമരമോ?
എന്നെ കാത്തുനിൽക്കണ പൈങ്കിളിയോ?"

കാത്തുനിൽപ്പിനെയും പ്രതീക്ഷയേയുമാണ് പുഴ ഇവിടെ ആവിഷ്കരിച്ചത്. 'കല്ലായിക്കടവത്ത് കാറ്റൊന്നും മിണ്ടീലേ' എന്ന ഗാനത്തിന്റെ അന്തരംഗവും ഒന്നു തന്നെ. 'ഒടുവിലെ തോണിയും അക്കരെപ്പോയപ്പോൾ കടവിൽ ഇരുളിൽ ഞാൻ നിന്നു.' (സാഫല്യം) എന്ന ഒ.എൻ.വിയുടെ വരികളിൽ വിരഹാർദ്രമാകുന്നൊരു കടവിന്റെ ദൃശ്യമുണ്ട്. മലയാളിയുടെ പ്രണയജീവിതത്തോട് ചേർന്നൊഴുകുന്ന എത്രയോ പുഴകൾ പാട്ടിൽ കാണാം. പ്രണയ സ്വാതന്ത്ര്യത്തിന് തുഴഞ്ഞുപോകാനും കാത്തുനിൽക്കാനും എത്രയോ കടവുകൾ പാട്ടിൽ സമ്മാനിച്ചിട്ടുണ്ട്, നമ്മുടെ കവികൾ.

പ്രണയസാമഗ്രിയായി പുഴയുടെ ഈണത്തെ പാട്ടിൽ ചിട്ടപ്പെടുത്തുകയായിരുന്നു സംഗീത സംവിധായകർ. പ്രണയ നിർമിതമായ ലോകത്തിൽ സൗന്ദര്യവും സംഗീതവും സൗരഭ്യവും സമൃദ്ധിയുമെല്ലാം സമന്വയിപ്പിക്കുവാൻ പാട്ടിൽ നിസർഗസുന്ദരമായൊരു പുഴയൊഴുകുന്നുണ്ട്. പ്രണയം നിറവേറാനുള്ള തിടുക്കം) അടുപ്പത്തിന്റെ പടിപടിയായുള്ള വളർച്ചകൾ എന്നിവയെല്ലാം പാട്ടിൽ ഒരുക്കുവാൻ പുഴകൾക്കാകുന്നു.

പുഴകൾ പാട്ടിൽ പ്രണയദൂരങ്ങൾ അളന്നിടുകയായിരുന്നു. എത്രയോ അനുരാഗങ്ങൾക്ക് പുഴകൾ ഭാഷയായി. ചലച്ചിത്ര സംഗീത സാന്ദ്രമായ ഭൂതകാലരതികൾ ചമയ്ക്കുവാൻ ദേവരാജനും രാഘവനും ബാബുരാജുമെല്ലാം പുഴകളെ തിരഞ്ഞു. അനുഭൂതികളുടെ ചരിത്രം അത്രയും വിശദാംശങ്ങളോടെ ചലച്ചിത്ര ഭാഷയാക്കി മാറ്റുകയായിരുന്നു സംഗീത സംവിധായകർ 'ശാന്തസുന്ദരമൊഴുകും പുഴയൊരു സാന്ത്വനഗീതംപോലെ' (ഒ.എൻ.വി) എന്ന എം.ബി.എസ് ഗാനം ഈണത്തിന്റെ ചാരുനദിയായൊഴുകി.

വയലാറിന്റെ ഗാനങ്ങളിൽ പുഴകൾ ഒഴുകിനിറയുകയായിരുന്നു. 'പുഴകളെ ഭൂമിക്ക് കിട്ടിയ സ്ത്രീധനങ്ങളായാണ്' (നദി) അദ്ദേഹം കണ്ടത്. നദികളെ നാണംകുണുങ്ങികളായും (കല്യാണ രാത്രിയിൽ), നർത്തകികളായു(ഭൂമിദേവി പുഷ്പിണിയായി)മൊക്കെ വയലാർ സങ്കല്പിച്ചു. സഖികളിൽ സുന്ദരിയായ അനാർക്കലിയെ നിർവചിക്കുവാൻ നദികളിൽ സുന്ദരിയായ യമുനയായിരുന്നു വയലാറിന് മുമ്പിൽ ഒഴുകിവരുന്നത്. വയലാറിന്റെ വാങ്മയ ചിത്രങ്ങളിൽ നദികൾ ഒഴുകിക്കൊണ്ടേയിരുന്നു. പാട്ടിലെ സംസ്കാരവാഹിനികളാകുകയായിരുന്നു നദികൾ.

"ഗംഗേ യമുനേ ബ്രഹ്മപുത്രേ
ഗോദാവരി കാവേരി
പമ്പേ പമ്പേ തുംഗഭദ്രേ
പെരിയാറേ പാലാറേ നിങ്ങൾ"

(ഭൂമിദേവി പുഷ്പിണിയായി)

എന്നിങ്ങനെ വയലാറിന്റെ 'വിളികൾ' കേൾക്കാത്ത ഒരു പുഴയുമുണ്ടാകില്ല.

ഇടങ്ങളെയും നേരങ്ങളെയും സവിശേഷ തന്ത്രികളിലൊരുക്കി ശ്രുതിബദ്ധമാക്കി രൂപാന്തരപ്പെടുത്തി ഉദാത്തമാക്കാവുന്നതാണ്. അവനവന്റെ നേരിടങ്ങളിലേക്ക് തോണിയും പുഴയും കടവും ഒരുക്കുന്ന ഗൃഹാതുര വഴികൾക്ക് എണ്ണമില്ല.

പാട്ടിൽ പുഴകൾ കഥാപാത്രങ്ങൾ പോലുമാണ്. വ്യക്തിപരമായ കഥാപാത്ര സവിശേഷതകൾ മുഴുവനും പുഴയുമായി ചേർത്തുവയ്ക്കുന്ന ഭാവനിർമ്മിതികൾ പാട്ടുകളിൽ നിരവധിയാണ്. "പുഴയോരഴകുള്ള പെണ്ണ്, ആലുവപ്പുഴയോരഴകുള്ള പെണ്ണ്" എന്ന് ഒ.എൻ.വി. എഴുതിയപ്പോഴും സ്മൃതികളിലെ വ്യക്തിപരമായ ഗൃഹാതുരത തന്നെയാണ് ആർദ്രമായിത്തീർന്നത്. ജീവിതത്തിന്റെ വ്യത്യസ്ത വിതാനങ്ങളെ സൂചിപ്പിക്കുവാൻ പി.ഭാസ്കരൻ പുഴയെ കൂട്ടുപിടിക്കുന്നത് വരികളിൽ ഏറെ പ്രകടമാണ്. മനുഷ്യമനസ്സിന്റെ ഭാവങ്ങളും പുഴയുടെ ഭാവങ്ങളും ഒന്നായിത്തീരുകയാണ് ഈ പാട്ടിൽ.

"വെളുക്കുമ്പോൾ പുഴയൊരു കളിക്കുട്ടി
വെള്ളാരം കല്ലെടുത്തു വെള്ള
മണൽത്തിട്ടുകളിൽ
തുള്ളിക്കളിക്കുന്ന കളിക്കുട്ടി
വെയിലത്ത് പുഴയൊരു മണവാട്ടി
കാറ്റത്ത് പുഴയൊരു കിറുക്കത്തി
അന്തിക്കിവളൊരു മുതുമുത്തി"

(റോസി)

പ്രണയത്തിന്റെ കാലത്തെ മുഴുവനായും ഈണപ്പെടുത്തിക്കൊണ്ടാണ് യൂസഫലി കേച്ചേരിയുടെ പാട്ടിൽ പുഴയൊഴുകുന്നത്.

"കല്ലായിപ്പുഴയൊരു മണവാട്ടി
കടലിന്റെ പുന്നാര മണവാട്ടി
പതിനാറ് തികഞ്ഞിട്ടും കല്ല്യാണം കഴിഞ്ഞിട്ടും
പാവാട മാറ്റാത്ത പെൺകുട്ടി."

നിള പാടുമ്പോൾ

സംസ്കാരത്തിന്റെ സൂക്ഷ്മസ്ഥൂലസ്ഥലികളിലൂടെയാണ് പുഴകളൊഴുകുന്നത്. പാട്ടിലെ കാല്പനികതയെ അത് സാംസ്കാരിക സാന്നിധ്യമാക്കി മാറ്റി. പലപ്പോഴും വൈകാരികതയ്ക്കീണമിട്ട് നിളയുടെ ദൃശ്യസൗഭാഗ്യങ്ങൾ പാട്ടിൽ കൊണ്ടുവരാൻ സംവിധായകർ മത്സരിച്ചു. നിള പകരുന്ന സ്വരജതികളുടെ അനർഘനിമിഷങ്ങളെ സംഗീതംകൊണ്ട് വ്യാഖ്യാനിക്കുകയായിരുന്നു അവർ. നിളയുടെ തരംഗിത ശബ്ദമുണർത്തുന്ന അഴകുകളെ പാട്ടിൽ സൗന്ദര്യാത്മകരുചികളാക്കി മാറ്റുവാൻ സംഗീത സംവിധായകർക്ക് കഴിഞ്ഞു. വെറും കാഴ്ചയ്ക്കപ്പുറം ശ്രദ്ധയോടെയുള്ള

കാഴ്ചയായ മറ്റൊന്ന് പാട്ടിൽ പുഴകൾ കൊണ്ടുവരുന്നു. പാട്ടിലെ നിളകൾ പവിത്രമായ കാഴ്ചകളായി തെളിഞ്ഞുനിന്നു. "നിളപാടുമ്പോൾ പുലരിയതിലാടുമ്പോൾ" (കൈതപ്രം) എന്ന പാട്ടു കേൾക്കുമ്പോൾ മനസ്സിലൊരു പുലരിയുടെ ഭാവം ഇതൾ വിരിയുന്നുണ്ട്. അഴകോടെ കമലദളം നീട്ടുന്നൊരു നിളയുടെ പുളിനങ്ങളിലേക്കാണ് (തുടർക്കഥ) ഒ.എൻ.വിയുടെ പാട്ട് നമ്മെ ക്ഷണിക്കുന്നത്. 'നിളയുടെ നൃത്തം കണ്ടു' (വേനൽക്കിനാവുകൾ) എന്നാണ് കവി ഒരു പാട്ടിലെഴുതിയത്. പിന്നീടെത്രയോ പാട്ടുകളിൽ നിളയെ കോരിയെടുക്കുകയായിരുന്നു അദ്ദേഹം. 'പുലരിയിലിളവെയിലാടുന്ന പുഴകൾ' ഒ.എൻ.വിയുടെ വരികളിൽ പാടി. 'പുഴതൻ സംഗീതം കേൾക്കാനുഴലുന്ന അഴകിൻ ചില്ലുപാത്രത്തിലെ മത്സ്യം ഞാൻ' (കഥയ്ക്ക് പിന്നിൽ) എന്നെഴുതിയ കവിതതന്നെയാണ് 'ഒരു വട്ടം കൂടിയാപ്പുഴയുടെ തീരത്ത് വെറുതെയിരിക്കുവാൻ മോഹം' (ചില്ല്) എന്ന് പേർത്തും പേർത്തും നിനച്ചത്. 'മറ്റേതു നദിയേക്കാളും എന്റെ ശരത്കാല നിളയെയാണെനിക്കിഷ്ടം' എന്ന് എം.ടി. തന്റെ കൃതികൾക്ക് അടിവരയിടുമ്പോൾ ഒട്ടുമിക്ക ചലച്ചിത്ര സന്ദർഭങ്ങളിലും എം.ടിക്കു വേണ്ടി പാട്ടെഴുതിയ ഒ.എൻ.വിയുടെ കാവ്യഭാവന നിളയിൽ നീരാടിയതിൽ അദ്ഭുതപ്പെടാനില്ല.

'എന്റെ പാലാഴിപ്പുഴയായ നിളയിൽ നിന്നും ഒരു പാണന്റെ പൂപ്പാട്ട് കേൾക്കുന്നുവോ' (റൺവേ) എന്ന ഗിരീഷ് പുത്തഞ്ചേരിയുടെ വരികളിൽ ഗ്രാമവിശുദ്ധിയുടെ ആർദ്രരസാനുഭൂതിയുണർന്നുവരുന്നു. അഗാധതയിൽ നിന്നുമെത്തുന്ന തരംഗഭംഗികൾ പാട്ടിൽ ഈണത്തിന്റെ നിലകൾ പണിയുന്നു. 'തെങ്ങിളം നീരാം പൊൻനിളേ നിന്നിൽ മുങ്ങിത്തോർത്തും പുലരികൾ' (ഈ പുഴയും കടന്ന്) എന്ന് ഗിരീഷ് എഴുതിയപ്പോൾ നാഴിയിൽ നന്മമാത്രമളക്കുന്ന ഒരു ഗ്രാമത്തെയാണ് സംവിധായകൻ ദൃശ്യവത്കരിച്ചത്.

നീരദമാലകളാൽ പൂവിടും മാനംകണ്ട് പാടിയ നിളാനദി ഹൃദയത്തെ ശ്രീകുമാരൻ തമ്പിയുടെ പാട്ടിൽ നാമറിഞ്ഞു. പ്രണയത്തിന്റെ നിളാനദിക്കരയിൽ നിലാവണിഞ്ഞു നിൽക്കുന്ന ഒരാളുടെ ഖൽബിലെ വിചാരങ്ങളെ പി. ഭാസ്കരൻ പാട്ടിൽ കൊണ്ടുവരുന്നത് ശ്രദ്ധേയമാണ്.

> "പൂവണിക്കുന്നുകൾ പീലി നിവർത്തും
> പുഴയുടെ ഓളത്തിൻ വിരിമാറിൽ
> ചേലൊത്ത പൂനിലാവിൽ ചങ്ങാടംതുഴയും
> നീയെന്റെ ഖൽബിൽ വന്നു ചിരിച്ചുനിൽക്കും"
>
> (ഓളവും തീരവും)

പാട്ടിലരങ്ങേറുന്ന ദൃശ്യകാന്തികളെ വിൻസന്റ് മാസ്റ്റർ അത്രയ്ക്കും ഉൾക്കാഴ്ചയോടെ ഫ്രെയിമിലാക്കുകയുണ്ടായി. ഇതുപോലെ പ്രണയിനികളെ മലർക്കൈകൾ നീട്ടിവിളിക്കുന്ന നദീതീരവും രാത്രിയും പൂനിലാവുമെല്ലാം (ഗസൽ) യൂസഫലി കേച്ചേരി പാട്ടിൽ കൊണ്ടുവന്നു.

വടക്കൻ പാട്ടും പുഴയും

വടക്കൻപാട്ടിന്റെ ചിത്രീകരണത്തിൽ പുഴകൾ സജീവ സാന്നിധ്യമായിമാറി. നദിയിലൂടെയുള്ള നൗകായാത്രകൾ തിരശ്ശീലയിലെ ഏറ്റവും ചേതോഹരദൃശ്യമായി പരിണമിച്ചു. ആർച്ചയുടെയും മാക്കത്തിന്റെയുമെല്ലാം അലങ്കരിച്ച വള്ളങ്ങൾ പുഴയിൽ പ്രതിഫലിച്ചു. വള്ളത്തിന്റെ ഈ ചെറുയാത്രകൾ പ്രണയത്തിന്റെ വിളംബരം കൂടിയായിരുന്നു. കോലോത്തു നാട്ടിലെ കോവിലകത്തമ്മയെ താലികെട്ടിക്കൊണ്ടുപോകുന്നതും വള്ളത്തിലാണ് (ആരോമലുണ്ണി). 'വയനാടൻ പുഴയുടെ പാട്ടുകേൾക്കുമ്പോൾ അതിൽ വളകൾ കിലുങ്ങുന്ന സ്വപ്നങ്ങൾ കേൾക്കുകയാണ് നാം' (അങ്കത്തട്ട്). 'മഞ്ഞ് പളുങ്കൻ മലയിലൂടെ മാനന്തവാടിപ്പുഴയിലൂടെ അല്ലിമുളങ്കുഴൽത്തേനുമായ്' ആടിയും പാടിയും വരുന്ന പാണനാരേ (തുമ്പോലാർച്ച)യും വയലാർ തന്റെ ഗാനങ്ങളിൽ കൊണ്ടുവന്നു. വടക്കൻപാട്ട് സന്ദർഭങ്ങളിലെ നദീയാത്രകൾ മിക്കവയും ഇരുട്ടിന്റെ മങ്ങിയ വെളിച്ചത്തിലൂടെയായിരുന്നു. ഇടയ്ക്കിടയ്ക്കായി നിലാസാന്ദ്രമാകുന്ന നീലനദികൾ ഇത്തരം സിനിമകളിൽ നിറഞ്ഞൊഴുകി. പുഴക്കരയുടെ ഈണവും പുഴയുടെ കല്യാണവും എല്ലാം പൂവച്ചൽ ഖാദറിന്റെ പാട്ടിൽ സാന്ദ്രമായി.

ഓളവും തീരവും

പാട്ടിൽ കഥാപാത്ര സന്ദർഭങ്ങളെ പുഴയുടെ ഇമേജറിയുമായി അടുപ്പിച്ചു നിർത്തുന്നത് അതിന്റെ തീരങ്ങളാണ്. ഏറ്റവും സാരവത്തായ കഥാപാത്ര മുഹൂർത്തങ്ങളെ ദൃഢീകരിക്കുവാൻ സിനിമയിൽ ഓളവും തീരവും എന്ന ദ്വയത്തെ കവികൾ കൊണ്ടുവന്നു.

"കദനത്താൽ തേങ്ങുന്ന ഹൃദയവുമായി
കരകളിൽ തലതല്ലും ഓളങ്ങളേ
തീരത്തിനറിയില്ല മാനത്തിനറിയില്ല
തീരാത്ത നിങ്ങളുടെ വേദനകൾ"

എന്ന പാട്ടിൽ കദനത്തിന്റെ കഥപറയാൻ ഭാസ്കരൻ മാഷൊരുക്കിയ ഇമേജറികളിൽ പ്രധാനം തിരയും തീരവും തന്നെയാണ്. ജീവിതത്തിലെ അനിവാര്യമായ തിരസ്കാരങ്ങൾ പാട്ടിൽ വേദാന്തമാകുന്നതെങ്ങനെ എന്നറിയാൻ ശ്രീകുമാരൻ തമ്പിയുടെ ഈ പാട്ട് കേട്ടാൽ മതി.

"പുണരാനടുക്കുമ്പോൾ പുറംതള്ളും തീരവും
തിരയുടെ സ്വന്തമെന്നോ"

(മോഹിനിയാട്ടം)

പ്രണയത്തിന്റെ പ്രാണനിമിഷങ്ങൾക്ക് ജീവനേകുവാൻ കവികൾ കരയേയും തിരയേയും പാട്ടിലേക്ക് ക്ഷണിച്ചുവരുത്തി.

"തിരയും തീരവും ചുംബിച്ചുറങ്ങും നേരം
തരിവളകൾ വീണുകിലുങ്ങി"

(അവൾ വിശ്വസ്തയായിരുന്നു)

"തീരംതേടി തിരവന്നു കരളേ നീ കരഞ്ഞോ"
(തീരംതേടുന്ന തിര)

"നീയൊരു പുഴയായ് തഴുകുമ്പോൾ ഞാൻ
പ്രണയം വിടരും കരയാകും"
(തിളക്കം)

"ഓളങ്ങൾ ഓടിവരും നേരം
വാരിപ്പുണരുന്നു തീരം"
(മണവാട്ടി)

"ആയിരം നാവാൽ പുഴയിലെ ഓളം പാടും കഥയിലലിഞ്ഞു തളരും
നേരിയൊരോർമ്മയുമായ് ഇനിയും തീരമുറങ്ങും"
(തകര)

"വാരിപ്പുണർന്നു പിൻവാങ്ങും തിരയോട്
കോരിത്തരിക്കുന്ന തീരമോതി
ആയിരം ജന്മത്തിൽ സാഫല്യമാകവേ
ഈയൊരുമാത്ര എനിക്ക് തന്നു"
(നീയെത്രധന്യ)

സ്നേഹാർദ്രവിരഹവും ശോകവും കാണിക്കുന്ന പ്രണയസാഫല്യത്തിന്റെ എത്രയോ മാത്രകൾ പാട്ടിലേക്ക് കടന്നുവരുന്നത് ഇങ്ങനെയൊക്കെയാണ്. സാഗരോന്മുഖമായി ഒഴുകുന്ന നദിയെ കഥാസന്ദർഭങ്ങളുമായി കൂട്ടിയിണക്കിയും പാട്ടുകളുണ്ടായി.

"സാഗരഹൃദയം തിരയും നദിപോൽ
നിന്നെ തിരയും ഗാനം ഞാൻ"
(ജാലകത്തിലെ പക്ഷി)

"പാടിവിളിക്കുന്ന പാൽക്കടലിൻ നേർക്ക്
പായുന്ന വാഹിനിപോലെ
അണയുന്നു ഞാനാടിത്തളരുന്നു"
(ജാതകം)

"കാവേരിപാടാമിനി സഖിനിൻ
ദേവന്റെ സോപാനമായ്"
(രാജശില്പി)

എന്നുമൊക്കെ ഒ.എൻ.വി. നദീഗീതങ്ങൾ ചമയ്ക്കുകയുണ്ടായി. ചുരുക്കത്തിൽ ചലച്ചിത്രഗാനങ്ങളിൽ പുഴകൾ കേരളീയമായൊരു 'ബാണി' സമന്വയിപ്പിക്കുന്നു എന്നു പറഞ്ഞാൽ അതിലൊട്ടും അതിശയോക്തിയില്ല.

■

പാട്ടിലുണരും ശ്യാമയാമങ്ങൾ

പ്രേക്ഷകന്റെ ഏകാകിതയെ അങ്ങേയറ്റം അഭിസംബോധന ചെയ്ത മലയാള സിനിമ ഒരു പക്ഷേ ഭാർഗവീനിലയമായിരിക്കും. അതിലെ നിശാചൈതന്യത്തെ വലയം ചെയ്ത് വിൻസെന്റ് മാസ്റ്റർ പ്രതിഷ്ഠിച്ച ഫ്രെയിമുകളിലായിരുന്നു ഏറ്റവും വലിയ കാല്പനികാഭിമുഖീകരണം. 'താമസമെന്തേ' എന്ന പാട്ടിന്റെ തുമ്പത്ത് വന്നു നിൽക്കുന്ന രാത്രി നീലിമയ്ക്ക് പകരം വയ്ക്കാൻ തിരശ്ശീലയിൽ മറ്റൊരു ഫ്രെയിമുമില്ല. ഹേമന്തയാമിനിയുടെ പൊലിയുന്ന പൊൻവിളക്കും പാതിരാക്കാറ്റിൽ ഇളകുന്ന പ്രണയിനിയുടെ പട്ടുറുമാലുമെല്ലാം അനുരാഗത്തിന്റെ പ്രതീകങ്ങളാക്കി ക്യാമറയിൽ കാല്പനികതയുടെ ഇഴ നെയ്യുകയായിരുന്നു വിൻസെന്റ് മാസ്റ്റർ. ഭാസ്കരൻ-ബാബുരാജ് സമാഗമമാണ് ഈ രാത്രിഗീതത്തെ മലയാളിയുടെ എക്കാലത്തെയും ഇഷ്ടമാക്കി മാറ്റിയത്. 'താമസമെന്തേ' കേൾക്കുവാൻ ആസ്വാദകൻ രാത്രി നേരങ്ങളെ തിരഞ്ഞുപോകുന്നതിലും അദ്ഭുതമില്ല. രാത്രിയുടെ ഏകാന്തത അത്രമാത്രമുണ്ടല്ലോ ഈ പാട്ടിൽ.

സാന്ദ്രവും ഗഹനവും ബഹ്വർത്ഥസൂചകവുമായ ഒരു ഭാഷയുണ്ട് രാത്രിക്ക്. അതിന് ആത്യന്തികമായി ഭാവപരമായ ധ്വനിയെ തൊട്ടുണർത്താനുള്ള സവിശേഷ സംഗീതവുമുണ്ട്. സൗന്ദര്യാത്മകമോ കാവ്യാത്മകമോ ആയ തുടർച്ച അനുഭവിപ്പിക്കുന്ന അടിസ്ഥാന ഏകകമായി നിശാസ്വഭാവമുള്ള ഒരു കാലം പാട്ടുകളിൽ ഘനീഭൂതമാകുന്നു. രാത്രിയുടെ ഘനത പാട്ടിലെ വികാരത്തിന് തീക്ഷ്ണലയം പകർന്നു തരുന്നുണ്ട്. ഭാവനയുടെ ഭാഷയുമായി ഈ ശ്യാമാനുഭവം ഏറെ ബന്ധപ്പെട്ടുനിൽക്കുന്നു. ജീവിതസത്യത്തിന്റെ നൈമിഷിക ദർശനം പാട്ടനുഭവമാകുന്നത് വിഷാദവൈഖരിയിൽ തെളിയുന്ന ആദിമ നിശാമുഖങ്ങളിലൂടെയാണ്. രാത്രിയുടെ മുഴക്കവും മൗനവും തെളിയലും കെടലും ആളിപ്പടരലുമെല്ലാം പാട്ടിൽ വിവിധ വികാരങ്ങളുടെ അനുഭൂതിയായി പടരുന്നു.

ഏകാന്തതയുടെ ആഴങ്ങൾ തുറക്കുവാനും ആകസ്മികമായ മിന്നൽപ്പിണരുകൾകൊണ്ട് പാട്ടിന്റെ ആകാശം കൂടുതൽ വിസ്തൃതമാക്കുവാനും വേണ്ടി രാത്രികൾ പുനർജനിക്കുകയുണ്ടായി. പ്രണയം നൽകുന്ന

സമൃദ്ധികൾ, അതിന്റെ നഷ്ടം പകരുന്ന ശൂന്യത, വിവശത, ഏകാന്തത, വിഹ്വലസ്മൃതികൾ എന്നിവയെല്ലാം രാത്രികളുടെ പ്രകാശദൂരങ്ങൾ പാട്ടിൽ അളന്നിട്ടു.

കളഭം ചാർത്തിയ ശാരദയാമിനികൾ

പ്രണയപ്രധാനമായ പാട്ടിൽ വിരഹവും വിഷാദവും ഒരുപോലെ കൊണ്ടുവന്നു രാത്രികൾ. വിരഹത്തിന്റെയും പ്രണയത്തിന്റെയും ഘന മിശ്രം രാത്രിയുടെ ശ്രുതിശുദ്ധമായ അന്തരീക്ഷത്തിലേക്ക് വഴിമാറുക യാണ്. അഭയാനുഭവത്തിന്റെ സൂക്ഷ്മസ്മൃതികൾ പകർന്നുതരുന്ന ശ്യാമയാമിനികൾ നിരവധി പാട്ടുകളിൽ തെളിഞ്ഞുനിന്നു. പ്രണയം പറ യുന്ന രജനീഗന്ധിയായ എത്രയോ പാട്ടുകൾ ഒ.എൻ.വിയുടെ ഗാനകലയെ സമൃദ്ധമാക്കി.

"രാത്രി ഈ രാത്രി എന്നോമലെപ്പോലെ
പാട്ടിൽ, ഈ പാട്ടിൽ നിന്നോർമകൾ മാത്രം"

(ചില്ല്)

കാത്തിരിപ്പും വിഷാദവും അനാഥത്വവും അഭയാനുഭവവുമെല്ലാം ഒ.എൻ.വി പാട്ടുകളുടെ ഇടനാഴിയിലേക്ക് രാത്രി വെളിച്ചവുമായി കടന്നു വരുന്നു.

"നിന്നിലസൂയയാർന്നെന്തിനോ
ഞാൻ ശ്യാമസുന്ദരിയാം രാത്രി
ദുഃഖങ്ങളെ നിന്നനന്തദുഃഖങ്ങളെ
നക്ഷത്രരത്നങ്ങളാക്കി ചുറ്റും വിതറുന്ന രാത്രി"

(ഉത്തരം)

ദുഃഖാർദ്രമായ ഹൃദയരഹസ്യത്തിന്റെ നിശാസൗരഭമാണ് ഈ ഗാനം. രാത്രിയുടെ മധുരശ്രുതിയിൽ വേദനാനിർഭരമായ കഥ പാടാൻ പറയുന്നൊരു മൂകനൊമ്പരത്തെ ഒ.എൻ.വി, പാട്ടിന്റെ ആകാശങ്ങളിൽ നക്ഷത്രസ്മൃതികളാക്കി മാറ്റുന്നു. നിതാന്തദുഃഖിതയായ രജനിയുടെ മിഴികളിൽ നായിക തന്റെ ദുഃഖങ്ങളെ നക്ഷത്രപ്പൂക്കളായി അറിയു ന്നൊരു പാട്ടും ശ്രദ്ധേയമാണ്. ദുഃഖത്തിന്റെ ഘനസമാധിയിലേക്കൊരു രാത്രിയുടെ ഭാവുകത്വപരമായ കാലബോധം കടന്നുവരുന്നു. ദുഃഖത്തിന്റെ ശ്യാമശ്രുതികൾ നിറഞ്ഞുകിടക്കുന്ന ഈ ഒരു ഗാനം അത്തരത്തിലുള്ള താണ്.

"യാമിനി ദേവീ യാമിനി പാടു നീ
എൻ കഥ
എന്റെ ദുഃഖം നിന്റെ കൺകളിൽ
കണ്ടു ഞാൻ ആയിരം താരകപ്പൂക്കളായ്"

ഒരേ ദുഃഖത്തിന്റെ പല്ലവികളായി മാറുന്ന ഇരുവർ. താദാത്മീകരണത്തിന്റെ ലയഭംഗികൾ ഈ പാട്ടിൽ ഉടനീളം കേൾക്കുവാൻ കഴിയും.

"കണ്ണുചിമ്മുന്ന താരകങ്ങളെ
നിങ്ങളിൽ തിരയുന്നു ഞാൻ
എന്നിൽ നിന്നുമകന്നു പോം
സ്നേഹ സുന്ദര മുഖച്ഛായകൾ."
(പുറപ്പാട്)

അനാഥത്വത്തിന്റെ സിംഫണിയായി മാറുന്ന ഈ പാട്ട് രാത്രിയെ കറുപ്പിന്റെ കേവലത മാത്രമായല്ല, മറിച്ച് അരക്ഷിതമായ ഒരു കാലത്തിലേക്കുള്ള സാന്ത്വനസങ്കേതം കൂടിയായാണ്.

"മഞ്ഞുപെയ്യുന്ന രാത്രിയിൽ
എന്റെ മൺചിരാതും കെടുത്തി ഞാൻ."

സാന്ത്വനമായി നിറയുന്ന രാത്രിയുടെ ദീപ്തമുഖങ്ങൾ പിന്നെയും ഒ.എൻ.വിയുടെ പാട്ടുകളിൽ ജ്വലിച്ചുനിന്നു. എന്നാൽ ഈ പാട്ടിലൊക്കെയും രാത്രി സമ്മാനിക്കുന്ന സങ്കടഭരിതമായ രാഗച്ഛായകൾക്കായിരുന്നു പ്രാധാന്യം. വിരഹത്തിന്റെ ശ്യാമതാളമായിട്ടായിരുന്നു പാട്ടിലുറപ്പിച്ചിട്ടുള്ള രാത്രിഘടികാരങ്ങൾ മിടിച്ചുകൊണ്ടിരുന്നത്. നിസ്സഹായതയുടെയും അസ്തിത്വ ദുഃഖത്തിന്റെയും ഇരമ്പൽ ഒ.എൻ.വിയുടെ ഈ പാട്ടിൽ തങ്ങിനിൽക്കുന്നു.

"ദിക്കിൻ വക്കിൽ കണ്ണീരോടെ ഒറ്റത്താരം നിൽപൂ
പോയ് മറയുന്ന നീയാമോമൽ
തോഴിയെ നോക്കുകയാവാം."
(ആർദ്രഗീതങ്ങൾ)

ശാരദ സായംസന്ധ്യയോട് വിട പറയുന്നൊരു രാത്രിയുടെ ക്ഷണികതയും നിസ്സഹായതയും ഈ വരികളെ സാന്ദ്രമാക്കുന്നു. 'ശിവരഞ്ജിനി' യുടെ ശോകശ്രുതിയിൽ ഈ പാട്ടിന് നൽകുന്ന നിശ്ശബ്ദലയങ്ങൾ ഒന്നു വേറെത്തന്നെയാണ്. 'പൂക്കുട ചൂടുന്ന ഒരു രാത്രി' ചരണത്തിലെ ആലാപന സൗഖ്യത്തിൽ വിടരുന്നു. (ജെറി അമൽദേവ്-യേശുദാസ്)

"ശ്രാവണ ചന്ദ്രികാ പുഷ്പം
ചൂടിയ ശ്യാമളഗാത്രിയാം രാത്രി"

എന്ന വരിയിൽ പ്രണയ പരിമളം കൊണ്ടുവരുന്ന ഒരു രാത്രിയുടെ സാന്നിധ്യം നാം അറിയുന്നു.

"ശാന്തയാം ശ്യാമയാം യാമിനി
യാമിനി
നീയെൻ സാന്ത്വന മധുരസംഗീതം
നിന്റെ താന്തതരള സ്വരജപമണികൾ
തഴുകിയിരിക്കാം ഞാൻ"

മധുര സംഗീതമായെത്തുന്ന സാന്ത്വന രാത്രികൾ ഒ.എൻ.വി പാട്ടിൽ ഗൃഹാതുര സ്മൃതിപോലെ അലയടിക്കുന്നു. അഭയമരുളുന്ന സത്രമായി അദ്ദേഹം രാത്രിയെ സങ്കല്പിക്കുന്നു. ജീവിതത്തിന്റെ ഏറ്റവും വലിയ നിരാലംബതകൾക്ക് കൂട്ടായി രാത്രികൾ പാട്ടിന്റെ ആത്മാവിലൂടെ സഞ്ചരിക്കുന്നു.

"നാമൊരു രാത്രിയിലീ സത്രത്തിലെ
നാടകശാലയിലെത്തി
ആരോ നൽകിയ വേഷമരങ്ങിൽ
ആടുക പാടുക നാം" (മൗനം വാചാലം)

'രാത്രി സത്രത്തിലണയുന്നു നാം കാറ്റിലലയും കരിയിലകൾ'(ഇസബെല്ല) എന്ന വരിയിൽ ദീനതയുടെയും ശോകത്തിന്റെയും ആവിഷ്കാരം മറ്റേതു പാട്ടിലുള്ളതിനെക്കാളും തീവ്രമായി നിറയുന്നു. ദൈന്യത്തിന്റെ മങ്ങിയ നേരങ്ങളെ കവി ഈ പാട്ടിലേക്ക് തിരിച്ചു വിളിക്കുകയാണ്.

"ഏതോ രാക്കിളി തേങ്ങുന്നകലെ
വേർപിരിയുന്നേരം
മന്ദഹസിക്കാൻ മറന്നു മുകളിലെ
ഇന്ദുകലയും മാഞ്ഞു
വാടും രജനീ പുഷ്പങ്ങൾ തൻ
വാസന നേർത്തലിയുന്നു"

ജീവിതത്തിലെ ക്ഷണികതയും അനിവാര്യതയുമെല്ലാം ഈ വരികളിൽ ദർശിക്കാനാവും. വിദൂരത്തെവിടെ നിന്നോ വിരഹസാന്ദ്രമായ പാട്ടിന്റെ പിൻവിളികൾ. മങ്ങിയ ജീവിത നേരത്തെ കാവ്യാത്മകമായും സംഗീതാത്മകമായും യഥാക്രമം പകുത്തെടുത്തപ്പോൾ സമസ്ത പ്രപഞ്ചത്തിലും മൗനം പ്രണമിച്ചുനിന്നു. ബന്ധങ്ങളിലെ ആർദ്രത, പ്രശാന്തത, സ്നേഹം, വിശ്വാസം എന്നിവക്കെല്ലാം സങ്കീർത്തനമാകുന്ന ഈ ഗാനത്തിൽ രാത്രിയാണ് വിഷാദസങ്കടങ്ങളെ തിടമ്പേറ്റുന്നത്. വാത്സല്യത്തിന്റെ ആർദ്രസ്മിതവുമായെത്തുന്ന രാത്രികളുമുണ്ട് ഒ.എൻ.വിയുടെ പാട്ടുകളിൽ.

"ജാലകവാതിലിലൂടെ ദൂരതാരകം കൺചിമ്മിനോക്കി
ഉണ്ണിയെത്തേടി വന്നെത്തും നീലവിണ്ണിന്റെ വാത്സല്യമാകാം"
(ഇത്തിരിപ്പൂവേ ചുവന്ന പൂവേ)

താരാട്ടു പാട്ടിന് അനുയാത്ര പോകുന്ന രാത്രി നിലാവിനോട് തിരി താഴ്ത്തി നിൽക്കുവാൻ പറയുന്ന വാത്സല്യത്തിനെ എന്തുപേരിട്ടു വിളിക്കും?

"ഒന്നിനി തിരിതാഴ്ത്തു ശാരദ നിലാവെ
ഈ കണ്ണിലെ കിനാവുകൾ കെടുത്തരുതേ"

'ശാരദ രാവുകൾ നെറ്റിയിൽ ചാർത്തിയ ചാരുനിലാക്കുറി'(ഒരു മുത്തം മണിമുത്തം)യായി അരുമക്കുഞ്ഞിനെ സങ്കല്പിക്കുന്ന ഒരമ്മയിലുമുണ്ട് സ്നേഹവാത്സല്യത്തിന്റെ അമൃത നിമിഷങ്ങൾ. രാത്രിയുടെ ഇമേജറികൾ കൊണ്ട് പാട്ടിനെ അലങ്കരിക്കുന്നതിൽ ഒ.എൻ.വിക്കുള്ള മിടുക്ക് അന്യാദൃശമാണ്.

"പട്ടുടുത്തെത്തുന്ന പൗർണ്ണമിയായ്" (ജാതകം)

"പൊൻതിടമ്പേറ്റിയ പൗർണ്ണമിയോ" (പുറപ്പാട്)

"ഇന്ദുപുഷ്പം ചൂടിനിൽക്കും രാത്രി" (വൈശാലി)

"പാതി വിടർന്നൊരു പൂക്കളുമായ്
പാതിരയാരെയോ കാത്തു നിൽക്കെ" (ഇന്ദ്രജാലം)

"പീലിവിടർത്തി കേളിയോടൂ നീലരാവേ
കളഭം ചാർത്തിയ ശാരദയാമിനി വരവായ്" (പൈബ്രദേഴ്സ്)

ഇവയെല്ലാം രാത്രികൾ കൊണ്ടു വരുന്ന മൂർത്ത സംഗീതത്തിന്റെ പ്രതീതിയുളവാക്കുന്ന പാട്ടുകളാണ്.

വയലാറിലെ കവിയായിരുന്നു രതിനിർഭര രാത്രികളെ മലയാള ചലച്ചിത്ര സംഗീതത്തിലേക്ക് ക്ഷണിച്ചുവരുത്തിയത്. വൈശികതന്ത്രവും അനംഗമന്ത്രവും കാമശാസ്ത്രവുമെല്ലാം മേളിച്ച രാത്രിഭാവങ്ങളായിരുന്നു അത്.

"ആദ്യത്തെ രാത്രിയിൽ എന്റെ മനസ്സിന്റെ
അന്തഃപുരങ്ങൾ തുറന്നവനേ" (കല്യാണ രാത്രി)

"ഏഴു സുന്ദരരാത്രികൾ ഏകാന്ത സുന്ദര രാത്രികൾ
വികാര തരളിതഗാത്രികൾ
വിവാഹപൂർവ രാത്രികൾ" (അശ്വമേധം)

"പ്രണയ കലാവല്ലഭ മുഖപ്രസാദമി
നിയും ചാർത്തിക്കൂ
പ്രഥമ രാത്രിയല്ലേ" (തേനരുവി)

"ഇന്ദ്രവല്ലരി പൂചൂടിവരും സുന്ദരഹേമന്തരാത്രി" (ഗന്ധർവക്ഷേത്രം)

"മദാലസയാമിനി ഒരു രാസലീല
ലോലയെപ്പോലെ" (രാസലീല)

ഇങ്ങനെ എത്രയോ രാത്രികളെ പാട്ടിന്റെ മണിയറയിലേക്ക് നയിച്ച വയലാർ 'യാമിനിയെ കാമദേവന്റെ പ്രിയകാമിനി' (ഒതേനന്റെ മകൻ) എന്നാണ് വിശേഷിപ്പിച്ചത്. ജീവിത സമാഗമങ്ങളെ വരവേൽക്കാനെത്തുന്ന ഈ വിശുദ്ധ രാത്രികൾക്ക് സംഗീതം സമ്മാനിച്ചത് സാക്ഷാൽ ദേവരാജൻ മാസ്റ്ററായിരുന്നു. അഷ്ടമി രോഹിണിരാത്രി, തിരുമംഗല രാത്രി, തൃക്കാർത്തികരാത്രി, പൂത്തിരുവാതിര രാത്രി ഇവയെല്ലാം വയലാർ ഗാനങ്ങളിൽ ചിലങ്കയിട്ടു നൃത്തമാടി. ഈ പാട്ടുകളിൽ പ്രണയവും

രതിയും ഭക്തിയുമെല്ലാം കൈകോർത്തു നിന്നു. ജീവിത ദിനാന്ത തീരങ്ങളിലെ രാത്രിനേരത്തെ പാട്ടിൽ കാവാലം ഇങ്ങനെ ആവിഷ്കരിച്ചിരിക്കുന്നു.

"മൗനം തളരും തണലിൽ
നീളും നിഴലിൻ വഴിയിൽ
കാറ്റുവീശി ഇലകൊഴിഞ്ഞു.
കാത്തിരിപ്പിന്റെ വീർപ്പുലഞ്ഞു."
(രതിനിർവേദം)

'അലഞ്ഞടിയും കനലൊളിയായ് ദൂരെ ദിനാന്തതീരം'

എന്നവസാനിക്കുന്ന പാട്ടിന്റെ തുഞ്ചത്ത് ശോകശ്രുതിയുണർത്തുന്നത് അപൂർവ്വമായ ഒരു ശ്യാമയാമമാണ്.

അനുഭൂതികളുടെ രജനീയാമങ്ങൾ

ശ്രീകുമാരൻ തമ്പിയുടെ പാട്ടുകളിലും രാത്രിയുടെ നിതാന്ത സാന്നിധ്യമുണ്ട്. പ്രണയം വഴിയുന്ന എത്രയോ രാത്രികളെ അദ്ദേഹം പാട്ടിൽ കൊണ്ടുവരികയുണ്ടായി.

"വാൽക്കണ്ണെഴുതി വനപുഷ്പം ചൂടി
വൈശാഖ രാത്രിയൊരുങ്ങി"
(പിക്നിക്)

എന്ന പാട്ടിൽ വൈശാഖരാത്രിയെപ്പോലെ സുന്ദരിയായി ഒരുങ്ങുന്ന പ്രണയിനിയെ മനസ്സിൽ കാണുകയാണ് കവി. 'എന്തും മറന്നേക്കാമെങ്കിലുമീരാത്രി എന്നെന്നുമോർമിക്കും ഞാൻ' എന്ന വരിയിൽ പ്രണയസ്മൃതികളുമായി ഒരു രാത്രി വന്നിറങ്ങുകയാണ്. പ്രണയത്തിന്റെ സംഗീത ശ്രുതികളുമായി വരുന്ന ചൈത്രയാമിനി, 'ദൃക്സാക്ഷി' എന്ന സിനിമയിലെ പാട്ടിൽ ചിത്രനീരാളം വിരിക്കുന്നുണ്ട്.

'ഉത്രാടരാത്രിയിൽ മുടിയിൽ നീ ചൂടിയ പിച്ചിപ്പൂ മണക്കുന്നു വാടിയിട്ടും' എന്ന ഗാനത്തിൽ ഗൃഹാതുരസ്മൃതികളുമായി വരുന്ന ഒരുത്സവരാത്രിയുടെ ഗന്ധം നമ്മെ തേടിയെത്തുന്നു. മാദകയാമങ്ങളുടെ യവനിക നീക്കിവെക്കുന്ന രാത്രികളെ ശ്രീകുമാരൻ തമ്പി പാട്ടിലാനയിക്കുമ്പോഴും അതിൽ നിറയുന്ന ശാലീനതയും സഭ്യതയും എടുത്തു പറയേണ്ടതാണ്.

"ഈ ദിവ്യസ്നേഹത്തിൻ രാത്രി
ഇടപൊട്ടും ദാഹത്തിൻ രാത്രി
മൂടുപടത്തിലൊളിക്കുന്ന നാണത്തെ
മുട്ടുകുത്തിക്കുന്ന രാത്രി"
(ഭാര്യയില്ലാത്ത രാത്രി)

യൂസഫലി കേച്ചേരിയുടെ പാട്ടുകളിലെ രാത്രികൾക്ക് വയലാറിന്റെ കാവ്യഭാവനയുടെ തുടർച്ച കാണാം. മാദകവും മായികവും പ്രണയഭരിതവുമായ രാത്രികളുടെ ഒരു നീണ്ട നിര തന്നെയുണ്ട് ഈ പാട്ടുകളിൽ.

"പൊന്നിൻ കുളിച്ച രാത്രി, പുളകം വിരിഞ്ഞ രാത്രി
ഈറൻ നിലാവും തേൻ മലർ മണവും ഇക്കിളി കൂട്ടുന്ന രാത്രി"
(സിന്ദൂരച്ചെപ്പ്)

'ശരപഞ്ജരം' എന്ന സിനിമയിലുമുണ്ട്, മാസ്മരലയമുള്ള മറ്റൊരു രാത്രി.

"മലരിന്റെ മണമുള്ള രാത്രി.
കന്യകമാരേ കളയരുതിനിയും
പൊന്നിലും വിലയുള്ള രാത്രി"

ബാബുരാജിന്റെ ഈണത്തിൽ 'കാർത്തിക' എന്ന സിനിമയിലെ ഒരു ഗാനത്തിൽ മറ്റൊരു മധുരിത രാത്രി ഇറങ്ങിവരുന്നതിങ്ങനെ.

"മധുമാസരാത്രി മാദകരാത്രി
മറക്കാൻ കഴിയാത്ത രാത്രി
മനസ്സിനുള്ളിലെ സങ്കല്പങ്ങൾ
മലരിട്ടുമിന്നിയ രാത്രി"

അതേസമയം പ്രണയംകൊണ്ട് പരിശുദ്ധമായ എത്രയോ വരികൾ യൂസഫലിയുടെ പാട്ടിന്റെ വിസ്തൃതമായ ആകാശങ്ങളിൽ പൂത്തുനിൽക്കുകയായിരുന്നു.

"മറന്നോ നീ നിലാവിൽ
നമ്മളാദ്യം കണ്ടൊരാ രാത്രി
കലാലോലം കടാക്ഷങ്ങൾ
മനസ്സിൽ കൊണ്ടൊരാ രാത്രി"
(ഫൈവ്സ്റ്റാർ ഹോസ്പിറ്റൽ)

അനുരാഗത്തിന്റെ നിശായാമങ്ങളെ ഇതിലധികം ഭംഗിയായി എങ്ങനെ എഴുതും?

"ഓമലാളെ കണ്ടു ഞാൻ പൂങ്കിനാവിൽ
താരകങ്ങൾ പുഞ്ചിരിച്ച നീലരാവിൽ"
(സിന്ദൂരച്ചെപ്പ്)

അനുപല്ലവിയിൽ കവി പ്രേമസായൂജ്യത്തിനുള്ള നേരമായി കാണുന്നതും രാത്രിയെയാണ്. 'താലി ചാർത്തും ഞാനവൾക്കീ നീലരാവിൽ.' രാത്രികൾക്ക് എത്രയെത്ര വിശേഷങ്ങളാണ് പാട്ടിൽ യൂസഫലി കേച്ചേരി നൽകിയിരിക്കുന്നത്. ഇതിൽ പ്രണയിനിയും രാത്രിയും ഒന്നാകുന്ന നിരവധി മുഹൂർത്തങ്ങളുമുണ്ട്.

"രജനീ ഹേമന്ത രജനീ
മാദക ശൃംഗാര രജനീ."
(മധുരിക്കുന്ന രാത്രി)

"അനുരാഗലോല ഗാത്രി, വരവായി
നീലരാത്രി"
(ധ്വനി)

"വരുമെൻ പ്രാണസഖീ രജനീ
രാജമുഖീ"
"നിത്യ തരുണി നീലരജനി
വിണ്ണിലെ ദേവൻ പരിണയിച്ചു"
(ഓണപ്പാട്ടുകൾ)

"നീലാംബരീ നിശീഥിനി നീഹാരമന്ദാകിനി
മാനസസരസ്സിൽ ഒഴുകി വരൂ നീ
മംഗല്യ മധുരഞ്ജിനി"
(ഇന്നലെയുടെ ബാക്കി)

"രാവ് നിലാപ്പൂവ് പാരാകെ ഒരു പൂങ്കാവ്" (സ്നേഹം)

രാത്രിയും നിലാവും സംഗമിക്കുന്ന യാമങ്ങൾ നിരവധിയുണ്ട് യൂസഫലിയുടെ പാട്ടുകളിൽ.

"ഈ നീലരാവും ഈറൻ നിലാവും
വിളിക്കുന്നു നമ്മെ മലർക്കൈകൾ നീട്ടി"
(ഗസൽ)

എന്ന വരികളിൽ പ്രണയസാക്ഷികളായി നിൽക്കുന്ന രാത്രിയെയും പൂനിലാവിനെയും കാണാനാവുന്നു.'പാതിരാവും പൂനിലാവും കണ്ണുപൊത്തിക്കളി' എന്ന പാട്ടിലുമുണ്ടൊരു സംഗമവേള.

"പാതിരാനിലാവും പ്രേമമയരാവും
രാഗമധുവേന്തി നിന്നു"
(ചൂണ്ട)

എന്ന വരിയിലുമെല്ലാം ഈ വിളക്കിച്ചേർക്കലിന്റെ രസതന്ത്രം കവി അവലംബിക്കുന്നു.

"പുഴയുടെ ആദ്യത്തെ രാത്രിയിൽ മതിലേഖ
പുതിയൊരു പാൽക്കിണ്ണം നൽകി"
(കാറ്റുവിതച്ചവൻ)

എന്ന വരികളിൽ പ്രണയത്തിന്റെ ഉൾപ്പുളകങ്ങളെ മുഴുവനായി കൊണ്ടുവരാൻ പൂവച്ചൽ ഖാദറിന് കഴിഞ്ഞു. 'നിശയുടെ ചിറകിൽ നീ വന്നു

രോമാഞ്ചം നൽകുന്നു.' (തമ്മിൽ തമ്മിൽ) എന്ന ഇഷ്ടം പറയലിൽ സ്വർലോകസുന്ദരമായ ഒരു നിശാനേരവും വന്നെത്തുന്നുണ്ട്.

മൃദുലവിഷാദഗീതമായി ഒരു രാത്രി വന്നണയുകയാണ് കൈതപ്രത്തിന്റെ പാട്ടിൽ. ചന്ദ്രികാലോലമായ 'സായന്തനങ്ങൾ' അദ്ദേഹത്തിന്റെ പാട്ടുകളിൽ നിത്യസാധാരണമാണ്. താരഹാരമിളകുന്ന നീലരാവും താരനൂപുരം ചാർത്തിയ നീലയാമവും വാൽക്കണ്ണെഴുതിയ മകരനിലാവും വാൽക്കണ്ണാടി നോക്കുന്ന താരവുമെല്ലാം കൈതപ്രത്തിന്റെ പാട്ടുകളിൽ പ്രണയമൊരുക്കുന്നുണ്ട്.

നിലാവിന്റെ പാട്ടുകൾ

'ശാന്തമീ രാത്രിയിൽ വാദ്യഘോഷാദികൾ കൊണ്ടുവാ' എന്ന പാട്ടിലൂടെയാണ് ഗിരീഷ് പുത്തഞ്ചേരി ജനപ്രിയത നേടുന്നത്. പിന്നീടെത്രയോ ഗാനങ്ങളിൽ അദ്ദേഹം രാത്രിസൗരഭം നിറയ്ക്കുകയായി. നിലാവ് പെയ്തുനിറയുന്ന പാട്ടുകൾ ഏറ്റവുമെഴുതിയതും ഗിരീഷായിരുന്നു. ജീവിതവിഷാദത്തിന്റെയും വിരഹത്തിന്റെയും 'നീലജ്വാലകൾ' ഈ പാട്ടുകളിൽ തിളങ്ങി നിൽക്കുന്നു. ആത്മമുദ്രപോലെ പാട്ടിലൊരു രാത്രി വഴി നീണ്ടു കിടക്കുന്നതു കാണാം. എവിടെയോ പോയ് മറയുന്ന പ്രണയത്തിന്റെ തീവ്രനഷ്ടബോധത്തെയാണ് ഗിരീഷിന്റെ പാട്ടുകൾ പിന്നെയും പിന്നെയും ഓർമിപ്പിക്കുന്നത്.

"രാത്രിയിൽ മുഴുവൻ അരികിലിരുന്നിട്ടും
നിലവിളക്കിൻ തിരി താഴ്ത്തിയിട്ടും
മഴയുടെ ശ്രുതികേട്ടു പാടിയിട്ടും
എന്റെ പ്രണയം മുഴുവനുമഴകേ
നിന്നോട് പറയാൻ ഞാൻ മറന്നു"
(മില്ലേനിയം സ്റ്റാർസ്)

"രാവേറെയായിട്ടും തീരെയുറങ്ങാതെ
പുലരുംവരെയെൻ വീണയിൽ
ശ്രുതിമീട്ടി ഞാൻ"
(പട്ടാളം)

"പുലരാൻ തുടങ്ങുമൊരു രാത്രിയിൽ
തനിയേ കിടന്നു മിഴിവാർക്കവേ"
(സമ്മർ ഇൻ ബത്‌ലഹേം)

"നീലയാമിനി നിൻ കരളിൻ നൊമ്പരം
മൂകതാരമായ് ഒരു മിഴിനീർത്തുള്ളിയായ്"
(തിരുത്തൽവാദി)

എന്നിങ്ങനെ എഴുതിയ വരികളിലെല്ലാം കദനവിചാരത്തിന്റെ ഒരു ഭാവതലം ദൃശ്യമാണ്. നിരന്തരവും വേദനാജനകവുമായ ഒരാതുരാവസ്ഥയായി

ജീവിതം മാറുമ്പോൾ രാത്രിയുടെ ഇരുണ്ടതും മ്ലാനവും തീവ്രവുമായ നിബിഡസാന്നിദ്ധ്യം പാട്ടിലുണ്ടാക്കുന്ന ഭാവാന്തരീക്ഷത്തെ അറിയാൻ ഗിരീഷിന്റെ പാട്ടുകൾ കേട്ടാൽ മതി. ജീവിതത്തിന്റെ വിലോലഭാവങ്ങളെ പാട്ടിലാകമാനം പടർത്തുന്ന രാത്രിയാമങ്ങളെ നിർഭാഗ്യവശാൽ പല സിനിമകളിലും അർത്ഥവത്തായി സന്നിവേശിപ്പിക്കാൻ പല സംവിധായകർക്കും കഴിയാതെ പോയി. കാല്പനികതയുടെ വിലോഭനീയ മൗനങ്ങളെ അത്രമാത്രം ആശ്ലേഷിച്ച ഗിരീഷ് തിരികെ വരാത്ത യാത്രപോയതും ഒരു രാത്രിയിലായിരുന്നു. ഒരു രാത്രികൂടി വിടവാങ്ങുകയായിരുന്നു.

■

മനസ്സ് മനസ്സിന്റെ കാതിൽ

മലയാളിയുടെ ആത്മവിചാരങ്ങൾ സാന്ദ്രീകരിച്ച സാംസ്കാരികലോകമാണ് ചലച്ചിത്രസംഗീതം. കേരളീയ സംഗീതം ഈണങ്ങളുടെ കാല്പനികതയിൽ അഭിജാതവും അതേസമയം ജനകീയവുമാകുന്നത് ചലച്ചിത്രഗാനങ്ങളിലാണ്. നമ്മുടെ സാംസ്കാരിക മണ്ഡലത്തിന്റെയും സംവേദനലോകത്തിന്റെയും രൂപീകരണവുമായി ചലച്ചിത്രസംഗീതം പുലർത്തുന്ന ഗാഢസംബന്ധവും പരിഗണിക്കേണ്ടതാണ്. മലയാളി ജീവിതത്തിന്റെ ശരിയായ നിർവ്വചനത്തിന് കെല്പുള്ള വിഭവം കൂടിയായാണ് ചലച്ചിത്രസംഗീതം നമ്മുടെ സാംസ്കാരിക ഭൂമികയിൽ ഇടം കണ്ടെത്തുന്നത്. ഇത് ദേശവ്യത്യാസങ്ങളെയും വാമൊഴി വഴക്കങ്ങളെയും തീർത്തുമൊരളവിൽ മായ്ച്ചു കളയുന്ന വ്യവഹാരമാണ്. മലയാളികളുടെ പൊതുമണ്ഡലത്തിൽ കാലാകാലങ്ങളിൽ ഉണ്ടായിട്ടുള്ള സൗന്ദര്യാനുഭൂതിപരമായ വിടർച്ചകളും പടർച്ചകളും പകുത്തെടുക്കുന്നുണ്ട് ചലച്ചിത്രഗാനങ്ങൾ.

ഈണത്തിന്റെയും താളത്തിന്റെയും സവിശേഷതകൾക്ക് വിധേയമായി ദൃശ്യപരിചരണത്തിൽത്തന്നെ സിനിമ പലപ്പോഴും വ്യത്യസ്ത സമീപനങ്ങൾ സ്വീകരിക്കുന്നു. പാട്ടുകളുടെ സ്വരൂപത്തിനനുസരിച്ചുപോലും സിനിമകളുടെ നിർമ്മിതി സംഭവിക്കാറുണ്ടല്ലോ. സിനിമയിൽ ശബ്ദം വന്നതു മുതൽ കാഴ്ചയെ മറികടന്നുള്ള കേൾവിയുടെ തലങ്ങൾ സൃഷ്ടിക്കാൻ ഗാനങ്ങൾക്കായി. മലയാള സിനിമയിലും അതങ്ങനെ സംഭവിക്കുകയായിരുന്നു. സിനിമാപ്പാട്ടുണ്ടാകുന്നതിന് മുമ്പുതന്നെ മലയാളിയുടെ ജീവിതസന്ദർഭങ്ങളുമായി ചേർന്നു നിൽക്കുന്ന നിരവധി പാട്ടുകൾ നിലവിലുണ്ടായിരുന്നു. ആഖ്യാനത്തിൽ സിനിമയുടെ പൊതുഘടനയിൽ നിന്ന് മാറി നിൽക്കുന്നതിലൂടെ ഗാനങ്ങൾ അവയുടെ സ്വാതന്ത്ര്യം നിലനിർത്തി. ആവിഷ്കരണത്തിലും ആസ്വാദനത്തിലും സവിശേഷമായ രീതികളുയർത്തി ചലച്ചിത്രഗാനമെന്ന വ്യവഹാരരൂപം ശ്രദ്ധേയമായി. സിനിമയിലെ സംഗീതകലയെന്നത് പലപ്പോഴും ആഖ്യാനത്തിന്റെ പരിസരവുമായി ഇണങ്ങിയും പിണങ്ങിയും നിലകൊണ്ടു.

സംഗീതത്തിന്റെ സാംസ്കാരിക പാഠങ്ങൾ

ജനപ്രിയസംഗീതത്തിന്റെ സ്വന്തം വഴികളിലൂടെയാണ് ചലച്ചിത്രഗാനങ്ങൾ എക്കാലവും സഞ്ചരിക്കുവാൻ ശ്രമിച്ചിട്ടുള്ളത്. സാധാരണക്കാരായ

ഒരു സമൂഹമാണ് സംഗീതത്തിലെ ഈ ജനപ്രിയതയെ ആവോളം അഭിമുഖീകരിച്ചത്. സംഗീതം, ജീവിതത്തിന്റെ ഭാഗമായിത്തീർന്ന് ആസ്വാദനത്തിന് ആഴമേറുകയായിരുന്നു. സിനിമയിൽ സംഗീതത്തിന്റെ ധർമ്മം, അതിന്റെ ആവിഷ്കരണരീതികൾ, ആസ്വാദനതലങ്ങൾ എന്നിവയെക്കുറിച്ചെല്ലാം ചില ധാരണകൾ പ്രബലമായി രൂപപ്പെടുകയുണ്ടായി. പ്രണയവും വിരഹവും ദുഃഖവും അശാന്തിയും താരാട്ടും തരളതയുമെല്ലാം മേൽപ്പറഞ്ഞ പ്രത്യേക നിർമ്മിതിയിൽ ഏറെ സജീവമായി നിലനിന്നു. ഇങ്ങനെയൊക്കെ രൂപപ്പെട്ട ചലച്ചിത്രസംഗീതത്തിന്റെ സാംസ്കാരിക പാഠങ്ങൾ പല കാലങ്ങളിൽ പല അനുപാതങ്ങളിൽ ഒരേ സമയം ലളിതവത്ക്കരിക്കപ്പെടുകയും ഗൗരവവത്കരിക്കപ്പെടുകയും ചെയ്തിരുന്നു.

ആദ്യശബ്ദചിത്രമായ ബാലൻ (1938) മുതൽക്കെ സംഗീതം, സിനിമയിലെ പ്രധാന ഘടകമാകുന്നുണ്ട്. രാഗാധിഷ്ഠിതമായ നിരവധി ഗാനങ്ങൾ ഈ സിനിമയിലുണ്ടായി. തുടർന്നുവന്ന ജ്ഞാനാംബികയിലും ഇങ്ങനെ തന്നെ. 'മോഹനമേ മനോമോഹനമേ' എന്ന് തുടങ്ങുന്ന ഗാനം തന്നെ ഇക്കാലത്തെ നിർവ്വചിക്കുന്നുണ്ട്. സംഗീതനാടകങ്ങളെ ഓർമ്മിപ്പിക്കുന്ന തരത്തിലുള്ള സിനിമകൾക്കായിരുന്നു അക്കാലം സാക്ഷ്യം വഹിച്ചത്. പ്രശസ്തങ്ങളായ ഹിന്ദി സിനിമാഗാനങ്ങളോട് ബന്ധം പുലർത്തിയാണ് അക്കാലത്തെ സിനിമകൾ പുരോഗമിച്ചത്. സൈഗാൾ, പങ്കജ് മല്ലിക്, റാഫി, ലതാ മങ്കേഷ്കർ എന്നിവരൊക്കെ മലയാളികളുടെ കണ്ണിലുണ്ണികളായിരുന്നു. ആദ്യകാലത്ത് ഗാനങ്ങൾ ഹിന്ദിയിലെ ഈണങ്ങളെ അതേപടി പകർത്തിവച്ചവയായിരുന്നു. ജനങ്ങൾക്ക് പരിചിതമായ ഈണങ്ങളെ സ്വീകരിക്കുകയായിരുന്നു അന്നത്തെ സംഗീതസംവിധായകരുടെ പ്രധാന ധർമ്മം.

ഗായകർക്കും ഗാനരചയിതാക്കൾക്കും മാത്രം പ്രാധാന്യം നൽകിയിരുന്ന കാലഘട്ടമായി ഇത് ചുരുങ്ങിയതിന് കാരണം നേരത്തെ നിലനിന്നിരുന്ന ഈണങ്ങളുടെ പരിചിതത്വമായിരുന്നു. സെബാസ്റ്റ്യൻ കുഞ്ഞുകുഞ്ഞു ഭാഗവതരും മാവേലിക്കര പൊന്നമ്മയുമെല്ലാം അക്കാലത്തെ പ്രതിനിധാനം ചെയ്ത പ്രമുഖഗായകരായിരുന്നു. 'പ്രഹ്ലാദ' എന്ന സിനിമയ്ക്ക് ശേഷം കുറെ വർഷങ്ങൾ കഴിഞ്ഞാണ് പാട്ടിന് പ്രാധാന്യമുള്ള ഒരു ചിത്രം വരുന്നത്. 'നിർമ്മല' (1948) എന്ന ഈ സിനിമയിൽ ജി. ശങ്കരക്കുറുപ്പിന്റെ ഭാവപ്രധാനമായ വരികൾക്ക് സംഗീതം ലഭിക്കുന്നത് പി.എസ്. ദിവാകർ എന്ന സംഗീത സംവിധായകനിലൂടെയാണ്. പി. ലീല, ടി.കെ. ഗോവിന്ദറാവു എന്നിവരൊക്കെ ഈ സിനിമയിൽ പ്രധാന ഗീതങ്ങൾ സൃഷ്ടിച്ചു. 'നീരിലെ കുമിളപോലെ' എന്ന റാവുവിന്റെ ആലാപനത്തിൽ വിടർന്ന ഗീതം ഹിന്ദുസ്ഥാനി സംഗീതത്തിന്റെ നേർത്ത ഗസൽഛായകൾ പിന്തുടരുകയായിരുന്നു. അതേസമയം പി. ലീല എന്ന ഗായിക മാത്രമാണ് പിന്നീട് മലയാള സിനിമയിൽ സ്ഥിരമായി ചുവടുറപ്പിച്ചത്.

'വെള്ളിനക്ഷത്ര'ത്തിൽ അഭയദേവിന്റെ അരങ്ങേറ്റമായിരുന്നു മലയാള ചലച്ചിത്ര ചരിത്രത്തിൽ പുതിയൊരു യുഗത്തിന് നാന്ദി കുറിക്കുന്നത്.

'ജീവിതവാടി പൂവിടുകയായ്', 'തൃക്കൊടിതൃക്കൊടി' എന്നീ ഗാനങ്ങളെല്ലാം വമ്പിച്ച ജനപ്രിയത നേടി. 'നല്ലതങ്ക'യിൽ ദക്ഷിണാമൂർത്തി വരുന്നതോടെയാണ് അഭയദേവിന്റെ വരികളിലെ അർത്ഥതലങ്ങൾ ആളുകൾ അറിയുന്നത്. ഇതേ ചിത്രത്തിൽ അഗസ്റ്റിൻ ജോസഫ് പാടിയ 'മനോഹരമീ മഹാരാജ്യം' വൈക്കം മണി പാടിയ 'കൃപാലോ വത്സരാകും' തുടങ്ങി നിരവധി ഗാനങ്ങൾ ഈ സമാഗമത്തിൽ പിറന്നു. തിക്കുറിശ്ശി എഴുതി ബി.എ. ചിദംബരനാഥ് ഈണമിട്ട 'സ്ത്രീ'യിലെ ഗാനങ്ങൾ പിന്നീട് പോപ്പുലറായി. 'താമരത്താരിതൾ' എന്ന ഗാനം ആളുകൾ മൂളി നടന്നു. പി ഭാസ്കരന്റെ വരവോടെയാണ് മലയാളചലച്ചിത്ര സംഗീതം പച്ചപിടിച്ചത്. 'ചന്ദ്രിക'യിലെ ഗാനങ്ങൾ ഭാസ്കരൻ -ദക്ഷിണാമൂർത്തി കൂട്ടുകെട്ടിന്റെ വരവറിയിച്ചു. 'കേഴുക ആത്മസഖീ' 'ചൊരിയുക മാധുരി' എന്നീ ഗാനങ്ങൾ ഭാസ്കരവിന്യാസത്താൽ തീർത്തും ലളിതമായി തീർന്നു. ഈ സമാഗമത്തുടർച്ചകൾ പിന്നീട് നാം അനുഭവിക്കുന്നത് 'ജീവിതനൗക'യിലായിരുന്നു. മെഹ്ബൂബ് എന്ന ഗായകന്റെ പ്രവേശനം. 'അകാലേ ആരും കൈവിടും' എന്ന മെഹ്ബൂബ് ഗാനം ശരിക്കും ജനകീയമായി, പി. ഭാസ്കരനും ദക്ഷിണാമൂർത്തിയും ഒന്നിച്ച് നിർമ്മിച്ച 'നവലോകം' അമ്പതുകളിലെ വലിയ ചർച്ചയായിരുന്നു. കോഴിക്കോട് അബ്ദുൾഖാദർ പാടിയ 'തങ്കക്കിനാക്കൾ ഹൃദയേ വീശും' എന്ന ഗാനത്തിന്റെ പകിട്ടുകൾ പലനാൾ കഴിഞ്ഞിട്ടും മങ്ങിയില്ല. പി. ലീല പാടിയ 'ഗായകഗായക' എന്ന ഗാനത്തിന് വലിയ വരവേൽപ് ലഭിച്ചു.

ദക്ഷിണാമൂർത്തി-അഭയദേവ് കൂട്ടുകെട്ടിൽ വന്ന 'സ്നേഹസീമ'യിൽ പി. ലീലയും എ.എം. രാജയും ചേർന്നു പാടിയ 'കണ്ണും പൂട്ടിയുറങ്ങുക' എന്ന താരാട്ടുപാട്ട് ഇന്നും നമ്മുടെ കാതിനിമ്പമാകുന്നു. 'സീത'എന്ന സിനിമയിൽ പി. സുശീല പാടിയ 'പാട്ടുപാടിയുറക്കാം ഞാൻ' എന്ന ഗാനം അഭയദേവിന്റെ താരാട്ടു പാട്ടുകളിലെ വ്യത്യസ്തതയുടെ മറ്റൊരു വിതാനമാണ്. വീണ്ടും ജോടികൾ ചേർന്നപ്പോൾ അത് പാട്ടിന്റെ പുഷ്കലകാലമായി. അതിൽ ചിലത് ഏറെ ശ്രദ്ധേയമായി. 'കഥപറയുമോ കാറ്റേ', 'പറന്നുപോയോ ഇണക്കുയിലേ', 'മിണ്ടാത്തതെന്താണ് തത്തേ' (കമുകറ), 'കാൺമൂ ഞാൻ' (പി.ബി. ശ്രീനിവാസ്) ഇങ്ങനെ നിരവധി ഗാനങ്ങളിലൂടെ മലയാള ചലച്ചിത്രത്തിന് തനതായ ഒരു മേൽവിലാസമുണ്ടായെന്ന് പറഞ്ഞാൽ അതിശയോക്തിയില്ല. ഗാനരചയിതാക്കളിൽ പിൽക്കാലത്ത് ഏറ്റവും ശ്രദ്ധേയനായ ആൾ തിരുനയിനാർകുറിച്ചി, മാധവൻ നായരാണ്. ബ്രദർ ലക്ഷ്മണൻ ഈണം നൽകിയ 'ആത്മസഖി'യിലെ 'കാറ്റിലാടി കൺമയക്കും' എന്ന ഗാനം ഏവരുടെയും മനംമയക്കി. പിന്നീട് ഈ കൂട്ടുകെട്ട് മധുരോദാരമായ എത്രയോ പാട്ടുകളെ ആസ്വാദകമനസ്സിലേക്ക് ആനയിച്ചു. 'ഹരിചന്ദ്ര'യിലെ 'ആത്മവിദ്യാലയമേ'(കമുകറ) 'ജയിൽപ്പുള്ളി' യിലെ 'സംഗീതമേ ജീവിതം' ഉദാഹരണങ്ങളാണ്. തിരുനയിനാർകുറിച്ചി എഴുതി തൃശൂർ പി. രാധാകൃഷ്ണൻ സംഗീതം നൽകിയ 'തുമ്പപ്പൂപെയ്യുന്ന

പൂനിലാവേ' (കമുകറ, സുലോചന) എന്ന ഗാനത്തിലെ ലളിതവിശാലത കൾ ഒന്നുവേറെ.

മാരിവില്ലിൻ തേൻമലരുകൾ

ഇതേസമയം കേരളത്തിന്റെ ജനകീയ സംസ്കൃതിയുടെ ഈണങ്ങളെ ആധാരമാക്കി തനതായ ഗാനാവിഷ്കാരങ്ങൾ നാട്ടിലെമ്പാടുമുണ്ടായി. കൊച്ചിയിൽ 'മെഹ്ബൂബ്' ഈ സദസ്സുകളെ കൈയിലെടുക്കുന്നത് തന്റേതായ ഗാന സംസ്കാരത്തെളിമയിലൂടെയാണ്. കോഴിക്കോട് അബ്ദുൾ ഖാദറും ബാബുരാജുമൊക്കെ ഇത്തരം പ്രാദേശിക മെഹ്ഫിലുകളുടെ സമാന്തരധാരകൾ സൃഷ്ടിച്ചു. 1952-ൽ പി. ഭാസ്കരൻ എഴുതി ബാബുരാജ് സംഗീതം പകർന്ന് കോഴിക്കോട് അബ്ദുൾഖാദർ ആലപിച്ച 'പാടാനോർത്ത' എന്ന ലളിതഗാനം കാലാതിവർത്തിയായി നിൽക്കുന്നതും കൗതുകകരമാണ്.

നാടകരംഗത്തെ ചലനാത്മകമാക്കിക്കൊണ്ട് മറ്റൊരു ജനകീയ സംഗീതധാര വളരുകയായിരുന്നു. 'നിങ്ങളെന്നെ കമ്മ്യൂണിസ്റ്റാക്കി' എന്ന നാടകവുമായി ഒ.എൻ.വി.-ദേവരാജൻ ജോടികൾ രംഗത്ത് വന്നു. കെ.എസ്. ജോർജ്ജും സുലോചനയുമെല്ലാം ഇവയ്ക്ക് ശബ്ദം പകർന്നു. 'പൊന്നരിവാളും', 'വെള്ളാരംകുന്നിലും' എല്ലാം അതിവേഗത്തിൽ ജനമനസ്സുകളിലേക്ക് പടർന്നു. വയലാർ, ഭാസ്കരൻ എന്നിവരും രാഘവൻ, എം.ബി. ശ്രീനിവാസൻ, എൽ.പി.ആർ. വർമ്മ എന്നീ സംഗീതസംവിധായകരുമെല്ലാം ആകാശവാണിയിലും അല്ലാതെയും നിരവധി ഗാനങ്ങളുടെ നിയോഗം ഏറ്റെടുക്കുകയുണ്ടായി. 'മാരിവില്ലിൻ തേൻമലരും' 'തുഞ്ചൻപറമ്പിലെ തത്തേയും' എല്ലാം ഇക്കാലത്തെ പ്രകമ്പനം കൊള്ളിച്ച പാട്ടുകളിൽ ചിലത് മാത്രമാണ്.

പി. ഭാസ്കരൻ ഗാനരചനയിലെ അനിഷേധ്യസാന്നിദ്ധ്യമാകുന്നത് അമ്പതുകളിൽ തന്നെയാണ്. തിരമാല, ആശാദീപം എന്നീ സിനിമകളിലെ ഗാനങ്ങൾ ഭാസ്കരനെ പ്രശസ്തനാക്കി. മധുരോദാരമായ മലയാളിത്തം, നാട്ടുമൊഴികളുടെ ചന്തം, ഭാവനയിലെ ലാളിത്യം എന്നിങ്ങനെ അക്കാലത്തെ മലയാളത്തിലെ പതിവുരീതികളിൽ നിന്ന് വ്യത്യസ്തമായ ഒരു സമീപനമായിരുന്നു ഭാസ്കരന്റേത്. ഗാനത്തിലെ മലയാളിത്തത്തിന് യോജിച്ച ഈണപദ്ധതികൾക്ക് തുടക്കമിടാൻ സംഗീത സംവിധായകർ ശ്രമിക്കുന്ന ഒരു കാലഘട്ടമായിരുന്നു പിന്നീടുണ്ടായത്. അപ്പോഴും ഹിന്ദി ഗാനങ്ങളുടെ സ്വാധീനം പാട്ടുകളിൽ നിലനിന്നു. 'സുഹാനിരാത്' എന്ന നൗഷാദ് ഗാനം അകാലേ ആരും കൈവിടും എന്ന ശോകാർദ്രഗീതമായി പരിണമിച്ചത് ശ്രദ്ധേയമാണ്. പിന്നീടങ്ങോട്ടുള്ള പല സിനിമകളിലും ഈ ഹിന്ദി തരംഗം ഏൽക്കാതെപോയി. സംഗീതാവിഷ്കർത്താക്കൾ സ്വന്തം ജീവിത പരിസരത്തുനിന്നുള്ള ഈണങ്ങളെ ഊതിത്തെളിയിക്കാൻ പ്രേരിതരായി. മലയാളത്തിലെ അക്കാലത്തെ പ്രശസ്തരായ പല ഗായകരും

ഈ അയൽപക്ക ഈണങ്ങളോടുള്ള അസ്വാരസ്യവും വൈമനസ്യവും പുറത്തുകാണിക്കാൻ തുടങ്ങി. ഇവിടന്നങ്ങോട്ടാണ് മലയാളത്തിന്റെ ശുദ്ധവും കലർപ്പില്ലാത്തതുമായ ഈണത്തിന്റെ ഒറ്റയ്ക്കുള്ള നില നിൽപ്പിനെകുറിച്ച് ആലോചിക്കുവാൻ സംഗീതാവിഷ്കാരകർ തയ്യാറായത്. നീലക്കുയിൽ (1954) എന്ന സിനിമയിലാണ് ഇത്തരമൊരു സ്വാതന്ത്ര്യ ത്തിന്റെ ആദ്യപതാക പാറുന്നത്.

'കതിരുകാണാക്കിളി'യിലെ ഗാനങ്ങൾക്കുവേണ്ടി പി. ഭാസ്കരനും രാഘവനും ആദ്യമായി ഒരുമിച്ചപ്പോൾതന്നെ മലയാള ചലച്ചിത്ര സംഗീത ത്തിൽ നവോത്ഥാനത്തിന്റെ വിത്തുകൾ മുളയ്ക്കുവാൻ തുടങ്ങി. നീല ക്കുയിലിൽ എത്തിയപ്പോഴേക്കും അതു പ്രബലമായ ധാരകളിലേക്ക് വികസിച്ചിരുന്നു. വരികളിലും ഈണത്തിലും ആലാപനത്തിലുമെല്ലാം കേരളത്തിന്റെ നാടോടി സംസ്കൃതിയിൽ നിന്നുള്ള ഈ ഊർജ്ജ പ്രവാഹം ഒഴുകി നിറഞ്ഞു. ജാനമ്മ ഡേവിഡിന്റെ 'എല്ലാരും ചൊല്ലണ്', 'കുയിലിനെ ത്തേടി', 'മാനെന്നും വിളിക്കില്ല', രാഘവൻ പാടിയ 'കായലരികത്ത്' എന്നീ ഗാനങ്ങളിൽ എല്ലാം അതുവരെ മലയാളികൾ സിനിമയിൽ അനുഭവിക്കാ തിരുന്ന ഫോക്സംസ്കാരത്തിന്റെ സമൃദ്ധിയുണ്ട്. ജനപ്രിയസംഗീത ത്തിന്റെ വികസനത്തിന് സഹായകമാവും വിധം നാടോടി സംസ്കൃതി യുടെ വിസ്തൃതമായ സിനിമാപ്പാട്ടിൽ ലയിപ്പിച്ചെടുക്കുകയായിരുന്നു നീലക്കുയിലിന്റെ ശിൽപ്പികൾ.

എങ്ങനെ നാം മറക്കും?

കോഴിക്കോട് അബ്ദുൾഖാദറിന്റെ 'എങ്ങനെ നീ മറക്കും' എന്ന ഗാനം നാം എങ്ങനെ മറക്കാനാണ്? നീലക്കുയിൽ ചലച്ചിത്രാകാശത്ത് ചിറക് വീശിപ്പറന്നു. പുതിയ ഗാനശില്പികൾ ഈ രംഗത്ത് കടന്നുവരാറുള്ള ഊർജ്ജമുണ്ടാക്കിയത് 'നീലക്കുയിൽ' ആയിരുന്നു. 'കാലം മാറുന്നു' (1955) എന്ന സിനിമാശീർഷകത്തെ അർത്ഥവത്താക്കും വിധം അതിലെ ഗാന ങ്ങളിലൂടെ മലയാള ഗാനകാലം തന്നെ മാറുകയായിരുന്നു. ഒ.എൻ.വി - ദേവരാജൻ ഒന്നിച്ചു ചേർന്ന ഈ സിനിമയിലെ ഗാനങ്ങളെല്ലാം ജനപ്രിയ മായി. 'ആ മലർ പൊയ്കയിൽ' (കെ.എസ്. ജോർജ്, സുലോചന) 'അമ്പിളി മുത്തച്ഛൻ' (ലളിതാതമ്പി) എന്നിവയെല്ലാം മലയാളികളുടെ സ്വന്തം ഗാന ങ്ങളായി മാറി. കെ. രാഘവൻ സംഗീതം നൽകിയ 'കൂടപ്പിറപ്പി'ലെ ഗാന ങ്ങൾക്ക് വരികളെഴുതി വയലാർ രാമവർമ്മ സിനിമയിൽ പ്രവേശിച്ചു. 'എന്തിന് പൊൻകണികൾ', 'പൂമുല്ല പൂത്തല്ലോ' (ശാന്താ പി. നായർ) എന്നീ ഗാനങ്ങൾ എങ്ങും അലയടിക്കുകയുണ്ടായി. 'രാരിച്ചൻ എന്ന പൗര നിലൂടെ' പാട്ടിന്റെ നാഴിയൂരിപ്പാല് നമുക്ക് മുമ്പിൽ നിവേദിക്കുകയായി രുന്നു ഭാസ്കരനും രാഘവനും 'പൂമുറ്റത്തൊരു മുല്ല വിരിഞ്ഞു' 'പെണ്ണിന്റെ കണ്ണിനകത്തൊരു' എന്നിങ്ങനെ പ്രസിദ്ധമായിത്തീർന്ന നിരവധി ഗാനങ്ങൾ. പി. ഭാസ്കരൻ ഗാനങ്ങൾ എഴുതിയ 'മിന്നാമിനുങ്ങി'ലൂടെ

എം.എസ്. ബാബുരാജും എത്തിയതോടെ പിന്നീടുള്ള രണ്ട് ദശകങ്ങൾ ചലച്ചിത്രഗാനലോകത്തെ നിയന്ത്രിച്ച ഒരു ഭാവസംസ്കൃതിക്ക് തുടക്കവുമായിരുന്നു. 'നീയെന്തറിയുന്നു നീലത്താമര' (അബ്ദുൾ ഖാദർ), ആരു ചൊല്ലീടുമാരുചൊല്ലീടും (മച്ചാട്ട് വാസന്തി) എന്നീ ഗാനങ്ങളെല്ലാം 'മിന്നാമിനുങ്ങി'ലേതായിരുന്നു.

നാട്ടീണങ്ങൾ, ഉത്തരേന്ത്യൻ ദക്ഷിണേന്ത്യൻ സംഗീത മിശ്രണങ്ങൾ എന്നിവയുടെ ധാരണകൾ പ്രബലമാകുമ്പോൾ കാവ്യാത്മകമായ വരികൾ, ഭാവസംഗീതഗാനങ്ങൾ എന്നിവയിൽ ചില മാതൃകാപരമായ കാഴ്ചപ്പാടുകൾ രൂപപ്പെട്ടു തുടങ്ങിയിരുന്നു. സംഗീത ശില്പികളുടെ സമാഗമങ്ങൾ അനുദിനം മാറിക്കൊണ്ടിരിക്കുമ്പോൾത്തന്നെ സിനിമാഗാനങ്ങളുടെ പൊതു സ്വഭാവങ്ങളെക്കുറിച്ച് നിരസിക്കപ്പെട്ട ധാരണകൾക്ക് കൂടി ബലം വന്നു. ഭാസ്കരൻ, ഒ.എൻ.വി, വയലാർ എന്നിവരും ദക്ഷിണാമൂർത്തി, ദേവരാജൻ, എം.എസ്. ബാബുരാജ് എന്നിവരും തമ്മിലുള്ള മാറിമാറിയുള്ള കൂട്ടുകെട്ടുകൾ ഭാവപരമായ പരീക്ഷണങ്ങൾ സിനിമാസംഗീതത്തിൽ വരുത്തുവാൻ ശ്രമിക്കുകയുണ്ടായി. കർണ്ണാടക സംഗീതത്തിൽ ലാളിത്യം പകർന്ന ദക്ഷിണാമൂർത്തിയും നാടോടി സംഗീതത്തിൽ വിപ്ലവാത്മകമായും കുറെ വിപുലതകൾ സമ്മാനിച്ച രാഘവനും രണ്ടിനെയും മനോഹരമായി സമ്മേളിപ്പിച്ച ദേവരാജനും ഹിന്ദുസ്ഥാനിയെ ഭാവാത്മകമായി മലയാളത്തിൽ സന്നിവേശിപ്പിച്ച ബാബുരാജുമെല്ലാം പ്രശസ്തരായി. 'നായരു പിടിച്ച പുലിവാലിൽ' പി. ഭാസ്കരനും രാഘവനും ചേർന്നുണ്ടാക്കിയ മിക്ക ഗാനങ്ങളും ആളുകളിൽ നാടോടി സംസ്കാരത്തിന്റെ ഓർമ്മകൾ അവശേഷിപ്പിക്കുകയുണ്ടായി. മെഹ്ബൂബിന്റെ സ്വരത്തിലെ നർമ്മഭാവനകൾ 'കാത്തുസൂക്ഷിച്ചൊരു' എന്ന പാട്ടിൽ സൂക്ഷ്മമായി നിരീക്ഷിക്കാൻ കഴിയും. 'നീലസാരി'യിലെ 'ഓട്ടക്കണ്ണിട്ടു നോക്കും' 'നയാപൈസയില്ല' എന്നിങ്ങനെ വീണ്ടും മെഹ്ബൂബ് ഗാനങ്ങൾ. ഭാസ്കരൻ രചിച്ച് എം.എസ്. ബാബുരാജ് സംഗീതം ചെയ്ത 'പുതിയ ആകാശം പുതിയ ഭൂമി'യിലെ പാട്ടുകൾ, ഭാസ്കരൻ ബാബുരാജിന്റെ 'കണ്ടംവെച്ച കോട്ടി'ലെ ഗാനങ്ങൾ ഭാസ്കരൻ. ദേവരാജൻ സമാഗമത്തിൽ 'ഡോക്ടർ'ലെ ഗാനങ്ങൾ. ഇങ്ങനെ വ്യത്യസ്ത ഗാനശില്പികളുടെ സംഗീതാവിഷ്കരണത്തിൽ മെഹ്ബൂബ് അക്കാലത്തെ വലിയ സഹായിയായി മാറി.

ഗന്ധർവ്വന്റെ കാൽപ്പാടുകൾ

എം.ബി. എസ്സിന്റെ രംഗപ്രവേശമാണ് അറുപതുകളിലെ പ്രധാന സംഭവം. 1962-ൽ 'കാൽപ്പാടുകളിൽ' ഭാസ്കരൻ രചിച്ച പാട്ടുകൾ പാടിയത് ഉദയഭാനുവും ശാന്താ പി. നായരും ചേർന്നായിരുന്നു. 'ജാതിഭേദം മതദ്വേഷം' എന്ന ഗുരുശ്ലോകം പാടി കെ.ജെ. യേശുദാസ് എന്ന ഗന്ധർവ്വ ഗായകൻ ചലച്ചിത്രലോകത്തിന്റെ പടികടന്നെത്തുകയുണ്ടായി. കമുകറ, എ.എം. രാജ, ഉദയഭാനു എന്നിവരുടെ ശബ്ദങ്ങളെ റീപ്ലേസ് ചെയ്തു

വന്ന യേശുദാസ് ആസ്വാദകർക്ക് മുമ്പിൽ ഗന്ധർവ്വപൗർണ്ണമികൾ തീർത്തു. സംഗീതശൈലിയോടുള്ള സമീപനത്തിൽ നിരവധി മാറ്റങ്ങൾ ഉണ്ടായ സമയമാണിത്. പാട്ടിന് ലയമെന്നൊരു കൂട്ടുണ്ട് എന്ന് ആസ്വാദകർ തിരിച്ചറിഞ്ഞ കാലം കൂടിയായിരുന്നു അത്. ഭാസ്കരനും-രാഘവനും ചേർന്ന് പിന്നെയും ഹിറ്റുകൾ ഒരുക്കി. 'ഉണരുണരൂ', 'ഭാരതമെന്നാൽ', 'മഞ്ഞണിപ്പൂനിലാവ്', 'നഗരം നഗരം', 'മാനത്തെ കായലിൽ', 'കരിമുകിൽ കാട്ടിലെ' എന്നിവയെല്ലാം ഈ കൂട്ടുകെട്ടിന്റെ മൗലിക സംഭാവനകൾ ആയിരുന്നു. വയലാറും രാഘവനും ഒരുമിച്ച "ആകാശത്തിലെ കുരുവികൾ" (റബേക്ക, മഞ്ജുഭാഷിണി) (കൊടുങ്ങല്ലൂരമ്മ) എന്നിവയും എടുത്തു പറയേണ്ടതാണ്.

ഈ സമയത്താണ് ശക്തവും സജീവവുമായ ഒരു കൂട്ടുകെട്ട് ഭാസ്കരനും ബാബുരാജും ചേർന്നുണ്ടായതാണ്. 'ഉമ്മ' യെന്ന സിനിമയിലെ 'കദളിവാഴ,' 'പാലാണ് തേനാണ്' 'ഉമ്മിണിത്തങ്ക'യിലെ 'അന്നു നിന്നെ കണ്ടതിൽ', 'ഭാഗ്യജാതക'ത്തിലെ 'ആദ്യത്തെ കൺമണി' എന്നീ ഗാനങ്ങൾ അക്കാലത്തെ സംഗീത സംസ്കാരത്തെ വിളിച്ചോതുന്നു. 'ലൈലാമജ്നു'വിലെ 'താരമേ താരമേ' (ഉദയഭാനു, ലീല) 'ചുടുകണ്ണീരാലെൻ' (ഉദയഭാനു) എന്നീ ഗാനങ്ങളോടെ ബാബുരാജ് കൂടുതൽ ജനകീയമായി.

ഹിന്ദുസ്ഥാനി സംഗീതത്തിന്റെ സാധ്യതകൾ ബാബുരാജിൽ നിന്ന് പാട്ടിലേക്കൊഴുകിയെത്തി. ചലച്ചിത്ര സംഗീതത്തിൽ അവശ്യംവേണ്ട വൈകാരികതയ്ക്ക് ആലാപനപരമായ ആഴം നൽകിയത് ബാബുരാജ് ആയിരുന്നു. ബാബുരാജിന്റെ സംഗീതം സ്വാഭാവികമായും ഭാസ്കരന്റെ തൂലികയിലൂടെ സാർത്ഥകമായി 'തളിരിട്ട കിനാക്കൾ' (മൂടുപടം) എന്ന ഗാനത്തിലെ ഈണ വ്യതിയാനങ്ങൾ ശ്രദ്ധേയമായിരുന്നു. ജാനകിയുടെ ആലാപന ക്ഷമതയെ അക്കാലം കൂടുതൽ പരീക്ഷിച്ചറിഞ്ഞത് എം.എസ്. ബാബുരാജ് ആയിരുന്നു. മാമലകൾക്കപ്പുറത്ത് (പി.ബി. ശ്രീനിവാസ്) അനുരാഗനാടകത്തിൽ (ഉദയഭാനു), ഒരുകൊട്ട പൊന്നുണ്ടല്ലോ (എൽ.ആർ. ഈശ്വരിയും സംഘവും) ഇങ്ങനെയുള്ള ഗാനങ്ങൾ വ്യത്യസ്ത താളലയ വിന്യാസങ്ങളെ സാക്ഷ്യപ്പെടുത്തുന്നു. അഞ്ജനക്കണ്ണെഴുതി (എസ്. ജാനകി) ഏകാന്തതയുടെ അപാരതീരം (കമുകറ), താമസമെന്തേ (യേശുദാസ്) എന്നിങ്ങനെ ബാബുരാജ് ഹാർമോണിയത്തിന്റെ ചന്ദനവാതിലുകൾ തുറന്നിട്ടു. 'താനേ തിരിഞ്ഞും മറിഞ്ഞും' എന്നിവയൊക്കെ ഈ കൂട്ടുകെട്ടിൽ പിറന്ന പ്രധാന ഗാനങ്ങളായിരുന്നു.

ഭാസ്കരനുമായി മാത്രമല്ല ബാബുരാജ് അക്കാലത്ത് സഹകരിച്ചത്. വയലാർ എഴുതി 'ചന്ദനപ്പല്ലക്കിൽ' (പാലാട്ടുകോമൻ), കണ്ണു തുറക്കാത്ത ദൈവങ്ങളെ (അഗ്നിപുത്രി, സുശീല) എന്നിവയും ഏറെ ജനപ്രിയമായി യൂസഫലി കേച്ചേരിയും ബാബുരാജും ചില ഹിറ്റുകൾ സൃഷ്ടിച്ചു. 'തേടുവതാരേ', (ജാനകി) സുറുമയെഴുതിയ മിഴികളേ (യേശുദാസ്), 'പാവാട പ്രായത്തിൽ' എന്നിവ ഇതിൽ പ്രാമുഖ്യം ഉള്ളവയാണ്. ശ്രീകുമാരൻ

തമ്പിയുമായി ബാബുരാജ് ഒരുമിച്ചപ്പോഴും മികച്ച ഗാനങ്ങൾ പിറന്നു. 'അകലെ അകലെ' (മിടുമിടുക്കി), കനകപ്രതീക്ഷതൻ എന്നിവ ഈ കൂട്ടുകെട്ടിലെ മിന്നുന്ന നക്ഷത്രങ്ങളാണ്. തിരുനയിനാർകുറിച്ച് എഴുതിയ 'കറുത്തകൈ'യിലെ പഞ്ചവർണ്ണതത്തപോലെ(യേശുദാസ്, കമുകറ)യിൽ കവാലിയുടെ സ്പർശം പകർന്നതും ബാബുരാജ് ആയിരുന്നു.

1965–ൽ റിലീസായ 'ചെമ്മീൻ' എന്ന സിനിമയിലെ സംഗീതത്തിലൂടെ സലിൽ ചൗധരി മലയാളത്തിൽ പുതിയ ഭാവുകത്വത്തിന് തുടക്കം കുറിച്ചു. കടൽജീവിതത്തിന്റെ സ്പന്ദനങ്ങൾ വായിച്ചെടുക്കാൻ പാകത്തിലുള്ള വയലാറിന്റെ വരികളിൽ സലിൽദാ ചേർത്തുവച്ച റിഥങ്ങളും ഓർക്കസ്ട്രാ വ്യത്യാസങ്ങളും മലയാളികൾക്ക് ഏറെ കൗതുകമായി. കടലിനക്കരെ, 'പെണ്ണാളെ', 'മാനസ മൈനേ' എന്നിവയിൽ വംഗസംഗീതത്തിന്റെ അകഭംഗികൾ പ്രവഹിക്കുകയായിരുന്നു. വയലാറും ദേവരാജനുമെന്ന, മലയാളികൾക്ക് മറക്കാനാവാത്ത ഒരു കൂട്ടുകെട്ടുണ്ടാകുന്നത് ഇക്കാലത്താണ്. ഭാര്യയിലെ 'പെരിയാറേ' (എ.എം. രാജ) മണവാട്ടിയിലെ 'ഇടയകന്യകേ', 'പ്രിയതമാ' (സുശീല) മാലിനി നദിയിൽ എന്നിവയെല്ലാം അസാമാന്യമായ ജനപ്രീതി നേടുകയുണ്ടായി. ഭാസ്കരനും ദേവരാജനും ചേർന്നുള്ള പാട്ടുകൾ കുറവായിരുന്നുവെങ്കിലും കാട്ടുകുരങ്ങിലെ 'നാദബ്രഹ്മത്തിൻ', മൂലധനത്തിലെ 'സ്വർഗ്ഗഗായികേ' എന്നിവയിൽ ക്ലാസ്സിക്കലും മെലഡിയും ഒരുപോലെ സംഗമിച്ചു. ദേവരാജനും ഒ.എൻ.വിയും ഒരുമിച്ച് കാട്ടുപൂക്കളിലെ 'മാണിക്യവീണ', കുമാരസംഭവത്തിലെ 'പൊൻതിങ്കൾക്കല', 'പ്രിയസഖിഗംഗേ' (മാധുരി) എന്നിവ ആസ്വാദകന്റെ മനസ്സിൽ സംഗീതത്തിന്റെ പൂമഴ പെയ്യിക്കുകയുണ്ടായി.

ശ്രീകുമാരൻ തമ്പിയുടെ വരവായിരുന്നു ഈ കാലത്തിന്റെ സംഗീതക്കനവുകളെ ആഴത്തിൽ നിബന്ധിച്ചത്. അദ്ദേഹത്തിന്റെ നിരവധിഗാനങ്ങൾക്ക് സംഗീതം നിർവ്വഹിച്ചത് ദക്ഷിണാമൂർത്തി സ്വാമിയായിരുന്നു. 'ചന്ദ്രികയിലലിയുന്നു' (എ.എം. രാജ), 'വൈക്കത്തഷ്ടമിനാളിൽ' (ഭാര്യമാർ സൂക്ഷിക്കുക), 'ഹൃദയസദസ്സിലെ' (പാടുന്ന പുഴ), 'അശ്വതിനക്ഷത്രമേ', (ഡെയ്ഞ്ചർ ബിസ്കറ്റ്), 'ഉത്തരാസ്വയംവരം' എന്നീ ഗാനങ്ങൾ വമ്പിച്ച ജനപ്രീതി നേടി.

ദേവരാജൻ സംഗീതം ആവിഷ്കരിച്ച 'ചിത്രമേള'യിലെ മദം പൊട്ടിച്ചിരിക്കുന്ന, ശ്രീകുമാരൻ തമ്പിയും എം.കെ. അർജ്ജുനനും ഒരുമിച്ച 'പാടാത്ത വീണയും പാടും' എന്നീ ഗാനങ്ങൾ ശ്രദ്ധിക്കപ്പെട്ടതോടെ ശ്രീകുമാരൻ തമ്പി ഗാനരചനയിൽ തന്റേതായ മുദ്രകൾ കൊണ്ടുവന്നു. ലാളിത്യമേറിയ വരികളിലെ കാൽപനികതയുടെ ഭാവച്ചോർച്ചയില്ലാത്ത ജീവിതക്കാഴ്ചകളെ അവതരിപ്പിക്കുകയായിരുന്നു ശ്രീകുമാരൻ തമ്പി. എൽ.പി.ആർ. വർമ്മയുടെ 'വീടിന് പൊൻമണി' (കുടുംബിനി) എന്ന ഗാനത്തിന് വലിയ പ്രചാരമുണ്ടായി. ഓർക്കസ്ട്രേഷൻ അറേഞ്ചറായിരുന്ന ആർ.കെ. ശേഖർ, വയലാറുമൊത്ത് ചില ഗാനങ്ങൾ സംഗീതം ചെയ്തു.

പഴശ്ശിരാജയിലെ ചൊട്ടമുതൽ ചുടലവരെ എന്ന ഗാനമായിരുന്നു ഇതിൽ പ്രഖ്യാതമായത്. കാല്പനികാംശമുള്ള ഗാനങ്ങൾ ആവിഷ്കരിക്കുന്നതിൽ മികവ് പുലർത്തിയ എ.ടി. ഉമ്മർ 1969-ലാണ് സിനിമാരംഗത്തുവരുന്നത്. ഭാസ്കരൻ എഴുതിയ പിന്നെയും പിന്നെയും എന്ന ഗാനമിതിൽ പ്രധാന മാണ്. 'റോസി'യിലെ 'അല്ലിയാമ്പൽ' (യേശുദാസ്) എന്ന ഒരൊറ്റ ഗാന ത്തിലൂടെ ജോബ് മാസ്റ്റർ ഇന്നും അനശ്വരനായിത്തുടരുന്നു.

എഴുപതുകളുടെ സംഗീത ഭൂമിക

എഴുപതുകളുടെ സാംസ്കാരിക ഭൂപടത്തിൽ പാട്ടുകളുടെ സ്ഥാനം ഏതളവിൽ കാണുമെന്നതറിയാൻ പ്രയാസമാണ്. ചുവന്ന ദശകത്തിന്റെ സജീവതയിൽ പോലും കാല്പനികതയുടെ ഭാവസംഗീതത്തിന് തന്നെ പ്രാധാന്യം കിട്ടിയെന്നുതന്നെ വേണം കരുതാൻ. അറുപതുകളിൽ തുടർന്നു പോന്ന സംഗീതരീതികളുടെ മാതൃകകൾ തന്നെയായിരുന്നു എഴു പതുകളുടെ ആദ്യ കാലങ്ങളിലും ഉണ്ടായത്. യേശുദാസിന്റെ അനിഷേധ്യ ശബ്ദസാന്നിദ്ധ്യം ആയിരുന്നു ഇക്കാലത്തെ സജീവമാക്കിയത്. നമ്മുടെ ശബ്ദബോധത്തെ സ്വാധീനിക്കുന്ന പ്രധാന സാന്നിദ്ധ്യമായിമാറുകയായി രുന്നു യേശുദാസ്. ജയചന്ദ്രനും ബ്രഹ്മാനന്ദനും തൊട്ടുപിറകിലുണ്ടാ യിരുന്നു. ജാനകിയും സുശീലയും മാധുരിയും തങ്ങളുടേതായ കനത്ത സംഭാവനകൾ സംഗീതത്തിന് നൽകിയ കാലഘട്ടം കൂടിയാണിത്. ദേവ രാജൻ മാധുരി സംഗമത്തിൽ നിന്ന് നിരവധി ഗാനങ്ങൾ പിറന്നു. സംഗീത സംവിധായകരിൽ പലരും മേൽപ്പറഞ്ഞ ശബ്ദങ്ങളുടെ അളവുകൾക്കനു സരിച്ചുള്ള ഗാനമാതൃകകൾ നിർമിക്കാനാണ് ശ്രമിച്ചിരുന്നത്. കാല്പനിക ഭാവമുള്ള മലയാള പദങ്ങളുടെ ധാരാളിത്തമായിരുന്നു പാട്ടിലെ വരികളെ നിയന്ത്രിച്ചിരുന്നത്. പ്രകൃതിയുടെ വൈവിധ്യമാർന്ന ശബ്ദസിംഫണികളെ വരികളുമായി ചേർത്തു വച്ചായിരുന്നു ഗാനരചനയിലെ അധികപങ്കും നിർവ്വ ഹിച്ചിരുന്നത്. സംഗീതാത്മകതമായ അക്ഷരവ്യൂഹങ്ങൾ വരികളിൽ സ്വാഭാ വികമായി നിർമ്മിക്കുവാൻ ഗാനരചയിതാക്കൾ സമയം കണ്ടെത്തുകയു ണ്ടായി. എങ്കിലും അറുപതുകളിൽ ഉണ്ടായിട്ടുള്ള സംഗീത ശൈലികളിൽ നിന്നും ഏറെയൊന്നും വ്യത്യസ്തത പുലർത്താത്ത ഗാനങ്ങൾ തന്നെ ആയിരുന്നു ഇവ.

വയലാർ-ദേവരാജൻ സമാഗമത്തിന്റെ അവസാനനാളുകളിലേക്കുള്ള പ്രയാണം ആയിരുന്നു അത്. 'യവനസുന്ദരി' (പേൾവ്യൂ), 'സ്വർഗ പുത്രി' (നിഴലാട്ടം), 'പാമരം പളുങ്കുകൊണ്ട്' (ത്രിവേണി), 'സുമംഗലീ' (വിവാഹിത). ഇങ്ങനെ പറഞ്ഞാൽ തീരാത്തത്ര ഗാനങ്ങളുമായി ഇവർ വൈവിദ്ധ്യം സൃഷ്ടിക്കുകയുണ്ടായി. അതേസമയം പാശ്ചാത്യ സംഗീതത്തിന്റെ ചില ആദികിരണങ്ങൾ നമ്മുടെ ചലച്ചിത്ര സംഗീതത്തിലേക്ക് എത്തിനോക്കുന്ന കാലഘട്ടം കൂടിയായിരുന്നു അത്. വിപ്ലവഗാനങ്ങളുടെ സാധ്യതകൾ എഴുപതുകളിൽ രൂപപ്പെട്ടിരുന്നു. 'എല്ലാരും പാടത്ത്' (നിങ്ങളെന്നെ

കമ്മ്യൂണിസ്റ്റാക്കി), 'സർവ്വരാജ്യത്തൊഴിലാളികളെ' (അനുഭവങ്ങൾ പാളിച്ചകൾ) എന്നിങ്ങനെ ഈ ഗാനങ്ങളിൽ സമരോത്സുകതയുടെ പ്രവാഹഗതികൾ സമന്വയിക്കുന്നുണ്ട്. ഇങ്ങനെയൊക്കെയാണ് എങ്കിലും സംഗീതത്തിന്റെ ഫോക് അംശത്തെ അത്രയധികമൊന്നും സംഗീതത്തിലേക്ക് കൊണ്ടുവരാൻ അവയുടെ ശില്പികൾക്ക് കഴിഞ്ഞില്ല എന്ന പരിമിതി പിന്നെയും ബാക്കി നിൽക്കുന്നു.

ഭാസ്കരനും ദേവരാജനും വീണ്ടും ഒരുമിക്കുകയാണ് ഈ കാലഘട്ടത്തിൽ. 'എന്റെ സ്വപ്നത്തിൽ താമരപ്പൊയ്കയിൽ' (അച്ചാണി), 'ഇന്നെനിക്ക് പൊട്ടുകുത്താൻ' (ഗുരുവായൂർ കേശവൻ) എന്നിവ അതിലെ സന്ദർഭവും സംഗീതവും സമന്വയിപ്പിച്ചപ്പോൾ ജനപ്രിയഗീതങ്ങളായിത്തീർന്നു. ദേവരാജനും ശ്രീകുമാരൻ തമ്പിയും ഇണങ്ങിയും പിണങ്ങിയും സൃഷ്ടിച്ച ഈണങ്ങൾക്കുമുണ്ടായിരുന്നു പുതുമകൾ. 'രാക്കുയിലിൻ രാജസദസ്സിൽ' (കാലചക്രം), 'മലയാള ഭാഷതൻ' (പ്രേതങ്ങളുടെ താഴ്വര - പി. ജയചന്ദ്രൻ), 'മംഗളം നേരുന്നു ഞാൻ' (ഹൃദയം ഒരു ക്ഷേത്രം) എന്നിങ്ങനെയുള്ള ഗാനങ്ങൾ ജനപ്രിയതയുടെ സംഗീതമേകുന്നു. യൂസഫലി കേച്ചേരിയും ദേവരാജനും തമ്മിൽ ഒരുമിച്ചുണ്ടായ ശ്രദ്ധേയഗാനങ്ങളെ നിരീക്ഷണവിധേയമാക്കേണ്ടതാണ്. 'ഓമലാളെ കണ്ടു ഞാൻ' (സിന്ദൂരച്ചെപ്പ്), 'മുറുക്കിച്ചുവന്നതോ' (ഈറ്റ), 'പതിന്നാലാം രാവുദിച്ചത്' (മരം) എന്നിങ്ങനെയുള്ള വരികളിലെ ലാളിത്യം പാട്ടിലും ഇണങ്ങി നിൽക്കുന്നു.

ബിച്ചുതിരുമല എന്ന പാട്ടെഴുത്തുകാരൻ കടന്നു വരുന്നത് ഈ കാലഘട്ടത്തിലായിരുന്നു. ദേവരാജൻ സംഗീതം നൽകിയ 'പ്രണയ സരോവര തീരം' (ഇന്നലെ ഇന്ന്) എന്ന ഗാനം മാത്രം മതിയായിരുന്നു ബിച്ചുവിനെ ജനപ്രിയനാക്കാൻ. ദക്ഷിണാമൂർത്തിയുടെ സംഗീതമികവുകൾ എഴുപതുകളുടെ മധ്യകാലത്തെ മനോഹരമാക്കി. 'ഇന്നലെ നീയൊരു' (സ്ത്രീ), 'ഹർഷബാഷ്പം തൂകി' (മുത്തശ്ശി), 'കാട്ടിലെ പാഴ്മുളം' (വിലയ്ക്ക് വാങ്ങിയ വീണ) ഇങ്ങനെയുള്ള ഗാനങ്ങളിൽ ക്ലാസ്സിക്കൽ സംഗീതസ്പർശത്തിന്റെ മാറ്റുണ്ട്. വയലാറും ദക്ഷിണാമൂർത്തിയും ഒത്തുചേർന്ന 'ചിത്രശിലാപാളികൾ' (ബ്രഹ്മചാരി) എന്ന ഗാനം ഈ കാലഘട്ടത്തിലേതു തന്നെ. ഒ.എൻ.വിയും ദക്ഷിണാമൂർത്തിയും ഒന്നിച്ചുചേർന്ന ഗാനങ്ങളിൽ 'ഈശ്വരൻ മനുഷ്യനായ്' (ശ്രീഗുരുവായൂരപ്പൻ) ഏറെ ശ്രദ്ധനേടി.

ശ്രീകുമാരൻ തമ്പിയും ദക്ഷിണാമൂർത്തിയും തമ്മിലുള്ള മനപ്പൊരുത്തം നിരവധി ഗാനങ്ങൾക്ക് വഴിതെളിയിക്കുകയുണ്ടായി. 'മനോഹരി നിൻ' (ലോട്ടറി ടിക്കറ്റ്), 'സന്ധ്യയ്ക്കെന്തിന് സിന്ദൂരം' (മായ), 'പൊൻവെയിൽ' (നൃത്തശാല), 'ചന്ദനത്തിൽ' (ശാസ്ത്രം ജയിച്ചു മനുഷ്യൻ തോറ്റു), 'താരകരൂപിണി' (ബ്രഹ്മാനന്ദൻ). ഇങ്ങനെ മെലഡികളുടെ മായികതയിൽ ഭാവപ്രപഞ്ചം തീർക്കുകയായിരുന്നു ഇരുവരും. ശ്രീകുമാരൻ തമ്പിയും എം.കെ. അർജ്ജുനനും ആയിരുന്നു മറ്റൊരു സംഗീതസമാഗമത്തിന് വഴി തെളിയിച്ചവർ. 'നീലനിശീഥിനി' (ബ്രഹ്മാനന്ദൻ), 'സുഖമൊരു ബിന്ദു'

(ഇത് മനുഷ്യനോ), 'കസ്തൂരി മണക്കുന്നല്ലോ', 'വാൽക്കണ്ണെഴുതി' (പിക്നിക്) എന്നിവ ഇവയിൽ പ്രധാനപ്പെട്ടതാണ്. ശ്രീകുമാരൻ തമ്പിയും എം.എസ്. വിശ്വനാഥനും സംഗമിച്ച 'ആ നിമിഷത്തിന്റെ നിർവൃതിയിൽ' (ചന്ദ്രകാന്തം) എന്ന ഗാനം കല്യാണി രാഗത്തിന്റെ സമസ്തഭാവതലങ്ങളെയും തഴുകിയുണർത്തുന്നുണ്ട്. 'ഈശ്വരനൊരിക്കൽ', 'സ്വർഗ്ഗനന്ദിനി തിരുവാഭരണം' (ലങ്കാദഹനം) എന്നിവയെല്ലാം ഈ സമാഗമത്തിലെ പ്രസിദ്ധഗാനങ്ങളാണ്. എ.ടി. ഉമ്മർ ചെയ്ത 'പൊട്ടിക്കരഞ്ഞു കൊണ്ടോ മലേ' (അഭിമാനം) വേദ്പാൽ വർമ്മ സംഗീതം ആവിഷ്കരിച്ച 'ഏഴിലം പാലപൂത്തു' എന്ന ഗാനവും ശ്രീകുമാരൻ തമ്പിയുടെ വരികൾക്ക് ലഭിച്ച അംഗീകാരമാണ്. ഇതിനിടയിൽ ഭാസ്കരനും രാഘവനുമൊന്നിച്ച 'നാളികേരത്തിന്റെ നാട്ടിലെനിക്കൊരു' (തുറക്കാത്ത വാതിൽ), 'ഏകാന്തപഥികൻ' (ഉമ്മാച്ചു ജയചന്ദ്രൻ) എന്നിവ വരികളിലെ ലാളിത്യം കൊണ്ടും ഈണത്തിലെ മധുരസ്പർശംകൊണ്ടും ജനകീയമായി. ഒ.എൻ.വി.-രാഘവൻ കൂട്ടുകെട്ടിലെ 'ശ്യാമസുന്ദര പുഷ്പമേ' (യുദ്ധകാണ്ഡം) എന്ന ഗാനം അതിന്റെ പശ്ചാത്തലസംഗീതംകൊണ്ടും മികച്ചതായി മാറി. ഭാസ്കരനും ഉഷാ ഖന്നയും ചേർന്ന 'നീ മധു പകരൂ' (മൂടൽ മഞ്ഞ്) 'ഉണരൂവേഗം നീ സുമറാണീ' എന്ന ഗാനം ഓർക്കസ്ട്രേഷന്റെ പുതിയ ഭാവതലങ്ങൾ ജനങ്ങളിലേക്ക് പകരുകയായിരുന്നു. സലിൽ ചൗധരി ഭാസ്കരൻ സമാഗമത്തിൽവന്ന അപൂർവ്വഗാനങ്ങളിൽ ഒന്നാണ് അമ്പിളിയും സുജാതയും ഒന്നിച്ചാലപിച്ച 'തുമ്പീ തുമ്പീ തുള്ളാൻ വായോ' (അപരാധി).

സലിൽദായുടെ ഓർക്കസ്ട്രൽ ഹാർമണിയുടെ സമസ്തചാരുതകളും ആവാഹിക്കുന്ന നിരവധി ഗാനങ്ങൾ ഇക്കാലത്തുണ്ടായി. വയലാർ രചിച്ച 'കദളി ചെങ്കദളി' (നെല്ല് ലതാമങ്കേഷ്കർ), 'കാട് കറുത്തകാട്' (നീലപ്പൊന്മാൻ), 'മനയ്ക്കലെ തത്തേ' (രാസലീല), 'ഇവിടെ കാറ്റിന് സുഗന്ധം' (രാഗം), 'ഓമനത്തിങ്കൾപക്ഷി' (സുശീല) ഇങ്ങനെ നിരവധി ഗാനങ്ങൾ ഇക്കൂട്ടത്തിലുണ്ട്. ഒ.എൻ.വി.യുടെ വരികളിൽ സലിൽ ഈണത്തിൽ 'വിരൽമീട്ടിയ മാനേ. മാനേ, നീ വരു കാവ്യ ദേവതേ' (സ്വപ്നം) 'മാടപ്രാവേ വാ, നീ മായും നിലാവോ, സന്ധ്യേ, സാഗരമേ ശാന്തമാകനീ' (മദനോത്സവം), 'പദരേണു തേടി' (ദേവദാസി), 'ഓർമ്മകളെ കൈവള ചാർത്തി' (പ്രതീക്ഷ), ശ്രീകുമാരൻ തമ്പിയുടെ വരികളിൽ 'മലർക്കൊടി പോലെ' (വിഷുക്കണി), 'പൂമാനം പൂത്തുലഞ്ഞേ', 'ശ്രീപദം വിടർന്ന' (ഏതോ ഒരു സ്വപ്നം) ഇങ്ങനെ സലിൽദാ മലയാളഗാനങ്ങളിൽ കൊണ്ടുവന്ന ഗാനങ്ങളിൽ നിറയുന്ന കാവ്യഭംഗി അതേപടി ലാളിത്യ ഭാവത്തോടെ ആവിഷ്ക്കരിച്ചവരിൽ പ്രധാനിയായിരുന്നു എം.ബി.എസ്. വരികളിലെ അർത്ഥത്തിലേക്കുള്ള ഈണത്തിന്റെ മൗനസംക്രമണമായിരുന്നു എം.ബി.എസ് സംഗീതം നിർവ്വഹിച്ചത്. ബന്ധനത്തിലെ 'രാഗം ശ്രീരാഗം' (പി. ജയചന്ദ്രൻ), ഉൾക്കടലിലെ 'കൃഷ്ണതുളസി', 'എന്റെ കടിഞ്ഞൂൽ', 'നഷ്ടവസന്തത്തിൻ', 'ശരദിന്ദു' എന്നിവയെല്ലാം എക്കാലത്തെയും മികച്ച

കാവ്യസംഗീതമായി കാണുവാൻ കഴിയും. യൂസഫലി കേച്ചേരിയും ബാബു രാജും ഒന്നിച്ച ദ്വീപിലെ 'കടലേ നീലക്കടലേ' എന്ന ഗാനത്തിലെ ആലാപന വ്യത്യസ്തതകൾ മലയാളികൾക്ക് ഏറെ പ്രിയങ്കരമായി.

രാകേന്ദുകിരണങ്ങൾ

മങ്കൊമ്പിന്റെ നിരവധി ഗാനങ്ങൾ ഇക്കാലത്ത് ജനകീയമായി. ദക്ഷിണാമൂർത്തി സംഗീതം നൽകിയ 'ഏറ്റുമാനൂരമ്പലത്തിൽ' (ജയചന്ദ്രൻ), രവീന്ദ്രജെയിന്റെ 'കാളിദാസന്റെ കാവ്യഭാവനയെ', 'താലിപ്പൂ പീലിപ്പൂ' 'സ്വയംവര സുരഭില' (ആശാ ബോസ്‌ലെ), എം.എസ്.വിയുടെ 'നാടൻ പാട്ടിന്റെ മടിശ്ശീല'(ബാബുമോൻ), ആർ.കെ. ശേഖറിന്റെ 'ആഷാഢമാസം' (യുദ്ധഭൂമി - വാണി ജയറാം) എന്നിവ ഇതിൽപ്പെടുന്നു.

ബിച്ചു തിരുമലയെഴുതിയ ഗാനങ്ങളിൽ എ.ടി. ഉമ്മർ സംഗീതം നൽകിയ 'വാകപ്പൂമരം' (അനുഭവം), 'രാകേന്ദുകിരണങ്ങൾ' (അവളുടെ രാവുകൾ), 'നക്ഷത്രദീപങ്ങൾ' (നിറകുടം), 'നിഴലായ് ഒഴുകി വരും' (കള്ളിയങ്കാട്ട് നീലി എസ്. ജാനകി) എന്നിവയാണ് ഇതിൽ പ്രധാനം. ഭരണിക്കാവ് ശിവകുമാറിന്റെ വരികൾ ആർ.കെ. ശേഖറിന്റെ ഈണത്തിൽ 'മനസ്സു മനസ്സിന്റെ കാതിൽ' എന്ന ഗാനം പോപ്പുലർ ആയി. മുല്ലനേഴിയുടെ വരികൾക്ക് ശ്യാം സംഗീതം നിർവ്വഹിച്ച 'കറുകറുത്തൊരു പെണ്ണാണ്' (ഞാവൽപ്പഴങ്ങൾ) എന്ന പാട്ടിലെ ഈണങ്ങൾ അങ്ങേയറ്റം സാന്ദ്രമായിരുന്നു. സത്യൻ അന്തിക്കാട് എഴുതി ഏ.ടി. ഉമ്മർ ഈണം പകർന്ന 'ഒരു നിമിഷം തരൂ' (സിന്ദൂരം), രവീന്ദ്രൻ സംഗീതം നൽകിയ 'താരകേ മിഴിയിതളിൽ' (ചൂള) എന്നിവ വളരെ പ്രസിദ്ധമായി മാറി. പൂവച്ചൽ ഖാദറും എം.ജി. രാധാകൃഷ്ണനും ചേർന്ന 'മൗനമേ' (തകര - എസ്.ജാനകി) എന്ന ഗാനത്തിലെ ഈണത്തിൽ സവിശേഷമായ രാഗധ്വനികൾ സമ്മേളിച്ചിട്ടുണ്ട്. കാവാലത്തിന്റെ നാടോടിപ്പഴക്കമുള്ള വരികളിൽ എം.ജി. രാധാകൃഷ്ണൻ നൽകിയ, ഈണം എടുത്തു പറയേണ്ടതാണ്. ആരവത്തിലെ 'മുക്കുറ്റി തിരുതാളി', കുമ്മാട്ടിയിലെ 'ആണ്ടിയമ്പലം', 'കറുകറക്കാർമുകിൽ' എന്നിവയ്ക്ക് സിനിമാഗാനങ്ങളിൽ അതുവരെ കാണാത്ത നാടോടിസ്പർശമുണ്ടായിരുന്നു.

തുടർന്നുള്ള മലയാള ചലച്ചിത്ര സംഗീതത്തെ സ്വാധീനിച്ചത് കെ.വി. മഹാദേവൻ സംഗീതം നിർവ്വഹിച്ച തെലുങ്കു ചിത്രമായ ശങ്കരാഭരണത്തിന്റെ വിജയമായിരുന്നു. എസ്.പി. ബാലസുബ്രഹ്മണ്യം, വാണി ജയറാം, എസ്. ജാനകി എന്നിവർ പാടിയ ക്ലാസ്സിക്കൽ ഗാനങ്ങൾ എല്ലാ മലയാളികളും ഏറ്റെടുത്തു. ശങ്കരാഭരണത്തിന് ശേഷം ഉണ്ടായ സിനിമകളിലെ ക്ലാസ്സിക്കൽ സംഗീതത്തിന് പിന്നീട് തൊണ്ണൂറുകളിൽ തുടർച്ചകൾ ഉണ്ടായി. ശ്രീകുമാരൻ തമ്പി സംവിധാനം ചെയ്ത ഗാനത്തിലെ ഗാനങ്ങൾ ദക്ഷിണാമൂർത്തിയുടെ സംഗീതത്തിൽ അത്യാകർഷകമായി മാറി. ആലാപനം (യേശുദാസ്) അദ്രിസുതാവര (ബാലമുരളികൃഷ്ണ,

യേശുദാസ്, സുശീല) തുടങ്ങിയ ഗാനങ്ങൾ ഉദാഹരണങ്ങളാണ്. 'അഷ്ട പദി'യിൽ വിദ്യാധരൻ സംഗീതം നൽകിയ 'വിണ്ണിന്റെ വിരിമാറിൽ' എന്ന ഗാനം തന്നെ ഇതിന്റെയെല്ലാം തുടർച്ചയാണ്. 'സാഗരസംഗമം' എന്ന മൊഴി മാറ്റച്ചിത്രം തന്നെ ശങ്കരാഭരണത്തിന്റെ കലാസങ്കല്പത്തെ വിസ്തൃതമാക്കുന്നു. ശ്രീകുമാരൻ തമ്പിയുടെ വരികൾക്ക് ഇളയരാജയുടെ സംഗീതമാണ് സാഗരസംഗമത്തെ സാധ്യമാക്കിയത്. 'കാർമേഘ വർണ്ണന്റെ മാറിൽ', 'മൗനംപോലും മധുരം' എന്നീ ഗാനങ്ങൾ ഏറെ ജനപ്രിയമായി. രംഗം എന്ന സിനിമയിൽ കെ.വി. മഹാദേവൻ ആയിരുന്നു സംഗീതം. രമേശൻ നായർ എഴുതിയ ഇതിലെ 'സ്വാതിഹൃദയവനശ്രീമുഖാ നോക്കി' (കൃഷ്ണ ചന്ദ്രൻ) എന്നീ ഗാനങ്ങൾ ഏറെ പ്രശസ്തമായിരുന്നു. എം.ബി. ശ്രീനിവാസൻ സംഗീതം ചെയ്ത സ്വാതിതിരുനാൾ അതിന്റെ പ്രമേയ സ്വഭാവം കൊണ്ട് ക്ലാസിക്കൽ ഗാനങ്ങളുടെ സമാഹാരമായി. ബാലമുരളീകൃഷ്ണ നെയ്യാറ്റിൻകര വാസുദേവൻ, യേശുദാസ്, ജാനകി, കെ.എസ്.ചിത്ര, അരുന്ധതി, അമ്പിളിക്കുട്ടൻ എന്നിവർ പാടിയ ഗാനങ്ങൾ ഏറെ ജനപ്രിയത നേടി. ശങ്കരാഭരണത്തിന്റെ തുടർച്ചകൾ മലയാളികളിൽ സ്വാധീനം ചെലുത്തുകയുണ്ടായി. രാഗങ്ങൾ വിവിധ താളിൽ പുനരാവിഷ്കരിച്ച് ശാസ്ത്രീയ സംഗീതത്തെ ജനപ്രിയരീതിയിൽ പിന്നീട് അവതരിപ്പിച്ചത് സംഗീത സംവിധായകൻ രവീന്ദ്രൻ ആയിരുന്നു. അവയ്ക്ക് സ്വന്തമായി ഒരു ശൈലിയുണ്ടായിരുന്നു. മൃദംഗജതികൾ ചേർത്തു വായിക്കുവാൻ പാകത്തിൽ ഉള്ള ഈണപദ്ധതികൾ ആയിരുന്നു രവീന്ദ്രൻ സ്വന്തമാക്കിയിരുന്നത്. ഭരണിക്കാവ് ശിവകുമാർ എഴുതിയ 'രാഗങ്ങളേ മോഹങ്ങളേ' (താരാട്ട്), പൂവച്ചൽ എഴുതിയ ആട്ടക്കലാശത്തിലെ 'മലരും കിളിയും' ബിച്ചുവിന്റെ 'തേനും വയമ്പും' എന്നീ ഗാനങ്ങളിൽ പലതും ഈ ക്ലാസ്സിക്കൽ രാഗച്ഛായകൾ പങ്കിടുന്നുണ്ട്. പി. ഭാസ്കരൻ എഴുതിയ 'പുലർകാല സുന്ദര' (ഒരു മെയ്മാസപ്പുലരിയിൽ), ഒ.എൻ.വി.യുടെ 'പുഴയോരഴകുള്ള പെണ്ണ്' (എന്റെ നന്ദിനിക്കുട്ടിക്ക്), ദേശാടനക്കിളി കരയാറില്ല എന്ന സിനിമയിലെ 'വാനമ്പാടി ഏതോ', സുഖമോ ദേവിയിലെ 'ശ്രീലതികകൾ', ശ്രീകുമാരൻ തമ്പി രചിച്ച യുവജനോത്സവത്തിലെ 'ഇന്നുമെന്റെ കണ്ണുനീരിൽ', ഏഴാച്ചേരി രാമചന്ദ്രൻ എഴുതിയ മരിക്കുന്നില്ല ഞാൻ എന്ന സിനിമയിലെ 'ചന്ദനമണിവാതിൽ' (വേണുഗോപാൽ) എന്നിവയൊക്കെയാണ് എൺപതുകളിലെ ശ്രദ്ധേയമായ രവീന്ദ്രഗീതങ്ങൾ.

ശ്രീകുമാരൻ തമ്പി എഴുതി കർണ്ണാടക സംഗീതജ്ഞൻ പെരുമ്പാവൂർ ജി. രവീന്ദ്രനാഥ് ഈണം നൽകിയ തൂവാനത്തുമ്പികളിലെ 'മേഘം പൂത്തുതുടങ്ങി', 'ഒന്നാം രാഗം പാടി' (വേണുഗോപാൽ, ചിത്ര) എന്നീ ഗാനങ്ങളിലെല്ലാം ശാസ്ത്രീയ സംഗീതത്തിന്റെ സൂക്ഷ്മപ്രയോഗങ്ങൾ നിരീക്ഷിക്കാൻ കഴിയും. കർണ്ണാടകസംഗീതത്തെ ആധാരമാക്കിയാണ് എം.ജി. രാധാകൃഷ്ണൻ വിവിധ ഗാനങ്ങൾ ആവിഷ്കരിച്ചതെങ്കിലും അവയിൽ നാടോടി സംഗീതത്തിന്റെയും മലയാളിത്തത്തിന്റെയും എല്ലാം വഴികൾ അദ്ദേഹം ഉപയോഗിച്ചു. പൂവച്ചലിന്റെ ചാമരത്തിലെ 'നാഥാ നീ

വരൂ', സത്യൻ അന്തിക്കാട് രചിച്ച ഞാൻ ഏകനാണ് എന്ന ചിത്രത്തിലെ 'ഓ, മൃദുലേ', രമേശൻ നായർ എഴുതിയ, രാക്കുയിലിൻ രാഗസദസ്സിൽ എന്ന ചിത്രത്തിലെ 'എത്ര പൂക്കാലം', ഒ.എൻ.വി എഴുതിയ ജാലകത്തിലെ 'ഒരു ദലം മാത്രം', കാവാലം എഴുതിയ പൂരത്തിലെ 'പ്രേമയമുന' (കാവാലം ശ്രീകുമാർ) എന്നിങ്ങനെ നിരവധി ഗാനങ്ങൾ മലയാളി നെഞ്ചിലേറ്റി.

ബോംബെ രവിയുടെ സംഗീത ശൈലിയിലും ശാസ്ത്രീയസംഗീതത്തിന്റെ സ്വാധീനം കാണാം. ഒ.എൻ.വി. എഴുതിയ നഖക്ഷതങ്ങളിലെ 'ആരെയും ഭാവഗായകനാക്കും', 'നീരാടുവാൻ', 'കേവല മർത്യഭാഷ', 'മഞ്ഞൾ പ്രസാദവും', പഞ്ചാഗ്നിയിലെ 'ആ രാത്രി മാഞ്ഞു പോയി', 'സാഗരങ്ങളേ', വൈശാലിയിലെ 'ഇന്ദ്രനീലിമയോലും', 'ഇന്ദുപുഷ്പം ചൂടി നിൽക്കും' എന്നീ ഗാനങ്ങളും കൈതപ്രം എഴുതിയ വടക്കൻ വീരഗാഥയിലെ 'ഇന്ദുലേഖ കൺതുറന്നു' എന്ന ഗാനവുമാണ് ബോംബെ രവിയുടെ പ്രധാന സംഗീത രചനകൾ.

എൺപതുകളുടെ സംഗീതം

എൺപതുകളുടെ തുടക്കത്തിൽ ദക്ഷിണാമൂർത്തി, എം.ബി.എസ്. എന്നിവർ എല്ലാം വീണ്ടും സജീവമായി. എം.ഡി. രാജേന്ദ്രൻ എഴുതിയ ശാലിനി എന്റെ കൂട്ടുകാരിയിലെ 'ഹിമശൈല' (മാധുരി) സുന്ദരി, യൂസഫലി കേച്ചേരി രചിച്ച മീൻ എന്ന സിനിമയിലെ 'ഉല്ലാസപ്പൂത്തിരികൾ', ഒ.എൻ.വി. രചിച്ച നീയെത്ര ധന്യയിലെ 'അരികിൽ നീ', കാവാലത്തിന്റെ 'പുലരിത്തൂമഞ്ഞ്' (ഉത്സവപ്പിറ്റേന്ന്) എന്നിവയൊക്കെ ദേവസംഗീതത്തിന്റെ പട്ടികയിൽ പെടുന്നു. ബിച്ചുതിരുമല എഴുതിയ 'നനഞ്ഞു നേരിയ പട്ടുറുമാൽ' എന്ന ദക്ഷിണാമൂർത്തി ഗാനം സ്വാമിയുടെ സാധാരണ ശൈലിയിൽനിന്നും എത്രയോ വ്യത്യസ്തമാണ്. ഒ.എൻ.വി എഴുതിയ ഇടനാഴിയിൽ ഒരു കാലൊച്ചയിലെ 'വാതിൽപ്പഴുതിലൂടെൻമുന്നിൽ' എന്ന ദക്ഷിണാമൂർത്തിഗാനം രാഗകീർത്തനത്തിന്റെ മുദ്രകളിൽനിന്ന് തെന്നിമാറി മെലഡിയുടെ പാത പിന്തുടരുന്നു. മുല്ലനേഴിയുടെ മേളയിലെ 'മനസ്സൊരു മാന്ത്രികക്കുതിരയായ്' പി ഭാസ്കരൻ രചിച്ച ഓപ്പോളിലെ 'ഏറ്റുമാനൂരമ്പലത്തിൽ' (എസ്. ജാനകി), ഒ.എൻ.വി. എഴുതിയ യവനികയിലെ 'ഭരതമുനി', 'ചെമ്പക പുഷ്പം' എന്നിവ ശ്രദ്ധേയ ഗാനങ്ങളാണ്.

ഈ കാലഘട്ടത്തിൽത്തന്നെ ഏ.ടി. ഉമ്മറും എം.കെ. അർജ്ജുനനും ചില ഗാനങ്ങൾ നിർമ്മിച്ചു. ഏ.ടി. ഉമ്മറിന്റെ ഗാനങ്ങളിൽ ബിച്ചു എഴുതിയ 'ഒരു മയിൽപ്പീലിയായ്' (അണിയാത്തവളകൾ), പി. ഭാസ്കരൻ എഴുതിയ 'മഴയോ മഴ' (കണ്ണാരം പൊത്തിപ്പൊത്തി) എന്നിവയും എം.കെ. അർജുനന്റെ ഗാനങ്ങളിൽ ആർ.കെ. ദാമോദരൻ രചിച്ച മിഴിനീർപ്പൂവുകളിലെ 'ചന്ദ്രകിരണത്തിൻ' എന്നിവയുമാണ് ഏറെ ശ്രദ്ധിക്കപ്പെട്ടത്. തമിഴകത്തിലെ സംഗീതകുലപതി ഇളയരാജ മലയാളത്തിൽ സജീവമാകുന്ന കാലംകൂടിയായിരുന്നു ഇത്. പൂവച്ചൽ എഴുതിയ 'കിളിയേ കിളിയേ'

(ആ രാത്രി), ഒ.എൻ.വി രചിച്ച 'തുമ്പിവാ', 'വേഴാമ്പൽക്കേഴും' (ഓളങ്ങൾ), 'പുഴയോരത്തിൽ' (അഥർവ്വം), 'പൂങ്കാറ്റിനോടും' (പൂമുഖപ്പടിയിൽ നിന്നെയും കാത്ത്), മൂന്നാംപക്കത്തിലെ 'ഉണരുമീഗാനം' എന്നിവയെല്ലാം അദ്ദേഹത്തിന്റെ ഗാനങ്ങളിൽ പ്രധാനപ്പെട്ടവയാണ്.

ഹിന്ദുസ്ഥാനിയിലെ ഇതിഹാസമായിരുന്ന നൗഷാദ് മലയാള സംഗീതത്തിൽ കൊണ്ടുവന്ന സംഗീതധ്വനികൾ ശ്രദ്ധേയമായിരുന്നു. യൂസഫലിയുടെ വരികൾക്ക് നൗഷാദ് നൽകിയ സംഗീതം അർത്ഥസാന്ദ്രമായിരുന്നു. 'മാനസ നിളയിൽ', 'ആൺകുയിലേ', 'ഒരു രാഗമാല', 'അനുരാഗലോല' എന്നിങ്ങനെ മനോഹരഗാനങ്ങൾ ഒ.എൻ.വി. യുടെ വരികൾക്ക് ഫ്ളൂട്ടിസ്റ്റായ രഘുനാഥ് സേത്ത് നൽകിയ സംഗീതം ആരണ്യകത്തിലെ 'ആത്മാവിൽ തൊട്ടുവിളിച്ചതു പോലെ', 'ഒളിച്ചിരിക്കാം' ഗാനങ്ങൾക്ക് നിലാവിന്റെ നിത്യശോഭ പകർന്നു. വിവിധ സംഗീത ശാഖകളെ പരിചിതമായ രീതിയിൽ കോർത്തിണക്കിയ സംഗീതസംവിധായകനായിരുന്നു ശ്യാം. ബിച്ചു എഴുതിയ അങ്ങാടിയിലെ 'കന്നിപ്പളുങ്കേ', 'പാവാട വേണം' എന്നിവ എന്തുകൊണ്ടും ഏറെ ജനകീയമായി. കടത്തിലെ 'ഓളങ്ങൾ താളം തുള്ളുമ്പോൾ' (ഉണ്ണിമേനോൻ), തൃഷ്ണയിലെ 'ശ്രുതിയിൽ നിന്നുണരും', കാണാമറയത്തിലെ 'ഒരു മധുരക്കിനാവിൻ', 'കസ്തൂരിമാൻ കുരുന്നേ' എന്നിവയെല്ലാം ശ്രദ്ധേയമായി. ശ്രീകുമാരൻ തമ്പി എഴുതിയ അക്ഷരത്തെറ്റിലെ 'ഹൃദയം കൊണ്ടെഴുതുന്ന കവിത' പി. ഭാസ്കരൻ എഴുതിയ ഡെയ്സിയിലെ 'രാപ്പാടിതൻ', 'ഓർമ്മതൻ വാസന്ത' എന്നിവ ആളുകൾ ഏറ്റെടുത്തു. യൂസഫലി എഴുതിയ നാടോടിക്കാറ്റിലെ 'വൈശാഖ സന്ധ്യേ', പൂവച്ചലിന്റെ നിറക്കൂട്ടിലെ 'പൂ മാനമേ' എന്നിങ്ങനെ ശ്യാമസംഗീതത്തിന്റെ സാമസങ്കീർത്തനങ്ങൾ.

പാശ്ചാത്യ സംഗീതധാരകൾ

പാശ്ചാത്യസംഗീതത്തിലെ മധുരാദാരമായ ഈണ പദ്ധതികൾ നിരവധി ഗാനങ്ങളിൽ ഉപയോഗിച്ച ജെറി അമൽദേവ്, ഔസേപ്പച്ചൻ, ജോൺസൺ എന്നിവർക്ക് വലിയ പ്രാധാന്യം ലഭിച്ചു. മഞ്ഞിൽ വിരിഞ്ഞ പൂക്കൾ എന്ന ചിത്രത്തിലെ ഗാനങ്ങൾ ഏറെ ജനകീയമായതോടെ ജെറി അമൽദേവ് ചലച്ചിത്രസംഗീതത്തിൽ സജീവമായി. ബിച്ചുവെഴുതിയ ചിത്രത്തിലെ 'മഞ്ചാടിക്കുന്നിൽ', 'മിഴിയോരം', 'മഞ്ഞണിക്കൊമ്പിൽ' എന്നിവയും എന്റെ മാമാട്ടിക്കുട്ടിയമ്മയിലെ 'മൗനങ്ങളേ', 'ആളൊരുങ്ങി അരങ്ങൊരുങ്ങി', നോക്കെത്താ ദൂരത്ത് കണ്ണുംനട്ടിലെ 'ആയിരം കണ്ണുമായി', 'കിളിയേ കിളിയേ' എന്നിവയെല്ലാം ജെറി സംഗീതത്തിലെ മണിമുത്തുകൾ ആണ്. 'നീയെൻ സർഗ്ഗസൗന്ദര്യമേ' (യേശുദാസ്, ലതിക) ഭരതൻ എഴുതിയ ചിലമ്പിലെ 'പുടമുറിക്കല്യാണം' എന്നിവയാണ് ഔസേപ്പച്ചന്റെ ഇക്കാലത്തെ ശ്രദ്ധേയ ഗാനങ്ങൾ.

സംഗീത ശൈലീവൈവിദ്ധ്യങ്ങളെ സ്വന്തം ശൈലിയിൽ വ്യാഖ്യാനിക്കുന്നതിൽ മികവ് പുലർത്തിയ ജോൺസൺ പാശ്ചാത്യ സംഗീതത്തെയും നാടൻ സംഗീതത്തെയും ഒരുപോലെ പാട്ടിൽ സമന്വയിപ്പിച്ചു. ദേവരാജശിഷ്യനായിരുന്ന ജോൺസൺ, പി.ഭാസ്കരനു വേണ്ടി സംഗീതം ചെയ്ത് 'സ്വർണമുകിലേ' (ഇത് ഞങ്ങളുടെ കഥ), പാളങ്ങളിലെ പൂവച്ചൽ എഴുതിയ 'ഏതോ ജന്മകല്പനയിൽ', കാറ്റത്തെ കിളിക്കൂട്ടിലെ കാവാലം എഴുതിയ 'ഗോപികേ നിൻ വിരൽ' എന്നീ ഗാനങ്ങൾ എക്കാലത്തെയും മികച്ച ഈണങ്ങൾ ആയി. ഒ.എൻ.വി. രചിച്ച കൂടെവിടെയിലെ 'ആടിവാ കാറ്റേ', 'പൊന്നുരുകും പൂക്കാലം', പൊന്മുട്ടയിടുന്ന താറാവിലെ 'കുന്നിമണിച്ചെപ്പ്', കൈതപ്രം എഴുതിയ 'കണ്ണീർപ്പൂവിന്റെ', മഴവിൽ കാവടിയിലെ 'മൈനാകപ്പൊന്മുടിയിൽ', 'തങ്കത്തോണി' എന്നിവയെല്ലാം ഏറെ ജനപ്രിയമായി.

പാട്ടിന്റെ സംഭാവനകൾ

എൺപതുകളിലെ ക്ലാസിക്കൽ ശൈലികൾ തൊണ്ണൂറുകളുടെ ആദ്യപാദത്തിൽ തീവ്രമാകുന്നത് നാം കണ്ടതാണ്. സംഗീതത്തിൽ ക്ലാസിക്കൽ സങ്കല്പങ്ങൾ രൂപപ്പെടുത്തുന്ന കാലമായിരുന്നു ഇത്. 'ഹിസ് ഹൈനസ്' പാട്ടുകളുമായി രവീന്ദ്രൻ റിക്കോർഡുകൾ തകർക്കുകയായിരുന്നു. രാഗങ്ങളുടെ പ്രയോഗത്തിലും സംഗീതോപകരണങ്ങളുടെ ഉപയോഗത്തിലും പുതിയ രീതികൾ തന്നെ രവീന്ദ്രൻ ആവിഷ്കരിക്കുകയായിരുന്നു. ക്ലാസ്സിക്കൽ സംഗീതത്തിന്റെ ലളിതമായ ആവിഷ്കരണധാരകൾ 'ഹിസ് ഹൈനസ്സിൽ' നാം കേട്ടു. 'പ്രമദവനവും' 'ദേവസഭാ തലവും' 'നാദരൂപിണിയും' 'ഗോപികാവസന്തവും' എല്ലാം പുതിയ അനുഭൂതികൾ പകർന്നു. കൈതപ്രത്തിന്റെ വരികൾക്ക് ഏറെ പ്രചാരം ലഭിക്കുവാൻ തുടങ്ങി.

അഭിമന്യുവിലെ 'കണ്ടു ഞാൻ', അമരത്തിലെ 'അഴകേ' ഭരതത്തിലെ 'ദേവാംഗനേ', 'രഘുവംശപതേ', 'രാമകഥാഗാനലയം' കമലദളത്തിലെ 'ആനന്ദനടനം' പ്രേമോദാരനായ്, മഴയെത്തും മുൻപെയിലെ 'ആത്മാവിൻ പുസ്തകത്താളിൽ', ഒ.എൻ.വി. രചിച്ച് രാജശില്പിയിലെ 'അമ്പിളിക്കല ചൂടും','അറിവിൻ നിലാവേ', സൂര്യഗായത്രിയിലെ 'ആലിലമഞ്ചലിൽ', തംബുരു കുളിർ ചൂടിയോ, പി.ഭാസ്കരൻ എഴുതിയ വെങ്കലത്തിലെ 'ആറാട്ടുകടവിങ്കൽ', 'പത്തുവെളുപ്പിന്' (ബിജു നാരായണൻ), ബിച്ചുവിന്റെ വരികളായ ചമ്പക്കുളംതച്ചനിലെ 'മകളെ പാതി മലരേ, ഒളിക്കുന്നുവോ, ഗിരീഷ് പുത്തഞ്ചേരിയുടെ ആറാം തമ്പുരാനിലെ 'ഹരിമുരളീരവം', 'പാടി തൊടിയിലേതോ' എന്നിങ്ങനെ രവീന്ദ്രസംഗീതത്തിന്റെ ഹിമശിഖരങ്ങളിൽ നാം പദമൂന്നിനിൽക്കുകയായിരുന്നു.

എം.ജി. രാധാകൃഷ്ണൻ സംഗീതം പകർന്ന ഗാനങ്ങളിലും ക്ലാസ്സിക്കൽ സംഗീതത്തിന്റെ സ്വാധീനം കാണാം. കൈതപ്രം എഴുതിയ 'അമ്പലപ്പുഴ', ഒ.എൻ.വി. രചിച്ച മിഥുനത്തിലെ 'അല്ലിമലർക്കാവിൽ', 'ഞാറ്റുവേല

ക്കിളിയേ', മണിച്ചിത്രത്താഴ് എന്ന സിനിമയിലെ ബിച്ചു എഴുതിയ 'പഴ ന്തമിഴ് പാട്ടിഴയും' ഗിരീഷ് പുത്തഞ്ചേരിയുടെ 'സൂര്യകിരീടം'(ദേവാസുരം) കാവാലം രചിച്ച 'ഹരിചന്ദന' (കണ്ണെഴുതി പൊട്ടുംതൊട്ട്) എന്നിവയെല്ലാം അദ്ദേഹത്തിന്റെ ജനകീയ ഗാനങ്ങളാണ്.

യൂസഫലി കേച്ചേരി എഴുതിയ ബോംബെ രവി സംഗീതം ചെയ്ത 'സർഗ്ഗ'മാണ് ക്ലാസ്സിക്കൽ സംഗീതത്തിന്റെ മികവുകളെ നമ്മളിലേക്ക് സംക്രമിപ്പിച്ചത്. 'ആന്ദോളനം', 'കണ്ണാടിയാദ്യമായെൻ', 'കൃഷ്ണകൃപാ സാഗരം', 'പ്രവാഹമേ, സംഗീതമേ' എന്നിവ അത്യപൂർവ്വവും അഗാധവു മായ ക്ലാസ്സിക്കൽ സ്പർശമുള്ള ഗാനങ്ങളാണ്. ഇതേ കൂട്ടുകെട്ടിൽ പിറന്ന ഗസലിലെ 'ഇശൽ തേൻകണം, 'സംഗീതമേ' തുടങ്ങിയ ഗാനങ്ങളിൽ ഗസൽ സംഗീതത്തിന്റെ ലാളിത്യം കണ്ടെടുക്കാൻ കഴിയും.

കൈതപ്രം രചനയും സംഗീതവും നിർവ്വഹിച്ച ചിത്രങ്ങൾ ഇതേ പാറ്റേണിൽ ഉൾപ്പെടുന്നുണ്ട്. ദേശാടനത്തിലെ 'കളിവീടുറങ്ങിയല്ലോ', 'എങ്ങനെ ഞാൻ' എന്നിവയെല്ലാം ആളുകൾ ഏറ്റെടുത്തു. തെയ്യത്തിന്റെ കൾച്ചറിൽ ചെയ്ത കളിയാട്ടത്തിലും ഇതേ സംഗീത സാന്നിധ്യമാണ് നാം അനുഭവിക്കുന്നത്. 'വേളിക്ക് വെളുപ്പാൻ കാലം' എന്ന പാട്ട് ശ്രദ്ധിച്ചാൽ ഇതറിയാം.

കൈതപ്രം-ജോൺസൺ ആയിരുന്നു തൊണ്ണൂറുകളിൽ ഏറ്റവും ശ്രദ്ധേയമായ സംഗീത ജോടികൾ. കൈതപ്രം എഴുതിയ പാവം പാവം രാജകുമാരനിലെ പാതിമെയ്, പഴവിള രമേശന്റെ മാളൂട്ടിയിലെ മൗനത്തിൽ, ഞാൻ ഗന്ധർവ്വനിലെ 'ദേവാങ്കണങ്ങൾ', 'ദേവീ ആത്മരാഗമായ്', 'പാല പ്പൂവേ', കുടുംബസമേതത്തിലെ 'ഊഞ്ഞാലുറങ്ങി' 'നീലരാവിൽ' സവിധ ത്തിലെ 'ബ്രഹ്മകമലം', 'മൗനസരോവരം', ചമയത്തിലെ 'രാജഹംസമേ', ചെങ്കോലിലെ 'മധുരം ജീവാമൃതബിന്ദു', സല്ലാപത്തിലെ 'പൊന്നിൽ കുളിച്ചു നിന്നു' ഗിരീഷ് പുത്തഞ്ചേരിയുടെ ഈ പുഴയും കടന്നിലെ 'പാതിരാപ്പുള്ളുണർന്നു' എന്നിങ്ങനെ സവിശേഷശൈലികൾ പങ്കിടുന്ന എത്രയോ ഗാനങ്ങൾ...

ഒ.എൻ.വി. എഴുതിയ പുറപ്പാടിലെ 'മഞ്ഞുപെയ്യുന്ന രാത്രിയിൽ', ആകാശദൂതിലെ 'രാപ്പാടി', രമേശൻ നായരുടെ അനിയത്തിപ്രാവിലെ ഗാ നങ്ങൾ കൈതപ്രം രചിച്ച ഹരികൃഷ്ണൻസിലെ ഗാനങ്ങൾ എന്നിവ യിലൂടെ ഔസേപ്പച്ചൻ ഉയർന്നു വന്നു. മോഹൻ സിത്താര ഇക്കാലത്തെ ശ്രദ്ധേയ സംഗീത സംവിധായകനാണ്. ഒ.എൻ.വി. മോഹൻ സിത്താര ടീം എത്രയോ നല്ല ഗാനങ്ങൾ ഒരുക്കി. 'മുഖചിത്ര'ത്തിലെ ഗാനങ്ങൾ, യൂസഫലി രചിച്ച 'ദീപസ്തംഭം മഹാശ്ചര്യ'ത്തിലെ 'നിന്റെ കണ്ണിൽ' എന്ന ഗാനം വാസന്തിയിലെ 'ആലിലക്കണ്ണാ', കൈതപ്രം രചിച്ച മഴവില്ലിലെ 'ശിവദം' എന്നിവയെല്ലാം മോഹൻ സിത്താരയെ പ്രസിദ്ധനാക്കി. എസ്.പി. വെങ്കിടേഷിന്റെ സംഗീത സംവിധാനത്തിൽ നിരവധി ഗാനങ്ങൾ വന്ന സമയ മായിരുന്നു അത്. ഗിരീഷ് പുത്തഞ്ചേരിയെഴുതിയ 'ജോണി വാക്കറിലെ'

'ശാന്തമീരാത്രിയിൽ', 'ധ്രുവ'ത്തിലെ 'തളിർവെറ്റില' സ്ഫടികത്തിലെ 'ഏഴിമല പൂഞ്ചോല' (മോഹൻലാൽ, ചിത്ര), കൈതപ്രം എഴുതിയ 'താര നൂപുരം ചാർത്തി' (സോപാനം) 'വാൽക്കണ്ണെഴുതിയ' (പൈതൃകം) എന്നിവയിൽ സംഗീതത്തിന്റെ പരമ്പരാഗതവഴികളെ പിന്തുടരുന്നുണ്ട് വെങ്കിടേഷ്.

ശരത് എന്ന സംഗീത സംവിധായകന്റെ വരവാണ് ഈ കാലത്തെ സമൃദ്ധമാക്കിയത്. 'ക്ഷണക്കത്തിലെ' സല്ലാപം, ഒ.എൻ.വി. രചിച്ച പവിത്ര ത്തിലെ 'ശ്രീരാഗമോ', പി.കെ. ഗോപിയുടെ ഒറ്റയാൾ പട്ടാളത്തിലെ 'മായാ മഞ്ചലിൽ' എന്നിവയെല്ലാം ഇതിലുൾപ്പെടും. ഒ.എൻ.വി. എഴുതിയ തുമ്പോളിക്കടപ്പുറത്തിലെ 'കാതിൽ തേൻമഴയായ്' എന്ന ഗാനത്തിലൂടെ സലിൽദാ അവസാനമായി വീണ്ടും മലയാളത്തിലേക്ക് വന്നു. ഇളയരാജ, സൂര്യപുത്രിയിലെ ഗാനങ്ങൾ കൊണ്ടുവന്നു. പപ്പയുടെ സ്വന്തം അപ്പൂസിലെ എല്ലാ ഗാനങ്ങളും ഇളയരാജയുടെ കരസ്പർശത്താൽ അനുഗൃഹീതമായി. ബിച്ചുവിന്റെ വരികളിൽ എ.ആർ.റഹ്മാൻ സംഗീതസ്വരം പാകിയത് യോദ്ധ യിലായിരുന്നു.

വിദ്യാസാഗർ, മലയാളത്തിന്റെ പടികടന്നെത്തുന്ന കാലം. കൈതപ്ര ത്തിന്റെ അഴകിയ രാവണനിലെ 'പ്രണയമണിത്തൂവൽ', 'വെണ്ണിലാചന്ദന ക്കിണ്ണം' എന്നിവ ശ്രദ്ധേയമായി. ഗിരീഷ് എഴുതിയ 'പിന്നെയും പിന്നെയും' (കൃഷ്ണഗുഡിയിൽ ഒരു പ്രണയകാലത്ത്), 'ഒരു രാത്രി കൂടി' (സമ്മർ ഇൻ ബത്‌ലഹേം), രമേശൻ നായർ എഴുതിയ 'മഞ്ഞുപെയ്യണ്', ബിച്ചു തിരുമല എഴുതിയ 'പ്രായം തമ്മിൽ', 'മിഴിയറിയാതെ' (നിറം) എന്നീ ഗാനങ്ങൾ എടുത്തു പറയേണ്ടതാണ്. ഗിരീഷിന്റെ വരികളിൽ ആരോ കമഴ്ത്തിവെച്ച എന്ന ഗാനം മലയാളികൾക്ക് തിരുവോണക്കൈനീട്ടമായി.

ബിച്ചു എഴുതി എസ്. ബാലകൃഷ്ണൻ സംഗീതം നൽകിയ വിയറ്റ്നാം കോളനിയിലെ ഗാനങ്ങൾ ഭരതന്റെ താഴ്‌വാരത്തിലെ കൈതപ്രം രചിച്ച 'കണ്ണെത്താദൂരേ', കേളിയിലെ 'താരം വാൽക്കണ്ണാടി നോക്കി' എം.ഡി. രാജേന്ദ്രൻ രചിച്ച് കീരവാണി ഈണം പകർന്ന ദേവരാഗത്തിലെ 'ശശി കല ചാർത്തിയ', 'ശിശിരകാല' ഇങ്ങനെ. റഫീഖ് അഹമ്മദ് എഴുതി രമേ ശ് നാരായണൻ ഈണമിട്ട ഗർഷോമിലെ 'പറയാൻ മറന്ന പരിഭവങ്ങൾ' (ഹരിഹരൻ) പതിവ് സിനിമാശൈലിയിൽ നിന്ന് വ്യത്യസ്തമായി ഗസൽ സങ്കല്പത്തിന് ബലം നൽകുന്നു. ഗസൽ ഘടനകൾ ഒത്തു ചേരുന്ന ഗാന ങ്ങൾ ആയിരുന്നു രമേശ് നാരായണന്റേത്.

രണ്ടായിരം പിറന്നതോടെ പുതിയ ഗായകർ സംഗീത സംവിധായ കർ, ഗാനരചയിതാക്കൾ എന്നിവർ പലരും രംഗത്തെത്തി. മില്ലേനിയം സ്റ്റാറിൽ വിദ്യാസാഗർ വീണ്ടും രംഗത്ത് വന്നപ്പോൾ ഫ്യൂഷൻ രീതിയി ലുള്ള സംഗീതഘടനകൾക്ക് പ്രാധാന്യം നൽകി. വിജയ് യേശുദാസിന്റെ വരവും ഈ സിനിമയിലൂടെയായിരുന്നു. 'ചിങ്ങമാസം' (ശങ്കർ മഹാദേവൻ, റിമിടോമി) എന്ന ഗാനത്തിലൂടെ ജനപ്രിയത ഒന്നൊഴിയാതെ വന്നു.

ബിയാർ പ്രസാദ് രചിച്ച കിളിച്ചുണ്ടൻ മാമ്പഴത്തിലെ 'കസവിന്റെ തട്ടമിട്ട്' (വിനീത് ശ്രീനിവാസൻ, സുജാത), 'ഒന്നാം കിളി' എന്ന ഗാനങ്ങളിലൂടെ വിദ്യാസാഗറിന്റെ ജനപ്രിയത ഏറുകയായിരുന്നു.

യൂസഫലി എഴുതിയ കരുമാടിക്കുട്ടനിലെ 'കൈകൊട്ടു പെണ്ണേ' (കലാഭവൻ മണി), കൈതപ്രം എഴുതിയ 'സുഖമാണീ നിലാവ്' എന്നീ ഗാനങ്ങളിലൂടെ മോഹൻസിത്താര വീണ്ടും സാന്നിധ്യമറിയിച്ചു. തെങ്കാശിപട്ടണത്തിലെ ഗാനങ്ങളിലൂടെ സുരേഷ് പീറ്റർ ശ്രദ്ധേയനായി. ഗിരീഷിന്റെ വരികളിൽ ഇളയരാജ സംഗീതമാന്ത്രികത പകർന്ന അച്ചുവിന്റെ അമ്മയിലെ എല്ലാ ഗാനങ്ങളും ഹിറ്റുകളായി.

ഇതിനിടയിൽ രവീന്ദ്രൻ തന്റെ മായിക സംഗീതത്തിന്റെ രാഗധ്വനികൾ പാട്ടിൽ ചേർത്തുവയ്ക്കുകയായിരുന്നു. ഗിരീഷ് പുത്തഞ്ചേരി രചിച്ച നന്ദനത്തിലെ ഗാനങ്ങൾ 'മൗലിയിൽ', 'ശ്രീലവസന്തം', വടക്കുംനാഥനിലെ 'ഗംഗേ', 'കളഭം തരാം' എന്നീ ഗാനങ്ങളിലൂടെ രവീന്ദ്രൻ പിന്നെയും രാഗ സംഗീത വിചാരങ്ങൾ തീർത്തു. കൈതപ്രം രചിച്ച് കൈതപ്രം വിശ്വനാഥൻ സംഗീതം നൽകിയ കണ്ണകിയിലെ ഗാനങ്ങൾ ആളുകളെ ആകർഷിച്ചു.

എം. ജയചന്ദ്രനായിരുന്നു പിന്നീടുള്ള പത്തുവർഷക്കാലം ചലച്ചിത്ര സംഗീതത്തിൽ നെടുംതൂണായി നിന്നത്. രമേശൻ നായർ എഴുതിയ 'വാൽക്കണ്ണാടിയിലെ', 'മണിക്കുയിലേ', ഗിരീഷ് പുത്തഞ്ചേരി രചിച്ച ബാലേട്ടനിലെ 'ഇന്നലെ എന്റെ നെഞ്ചിലെ', റഫീഖ് എഴുതിയ പെരുമഴക്കാലത്തിലെ 'രാക്കിളിതൻ' എന്നിവയിലൂടെ എം. ജയചന്ദ്രൻ ജനമനസ്സുകളിൽ സ്ഥാനമുറപ്പിച്ചു. കൈതപ്രം എഴുതിയ ക്രോണിക് ബാച്ചിലറിലെ 'ചിരിചിരിയോ', ഉദയനാണ് താരത്തിലെ 'കരളേ കരളിന്റെ' എന്നിവ ദീപക് ദേവിനെ പ്രശസ്തനാക്കി. 'വെള്ളിത്തിരയിലെ' 'പച്ചമാങ്ങയും' ജലോത്സവത്തിലെ കേരനിരകളാടും എന്നിവ അൽഫോൻസിന്റെ പാട്ടുകളെ ജനശ്രദ്ധയിലേക്ക് എടുത്തുയർത്തി. 'ഫോർ ദി പീപ്പിളിലെ', 'ലജ്ജാവതിയേ' എന്ന ഗാനത്തിലൂടെ 'ജാസി ഗിഫ്റ്റ്' മലയാളത്തിൽ സവിശേഷമായ സംഗീതതരംഗമുണർത്തി.

ന്യൂജനറേഷൻ സംഗീതം

2010-ന് ശേഷമുള്ള പുതിയ കാലത്തിന്റെ ഗാനങ്ങൾ ന്യൂജനറേഷൻ സിനിമയുമായി ബന്ധപ്പെട്ടു നിൽക്കുന്നു. പാട്ടുകൾ ഇത്തരം സിനിമകളിൽ ചെറുമർമരങ്ങളായി മാറി. കമ്പ്യൂട്ടർ സംഗീതത്തിന്റെ പിടിയിൽ അമരുകയായിരുന്നു സംഗീതാസ്വാദകർ. എം. ജയചന്ദ്രനും ബിജിപാലും ആയിരുന്നു ഇതിനിടയിലെ അപവാദങ്ങൾ, ഒ.എൻ. വി.-എം. ജയചന്ദ്രൻ ടീമിന്റെ ഹൃദയത്തിൽ മധുപാത്രം, പ്രണയത്തിലെ പാട്ടിൽ ഈ പാട്ടിൽ, റഫീഖ് എഴുതിയ സെല്ലുലോയ്ഡിലെ ഗാനങ്ങൾ എന്നിവ ജനപ്രീതി നേടി. മറ്റുള്ള ഗായികമാരെ പിന്തള്ളി ശ്രേയാ ഘോഷാൽ മുൻപിലേക്ക് വന്നു.

മഞ്ജരിയും രാജലക്ഷ്മിയും സിതാരയും ഗായത്രിയും ശ്വേതയുമെല്ലാം പാട്ടുകൾ പങ്കിട്ടു. 'കാത്തിരുന്ന് കാത്തിരുന്ന്' ചില മെലഡികൾ വന്നുപോയി. ഗോപി സുന്ദറിന്റെ ഫ്യൂഷൻ സംഗീതവും മരുഭൂമിയുടെ സംഗീതവും എല്ലാം ആളുകൾക്ക് പുതിയ അനുഭവങ്ങളായി. രമേശ് നാരായണന്റെ ഗാനങ്ങൾ അതിന്റെ പാറ്റേണുകളിൽ വ്യത്യാസപ്പെട്ടുനിന്നു. ന്യൂജനറേഷൻ സിനിമയിലെ പുതിയ സംഗീത സംവിധായകർ, ഗാനരചയിതാക്കൾ (പ്രേമത്തിലെ ഗാനങ്ങൾ, ആമേനിലെ ഗാനങ്ങൾ) അങ്ങനെ പലരും രംഗത്തെത്തി. ആർക്കും സംഗീതം ചെയ്യാൻ കഴിയും ആർക്കും എഴുതാൻ കഴിയും എന്നുള്ള അവസ്ഥ കൈവന്നു. പുതിയ സംഗീത സംസ്കാരത്തിനുള്ള സാദ്ധ്യതകളെ തള്ളിക്കളയാൻ കഴിയില്ല. ജീവിതത്തിന്റെ അവസ്ഥകൾ ആവിഷ്കരിക്കുന്ന ഗാനങ്ങൾ എന്ന നിലയിൽ ഇവയെല്ലാം നിരീക്ഷിക്കപ്പെടുന്നു. സമകാലിക സംഗീത സങ്കേതങ്ങളുമായി സിനിമാ സന്ദർഭങ്ങളെ ചേർത്തു വയ്ക്കേണ്ടി വരുമ്പോൾ പുതിയ തലമുറകൾക്കുള്ള വ്യത്യസ്തമായൊരു സംഗീതവിനിമയത്തിന് നാം സാക്ഷ്യം വഹിക്കേണ്ടി വരുന്നു. ഇതു ജനപ്രിയ സംഗീതത്തിന്റെ ഏറ്റവും സൂക്ഷ്മമായ അടയാളപ്പെടുത്തലുകളായി പരിഗണിക്കപ്പെടുമെന്നത് തീർച്ചയാണ്.

■

നിർമിക്കപ്പെടുന്ന സംഗീതകാലങ്ങൾ

ഇലക്ട്രോണിക് മാധ്യമമായ ടെലിവിഷന്റെ കടന്നുവരവ് മാധ്യമസമൂഹം എന്ന പുതിയൊരു ആഗോള പ്രതിഭാസത്തിന് ആക്കം കൂട്ടുകയുണ്ടായി. ബഹുജന മാധ്യമങ്ങളുടെ പുതിയ രൂപങ്ങളിലൂടെ കൂടുതൽ ജനപ്രിയ മായിക്കൊണ്ടിരിക്കുന്ന സംഗീതാവതരണങ്ങൾ ഇന്നു മൂല്യനിർണയം ചെയ്യപ്പെടുന്നത് നമ്മുടെ ഗൃഹാന്തർഭാഗങ്ങളിലാണ്. സംഗീതത്തിന്റെ വിവിധ ഭാവപ്രതിഭാസങ്ങൾ സൃഷ്ടിച്ചുകൊണ്ടാണ് മലയാളിയുടെ ജീവിതത്തെ ടെലിവിഷൻ സ്വാധീനിക്കുന്നത്. ആത്മബോധവും അർത്ഥ ബോധവും അടക്കമുള്ള ബോധ വ്യാപാരങ്ങളെ സാക്ഷാത്കരിക്കുന്ന ഒരനുഭവതലം ഈ സംഗീത പരിപാടികളിലെല്ലാം നിറഞ്ഞുകിടപ്പുണ്ട്.

വീടകങ്ങളിൽ സംഗീതത്തിന്റെ വൈവിധ്യമാർന്ന ഒരു ലോകം വസ്തു തയാവുകയാണ്. സംഗീതത്തെ ജീവിതാഖ്യാനമായി തോന്നിപ്പിച്ചു കൊണ്ട് പ്രചരിപ്പിക്കാൻ ടെലിവിഷനു കഴിയുന്നു. എന്തിനെയും ലളിത വത്കരിക്കുന്ന രീതി എന്നും ടെലിവിഷന്റെ ഭാഗമായിരുന്നു. ജനപ്രിയ സംസ്കാരത്തിൽ ഒരു ലോകവീക്ഷണത്തെ ഉൽപാദിപ്പിക്കുവാൻ ഇത്തരം സംഗീത പരിപാടികൾ സഹായിക്കുന്നുണ്ട്. എന്നാൽ, ഇതിലെ അഗാധ മായ അനുഭവങ്ങളെ ഉപരിപ്ലവമാക്കുന്നൊരു അവതരണരീതി നിർഭാഗ്യ വശാൽ ഓരോ ചാനലും ഏറ്റെടുക്കുന്നു.

80 ശതമാനം പ്രേക്ഷകർ

കാണികളെ രസിപ്പിക്കുകയാണ് ഈ സംഗീതപരിപാടികളുടെ പ്രധാന ലക്ഷ്യം. ഇത്തരം ഘടനകളുടെ നിർമിതിയിലുള്ള വൈഭവമാണ് ചാനലു കളിലെ റേറ്റിങ്ങിനെ സ്വാധീനിക്കുന്നത്. തൊണ്ണൂറുകളിൽ റേഡിയോയെ പിന്തള്ളി ടെലിവിഷൻ മുന്നോട്ടുവരുകയും കേൾവിയുടെ ഭാവുകത്വപരി സരത്തിൻമേൽ കാഴ്ചയുടെ മേലങ്കി ചാർത്തുകയും ചെയ്തു. 25 വർ ഷത്തെ ടെലിവിഷൻ വളർച്ചയും പ്രചാരവും ആഗോളവത്കരണ കാലത്തെ അങ്ങേയറ്റം സ്വാധീനിക്കുകയുണ്ടായി.

1993ൽ മലയാളത്തിലെ ആദ്യ ഉപഗ്രഹചാനൽ സംപ്രേഷണം ആരംഭി ക്കുന്നതിനു മുമ്പുതന്നെ ദൂരദർശൻ തുടക്കമിട്ട ദൃശ്യമാധ്യമ തരംഗം വളരെ വലുതാണ്. കേരളത്തിൽ ആകെ ജനസംഖ്യയുടെ 50 ശതമാനം

ആളുകൾ പ്രത്രം വായിക്കുമ്പോൾ ഏകദേശം 80 ശതമാനം ആളുകൾ ടി.വി കാണുന്നുണ്ടെന്നാണ് കണക്ക്. ടെലിവിഷനിൽ പരമ്പരകളുടെ പ്രചാരത്തിനു മങ്ങലേറ്റ ചെറിയ കാലയളവിലേക്ക് സംഗീതപ്രധാനമായ പരിപാടികൾ കടന്നു വരുകയാണുണ്ടായത്.

മലയാളിയുടെ ആധുനിക ജനകീയ സംസ്കാരം തൊണ്ണൂറുകളിൽ തുടങ്ങുന്നു. ചലച്ചിത്രസംഗീതത്തിന്റെ മണ്ഡലം അത്യപൂർവമായ ജന പ്രീതിയോടെ വളരുകയായിരുന്നു. അറുപതുകളിൽ റേഡിയോ, ചലച്ചിത്ര സംഗീതതരംഗം തീർത്തതുപോലെ. ടെലിവിഷനിലെ സംഗീതപരി പാടികൾ പലപ്പോഴും തുടർച്ചയും ഏകതാനതയും ഉള്ളവയായിരിക്കും സംഗീതത്തിന്റെ വ്യത്യസ്തമായ അടരുകളെ ഉൽപാദിപ്പിക്കാൻ കഴിയുന്ന ചുരുക്കം ചിലതു മാത്രമേ കാണാൻ കഴിയൂ. നിരന്തരമായ ദൃശ്യങ്ങൾ, വിനോദപരമായ വിവരണ വിനിമയങ്ങൾ എന്നിവ ടി.വിയിലെ സംഗീത പരിപാടികളുടെ മേന്മകൾ കുറയ്ക്കുന്നു.

സംഗീതത്തെ ഒരു പ്രകടനമാക്കി മാറ്റുന്നതിലാണ് റിയാലിറ്റി ഷോക ളുടെ ആസ്വാദ്യത നിലനിൽക്കുന്നത്. മലയാളിയുടെ വിനോദഭാവുകത്വ ത്തിന്റെ ഭാഗമായി മാറി ഇവയെല്ലാം. ആധുനികാനന്തരലോകത്ത് വിപണിയും കോർപറേറ്റും സ്ഥാപനങ്ങളുമെല്ലാം കാഴ്ചാ സംസ്കാര ത്തിന്റെ ഭാവുകത്വത്തെ വലിയ തോതിൽ സ്വാധീനിച്ചു.

ഏകാഗ്രത പോയി; ഏകതാനത കൂടി

ടെലിവിഷൻ അനുഭവത്തിന്റെ പ്രത്യേകത അതിന്റെ സർവസമ്മതി യാണ്. സംഗീത പരിപാടികളുടെ ആവർത്തനസൗഖ്യം അനുഭവിക്കു കയും അതിനെ കൂടെ നിർത്തുകയും ചെയ്യുന്നവരാണ് പ്രേക്ഷകർ. കൃത്യവും ചിട്ടയുമായ ഒരു വിശ്വാസപദ്ധതി സ്ഥാപിച്ചുകൊണ്ട് ഒരു ഇടനിലയെ പ്രാപിക്കുക എന്ന കൃത്യം ടെലിവിഷൻ സംഗീത പരിപാടി കളുടെ അവതരണത്തിലുണ്ട്. സ്വകാര്യതയുടെ ആവിഷ്കാരത്തിനും പ്രകാശനത്തിനും ഇടം കാണാനില്ലാത്തതുപോലെ. വൈജ്ഞാനികത യുടെ ആസ്വാദ്യതയ്ക്കപ്പുറം വൈകാരികതയുടെ സാമാന്യബോധത്തെ നിർണയിച്ചുകൊണ്ട് ആവർത്തനങ്ങളുടെ ആധിക്യത്തിലൂടെ സ്ഥാപിക്ക പ്പെടുന്ന ഒരുതരം സാധാരണീയതയാണ് ടെലിവിഷനിലെ സംഗീതപരി പാടികളെ പലപ്പോഴും നിലനിർത്തുന്നത്. ഇങ്ങനെ സംഗീതദൃശ്യങ്ങൾക്ക് ഒരു പൊതുസ്വഭാവം കൈവരുന്നു.

ഏകതാനതയുടെ ഒരു സ്വഭാവം അതിനുണ്ടാകുന്നു. അതേസമയം ഏകാഗ്രതയുടെ സമഗ്രാധിപത്യം അതിനില്ലാതെ പോകുന്നു. പരസ്യ ങ്ങളുടെ നൈരന്തര്യത്തിൽ ഇഴയുന്ന സംഗീത ഇടർച്ചകളായി അവ മാറുകയാണ്. പരസ്യങ്ങൾക്കും മറ്റു വാർത്തകൾക്കും ഇടയിൽ മത്സരി ക്കുന്ന സംഗീത വേദികളെ ടെലിവിഷനുകൾ ഉൽപാദിപ്പിക്കുന്നു. ബഹു സ്വരതയെ സൂചിപ്പിക്കാത്ത സംഗീതാവതരണങ്ങളിൽ ആളുകൾ അഭിരമിക്കുന്നു. ജീവിതത്തിന്റെ ആഴമേറിയ ധർമസങ്കടങ്ങളെയൊന്നും

സ്പർശിക്കാതെ ആവർത്തിക്കുന്ന സംഗീത പരിപാടികൾക്കാണ് ടി.വി ചാനലുകൾ ജന്മം നൽകുന്നത്. ജനകീയമായ ഭാവനാസ്വാതന്ത്ര്യത്തിന്റെ ഭാഗമായിട്ടായിരുന്നു റിയാലിറ്റി ഷോകളുടെ നിലനിൽപ്. സംഗീതഭാവുകത്വത്തിനു പുതിയ തുടക്കമേകാൻ സാധിച്ചുവെങ്കിലും ആ കലയുടെ ആന്തരിക പ്രത്യയശാസ്ത്രത്തിനു പിൻബലമേകാൻ പലപ്പോഴും ഈ അവതരണങ്ങൾക്കു സാധിക്കുന്നില്ല. വിവിധ സംഗീതസ്രോതസ്സുകളെ ആഴത്തിൽ ധ്വന്യാത്മകമാക്കി അതിനെ സംസ്കാര വിമർശനത്തിന്റെ സ്ക്രീനുമായി ചേർത്തുവയ്ക്കേണ്ടതുണ്ട്. അതേസമയം, ആത്മാനുരാഗത്തിന്റെ 'പൊതുഇടം' എന്ന നിലയിൽ ഈ സംഗീത പരിപാടികളെല്ലാം സ്വാഭാവിക രൂപങ്ങളായി സ്വീകരിക്കപ്പെട്ടു.

എത്രയെത്ര റിയാലിറ്റി ഷോകൾ

മലയാളത്തിലെ വിവിധ ചാനലുകളിൽ ഇന്നും സംഗീത പരിപാടികളുടെ അവതരണങ്ങൾ ഏറെ സജീവമാണ്. ഏതു ചാനലിനും അവരുടെ സവിശേഷ മുദ്രകളുള്ള സംഗീത പരിപാടികൾക്കായി ഇടമുണ്ടാകും. ഇതിൽ കാഴ്ചയുടെ സമഗ്രാനുഭൂതി ഉണർത്തുന്ന പരിപാടികൾ നന്നേ കുറവാണ്. റിയാലിറ്റി ഷോകൾ പരമ്പരാഗത സംഗീതത്തെയാണ് മുന്നോട്ടുവയ്ക്കാൻ ശ്രമിക്കുന്നത്. സംഗീതത്തെ അടിസ്ഥാനമാക്കിയുള്ള റിയാലിറ്റി ഷോകൾ സിനിമയിൽ കേട്ടഗാനത്തെ അതേപടി അനുകരിക്കാനുള്ള പരിശീലനമായി മാത്രം ചുരുങ്ങിപ്പോകുന്നു. വിധികർത്താക്കളായെത്തുന്ന പുതിയ സംഗീത സംവിധായകർ പോലും പരമ്പരാഗതമായ സംഗീതത്തിന്റെ ചട്ടക്കൂടുകളിൽ നിന്നാണ് മൂല്യനിർണയം നടത്തുക.

പാട്ടിന്റെ ആന്തരികതലങ്ങളിൽ ഏതെങ്കിലും തരത്തിലുള്ള വ്യതിയാനങ്ങളോ നവീകരണങ്ങളോ മനോധർമങ്ങളോ അനുവദിക്കാതെയാണ് ഈ തരം ഷോകളുടെ മുന്നേറ്റം. ജനകീയ സംഗീതത്തിന്റെ പാർശ്വധാരകൾ പ്രതിനിധാനം ചെയ്യുന്ന സമകാലിക സംഗീതത്തിനും സാംസ്കാരിക ജീവിതാവസ്ഥകളെ ആവിഷ്കരിക്കുന്ന സംഗീത സങ്കേതങ്ങൾക്കും യാതൊരു പ്രാധാന്യവും നൽകുന്നില്ല എന്നതാണ് റിയാലിറ്റി ഷോകളുടെ ആത്യന്തികമായ പ്രശ്നങ്ങൾ.

സരിഗമ, ഐഡിയ സ്റ്റാർസിംഗർ, ഗന്ധർവസംഗീതാ, ശവ്വാൽ ചന്ദ്രിക, പട്ടുറുമാൽ, മാമ്പഴം, മധുരിക്കും ഓർമകൾ, സ്ട്രീറ്റ് ലൈറ്റ്, പതിനാലാം രാവ്, മൈലാഞ്ചി, ആപ്പിൾ മെഗാസ്റ്റാർ, സംഗീത മഹായുദ്ധം, ഇന്ത്യൻ മ്യൂസിക് ലീഗ്, സ്കൂൾ ഓഫ് സ്റ്റാഴ്സസ്, സൂപ്പർ സ്റ്റാർ, രാഗരത്നം ജൂനിയർ ഇങ്ങനെ എത്രയെത്ര റിയാലിറ്റി ഷോകൾ!

ഇതിൽ ഏറ്റവും ജനകീയമായത് സ്റ്റാർസിംഗറായിരുന്നു. ഇതിലെ ഓരോ സെഗ്മെന്റിൽ നിന്നും പുറത്തേക്കിറങ്ങിയ പ്രതിഭകൾ ആയിരുന്നു പിന്നീട് കുറേക്കാലം മലയാള ചലച്ചിത്രഗാനശാഖയിലെ പാട്ടുകാർ. സന്നിധാനന്ദന്മാരും വിവേകാനന്ദന്മാരും ഗാനമേളയിൽ പാടി ആടി

ത്തകർത്തു. ഫ്ളാറ്റിനു വേണ്ടി നടത്തിയ സംഗീതസപര്യയിൽ ഗ്രൂമിങ്ങുകളിലായിരുന്നു ഇവരുടെ സംഗീതവ്യക്തിത്വം കരുത്താർജ്ജിച്ചത്. എലിമിനേഷൻ എന്ന വാക്ക് വിരഹത്തിന്റെ, ഇംഗ്ലീഷിൽ ചേർത്തുപറയാവുന്ന പദമായി. സീരിയലുകളിൽ നിന്നു ലഭിക്കുന്ന എന്തൊക്കെയുണ്ടോ അവയെല്ലാം ഈ റിയാലിറ്റി ഷോകളിൽ പലപ്പോഴായി കോമ്പൻസേറ്റ് ചെയ്യപ്പെടുകയുണ്ടായി. മത്സരാർത്ഥികൾ പ്രത്യേകിച്ച് അംഗവൈകല്യമുള്ളവരും അതിസുന്ദരികളും വൈകാരിക സന്ധികളിൽ പ്രേക്ഷകരുടെ കണ്ണു നനയിച്ചു. വിധികർത്താക്കൾ മിമിക്രിക്കാരുടെ പുതിയ ഐറ്റം നമ്പറുകളിലൂടെ കുറേക്കൂടി പ്രശസ്തി നേടി.

മലയാളികൾ ഗൃഹാതുരതയോടെ കാത്തുസൂക്ഷിക്കുന്ന ഗാനങ്ങളില്ലാതെ പല എപ്പിസോഡുകളും ശരീരപ്രദർശനത്തിന്റെ വേദികളായി. അവതാരക/ അവതാരകൻ പലപ്പോഴും മലയാളിയുടെ ഫാഷൻ തരംഗ പ്രതീകങ്ങളായി ചമഞ്ഞൊരുങ്ങി നിന്നു. പാട്ടിലെ മൗനങ്ങൾ ഒന്നും കേൾവിക്കാരിലേക്ക് സംക്രമിച്ചില്ല. എം.ബി.എസ് പോലുള്ളവരുടെ ഗാനങ്ങൾ പുറത്തായി. ഡപ്പാംകുത്ത് പാട്ടുകൾക്ക് കേൾവിക്കാരേക്കാൾ കാഴ്ചക്കാരുണ്ടായി. എസ്.എം.എസ് ചെയ്ത് കോർപറേറ്റുകളെ വളർത്തുകയും പിന്നീട് ഗ്രാൻഡ് ഫിനാലേക്കു വേണ്ടി ഉറക്കമൊഴിക്കുകയും ചെയ്യുന്നതിനപ്പുറം പ്രേക്ഷകർക്ക് റിയാലിറ്റി ഷോകൾ എന്തു നൽകി?

ജനപ്രിയ കലപോലെ ഇവയെല്ലാം തന്നെ സൂക്ഷ്മമായ ചില സൂത്രവാക്യങ്ങളെ ആശ്രയിച്ചാണ് നില നിൽക്കുക. ചാനലുകളിലെ സംഗീത റിയാലിറ്റി ഷോകൾ, മത്സരം എന്നതിനുമപ്പുറം വൈകാരിക സന്ദർഭങ്ങളായി മാറുന്നു. മത്സരാർത്ഥികളുടെ ഉറ്റവർക്കുള്ള ഉത്കണ്ഠകൾ, വിധികർത്താക്കളും മത്സരാർഥിയും തമ്മിലുള്ള അയഥാർഥവും കാല്പനികവുമായ അടുപ്പത്തിലെ പൊള്ളത്തരങ്ങൾ എന്നിവയൊക്കെയാണ് ഇതിനെ നിയന്ത്രിക്കുന്നത്.

എസ്.എം.എസിൽ തീരുമാനിക്കേണ്ടുന്ന ഒരു വാണിജ്യ നിർമിതിയായി ഇത്തരം സംഗീത പരിപാടികൾ തരംതാഴുന്നു. മത്സരാർഥികളിൽ സംഗീതമികവിന്റെ പാഠങ്ങൾ പകർന്നുനൽകാൻ ഇവയ്ക്ക് കഴിയുന്നില്ല. കോടിയുടെ ഫ്ളാറ്റ്മോഹങ്ങളെ സംഗീതത്തിന്റെ വിശുദ്ധികളുമായി ചേർത്തുവയ്ക്കുക എന്ന ആകർഷക സമവാക്യങ്ങൾ മാത്രമാണ് ഇവിടെ പരിപാലിക്കപ്പെടുന്നത്. ശരീരത്തെ വിപണോന്മുഖമാക്കി തികച്ചും ഉപരിപ്ലവമായ ഒരു സംഗീതാസ്വാദന നിലവാരമാണ് ഇവ മുന്നോട്ടുവയ്ക്കുന്നത്.

ഇതിൽ സാമ്പ്രദായിക രീതികൾക്കപ്പുറം ഡിസൈൻ ചെയ്ത ഒരു റിയാലിറ്റി ഷോ ഇന്ത്യാവിഷനിലെ സ്ട്രീറ്റ് ലൈറ്റ് ആയിരുന്നു. തെരുവിലെ ഗായക കലാകാരന്മാർക്ക് പാടാനുള്ള അവസരം നൽകുകയും അവരെ പുനരധിവസിപ്പിക്കാനുള്ള ഒരു തുക വിജയിക്കുന്ന കുടുംബത്തിനു നൽകുകയും ചെയ്യുന്ന ജീവകാരുണ്യമായി മാറിയ സംഗീതാവതരണങ്ങൾ പക്ഷേ, പെട്ടെന്ന് നിലയ്ക്കുകയായിരുന്നു. നമ്മുടെ

കാഴ്ചാശീലങ്ങളെയും കച്ചവടശീലങ്ങളെയും അതിലുപരി സദാചാര ശീലങ്ങളെയുമെല്ലാം ചോദ്യം ചെയ്യാൻ കഴിയാത്തതിനാൽ അത് തുടർച്ച കളില്ലാതെ വഴിയിൽ തളർന്നുപോയി.

സംഗീതഭാവുകത്വത്തിൽ കുറച്ചെങ്കിലും മികവു പുലർത്തിയത് രാഗരത്നം ജൂനിയർ, ഗന്ധർവസംഗീതം എന്നിവയായിരുന്നു. പാട്ടുവിചാര ത്തിന്റെ അനുഭൂതികളെ വികാരത്തിനപ്പുറം നിർത്തിയുള്ള പരിചരണ മായിരുന്നു അത്. കവിതയുടെ സ്വത്വപരമായ അനുഷ്ഠാന ധർമങ്ങളെ അനുസരിക്കുന്ന മനോധർമ സംഗീതത്തിന്റെ അനുയാത്രകളാണ് മാമ്പ ഴത്തെ കവിതാ റിയാലിറ്റി ഷോ സംരക്ഷിച്ചുപോന്നത്.

ഇപ്പോൾ ഫ്ളവേഴ്സ് ടെലിവിഷനിലെ ഇന്ത്യൻ മ്യൂസിക്കൽ ലീഗിൽ വിജയികളാകുന്ന മത്സരാർത്ഥികൾക്ക് ലഭിക്കുന്ന തുക അവർ പ്രതി നിധാനം ചെയ്യുന്ന ജില്ലയിൽ വികസനം കൊണ്ടുവരാൻ ഉപയോഗിക്കു മെന്ന ആശ്വാസത്തിലാണ് സംഗീതത്തെ സനേഹിക്കുന്നവർ. ഇതിൽ പോലും വിപണിയുടെ വ്യവഹാരങ്ങൾ കണ്ടെത്താൻ കഴിയും. മാപ്പിള പ്പാട്ട് റിയാലിറ്റി ഷോകളിൽ അല്പമെങ്കിലും ആ മേഖലയിൽ നീതി പുലർത്തിയത് പട്ടുറുമാൽ (കൈരളി) ആയിരുന്നു.

പാട്ടിന്റെ ചരിത്രം

ആസ്വാദന നിലവാരത്തിന്റെ തരം നോക്കി ഓരോരുത്തരും അവര വർക്ക് ഇഷ്ടപ്പെട്ട സംഗീതപരിപാടികൾ തിരഞ്ഞെടുക്കുകയാണ് പതിവ്. ചക്കരപ്പന്തൽ, ഗീതാഞ്ജലി, സിംഫണി, ഹാർമണി, മെലഡി, രാഗ്രംഗ്, പാട്ടുപെട്ടി, എൻ സ്വരം എന്നിങ്ങനെ എത്രയോ പ്രതിവാര സംഗീതാവത രണങ്ങൾ പ്രേക്ഷകർക്കു മുമ്പിലുണ്ട്. ചക്കരപ്പന്തൽ (മാതൃഭൂമി) പ്രമേയ നിഷ്ഠവും സാന്ദർഭികവുമായ എപ്പിസോഡുകളെ ആവിഷ്കരിക്കുന്നതിൽ വിജയിക്കുന്നുണ്ട്. പാട്ടിന്റെ ചരിത്രത്തിലേക്ക് വെളിച്ചം വീശുന്ന ഗവേഷ ണാത്മകമായ ഒരു ക്രിയേറ്റീവ് സ്ക്രിപ്റ്റിന്റെ അടിസ്ഥാനത്തിൽ പുരോഗ മിക്കുന്ന ഈ സംഗീത പരിപാടിയെ അനുയോജ്യരായ അവതാരകരുടെ സാന്നിധ്യവും ആകർഷകമാക്കുന്നു.

ചലച്ചിത്ര ഗാനങ്ങൾ കോർത്തെടുത്ത് ദൃശ്യവിരുന്നൊരുക്കുന്ന പരി പാടികളിൽ ആദ്യത്തേത് ചിത്രഗീതമായിരുന്നു. ഹൃദയരാഗം അതിന്റെ തുടർച്ച കാത്തുപോന്നു. പഴയ പാട്ടുകളുടെ ഗൃഹാതുരമായ അനുഭൂതി യിലേക്ക് മനസ്സിന്റെ ജാലകങ്ങൾ മലർക്കെ തുറന്ന ഏഷ്യാനെറ്റിലെ പാട്ടുപെട്ടിക്ക് ഒരാസ്വാദകവൃന്ദമുണ്ടായിരുന്നു. നഷ്ടമായി എന്നു കരുതിയ ഒട്ടേറെ പാട്ടുകൾ കേൾക്കാനും കാണാനുമുള്ള ഒരവസരമായി അതിനെ ആളുകൾ ഏറ്റെടുത്തു.

രാഗോത്സവം, ഖയാൽ

സംഗീതത്തിന്റെ വിവിധ ജനുസ്സുകളെ പുതിയ തലമുറയ്ക്ക് പരി ചയപ്പെടുത്തുന്ന അവതരണങ്ങൾക്കായിരുന്നു മേന്മകൾ. അതിൽ

രാഗോത്സവം (കൈരളി), ഖയാൽ (മീഡിയവൺ), നാദബ്രഹ്മം (പീപ്പിൾ ടി.വി) എന്നിവയെല്ലാം പെടും. ഒരു സംഗീത ഗുരുകുലം പോലെ ആസ്വാദകർ കണ്ടിരുന്ന രാഗോത്സവം ആളുകൾക്ക് സന്തോഷകരമായ അനുഭവമായി. കർണാട്ടിക് രാഗങ്ങളെ അപ്രഗഥിക്കുകയും അതിന്റെ വ്യത്യസ്ത വേരിയേഷനുകളെ (ചലച്ചിത്രഗാനം, നാടകഗാനം, ഗസൽ) പരിചയപ്പെടുത്തുകയും ചെയ്ത ഈ സംഗീത പരിപാടിയുടെ അവതാരകർ സംഗീത സംവിധായകൻ എം. ജയചന്ദ്രനും ഗായകൻ കാവാലം ശ്രീകുമാറുമായിരുന്നു. കർണാടക സംഗീതജ്ഞനായ അജിത് നമ്പൂതിരിയുടെ സാന്നിധ്യം ഈ പ്രോഗ്രാമിന്റെ സാധ്യതകളെ വിപുലമാക്കി. അഞ്ചു വർഷക്കാലം നിലനിന്നു രാഗോത്സവം. അജിത് നമ്പൂതിരി അവതരിപ്പിച്ച ശ്രുതിലയം ഇതുപോലെ അറിവും അനുഭൂതിയും സമന്വയിപ്പിക്കുന്ന സംഗീതാവതരണമായിരുന്നു.

മീഡിയവൺ എന്ന ചാനലിലെ ഖയാൽ ഇതിനോട് കിടപിടിക്കുന്ന സംഗീതനിർമിതിയാണ്. ഗസലിന്റെ ഉദ്യാനം തുറന്നുതരുന്ന ഖയാലിൽ ഗായിക ഗായത്രിയുടെ കൂടെ പാടാൻ ചിലപ്പോൾ എത്തുന്നത് ഇന്ത്യയിലെ മികച്ച സംഗീതജ്ഞരാണെന്നത് ശ്രദ്ധേയം.

പാട്ടുവഴികളെ പരിചയപ്പെടുത്തുന്ന ഗീതാഞ്ജലി (ജയ്ഹിന്ദ്), രാഗ് രംഗ് (ഹിന്ദി ഗാനങ്ങളുടെ സൗന്ദര്യചരിത്രങ്ങൾ വിശദമാക്കുന്ന ആവിഷ്കരണം), രാഗസംഗമം (കൈരളി സംഗീതത്തിലെ കൂട്ടുകെട്ടുകളെ പരിചയപ്പെടുത്തുന്ന പ്രോഗ്രാം), ചലച്ചിത്ര ഗാനചരിത്രത്തിന്റെ നാൾവഴികളെ അടയാളപ്പെടുത്തുന്ന ആയിരം പാദസരങ്ങൾ (ജയ്ഹിന്ദ്) എന്നിങ്ങനെ സംഗീത പരിപാടികളുടെ ഒരു നീണ്ട നിരതന്നെയുണ്ട്. ഒരു പ്രത്യേക വ്യക്തിയെ കേന്ദ്രീകരിച്ച്, അയാളുടെ സംഗീതവുമായി ബന്ധപ്പെട്ടു നിൽക്കുന്നതും അല്ലാത്തതുമായ ആളുകളുടെ കൂടിച്ചേരലായിരുന്നു സംഗീതസമാഗമം (അമൃത). മികച്ച അവതരണം കൊണ്ടും ഉള്ളടക്കത്തിലെ വിശ്വാസ്യതകൊണ്ടും ഈ പ്രോഗ്രാം നിലവാരം പുലർത്തിയിരുന്നു. അമൃത ടി.വിയിലെ മോഹിനിയാട്ടം ആർട്ടിസ്റ്റുകളുടെ ഷോ (ലാസ്യം) മികവുള്ള പ്രോഗ്രാമായിരുന്നു.

മ്യൂസിക് ടെലിവിഷനും റിയാലിറ്റിഷോയും

ആഗോളതലത്തിൽ തന്നെ മ്യൂസിക് ടെലിവിഷൻ എന്നൊരു വിഭാഗം തന്നെയുണ്ടായിട്ടുണ്ട്. ബാൻഡുകളിൽ നിന്നുള്ള മ്യൂസിക് വീഡിയോകൾ അവതരിപ്പിക്കുന്ന രീതിയാണിത്. ടി.വിയിൽ കേൾക്കുന്ന ബഹുഭൂരിപക്ഷം സംഗീതവും ഏതെങ്കിലുമൊക്കെ സംഗീത ലൈബ്രറിയിൽ ഉൽപാദിപ്പിക്കപ്പെടുന്നവയാണ് എന്നാണ് നിരീക്ഷണം. മലയാളത്തിൽ മ്യൂസിക് ടെലിവിഷന്റെ ധർമം നിർവഹിക്കുന്നത് റിയാലിറ്റി ഷോകളാണ്.

റിയാലിറ്റി ഷോകൾ സമൂഹത്തെ സ്വാധീനിക്കുന്നതിനെ ഗായകൻ വി.ടി. മുരളി ഇങ്ങനെ നിരീക്ഷിക്കുന്നു: 'റിയാലിറ്റി ഷോകൾ വാഗ്ദാനം

ചെയ്യുന്നത് കോടികളാണ്. റിയാലിറ്റി ഷോകളിലൂടെ കുട്ടികൾക്ക് കൂടുതൽ പരസ്യവും ലഭിക്കുന്നു. അതിലെ പങ്കാളിത്തം വീണ്ടും വിറ്റു കാശാക്കാൻ കഴിയുന്നു. അതോടനുബന്ധിച്ച് ചില പ്രശ്നങ്ങൾ യുവജനോത്സവങ്ങളിലും ഉണ്ടാകുന്നു.

റിയാലിറ്റി ഷോകളിൽ പങ്കെടുക്കുന്നത് ഇടത്തരം വർഗത്തിലും അതിനു മുകളിലുമുള്ളവരുമാണ് അധികവും. അതിലൂടെ നേടുന്ന പരസ്യം ഈ മേളയിലും ബാധിക്കുന്നു എന്നു സാധാരണക്കാരായ കുട്ടികൾ പരാതിപ്പെടുന്നു. വിധികർത്താക്കൾവരെ പ്രശസ്തരായ ഇവരുടെ സാന്നിധ്യത്തെ ഭയക്കുന്നു എന്നതാണ് അവരുടെ പരാതി. ഒരു പരിധിവരെ ഇതിൽ ശരിയുമുണ്ട്. കാരണം, ഇതേക്കാൾ വലിയ മത്സരമാണ് ചാനലുകളിൽ നടക്കുന്നത് എന്നു നാട്ടുകാരും അധ്യാപകരും വിധികർത്താക്കളും രക്ഷിതാക്കളും വിശ്വസിക്കുന്നതുപോലെ തോന്നുന്നു (ഗാനരചനയുടെ തച്ചുശാസ്ത്രം). സംഗീത വീഡിയോകൾ മുന്നോട്ടുവയ്ക്കുന്ന അഭിരുചി ശീലങ്ങൾക്കാണ് ചാനലുകൾ പ്രാമുഖ്യം കല്പിക്കുന്നത്. സംഗീതത്തിന്റെ സ്വതന്ത്ര ആവിഷ്കാരത്തിൽ സ്വകാര്യതയുടെ ഭാവങ്ങൾ ചോർന്നുപോകുന്ന അവതരണമായി പല ഷോകളും മാറുകയായിരുന്നു. ചലച്ചിത്ര ഗാനങ്ങളുടെ ജനപ്രിയവത്കരണമാണ് ടി.വിയിലെ സംഗീത പരിപാടികൾക്ക് പലപ്പോഴും കരുത്തു നൽകുന്നത്. പരമ്പരാഗതവും ജനകീയവുമായ സാമൂഹിക സംസ്കാരങ്ങൾ ടി.വിയിൽ സ്ഥാനംപിടിക്കുകയുണ്ടായി. മാധ്യമ സാങ്കേതികതയും സംസ്കാരവും തമ്മിലുള്ള കൊടുക്കൽ വാങ്ങലുകൾക്ക് സ്ഥാനം നൽകുകയാണ് അഭികാമ്യം. മാധ്യമം തന്നെ സന്ദേശമായി മാറുന്ന രീതികൾക്ക് പ്രോത്സാഹനം ആവശ്യമാണ്.

ജനസഞ്ചയത്തെ ആകർഷിക്കുന്ന സംഗീത പരിപാടികളുടെ ആസൂത്രണത്തിലാണ് ചാനലുകൾ ശ്രദ്ധിക്കേണ്ടത്. ഇത് മധ്യവർഗഭാവുകത്വത്തെ തൃപ്തിപ്പെടുത്തുമ്പോൾ ജനാധിപത്യമൂല്യവും കലാമൂല്യവും തമ്മിലുള്ള ചേർച്ചകൾക്ക് പ്രസക്തിയേറുന്നു. വരുംകാലങ്ങളിൽ സംഗീതത്തിന്റെ സൗന്ദര്യമുദ്രകൾ അനുഭൂതികളായി മാറി നമ്മുടെ വീടകങ്ങളിൽ പുതിയ സർഗാത്മക ലോകങ്ങൾ ഒരുക്കുമെന്ന് പ്രത്യാശിക്കാം. ■

കെ. രാഘവൻ - നവോത്ഥാനത്തിന്റെ പാട്ടുവഴികൾ

കൊയ്തൊഴിഞ്ഞ പാടങ്ങളിൽ സ്റ്റേജുകെട്ടിയുണ്ടാക്കി പെട്രോമാക്സിന്റെ വെളിച്ചത്തിൽ വെള്ളരിനാടകം അവതരിപ്പിക്കുമ്പോൾ അതിൽ ഹാർമോണിയം വെച്ച് പാട്ടുപാടാൻ പോകുമായിരുന്നു. 'മധുരമീ ജീവിതം' എന്ന ആത്മകഥയിൽ കെ.രാഘവൻ മാഷ് ഇങ്ങനെ കുറിച്ചിട്ടിട്ടുണ്ട്. മലയാളിയുടെ ജീവിതസ്വത്വവും പരിസരവും അത്രമേൽ പാട്ടിലാക്കിയ അദ്ദേഹത്തിന്റെ ബാല്യം ഇങ്ങനെയാകാനേ തരമുള്ളൂ. തലായി കടപ്പുറത്തെ ആഘോഷങ്ങളിൽ നിന്നു കിട്ടിയ പാട്ടിന്റെ ഈണങ്ങളായിരുന്നു അദ്ദേഹത്തിന്റെ കൈമുതൽ. സംഗീതത്തിന്റെ ഈ കടലാഴങ്ങൾ തന്നെയാണ് എക്കാലത്തും രാഘവൻ മാഷിനെ പിന്തുണച്ചത്. എന്റെ ജീവിതം എന്റെ സംഗീതം എന്ന ആത്മവിശ്വാസം എന്നും കൂടെയുണ്ടായിരുന്നു. ഗ്രാമീണ ഗാനങ്ങളുടെ കാനനച്ഛായകൾ തേടിയുള്ള സംഗീത യാത്രയിൽ വാക്കും സംഗീതവും ആശ്ലേഷിച്ചുണ്ടാകുന്ന വൈകാരികതയ്ക്കായിരുന്നു അദ്ദേഹം പ്രാമുഖ്യം നൽകിയത്. സംഗീതത്തിലെ കാവ്യസംസ്കാരത്തിന്റെ പ്രസക്തിയെ മലയാളത്തിൽ ആദ്യം അടയാളപ്പെടുത്തിയത് കെ. രാഘവൻ മാഷാണ്. മലയാളത്തിലെ ആദ്യത്തെ സൂപ്പർഹിറ്റ് ഗാനമായ കായലരികത്തിൽ നാടോടിസംഗീതത്തിലെ ആന്തരിക ശ്രുതികളും ശീലുകളും താളവൈവിദ്ധ്യങ്ങളുമാണ് അദ്ദേഹം പ്രയോജനപ്പെടുത്തിയത്.

രണ്ട് മൂന്ന് മണിക്കൂർ നേരം ശാസ്ത്രീയ സംഗീതക്കച്ചേരി പാടിക്കഴിഞ്ഞാൽ കായലരികത്ത് പാടാൻ പറയുന്ന ക്ഷേത്രാങ്കണങ്ങൾ കേരളത്തിൽ ഉണ്ടായിരുന്നുവെന്ന് അദ്ദേഹം സാക്ഷ്യപ്പെടുത്തുമ്പോൾ അതിശയോക്തിയില്ല. ജനസമ്മതിപോലെ പാട്ടിനുണ്ടാകുന്ന സൗന്ദര്യാത്മക സമ്മതി എത്രയുണ്ടായിരുന്നെന്ന് മനസ്സിലാക്കാൻ ഈ സന്ദർഭം മാത്രം മതി. സംവേദനാത്മകതയും വ്യക്തിജീവിതത്തിന്റെ താദാത്മ്യവും അത്രമാത്രം ഇണക്കിച്ചേർത്ത പാട്ടുകളായിരുന്നു നീലക്കുയിലിലേത്.

നാട്ടുമണ്ണിന്റെ സംഗീതം

ഗാനസംഗീതത്തെ അതിന്റെ പരമ്പരാഗത ചിട്ടകളിൽ നിന്ന് മോചിപ്പിച്ച് അദ്ധ്വാനത്തിന്റെയും നിത്യജീവിതത്തിന്റെയും ഈണങ്ങളുമായി

ആദ്യം സംയോജിപ്പിച്ചത് കെ.രാഘവനായിരുന്നു. വരേണ്യ പാരമ്പര്യത്തിന്റെ കുടുസ്സുകളിൽ നിന്ന് ജനകീയ പാരമ്പര്യത്തിന്റെ തുറസ്സുകളിലേക്ക് ഗാനങ്ങളെ അദ്ദേഹം പറിച്ചുനടുകയായിരുന്നു. സംഗീതത്തെ മനുഷ്യന്റെ ഭൗതിക ജീവിതവുമായി അങ്ങേയറ്റം ബന്ധിപ്പിക്കാനായിരുന്നു മുഴുവൻ ശ്രമങ്ങളും. ആന്തരിക ചോദനകളുടെയും സാമൂഹ്യാവസ്ഥകളുടെയും ആവിഷ്കാരമായി സംഗീതത്തെ കാണുവാനായിരുന്നു അദ്ദേഹത്തിനിഷ്ടം.

പ്രാദേശിക ജനതയുടെ ഹൃദയത്തിലേക്ക് പ്രവഹിക്കുന്ന ഈ സംഗീതധാരയ്ക്ക് നാടോടി പാരമ്പര്യത്തിന്റെ ഊർജ്ജമാവാഹിച്ച് സംഗീതാസ്വാദനത്തിന്റെ സ്വാതന്ത്ര്യമുള്ള 'ഇടങ്ങൾ' ചമയ്ക്കാൻ പോലും കഴിഞ്ഞിട്ടുണ്ട്. സർഗ്ഗാത്മകമായ ഒരു മലയാള ഗാനസംസ്കാരത്തെ വെളിപ്പെടുത്തുവാനുള്ള മൗലിക മുദ്രകളെല്ലാം രാഘവൻ മാഷിന്റെ പാട്ടിലുണ്ടായിരുന്നു. ഉപകരണ സംഗീതത്തിന്റെ അമിതത്വമില്ലാതെ ഈണത്തിന്റെ നേർത്ത വിദ്യുത്ധാരയിൽ പ്രവഹിക്കുന്ന നാദ സൗഭാഗ്യം ഇവയ്ക്കുണ്ടായിരുന്നു. മലയാളത്തിന്റെ നാട്ടുപ്രകൃതി വാസനിക്കുന്ന ഈ ഗാനങ്ങളിൽ ദേശമനസ്സിന്റെ വൈവിദ്ധ്യമുള്ള വൈകാരിക ഭാവങ്ങളാണ് ചേർന്നു നിന്നത്. അമ്പതു വർഷങ്ങൾക്ക് മുമ്പുള്ള മലയാളിയുടെ പ്രേമസാമ്രാജ്യവും അനുരാഗാഭിമുഖീകരണവും വല തുന്നുന്ന സാധാരണക്കാരനായ ഒരു കാമുകന്റെ മനസ്സിൽ നിന്ന് കായലരികത്ത് എന്ന ഗാനമായി പുറത്തുവന്നപ്പോൾ ബഹിർമുഖത്വമുള്ള ഒരു ഗേയസ്വാതന്ത്ര്യമാണ് നാം ആഘോഷിച്ചത്. ഇത് രാഘവൻ മാഷിന്റെ സർഗാത്മകവീറിന്റെ ആദ്യനറുക്കുകുറിയായിരുന്നു. കയറുപൊട്ടിയ പമ്പരവും കമ്പൊടിഞ്ഞ ശീലക്കുടയും കയില് കുത്തിയുള്ള നടത്തവുമെല്ലാം നാടൻ സംഗീതത്തിന്റെ ശീലുകൾപോലെ മലയാളിക്ക് സ്വന്തമായി. പാട്ടിന്റെ മാടപ്പിറാവുകൾ ചലച്ചിത്രാകാശത്ത് പറന്നുപൊങ്ങുകയായിരുന്നു.

നീലക്കുയിലിലെ ഒമ്പതു പാട്ടുകളും മലയാളിയുടെ മനസ്സിൽ പാട്ടുവൈവിദ്ധ്യത്തിന്റെ വലിയൊരു വികാരലോകമാണ് സൃഷ്ടിച്ചത്. എല്ലാരും ചൊല്ലണ് (ജാനമ്മ ഡേവിഡ്), എങ്ങനെ നീ മറക്കും (കോഴിക്കോട് അബ്ദുൽഖാദർ). കുയിലിനെത്തേടി (ജാനമ്മ ഡേവിഡ്), മാനെന്നും വിളിക്കില്ല (മെഹബൂബ്), തുടങ്ങിയ പാട്ടുകൾ നാം മനസ്സിലേറ്റുപാടി. പാട്ടിനകത്തെ അർത്ഥസഞ്ചാരങ്ങളെ ആഴത്തിൽ തിരിച്ചറിയുന്ന രാഘവൻ മാസ്റ്റർ പാട്ടുകാരുടെ ശബ്ദത്തിന് ഏറെ പ്രാധാന്യം നൽകി.

ജീവിതത്തിന്റെ സങ്കീർണ്ണാവസ്ഥകളെ അഴിച്ചുപണിയുന്നതും വികാരങ്ങളുടെ വ്യത്യസ്ത സാംസ്കാരിക തലങ്ങളെ വ്യാഖ്യാനം ചെയ്യുന്നതുമായ പാട്ടുപ്രപഞ്ചമാണ് രാഘവൻ മാഷിന്റേത്. കേരളീയ സംസ്കൃതിയെ എല്ലാ അർത്ഥത്തിലും ഓർമ്മിപ്പിക്കുന്ന മഞ്ഞണിപ്പൂനിലാവ് കേൾക്കുമ്പോൾ മലയാളത്തിന്റെ സുഗന്ധം നമ്മിലേക്ക് വന്നു ചേരുകയാണ്. നാടോടി സംസ്കാരത്തിന്റെ തനിമയും ലാളിത്യവും പാട്ടുകളിൽ പൊലിപ്പിച്ചെടുക്കുകയായിരുന്നു മാഷ്. ഒരർത്ഥത്തിൽ മലയാളിയുടെ തനതായ

സംഗീത സംസ്കാരമായിരുന്നു ഇത്. തലശ്ശേരിയിലെ കോൽക്കളി, തെയ്യം, മാപ്പിളപ്പാട്ട് എന്നിവയുടെയെല്ലാം സംഗീതാംശം തന്റെ പാട്ടിൽ പരോക്ഷമായി വന്നുഭവിച്ചിട്ടുണ്ടെന്ന് അദ്ദേഹം ആത്മകഥയിൽ പറയുന്നുണ്ട്.

ഉമ്മാച്ചുവിലെ

"ആറ്റിനക്കരെയക്കരെയാരാണോ
പൂത്തുനിൽക്കണ പൂമരമോ ?
കാത്തുനിൽക്കണ പൈങ്കിളിയോ?
ആറ്റിനക്കരെയക്കരെ നിക്കണതാരാണോ?"

എന്ന പാട്ടിൽ ഉമ്മാച്ചുവിന്റെയും മായന്റെയും മനസ്സും ശരീരവും ലയിച്ചു ചേരുന്ന സാന്ധ്യശോഭയിൽ സംഗീതത്തെ ധ്വനിവിസ്തൃതമാക്കി സാക്ഷാത്കരിക്കുകയായിരുന്നു രാഘവൻ മാഷ്. പ്രണയ നൈർമല്യവും ഗ്രാമീണ വിശുദ്ധിയും ഈ പാട്ടിൽ വേണ്ടുവോളം, തുള്ളിക്കളിച്ചു. ശോകത്തിന്റെ നേർത്ത അടിയൊഴുക്ക് ഉണ്ടായിരുന്നു പാട്ടിൽ നിറയെ. വാക്കുകളുടെ മായികസൗന്ദര്യത്തെയും സംഗീതത്തിന്റെ ഗരിമയെയും കൂട്ടിച്ചേർത്ത് ഗാനസന്ദർഭങ്ങളിൽ ഒരു കാവ്യാത്മക സരണി വെട്ടിത്തുറക്കുന്നത് ഇങ്ങനെയായിരുന്നു.

ദേശത്തിന്റെയും സമുദായത്തിന്റെയും ആചാരത്തിന്റെയും നാട്ടുപ്രയോഗങ്ങൾ അസംഖ്യം പാട്ടുകളിൽ വലിയൊരു വിചാരഗാംഭീര്യത്തോടെ അദ്ദേഹം ചേർത്തുവെച്ചു. അദ്ധ്വാനതാളത്തിന്റെ പെരുക്കം പാട്ടിൽ ഏറെ വൈവിദ്ധ്യത്തോടെയായിരുന്നു അദ്ദേഹം പ്രയോഗവത്കരിച്ചത്. 'എല്ലാരും ചൊല്ലണ്', 'കായലരികത്ത്', 'അപ്പോഴും പറഞ്ഞില്ലേ', 'വറുത്ത പച്ചരി', 'പൊന്നിൻ കട്ടയാണെന്നാലും' എന്നിങ്ങനെയുള്ള പാട്ടുകളിൽ വിന്യസിച്ചിരിക്കുന്ന താളത്തിന്റെ വിഭിന്ന പ്രയോഗങ്ങൾ ശ്രദ്ധേയമാണ്. രാഗവ്യാകരണത്തെ മറികടക്കാനാവുന്ന നാടോടി ഈണങ്ങളുടെ യഥാർത്ഥ ആവിഷ്കരണം സാദ്ധ്യമാകുന്നത് മാഷിന്റെ പാട്ടിലൂടെയായിരുന്നു. ഫോക് സൗന്ദര്യത്തിന്റെ മൗലിക സംസ്കാരം സൗമ്യവും, തീവ്രവും എന്നാൽ അനാർഭാടവുമായി പാട്ടിൽ ലയിപ്പിച്ചു ചേർക്കുന്ന ശൈലികൾ അദ്ദേഹത്തിന് മാത്രമുള്ളതായിരുന്നു. 'നാഴിയൂരി പാലുകൊണ്ട്', 'മണവാളൻ വന്നല്ലോ', 'കാത്തുസൂക്ഷിച്ചൊരു', 'ഓട്ടക്കണ്ണിട്ടു നോക്കും', 'കുന്നത്തൊരു കാവുണ്ട്', 'അന്നു നിന്നെ കണ്ടതിൽ പിന്നെ', 'അപ്പോഴും പറഞ്ഞില്ലേ', 'ശ്രീ മഹാദേവൻ തന്റെ', 'ഉണ്ണി ഗണപതിയെ', 'അമ്പിളിക്കൊമ്പത്തെ', 'തിരുവുള്ളക്കാവിലിന്ന്' ഇങ്ങനെ എത്രയോ പാട്ടുകൾ... പ്രാക്തനമായ ഒരു കാലത്തിന്റെ അധീശത്വവും പ്രബലമായ ഗോത്രധാരകളുടെ അന്തർശ്രുതിയും ഒഴുകിപ്പരക്കുകയാണ് ഈ പാട്ടുകളിൽ. പരമ്പരാഗതമായ ആഢ്യസംഗീതധാരകളും ജനപ്രിയ സംഗീതവും ഒരുപോലെ അവഗണിച്ച കൊയ്ത്ത് പാട്ടിന്റെയും മാപ്പിളപ്പാട്ടിന്റെയുമൊക്കെ സംസ്കാരമുണ്ട് നീലക്കുയിലിലെ പാട്ടുകൾക്ക്. സംഗീത സംവിധാനത്തിലും ആലാപനത്തിലും സൃഷ്ടിപരമായി കൂടുതൽ സ്വാതന്ത്ര്യമുള്ള നാടോടി

സംഗീതത്തെ ഭാവപരമായി പരീക്ഷിക്കുകയായിരുന്നു കെ. രാഘവൻ മാഷ്. മാപ്പിളപ്പാട്ടിന്റെ തനിമയും ലാളിത്യവും സമന്വയിക്കുന്ന പാട്ടുകൾക്ക് സിനിമയിൽ അദ്ദേഹം സ്ഥാനം നൽകി. നാദാപുരം പള്ളിയിലെ, ഓത്തുപള്ളിയിൽ, അഹദോന്റെ തിരുനാമം, പെരുത്ത് മൊഞ്ചുള്ള, പനിനീര് പെയ്യുന്നു, എന്നിങ്ങനെ വൈവിദ്ധ്യത്തിന്റെ ഇശൽ പെരുമകൾ...

പാട്ടിലെ പ്രണയലോകങ്ങൾ

പ്രണയാനുഭവത്തിന്റെ വൈകാരിക സന്ധികളിൽ നില കൊള്ളുന്ന ഭാവനിർമിതികൾ രാഘവൻ മാഷുടെ പാട്ടുകളിൽ ആഴത്തിൽ സ്വാധീനിക്കുന്നു. ഈ പാട്ടുകളിൽ സ്വാഭാവികമായുള്ള നാട്ടൊഴുക്കിന്റെ സാംസ്കാരികാവബോധം കൂടി കാണാം. 'അനുരാഗക്കളരിയിൽ' (തച്ചോളി അമ്പു), 'പഞ്ചവർണ്ണക്കിളിവാലൻ', 'അല്ലിമലർക്കാവിലെ' (കണ്ണപ്പനുണ്ണി), 'ഋതുരാജരഥത്തിൽ' (യുദ്ധകാണ്ഡം), 'അമ്പലപ്പുഴ വേലകണ്ടു' (കാക്കത്തമ്പുരാട്ടി), 'പൂർണ്ണേന്ദുമുഖിയോട്' (കുരുക്ഷേത്ര) ഇങ്ങനെയുള്ള പ്രണയനിർഭരഗാനങ്ങളിൽ പലതരം സംഗീത വഴക്കങ്ങളുടെ വൃന്ദമുണ്ടായിരുന്നു.

ഗാനവിനിമയത്തിന്റെ പ്രാഥമികമായ ഉപാധികളിലൊന്നായ കേൾവി എന്ന നാട്ടനുഭവത്തിലായിരുന്നു രാഘവൻ മാഷ് ഫലപ്രദമായി ഊന്നിയത്. കേരളീയ സമൂഹത്തിന്റെ സ്വന്തം സംഗീതാഖ്യാനങ്ങളായി ഇവ മാറുന്നത് ജീവിതത്തിന്റെ തുറസ്സിലേക്ക് കടന്നെത്തുന്നതുകൊണ്ടാണ്. വടക്കൻപാട്ട് സിനിമകളിൽ രാഘവസംഗീതത്തിന് മാറ്റേറുന്നുണ്ട്. ഉണ്ണിയാർച്ചയിൽ 29 പാട്ടുകൾക്ക് അദ്ദേഹം സംഗീതം ചെയ്തു. കണ്ണപ്പനുണ്ണി, തച്ചോളി അമ്പു, കടത്തനാടൻ അമ്പാടി, ഇങ്ങനെ എത്രയോ ഹിറ്റ് സിനിമകൾ. കടത്തനാടൻ കളരിയുടെ കരുത്തും കരളുറപ്പുമുള്ള പാട്ടുകൾക്കായിരുന്നു കെ.രാഘവൻ ജന്മം നൽകിയത്.

അസംസ്കൃതമായ ഒരു പാടൽ സങ്കേതത്തെ പ്രോത്സാഹിപ്പിക്കുന്ന സംഗീത ക്രമത്തിനെയാണ് അദ്ദേഹം വികസിപ്പിച്ചെടുക്കുന്നത്. സംഗീത ഉപകരണങ്ങളുടെ ഔചിത്യപരമായ ഒതുക്കം ഈ പാട്ടുകളെ ലളിതമാക്കുന്നു. പാടുവാൻ ബുദ്ധിമുട്ടുള്ള ഈ പാട്ടുകളിൽ മുറ്റി നിൽക്കുന്ന ഭാവസംക്രമവും ശ്രദ്ധേയമാണ്. കായലരികത്ത് എന്ന പാട്ടിൽ മാന്റലിന്റെ ചെറുപ്രയോഗങ്ങൾ മാത്രമേയുള്ളൂ. താരസ്ഥായിയിൽ ദീർഘനേരം നീട്ടിപിടിച്ച് പാടാൻ വിഷമമേറിയ ഈ പാട്ടുപോലും ജനകീയമായതിന് കാരണം അതിൽ ലയിച്ചു ചേർന്നിട്ടുള്ള നാട്ടുഭാവങ്ങളാണ്. 'മലമൂട്ടിൽ നിന്നൊരു മാപ്പിള', 'നാളികേരത്തിന്റെ നാട്ടിൽ', 'നഗരം നഗരം', 'വെള്ളിനക്ഷത്രമേ' ഇങ്ങനെ എത്രയോ പാട്ടുകൾ..

പ്രണയത്തിന്റെ അനശ്വരതയെ സംഗീതത്തിലൂടെ ആവിഷ്കരിക്കുന്ന നിരവധി പാട്ടുകൾ കെ.രാഘവന്റേതായുണ്ട്. പുറമേക്ക് അസംസ്കൃതമെന്ന് തോന്നാവുന്ന നാട്ടുസംസ്കാരത്തെ ലാളിത്യത്തിന്റെ വിരൽസ്പർശത്താലാണ് അദ്ദേഹം പ്രകാശമാനമാക്കിയത്. 'ഭാവനാലോലനായ് ഏകനായ് പോവുക പോവുക ജീവനാഥാ...' എന്നുള്ള വരികളിൽ മാഷ്

ഉപയോഗിക്കുന്ന പ്രണയസ്വരങ്ങൾ പ്രത്യേകതയുള്ളവയാണ്. മോഹന രാഗത്തിന്റെ സ്വരസഞ്ചാരങ്ങൾ സൃഷ്ടിക്കുന്ന ആവിഷ്കാരം അദ്ദേഹത്തിന്റെ മൂന്നു പാട്ടുകളിൽ വ്യത്യസ്തമാകുന്നതാണ് ശ്രദ്ധേയം. 'ഏതു നാട്ടിലാണോ', 'മഞ്ഞണിപ്പൂനിലാവ്', 'കരിമുകിൽ കാട്ടിലെ'- ഇവയിൽ തുളുമ്പുന്ന അനുഭൂതി സ്പർശങ്ങൾ ഒന്നു വേറെ തന്നെയാണ്.

ബഹുസ്വരതയുടെ പാട്ടുകൾ

പാട്ടിലെ ബഹുസ്വരതയാണ് രാഘവൻ മാഷിനെ മറ്റുള്ള സംഗീതജ്ഞരിൽ നിന്ന് മാറ്റി നിർത്തുന്ന ഘടകം. നാടോടി സംഗീതത്തിന്റെ മാത്രം പ്രയോക്താവായി അദ്ദേഹത്തെ കാണുന്ന പലരും മറ്റു സംഗീത സംഭാവനകളെ വേണ്ടത്ര ശ്രദ്ധിക്കുന്നില്ല. ദുഃഖഗാനങ്ങളിൽ സങ്കടപ്പുഴകളുടെ ഒരു പ്രവാഹം തന്നെ അദ്ദേഹം ഒരുക്കി. എല്ലാ പാട്ടിലും ആത്മാംശങ്ങളെ കണ്ടെടുക്കുന്ന രീതിയായിരുന്നു ഇത്. അനുഭവം പാട്ടിനെ മറ്റൊരു വിതാനത്തിലേക്ക് ഉയർത്തുന്നു. 'ദുഃഖത്തിൻ ഗാഗുൽത്താമലയിൽ' (അനന്തശയനം), 'ഒടുവിലീ യാത്ര തൻ' (യുദ്ധകാണ്ഡം), 'നീല മലപ്പൂങ്കുയിലേ' (പൊന്നും പൂവും), 'അറബിക്കടലേ' (സുറുമയിട്ട കണ്ണുകൾ), 'പൂവിൽ നിന്നും മണം' (ദേവദാസ്), 'ഭദ്രദീപം' (കൊടുങ്ങല്ലൂരമ്മ), 'പാർവണേന്ദുവിൻ' (തുറക്കാത്ത വാതിൽ), 'കണ്ണീരാറ്റിലെ തോണി' (പാതിരാവും പകൽ വെളിച്ചവും), 'ശ്യാമസുന്ദര പുഷ്പമേ' (യുദ്ധകാണ്ഡം), 'കൂട്ടിലടച്ചൊരു പക്ഷി' (എന്റെ നീലാകാശം), 'ഏകാന്ത പഥികൻ' (ഉമ്മാച്ചു) എന്നിവയിലെല്ലാം ശോകത്തിന്റെ കുപ്പിവളപ്പൊട്ടുകൾ ചിതറികിടപ്പുണ്ട്.

ശാസ്ത്രീയമായ ശൈലിയിൽ ചിട്ടപ്പെടുത്തിയ രാഘവഗീതങ്ങളും മലയാളത്തിലുണ്ട്. പഹാഡി രാഗത്തിൽ വന്ന മഞ്ജുഭാഷിണി (കൊടുങ്ങല്ലൂരമ്മ) മലയാളത്തിലെ എണ്ണപ്പെട്ട ഒരു പാട്ടാണ്. സെലസ്റ്റ്യൽ സംഗീതത്തിന്റെ ധാരയിൽപ്പെട്ട ഈ ഗാനത്തിൽ ശോകത്തിന്റെയും മൗനത്തിന്റെയും സംഗീതാർത്ഥങ്ങൾ നിർവ്വചിക്കപ്പെടുന്നുണ്ട്. വിരാമങ്ങളോ, അർദ്ധവിരാമങ്ങളോ പ്രത്യക്ഷപ്പെടാതെ വിവാദി സ്വരങ്ങളുടെ പ്രവേശനമില്ലാതെ നിർവ്വഹിക്കപ്പെടുന്ന വ്യക്തമായ ഒരു സംഗീതശില്പത്തിന്റെ ധന്യത ഈ പാട്ടിൽ നിറഞ്ഞ് കിടപ്പുണ്ട്. 'ആയിരം ഫണമെഴും' (കണ്ണപ്പനുണ്ണി), 'കലാദേവതേ' (കലോപാസന), 'അടിതൊഴുന്നേ' (മാമാങ്കം) എന്നിവയെല്ലാം അർദ്ധശാസ്ത്രീയ രീതിയിൽ ചിട്ടപ്പെടുത്തിയവയാണ്.

മധുരോദാരമായ മെലഡിയുടെ സൂക്ഷിപ്പുകേന്ദ്രങ്ങളാണ് രാഘവൻ മാഷുടെ പാട്ടറകൾ. 'ആകാശത്തിലെ കുരുവികൾ' (റബേക്ക), 'പതിവായി പൗർണ്ണമി' (ആദ്യകിരണങ്ങൾ), 'പൂമുറ്റത്തൊരു മുല്ല' (രാരിച്ചൻ എന്ന പൗരൻ), 'സ്വപ്നമാലിനി' (ദേവദാസ്), 'ഈ നീലയാമിനി' (ഞാനൊന്നു പറയട്ടെ), 'മാനത്ത കായലിൻ' (കള്ളിച്ചെല്ലമ്മ), 'നക്ഷത്രനാളങ്ങളോ'

(ശശിനാസ്) ഇങ്ങനെ നിരവധി പാട്ടുകൾ ഈ കൂട്ടത്തിൽപ്പെടുന്നു. ആകാശവാണിയിലെ സൗഹൃദമായിരുന്നു പി.ഭാസ്കരനെയും രാഘവൻ മാഷിനെയും പാട്ടിൽ ഒന്നിപ്പിച്ചത്. വയലാറിന്റെ ആദ്യ ചിത്രമായ കൂട പ്പിറപ്പിലും മാഷായിരുന്നു സംഗീതം പകർന്നത്.

നീലക്കുയിലിലെ

"എങ്ങനെ നീ മറക്കും കുയിലേ
എങ്ങനെ നീ മറക്കും"

മലയാളികളുടെ സൈഗാൾ അബ്ദുൾഖാദറിന്റെ ഈ പാട്ടിൽ തീവ്ര വിഷാദം തിരിയിട്ട് തെളിയുന്നുണ്ട്. എന്തൊരു ദാഹം, എന്തൊരു മോഹം, എന്തൊരു തീരാത്ത തീരാത്ത ശോകം എന്നുള്ള വരികളിൽ ശോകം പൂർണ്ണമാകുന്നു. അൻപതാണ്ടുകൾക്ക് മുമ്പുള്ള കേരളീയ ഭൂമികയിലെ പാടവും മാനവും പാറിപ്പറക്കുന്ന കുയിലും എല്ലാം നാം പാട്ടിലൂടെ ദർശി ക്കുന്നുണ്ടെങ്കിൽ അതിന് കാരണക്കാർ പി. ഭാസ്കരനും രാഘവൻമാഷു മാണ്. എള്ളെണ്ണ മണം വീശുന്ന മുടിക്കെട്ടിൽ മുല്ലപ്പൂ ചൂടിക്കുന്ന വിരുന്നു കാരനെ കൺമുമ്പിൽ നിർത്തുകയാണ് രാഘവൻ മാഷ്.

"താന്നിയൂരമ്പലത്തിൽ കഴകക്കാരനെപ്പോലെ
താമരമാലയുമായ് ചിങ്ങമെത്തുമ്പോൾ"

എന്ന വരികളിൽ നിറയുന്ന കാല്പനിക പ്രകൃതിയെ അറിയാൻ മലയാള ത്തിൽ മറ്റൊരീണമില്ല.

'ശ്യാമസുന്ദര പുഷ്പമേ' എന്ന ഗാനത്തിൽ ഒ.എൻ.വി വരച്ചിട്ട ശ്യാ മാക്ഷരചിത്രങ്ങളെ ഈണത്തിന്റെ ശോകദീപ്തിയിൽ മാഷ് നമ്മിലേ ക്കെത്തിക്കുന്നു. സൂര്യനും സന്ധ്യയുടെ സ്വർണമേടയും എരിഞ്ഞടങ്ങു കയാണ്. മേഘരാഗമായി തീ കെടുത്താനെത്തുന്ന ശ്യാമസുന്ദര പുഷ് പത്തെ കാണാതിരിക്കുന്നതെങ്ങനെ? ഒരിക്കലും മരിക്കാത്ത ഗാനമായി ഇത് നമ്മളിൽ അവശേഷിക്കുന്നു. 'തലയ്ക്കുമീതെ ശൂന്യാകാശം', 'പാമ്പു കൾക്ക് മാളമുണ്ട്' എന്നീ രണ്ട് ഗാനങ്ങൾ മാത്രം മതി രാഘവൻ മാഷെ നാടകരംഗം എന്നുമോർക്കാൻ. ഒരേ ആശയാർത്ഥങ്ങൾ പ്രസരിപ്പിക്കുന്ന ഈ രണ്ട് ഗാനങ്ങളിലും മാഷ് ഉപയോഗിച്ച സംഗീത മനോധർമ്മത്തെ അപഗ്രഥിക്കേണ്ടതാണ്. സംഗീതസംവിധായകനപ്പുറം പാട്ടുകാരനും കൂടി യായ മാഷ് ഉണ്ണിയാർച്ചയിലും കൃഷ്ണകുചേലയിലുമെല്ലാം നിരവധി ഗാനങ്ങൾ പാടി. എന്നാൽ കായലരികത്ത് എന്ന പാട്ടിൽ തന്നെയാണ് ഗായകൻ എന്ന നിലയിൽ രാഘവൻമാഷ് അതുല്യനാകുന്നത്. പുള്ളിമാൻ (1952) തൊട്ട് ബാല്യകാലസഖി (2012) വരെ നാനൂറിൽപരം സിനിമാഗാന ങ്ങൾ ചിട്ടപ്പെടുത്തിയ മാഷിന്റെ സംഭാവനകളെ ഒ.എൻ.വി ഇങ്ങനെ നിരീക്ഷിക്കുന്നു. നാടോടിപ്പാട്ടിന്റെ ലാളിത്യവും, കർണാടകരാഗങ്ങളുടെ മാധുര്യവും പാലും പഞ്ചസാരയും പോലെ പരസ്പരം ഇണക്കിചേർത്ത താണ് രാഘവൻ മാഷുടെ സംഗീതം. ഈ നിരീക്ഷണത്തെ ബലപ്പെടു ത്തുന്നതായിരുന്നു മാഷുടെ ജീവിതം.

മധുരമീ ജീവിതം എന്ന ആത്മകഥ അവസാനിക്കുന്നതിങ്ങനെ. "ശരിക്കു പറഞ്ഞാൽ ഞാൻ വലയെറിഞ്ഞത് കായലിലേക്കല്ല, കടലിലേക്കാണ്. സംഗീതത്തിന്റെ കടലിലേക്ക്. കുറേ ചെറിയ മത്സ്യങ്ങൾ കിട്ടി. രുചിച്ചു നോക്കിയവരെല്ലാം നന്നെന്ന് പറഞ്ഞു. ഞാൻ ധന്യനാണ്." ജീവിതത്തോടുള്ള മാഷിന്റെ പൊതു സമീപനം ഈ വാക്കുകളിൽ വ്യക്തവുമാണ്. സമ്പന്നമായ സഞ്ചിത സംസ്കാരത്തിന്റെ ഈടുവെയ്പ്പിൽ നിന്ന് കേരളീയ ജീവിതത്തിൽ അലിഞ്ഞുചേർന്ന ശൈലീഭേദങ്ങളെ സന്ദർഭാനുസരണം കണ്ടെടുക്കാനും സമന്വയിപ്പിക്കാനുമുള്ള മൗലികമായ സംഗീതധാരകൾ രാഘവസംഗീതത്തെ കാലാതിവർത്തിയാക്കുന്നു.

"അന്നുനിന്നെ കണ്ടതിൽ പിന്നെ,
അനുരാഗമെന്തെന്നു ഞാനറിഞ്ഞു
അതിലുള്ള വേദന ഞാനറിഞ്ഞു"

എന്ന വരിയിൽ 'വേദന'യുടെ അഗാധതലങ്ങൾ പ്രതിധ്വനിക്കുന്നു. പ്രണയത്തിന്റെ വൈകാരിക സന്ധികൾ പടരുന്ന പാട്ടുകൾക്ക് ഈണമിടുമ്പോൾ ചില വാക്കുകളിൽ സവിശേഷമായി ഊന്നുന്ന രീതികളുമുണ്ട്.

"ഉറുമിയെടുപ്പോനാണെന്നാലും
ഓമലേ... ഓമലേ... നിന്റെ മുന്നിൽ
പടക്കളത്തിലെ വിരുതുകളെല്ലാം പറന്നൊളിക്കും
ദൂരെ പറന്നൊളിക്കും" (തച്ചോളി അമ്പു)

ഇവിടെ "ദൂരെ" എന്ന വാക്കിലുണരുന്ന അനുരാഗാരാധനയെ എത്രമാത്രം തീവ്രമായാണ് രാഘവൻമാഷ് ആവിഷ്കരിച്ചിട്ടുള്ളത്.

'മഞ്ജുഭാഷിണി' (കൊടുങ്ങല്ലൂരമ്മ) എന്ന ഗാനത്തിലെ അനുപല്ലവിയിൽ

"നാദസിരകളിൽ പ്രിയദർശിനി
നിൻ മോതിരക്കൈവിരൽ ഒഴുകുമ്പോൾ
താനേ പാടാത്ത തന്ത്രികളുണ്ടോ
താളം പിടിക്കാത്ത ഹൃദയമുണ്ടോ"

എന്ന ഭാഗത്ത് സംഗീതജ്ഞന്റെ പ്രണയത്തിന്റെ ആത്മലേഖനമുണ്ട്. ശോകവർണ്ണങ്ങളുടെ ധാരാളിത്തം നിറഞ്ഞ അനുഭവസ്പർശമുണ്ട് ഈ പാട്ടിൽ.

മെലഡിയുടെ സുന്ദരാഖ്യാനങ്ങൾ രാഘവൻ മാഷിൽ നിന്നുണ്ടായിട്ടുണ്ട്. 'ഈ നീലയാമിനി', 'സ്വപ്നമാലിനി തീരത്തുണ്ടൊരു', 'മോതിരക്കൈവിരലുകളാൽ', 'മാനത്തെ കായലിൽ', 'ഋതുരാജരഥത്തിൽ സഖി', 'അല്ലിമലർക്കാവിലെ'... ഇങ്ങനെ എത്രയോ ഗീതങ്ങൾ. അർദ്ധശാസ്ത്രീയ ഗാനങ്ങളിലും രാഘവസംഗീതം മികവ് പുലർത്തി. 'അടിതൊഴുതേൻ', 'ആയിരം ഫണമെഴും' എന്നിവ ഉദാഹരണങ്ങളാണ്. 'പുള്ളിമാൻ' (1952) തൊട്ട് "ബാല്യകാലസഖി" (2012) വരെ നാനൂറിൽപ്പരം ഗാനങ്ങൾ അദ്ദേഹം ചിട്ടപ്പെടുത്തി.

വരേണ്യപാരമ്പര്യത്തിന്റെ കുടുസ്സുകളിൽ നിന്ന് ജനകീയ പാരമ്പര്യത്തിന്റെ തുറസ്സുകളിലേക്ക് ഗാനങ്ങളെ പറിച്ചുനടുകയായിരുന്നു അദ്ദേഹം.

നീലക്കുയിലും രാഘവൻമാഷും

തൂശനിലയിൽ വിളമ്പിയ തുമ്പപ്പൂചോറിന്റെ വൈവിധ്യമാർന്ന വികാരഭാവങ്ങളെ നിരത്തിവച്ച പാട്ടുകൾ ആയിരുന്നു 'നീലക്കുയിൽ' എന്ന സിനിമയിലേത്. മലയാളത്തിന്റെ മൗലികമായ പാട്ട് കൊണ്ടുവന്നതും നീലക്കുയിലാണ്. അൻപതുവർഷത്തിനപ്പുറമുള്ള മലയാളി കാമുകന്റെ മനസ്സ് തുറന്നുവെച്ച 'കായലരികത്ത്' എന്ന പാട്ടിൽ പ്രണയത്തിന്റെ വലിയൊരു ഭൂമികയാണ് പ്രതിഫലിക്കുന്നത്.

സംഗീതഭാവുകത്വത്തിന്റെ ജനപ്രിയപ്പൊരുളുകളെ അന്വേഷിച്ചു പോകുമ്പോൾ ഭാഷയ്ക്കും അർത്ഥത്തിനും ചിലപ്പോൾ സാധ്യതകളേറുകയാണ്. യഥാർത്ഥസംഗീതത്തിന് ഭാഷയും അർത്ഥവും അന്യമാണെന്ന് രാഘവൻമാഷ് ജീവിതംകൊണ്ട് തെളിയിച്ചു. ആത്മകഥയായ 'മധുരമീ ജീവിത'ത്തിലെ മറ്റൊരു ഭാഗമിതാ. "പരിപാടി മാനാഞ്ചിറ മൈതാനത്ത് നടക്കുന്നു. റഷ്യൻ സംഘം മുൻവരിയിൽ കസേരയിൽ. മൈതാനം നിറയെ ജനം. പാട്ടുകൾ പലത് കഴിഞ്ഞു. ഒരനൗൺസ്മെന്റ്-" "അടുത്ത ഗാനത്തോടെ ഈ പരിപാടി സമാപിക്കും". ഞാൻ ഹൈപിച്ചിൽ പാടി. 'അപ്പോഴും പറഞ്ഞില്ലേ പോരണ്ടാ പോരണ്ടാന്ന്.' ഗായകസംഘം ഏറ്റു പാടി. മൈതാനം ഇളകിമറിഞ്ഞു. എല്ലാവരും പാടാൻ തുടങ്ങി. ഭാഷയും അർത്ഥവും അറിയാത്ത റഷ്യക്കാരുപോലും അതാസ്വദിച്ചു. പരിപാടി കഴിഞ്ഞു ജനം പിരിഞ്ഞു പോകുമ്പോഴും 'പോരണ്ടാ പോരണ്ടാ'ന്നു പാടിക്കൊണ്ടാണ് ഓരോരുത്തരും പോകുന്നത്. 'കടമ്പ' എന്ന സിനിമയിൽ തിക്കൊടിയൻ എഴുതി രാഘവൻമാഷ് ഈണമിട്ട ഈ ഗാനത്തിന് ഇന്നും ജനപ്രീതിയേറുകയാണ്.

പ്രണയം അസ്വാതന്ത്ര്യത്തിന്റെ വേലികൾ പണിയുന്ന കാലത്തിൽ ഏറെ സ്വാഭാവികമായി 'പ്രണയം' പറഞ്ഞ തന്റേടിയായ കാമുകനായിരുന്നു രാഘവൻ മാഷിന്റെ ശബ്ദത്തിൽ 'കായലരികത്ത്' പാടിയത്. 'പെണ്ണു കെട്ടിന് കുറിയെടുക്കുമ്പോൾ ഒരു നറുക്കിന് ചേർക്കണേ' എന്ന നർമ്മബോധത്തിന്റെ ആർജ്ജവം രാഘവൻമാഷിന്റെ ഈണത്തിൽ പക്വമായിത്തീരുന്നു. മലയാളമുദ്രകൾ 'നീലക്കുയിലിലെ' മറ്റു പാട്ടുകളിലെല്ലാം തന്നെ പ്രകാശിച്ചുനിൽപുണ്ട്.

ഈണത്തിന്റെ ആർക്കൈവുകൾ

രാഗങ്ങളുടെ നിയതഘടനകളെ മറികടക്കാനാകുന്ന നാടോടി ഈണങ്ങളുടെ യഥാതഥമായ ആവിഷ്കരണം മലയാളത്തിൽ ആദ്യമായി സാദ്ധ്യമാക്കിയത് അദ്ദേഹമായിരുന്നു. അടിസ്ഥാനപരമായ ഈണങ്ങളുടെ ആർക്കൈവുകളാണ് രാഘവഗീതങ്ങൾ എന്ന് വിശേഷിപ്പിച്ചാൽ തെറ്റില്ല. രവീന്ദ്രസംഗീതത്തിന്റെ ശൈലികൾ ചില ഗാനങ്ങളിൽ ചന്ദനംപോലെ

തൊടുവിച്ച് നിർത്തുന്നു രാഘവൻമാഷ്. 'പാടാനോർത്തൊരു മധുരിത ഗാനം', 'നഗരം നഗരം', 'അറബിക്കടലേ', 'ആറ്റിനക്കരേ' എന്നീ പാട്ടുകളിൽ വംഗസംഗീതത്തിന്റെ നനുത്ത വിരൽസ്പർശമുണ്ട്. കടലിന്റെ പശ്ചാത്തലത്തിൽ ചെയ്ത 'അറബിക്കടലേ' എന്ന പാട്ടിൽ ശോകത്തിന്റെ കടലാഴമാണുള്ളത്.- 'ആറ്റിനക്കരെ' എന്ന പാട്ടിൽ അലയടിക്കുന്ന പ്രതിധ്വനികൾ നമ്മുടെ ഹൃദയ സംഗീതവുമായി ഏറെ അടുത്തുനിൽക്കുന്നു. 'പനിനീരു ചെയ്യുന്നു' (പതിന്നാലാംരാവ്) എന്ന പാട്ടിലെ വരികളിൽ ഈണത്തിന്റെ ശോകച്ഛായകൾ ഇതളിട്ടുനിൽക്കുന്നു.

"അകതാരിൽ സൂക്ഷിച്ചൊരാശതൻ
അത്തർ തൂവിപ്പോയ്
കല്പന തുന്നിയ പട്ടുറുമാലും പിഞ്ഞിപ്പോയ്"

'തൂവിപ്പോയ്', 'പിഞ്ഞിപ്പോയ്' എന്നീ വാക്കുകളിലായിരുന്നു വിരഹത്തിന്റെ ചുറ്റിപ്പടർച്ചകൾ. 'നിലാവിന്റെ പൂങ്കാവിൽ' (ശ്രീകൃഷ്ണപ്പരുന്ത്) എന്ന പാട്ടിന്റെ പല്ലവി, മന്ദ്രസ്ഥായിയിൽ തുടങ്ങി അനുപല്ലവി തിരുവാതിര ശീലുകളിൽപ്പതിഞ്ഞ് കഥാസന്ദർഭത്തിനിണങ്ങും വിധമായിരുന്നു സംഗീതം ചിട്ടപ്പെടുത്തിയത്. അദൃശ്യാനുരാഗത്തിന്റെ ആന്ദോളനം ഈ പാട്ടിലുടനീളം സംഗീതാത്മകമായി തുടരുകയാണ്.

'നാളികേരത്തിന്റെ നാട്ടിലെനിക്കൊരു' എന്ന പാട്ടിൽ പ്രവാസജീവിതത്തിന്റെ വേദനാനിർഭരമായ വിനിമയങ്ങൾക്കായിരുന്നു രാഘവൻമാഷ് പ്രാധാന്യം നൽകിയത്.

"ഓരോരോ തീവണ്ടിയോടിയെത്തുമ്പോഴും
ഓടുന്നു മുറ്റത്തു നീയെന്നും"

എന്ന വരിയിൽ പാട്ടിന്റെ ആശയസന്നിവേശം മുഴുവൻ സാർത്ഥകമാകുന്നുണ്ട്. 'ഉമ്മാച്ചു'വിലെ 'കല്പകത്തോപ്പന്യനൊരുവന്' എന്ന പാട്ടിൽ ഭാസ്കരൻമാഷ് ഉപയോഗിച്ച പ്രകൃതിയെ രാഘവൻമാഷ് സംഗീതത്താൽ ധ്വനിവിസ്തൃതി കൂട്ടുന്നത് ശ്രദ്ധേയമാണ്. മായൻ നാടുവിടുന്ന രംഗത്തിലെ ശോകരാഗങ്ങൾ പാട്ടിനെ മറ്റൊരു വിതാനത്തിലേക്കുയർത്തുന്നു.

"കല്പകത്തോപ്പന്യനൊരുവന്
പതിച്ചുനൽകി നിന്റെ
ഖൽബിലാറടി മണ്ണിലെന്റെ ഖബറടക്കി"

പാട്ടിലൂടെ ജീവിതത്തിലെ സങ്കീർണ്ണഭാവങ്ങൾക്ക് ഉപനിഷദ് വ്യാഖ്യാനം നിർവ്വഹിക്കുകയായിരുന്നു അദ്ദേഹം. 'മാനത്തെ കായലിൻ' എന്ന പാട്ടിലെ അനുപല്ലവിയിൽ 'തങ്കം നിനക്കുള്ള പിച്ചകമാലയുമായ്' എന്ന ഭാഗത്ത് 'പിണക്കമെന്തേ' എന്ന ആർദ്രമധുരമായ നീട്ടലിൽ കാല്പനികഭാവമേറുന്നത് കാണാം. ലളിതഗാനസംസ്കാരത്തിന്റെ ഭാവപരിണതികളിലും കൂടി രാഘവൻ മാഷ് ശ്രദ്ധിക്കുകയുണ്ടായി. പരമ്പരാഗതമായ കാൽപനികതയിൽ നിന്ന് തെന്നിമാറി വ്യക്തമായ വിമോചനമൊരുക്കി

ആധുനികമായ ഒരു കാല്പനിക പ്രണയത്തിന്റെ കാതൽ പാട്ടിൽ പ്രതിഷ്ഠിക്കുകയായിരുന്നു അദ്ദേഹം. ഇവിടെ സംഗീതവ്യാകരണത്തിന്റെ ആഡംബരം ഒട്ടും തന്നെ ബാധിക്കുന്നില്ല. ലളിതഗാനത്തിലും നാടൻ ഗാനത്തിനുമിടയ്ക്ക് നിൽക്കുന്ന ഘടനാസൗന്ദര്യത്തെയാണ് രാഘവൻ മാഷ് വളർത്തിയെടുത്തത്.

ശ്രീമഹാദേവൻ എന്നു തുടങ്ങുന്ന പാട്ടിൽ (നിർമ്മാല്യം) എന്ന ഗാനം സൗരാഷ്ട്രരാഗത്തിലായിരുന്നു ചിട്ടപ്പെടുത്തിയത്. ഈ പുള്ളുവഗീതത്തിൽ ഒരേ സമയം ക്ലാസിക്കൽ ഗരിമയും ഫോക് അംശങ്ങളും സമന്വയിപ്പിച്ചിരിക്കുകയാണ് അദ്ദേഹം.

"അമ്മയ്ക്ക് മുത്താണ് അച്ഛന് പൊന്നാണ്
മുത്തശ്ശിയമ്മയ്ക്കോ കണ്ണിന് കണ്ണാണ്"

എന്ന ഭാഗത്തെ പുള്ളുവൻ പാട്ടിന്റെ സ്വരൂപസത്തയെ എടുത്തുപറയേണ്ടതാണ്. "കടമ്പ"യിലെ "അപ്പോഴും പറഞ്ഞില്ലേ" എന്ന പാട്ടിൽ

"കൈതപ്പൂക്കണ കന്നിപ്പാടത്ത്
കാറ്റ് മൂളണ നേരത്ത്
ഊരാങ്കുന്നിന്റെ പാലമോളില്
കൂമൻ മൂളണ നേരത്ത്"

എന്ന ഭാഗം ശ്രദ്ധിക്കുക. വാക്കുകളുടെ അറ്റത്ത് മുറ്റി നിൽക്കുന്ന ഊന്നലും മൂളലും കുറുകലും സംക്രമിപ്പിക്കുന്ന ഭാവധ്വനികൾ സവിശേഷതയുള്ളതാണ്.

'നാണം കുണുങ്ങികളെ അലകളേ' (തച്ചോളി അമ്പു) എന്ന പല്ലവിയിലെ സംബോധനാഭിമുഖ്യത്തെ രാഘവൻമാഷ് ഏറെ ഏകാഗ്രതയോടെയാണ് സമീപിച്ചിട്ടുണ്ടാവുക.

ഗാനവിനിമയത്തിന്റെ പ്രഥമിക ഉപാധികളിലൊന്നായ കേൾവി എന്ന സൂക്ഷ്മാനുഭവസ്ഥലികളിലാണ് കെ. രാഘവന്റെ സംഗീത പദ്ധതികൾ നിലകൊള്ളുന്നത്. വീറും കരുത്തും ഉൾക്കൊള്ളുന്ന കടത്തനാടൻ കളരിയുടെ ഉപോത്പന്നങ്ങളായി മാറുകയാണ് ഈ പാട്ടുകളെല്ലാം.

രാഘവസംഗീതം- ചിലശൈലികൾ

തമാശപ്പാട്ടുകൾ ഉണ്ടാക്കുന്നതിൽ രാഘവൻമാഷിനോളം പ്രഗത്ഭനായ മറ്റൊരു സംഗീതജ്ഞനുണ്ടോ എന്ന് സംശയമാണ്. 'മാനെന്നും വിളിക്കില്ല' എന്ന പ്രണയഗാനത്തിനപ്പുറം 'കാത്തുസൂക്ഷിച്ചൊരു', 'നയാപൈസയില്ല', 'ഓട്ടക്കണ്ണിട്ട് നോക്കും', 'ഹാലു പിടിച്ചൊരു പുലിയച്ചൻ' എന്നു തുടങ്ങിയ എത്രയെത്ര ഗാനങ്ങളാണ് മെഹ്ബൂബ് എന്ന ഗായകന് വേണ്ടി രാഘവൻമാഷ് സൃഷ്ടിച്ചത്. നാടൻ പാട്ടാണെങ്കിൽ 'കുന്നത്തൊരു കാവുണ്ട്', 'പകലവനിന്ന് മറയുമ്പോൾ', മാപ്പിളപ്പാട്ടാണെങ്കിൽ 'കായലരികത്ത്', 'ഓത്തുപള്ളിയിൽ', ഭക്തിഗാനമാണെങ്കിൽ 'കൊടുങ്ങല്ലൂരമ്മേ', 'തിരുവേഗപ്പുറയുള്ള', ക്രിസ്തീയഗാനമാണെങ്കിൽ 'യെരുശലേമിൻ

നായകനെ', 'ആകാശത്തിലെ കുരുവികൾ', 'കുട്ടിപ്പാട്ടാണെങ്കിൽ', 'അമ്മയ്ക്ക് ഞാനൊരു കിലുക്കാംപെട്ടി', ദേശഭക്തി ഗാനമാണെങ്കിൽ 'ഭാരതമെന്നാൽ പാരിൻ നടുവിൽ' -ഇങ്ങനെ പാട്ടിന്റെ പലരീതികൾ.

മോഹനരാഗത്തിൽ ശോകം കലർത്തിയ 'കരിമുകിൽക്കാട്ടിലെ' രാഘവൻമാഷിന്റെ മാത്രം രാഗമുദ്രയായി. 'ഉണരുണരൂ' 'മഞ്ഞണിപ്പൂനിലാവും' മോഹനരാഗത്തിൽ നൂറ്റെടുത്ത വ്യത്യസ്താനുഭവങ്ങൾ ആയി മാറി. ഭാസ്കരൻ മാഷിന്റെ വരികളിൽ ഓടക്കുഴലും വയലിനും ചേർത്തുവച്ചുള്ള ഈണവ്യാഖ്യാനങ്ങൾ. ശുഭപന്തുവരാളിയിൽ വിടർന്ന 'ഹൃദയത്തിൻ രോമാഞ്ചം' അദ്ദേഹത്തിന്റെ ക്ലാസിക് ടച്ചുള്ള ഗാനാനുഭവമായി. പശ്ചാത്തലത്തിലെ ഉപകരണസംഗീതത്തിന്റെ മികവുകൾ ആയിരുന്നു രാഘവൻ മാഷിന്റെ എടുത്തുപറയാനുള്ള മറ്റൊരു സംഭാവന. 'എല്ലാരും ചൊല്ലണ്' എന്ന പാട്ടിലെ തബലയുടെ ചിറകടികൾ, 'മാനെന്നും വിളിക്കില്ല'യിലെ ഹാർമോണിയത്തിന്റെ തിരയടികൾ, 'എങ്ങനെ നീ മറക്കും' ലെ സിത്താർ സൗന്ദര്യങ്ങൾ... ഒരു ബഹളവുമില്ലാതെ ഉപകരണസംയോജനം, ലളിതസംഗീതത്തിന്റെ ഭംഗി ഇങ്ങനെ അദ്ദേഹം ഒറ്റയ്ക്ക് തന്നെ സംഗീത ചരിത്രമായിരുന്നു.

നവോത്ഥാനത്തിന്റെ പാട്ടുവഴികൾ

അസംസ്കൃതമായ ഒരു പാടൽരീതിയെ പാട്ടകങ്ങളാൽ ക്രമമായി വളർത്തി, സംഗീതോപകരണങ്ങൾ നേർപ്പിച്ച് പൊലിപ്പിച്ചെടുക്കുകയും ചെയ്യുന്ന സവിശേഷശൈലിയോടായിരുന്നു അദ്ദേഹത്തിന് താത്പര്യം. പാട്ടുകളിൽ മുങ്ങിനിൽക്കുന്ന ഭാവത്തിന്റെ തീവ്രസ്വരൂപത്തെയും കുറച്ചു കാണാനാവില്ല. യോഗാത്മകവും ധ്യാനനിർഭരവുമായ ഭാവസന്നിവേശത്തെ പാട്ടിൽ അദ്ദേഹം പ്രോത്സാഹിപ്പിച്ചു. 'ഉത്തരായന'ത്തിലെ 'ഹൃദയത്തിൻ രോമാഞ്ചം', 'യുദ്ധകാണ്ഡ'ത്തിലെ 'ശ്യാമസുന്ദരപുഷ്പമേ' എന്നിവ ഉദാഹരണങ്ങളാണ്.

അസാമാന്യമായ ആശയസൗന്ദര്യത്തെ തോറ്റിയുണർത്താൻ പാട്ടിലെ ദീർഘത്തിന് നൽകുന്ന ഇരട്ടിപ്പ് രാഘവൻമാഷുടെ ശൈലിയായിരുന്നു.

"മാനത്തെ മഴമുകിൽ മാലകളേ
ചേലൊത്ത മാടപ്പിറാവുകളേ"

'പിറാവുകളേ' എന്ന വാക്കിലെ നീട്ടലിൽ നിന്നുയരുന്ന ഭാവനിർമ്മിതി വേറിട്ടുനിൽക്കുന്നു. 'കനകാംബരങ്ങൾ വാടി', 'കടത്തുവള്ളം യാത്രയായി' എന്നീ വരികളിലെല്ലാം ഇത്തരമൊരു ഈണദൈർഘ്യത്തിന്റെ സൗന്ദര്യവത്കരണം നടക്കുന്നുണ്ട്.

■

അതിശയരാഗം

കണ്ടുനിന്നവർക്കെല്ലാം കണ്ണുകളിൽ നിറയുന്ന അദ്ഭുതം. കോരിച്ചൊരിയുന്ന ഇടവപ്പാതിയിലൊരു രാത്രി ഇടിഞ്ഞു വീഴാൻ പോകുന്ന ഒരു കുടിലിൽ ചെന്നുകയറി തമിഴകത്തിന്റെ സൂപ്പർതാരം എം.ജി.ആർ. അക്കാലത്തെ ഒരു പുതുമുഖ സംഗീത സംവിധായകനെ ആശ്ലേഷിച്ച് അനുമോദിക്കുന്നു. മാനയകത്ത് സുബ്രഹ്മണ്യൻ വിശ്വനാഥൻ എന്ന ചെറുപ്പക്കാരന്റെ മിഴിയിൽനിന്നും തുള്ളികൾ അടർന്നുവീണു. ഒരു പക്ഷേ, എം.എസ്.വി.എന്ന് പിന്നീട് ലോകം വിളിച്ചാദരിച്ച ആ പുതുക്കക്കാരന് ഇതിൽപ്പരം ഒരംഗീകാരം കിട്ടാനില്ലായിരുന്നു. ആദ്യകാലത്ത് എം.ജി.ആർ, എം.എസ്. വിശ്വനാഥന്റെ ഇഷ്ടക്കാരനേയല്ലായിരുന്നു. അസംസ്കൃതമായൊരു സംഗീതശൈലി പിന്തുടരുന്ന ആളാണെന്ന പരാതിയും അദ്ദേഹം മുന്നോട്ടുവച്ചു. എന്നാൽ ഈപ്പച്ചൻ എന്ന മലയാളിയുടെ കാരുണ്യത്താൽ ടി.എ. കല്യാണം, ജ്ഞാനമണി എന്നീ കംപോസർമാരുടെ കൂടെ പ്രവർത്തിക്കാൻ വിശ്വനാഥനും അവസരം ലഭിച്ചു. 'ജനോവ' എന്ന സിനിമയിലെ ഗാനങ്ങൾ കേട്ടിട്ടായിരുന്നു തമിഴകത്തിന്റെ ഭാഗ്യതാരം എം.എസ്.വി. എന്ന പ്രതിഭയെ അറിഞ്ഞാദരിച്ചത്. ഈ ബന്ധം എം.ജി.ആറിന്റെ മരണംവരെ നിലനിന്നുവെന്നത് പിൽക്കാല ചരിത്രമാണ്.

വിശ്വം മുഴുവൻ നിറഞ്ഞുനിൽക്കുന്ന സംഗീതമായിരുന്നു എം.എസ്.വിയുടേത്. സമസ്ത പ്രപഞ്ചത്തേയും ഉൾക്കൊണ്ടു വളർന്ന സംഗീതധാര. വ്യത്യസ്തമായൊരു സംഗീതഭാഷതന്നെയൊരുക്കി അദ്ദേഹം. തമിഴ് -കേരളീയ നാടോടി സംസ്കൃതിയുടെ സമഗ്രതയിൽ പുലർന്ന ആ ഗാനകല പിന്നീട് ഇന്ത്യൻ സംഗീതത്തിന്റെ സകലവിതാനങ്ങളെയും സൗന്ദര്യാത്മകമായി പുനർനിർവചിക്കുകയുണ്ടായി. പുറമേക്ക് ലളിതമെന്ന് തോന്നുമെങ്കിലും സങ്കീർണ്ണമായ സംഗീതാവബോധത്തിന്റെ അഗാധതകൾ സ്വന്തമാക്കി ഒഴുകുകയായിരുന്നു എം.എസ്.വിയുടെ മധുരസ്നേഹതരംഗിണികൾ. ദക്ഷിണേന്ത്യൻ സംഗീതാഭിരുചികളെ കൃത്യമായി അപനിർമ്മിക്കുന്ന ഒരു ഗീതികലയുടെ സാംസ്കാരിക രൂപങ്ങൾ എം.എസ്.വി. ചലച്ചിത്രലോകത്തിന് സമ്മാനിക്കുകയുണ്ടായി. ലളിത

സംഗീതശൈലികൾ (മെല്ലിസൈമന്നൻ) ചലച്ചിത്രലോകത്തെ പരിചയപ്പെടുത്തുമ്പോൾത്തന്നെ ശാസ്ത്രീയസംഗീതത്തിന്റെ ഗംഭീര്യസ്വരൂപത്തെ പാട്ടിൽ സമന്വയിപ്പിക്കാനും അദ്ദേഹത്തിന് കഴിഞ്ഞു. 'നീരാറും കടലുടുത്ത' എന്ന് തുടങ്ങുന്ന തമിഴകത്തിന്റെ ദേശീയ ഗീതം തന്നെ അദ്ദേഹത്തിന്റെ സംഭാവനയാണ്. ഒരു പാട്ടിനുള്ളിൽ പല ഈണങ്ങളുടെ പടർച്ചകൾ, ഒരു ഈണത്തിൽത്തന്നെ വ്യത്യസ്തഭാവങ്ങളുടെ പകർച്ചകൾ, വാക്കുകളിൽ സൂക്ഷ്മമാകുന്ന ശ്രുതിയുടെ കയറ്റിറക്കങ്ങൾ, പല്ലവിയും അനുപല്ലവിയും ചരണവുമെല്ലാം വ്യത്യസ്തമാവുന്ന സവിശേഷ ഈണത്തിന്റെ അടരുകൾ, സാധാരണമായൊരു സംഗീതസംസ്കാരത്തെ സാമാന്യവത്കരിക്കുന്ന അസാധാരണമായ സംഗീത വിവക്ഷകൾ, ഭാവഭദ്രമായ ഒരാലാപനത്തിന്റെ അകം കാട്ടുന്ന സ്വരങ്ങളുടെ ധ്വനിസാന്ദ്രമായ മുഴക്കങ്ങൾ, ഉച്ചസ്ഥായിയിൽ ഉയർന്നുപൊങ്ങി സ്വയം നേർത്തു വരുന്ന ശബ്ദസൗഖ്യത്തിന്റെ ചിറകനക്കങ്ങൾ... ഇങ്ങനെ പാട്ടിന്റെ നിരവധി സൗന്ദര്യവഴികൾ തേടിയുള്ള യാത്രയായിരുന്നു എം.എസ്.വിയുടേത്. സിനിമാത്മകസന്ദർഭങ്ങളെ വൈകാരികമായി വ്യാഖ്യാനിക്കുന്നതിൽ അദ്ദേഹത്തിന്റെ ഗാനങ്ങൾ മത്സരിച്ചു. "എന്റെ ഹൃദയത്തെ ദ്രവീകരിക്കുന്ന എണ്ണമറ്റ പാട്ടുകൾ സൃഷ്ടിച്ചത് എം.എസ്.വിയാണ്. വിലമതിക്കാനാവാത്ത രത്നങ്ങളെന്ന് ഞാനവയെ വിളിക്കും" എം.എസ്.വിയുടെ സംഗീതപ്രതിഭയെ ഇളയരാജ ഇങ്ങനെ വിലയിരുത്തുന്നു. വിശ്രുത സംഗീതസംവിധായകൻ നൗഷാദ്, എം.എസ്.വി യെ 'ഗുരു' എന്നാണ് വിളിച്ചിരുന്നത്. 1956-ൽ എം.എസ്.വി.യും രാമമൂർത്തിയും ചേർന്ന് ഹിന്ദിയിൽ 'നയാആദ്മി'ക്കുവേണ്ടി മധുരസംഗീതം തീർത്തതും നാം അനുഭവിച്ചറിഞ്ഞതാണ്.

പല തലങ്ങളിൽ ബഹുസ്വരമാകുന്ന ഒരു ഗാനപ്രപഞ്ചം ചലച്ചിത്രലോകത്തിന് സംഭാവനചെയ്തുവെന്നതാണ് എം.എസ്.വിയെ മറ്റുള്ളവരിൽനിന്ന് മാറ്റിനിർത്തുന്നത്. ഗാംഭീര്യവും പ്രൗഢിയുമായിരുന്ന അദ്ദേഹത്തിന്റെ പാട്ടുകളുടെ മുഖമുദ്ര. ലളിതമായ ഒരീണത്തിന്റെ ഊടും പാവും അതിൽ ഇഴപാകിയിട്ടുണ്ടാകുമെങ്കിലും കൃത്യമായ പരിശീലനമില്ലാതെ അദ്ദേഹത്തിന്റെ ഗാനങ്ങൾ പാടി ഫലിപ്പിക്കാനാവില്ല. തത്ത്വചിന്താനിർഭരമായ ഗാനങ്ങൾ ചമയ്ക്കുന്നതിൽ എം.എസ്.വി. അതുല്യമായ ആർജ്ജവം കാഴ്ചവെച്ചു. 'ഈശ്വരനൊരിക്കൽ', 'ജനിച്ചതാർക്കുവേണ്ടി', 'ഉദിച്ചാൽ അസ്തമിക്കും', 'ബന്ധങ്ങളൊക്കെയും വ്യർത്ഥം'... ഇങ്ങനെ എത്രയോ ഗാനങ്ങളിൽ അത് പ്രകടവുമാണ്. ശാസ്ത്രീയാടിത്തറയുള്ള ഗാനങ്ങളിൽ രാഗങ്ങളുടെ ഋതുപ്പകർച്ചകൾ മുഴുവൻ മനോധർമ്മത്തിന്റെ അതിരുകൾക്കപ്പുറത്തേക്ക് സഞ്ചരിക്കുന്നതും അനുഭവിച്ചറിയേണ്ടതാണ്. കല്യാണി രാഗത്തിൽ 'സ്വർഗ്ഗനന്ദിനിയും' 'ആ നിമിഷത്തിന്റെ നിർവൃതിയും' ചിട്ടപ്പെടുത്തിയതിലെ വ്യത്യസ്തതകൾ ഒന്നു

വേറെത്തന്നെ. 'ഏതുപന്തൽക്കണ്ടാലും' എന്ന ഗാനവും 'സ്വർണഗോപുര നർത്തകീശില്പവും' സിന്ധുഭൈരവിഗാനത്തിന്റെ പവിഴനൂലിൽ നൂറ്റെടുത്തതാണെന്ന് വിശ്വസിക്കാൻ പ്രയാസമാണ്. 'സുപ്രഭാതം' എന്ന ഗാനം മലയമാരുതം, ഭൂപാളം എന്നീ പ്രഭാതരാഗങ്ങളിലൊന്നും ആവിഷ്കരിക്കാതെ മോഹനരാഗത്തിലായിരുന്നു എം.എസ്.വി. ചിട്ടപ്പെടുത്തിയത്. നാം കേട്ടു പരിചയിച്ച ഹിന്ദോളമായിരുന്നു ഓം നമശ്ശിവായ (മർമ്മരം) എന്ന പാട്ടിലുള്ളത്. അഠാണരാഗത്തിന്റെ ഛായകൾ ചേർത്തുവച്ചായിരുന്നു നാടൻ പാട്ടിന്റെ മടിശ്ശീല എന്ന ഗാനമുണ്ടാക്കിയത്. 'വീണപൂവേ' എന്ന ഗാനത്തെ ഖരഹരപ്രിയകൊണ്ട് അഭിവാദ്യം ചെയ്തപ്പോൾ കുമാരനാശാന്റെ ആ പേരിലുള്ള കവിതയെ ആരാധനയോടെ അടുത്തറിയുകയായിരുന്നു. കീർത്തന തുല്യമായ സംഗീതരചനകൾ അദ്ദേഹത്തിന്റേതായിട്ടുണ്ട്. 'സ്വർഗ്ഗനന്ദിനി'യും 'പുഷ്പാഭരണ'വുമെല്ലാം എം.എസ്.വി മുദ്ര കൃത്യമായി അവതരിപ്പിക്കുന്നു. 'ആകാശരൂപിണി' എന്ന ഭജൻ, 'നൃത്തശാല തുറന്നു' എന്ന പ്രണയാർദ്രയുഗ്മഗാനം, 'നിശീഥിനി' എന്ന പ്രേതഗാനം, "സത്യനായകാ" എന്ന ക്രിസ്തീയഗാനം, "ഇന്ദ്രനീലം ചൊരിയും" എന്ന ക്ലാസ്സിക് ഗാനം മുതൽ ലോകസംഗീതത്തിന്റെ റോക്ക് ആന്റ് റോൾ, ഡിസ്കോ, അറബി, ഭാംഗ്ര, ഫോക്, ഗസൽ - അങ്ങനെ എല്ലാ സംഗീതമാതൃകകളും അദ്ദേഹം ഗാനങ്ങളോട് ചേർത്തിട്ടുണ്ട്. പട്ടത്തുറാണി അറേബ്യൻ ശൈലിയിലുള്ള തമിഴ്ഗാനമായിരുന്നു. രാജാവിൻപാർവെ എന്ന ഗാനത്തിന് നാട്ടുപാട്ടിന്റെ സകല അഴകുകളും ലയിപ്പിച്ചുചേർത്തിട്ടുണ്ട് എം.എസ്.വി. നാടകീയത വാർന്നു വീഴുന്ന ദേവനേ (ഒളിവിളക്ക്- ടി.എം.എസ്), എൻ കണ്ണിൽനീർ (ടി.എം.എസ് - വിയറ്റ്നാംവീട്) എന്നിവയെല്ലാം തമിഴകത്തെ എക്കാലത്തെയും പോപ്പുലർ ഗാനങ്ങളാണ്.

നാമധികം കേൾക്കാതെ പോയ ഒരുപാട് നല്ല ഗാനങ്ങൾ എം.എസ്.വി. യുടേതായുണ്ട്. രത്നാകരത്തിന്റെ (മങ്കൊമ്പ്-യേശുദാസ്), മന്മഥഗന്ധർവയാമം (മങ്കൊമ്പ്-യേശുദാസ്), ചന്ദ്രമദത്തിന്റെ (യേശുദാസ്), മറന്നുവോ നീ (യേശുദാസ്) ഇങ്ങനെ എത്രയെത്ര ഗാനങ്ങൾ അദ്ദേഹത്തിന്റെ സംഗീതശില്പചാതുരിയെ വെളിപ്പെടുത്തുന്നു.

ദുരിതപൂർണമായൊരു ബാല്യകാലം പിന്നിട്ടായിരുന്നു എം.എസ്.വിയുടെ ജീവിതപ്രയാണം. പാലക്കാട് എലപ്പുള്ളിയിൽ ജനിച്ച അദ്ദേഹം ഗുരുവിന്റെ വീട്ടിൽ വേലയ്ക്കുനിന്നും മദ്രാസിൽ ഹോട്ടലുകളിൽ കൂലിപ്പണി ചെയ്തുമാണ് സംഗീതമഭ്യസിച്ചത്. സംഗീതസംവിധായകൻ കെ.വി. മഹാദേവന്റെ ട്രൂപ്പിൽ അംഗമായതോടെയാണ് എം.എസ്.വിയുടെ സംഗീതജീവിതം മാറിമറിയുന്നത്. അമ്പതുകളുടെ പകുതിയിൽ ടി.കെ. രാമമൂർത്തിയോടൊപ്പം സംഗീതരംഗത്ത് സജീവമായി. ഈണങ്ങൾ നിർമിക്കുന്നതിലുള്ള അസാമാന്യമായ വേഗതയും കൈയൊതുക്കവുമാണ് എം.എസ്.വിയെ ശ്രദ്ധേയനാക്കിയത്. ഈണങ്ങളുടെ പ്രജാപതിയായിരുന്നു അദ്ദേഹം. 'അൻപുള്ളമാൻമിഴിയേ' എന്ന ഗാനത്തിൽ അദ്ദേഹം

ഇഴപാകിയിട്ടുള്ള ഈണങ്ങളുടെ ഈരേഴുലോകങ്ങൾ നമ്മെ അമ്പരപ്പിക്കും. സംഗീതോപകരണങ്ങളിൽ പ്രയോഗിക്കപ്പെടുന്ന ആവിഷ്കാര ചാരുതകൾ അദ്ദേഹത്തിന്റെ മൗലികതയ്ക്കൊപ്പം ചേർന്നുനിന്നു. റീ റിക്കോർഡിംഗുകളിൽ എം.എസ്.വി. വിന്യസിക്കുന്ന സൂക്ഷ്മശ്രുതികൾക്ക് പകരം വയ്ക്കാൻ മറ്റൊന്നുമില്ല. ഭാവാനുഭൂതികളുടെ പ്രതിഫലനങ്ങൾ സംഗീതോപകരണങ്ങളുടെ കാന്തികവലയങ്ങളിൽ നിലനിർത്തിക്കൊണ്ടായിരുന്നു എം.എസ്.വി.യുടെ റീറിക്കോർഡുകൾ എക്കാലത്തും മാതൃകയായത്. പിയാനോ, പിക്കാളോ, അക്കോർഡിയൻ, ബോങ്കോസ് തുടങ്ങിയവയുടെ നാദപ്രയോഗങ്ങൾ 1950കളുടെ ആദ്യപാദം മുതൽക്കേ എം.എസ്.വി.യുടെ ഗാനങ്ങളിൽ നാം കേട്ടിരുന്നു. പാശ്ചാത്യസംഗീതോപകരണങ്ങൾക്കൊപ്പം തന്നെ നാടോടിത്തമിഴിന്റെ താളവാദ്യങ്ങളും കേരളീയതാളവാദ്യങ്ങളായ ചെണ്ടയും ഇടയ്ക്കയും തിമിലയുമെല്ലാം വിശ്വനാഥന്റെ ഗാനങ്ങളിൽ അണിനിരന്നു. പാട്ടിൽ നാട്ടുനന്മയും റോക്കും ജാസ്സുമെല്ലാം മനോഹരമായി സമന്വയിപ്പിച്ചു.

'പുല്ലാങ്കുഴൽ കൊടുത്ത' എന്ന ഭക്തിഗാനവും "എന്നടി രാക്കമ്മ" എന്ന നാടോടി ഗാനവും എം.എസ്.വി.യുടെ സംഗീതവിചാരങ്ങളുടെ ഇരുധ്രുവങ്ങൾ പ്രദർശിപ്പിക്കുന്നുണ്ട്. പാട്ടുകൾ വെറുതെ കേൾക്കേണ്ടവയല്ല, അനുഭവിച്ചറിയേണ്ടതാണെന്ന് എം.എസ്.വി. എപ്പോഴും വിശ്വസിച്ചിരുന്നു. 'അയലാ പൊരിച്ചതുണ്ട്' (എൽ.ആർ.ഈശ്വരി) എന്ന ഗാനത്തിൽ ഒരു സദ്യവട്ടത്തെ എത്ര ഹൃദ്യമായി അദ്ദേഹം പുനർനിർമ്മിച്ചിരിക്കുന്നു. 'നെഞ്ചം മറപ്പതില്ലെ' എന്ന പാട്ടിന് ഈണം കണ്ടുപിടിക്കാൻ ദിവസങ്ങളോളം അലഞ്ഞത് അദ്ദേഹം ഒരഭിമുഖത്തിൽ ഇങ്ങനെ അടയാളപ്പെടുത്തി. "ഒടുവിൽ ഒരു കടൽക്കരയിലെ പിൻവാങ്ങുന്ന തിരശ്ശബ്ദത്തിൽനിന്നൊരു പതിഞ്ഞ ഈണം എന്നെ പിന്തുടരുകയായിരുന്നു." പ്രപഞ്ചത്തെ നിത്യസാധകം ചെയ്യുന്ന ഒരു സംഗീതകാരന്റെ ഈ വാക്കുകൾക്ക് ഇക്കാലത്ത് വലിയ പ്രസക്തിയുണ്ട്.

എം.എസ്.വി.യിലെ ഗായകനെ ഒരു സംഗീതസംവിധായകനിൽ നിന്ന് വേറിട്ടു കാണാനാവില്ല. സംഗീതനിർവ്വഹണത്തിന്റെ തുടർച്ചയാണ് അദ്ദേഹത്തിന്റെ ആലാപനവും. സത്യവും സ്നേഹവുമാണ് എം.എസ്.വിയുടെ ആലാപനത്തെ വ്യതിരിക്തമാക്കുന്നത്. 'പാലിരിക്കും പഴമിരിക്കും' എന്ന പ്രശസ്തമായ ഗാനത്തിലെ ഗാംഭീര്യമേറിയ ശബ്ദം പിന്നീട് നാം 'ഹൃദയവാഹിനി'യിലും 'കണ്ണുനീർത്തുള്ളി'യിലുമെല്ലാം കേൾക്കുകയുണ്ടായി. ആലാപനത്തിലെ ശാസ്ത്രീയ മനോധർമ്മത്തിന്റെ അതിർത്തികൾക്കപ്പുറത്തേക്കുള്ള പ്രവാഹവും നാട്ടുപാട്ടിന്റെ നൈസർഗ്ഗികതയും സ്വാഭാവികതയുമെല്ലാം എം.എസ്.വി.യുടെ ഹാർമോണിയത്തിന് മുന്നിൽ സ്വയം സമ്പൂർണ്ണമാകുന്നു. 'ഉനക്കെന്ന കുറൈച്ചൽ' (എസ്.കുമാർ), 'കന്നത്തിൽ മുത്തമിട്ടാൽ' (എ.ആർ. റഹ്മാൻ), 'യാത്രാമൊഴി' (ഇളയരാജ)

എന്നിങ്ങനെ എത്രയോ സംഗീതസംവിധായകരുടെ പാട്ടുകളിൽ എം.എസ്.വി. സ്വരഭാവങ്ങൾ പകർന്നു. ഉച്ചസ്ഥായിയിലുള്ള ഗാനങ്ങൾ ആലാപനത്തിലും സംഗീതസംവിധാനരീതികളിലും എന്നും അദ്ദേഹത്തിന്റെ മനസ്സിനോടൊപ്പം നിന്നു. തമിഴിൽ ഓരോ നായകർക്ക് വേണ്ടി പാടിയപ്പോഴും അവരുടെ ശരീരഭാഷകൾ തന്റെ ശാരീരത്തിൽ കൊണ്ടുവരാൻ ശ്രമിച്ചു. വിശ്വനാദത്തിന്റെ ഋതുലാവണ്യങ്ങൾ തമിഴകം ഇരുകൈയും നീട്ടിസ്വീകരിച്ചു.

തമിഴ് സംസ്കൃതിയുടെ തനതായ നാട്ടുരൂപങ്ങൾ, സംഗീതനാടകങ്ങൾ, ബാലെകൾ, നൃത്തരൂപങ്ങൾ ഇങ്ങനെ പാട്ടിന്റെ ആദ്യകാല സങ്കേതങ്ങളിൽ നിന്നൊക്കെ ഊർജ്ജം ഉൾക്കൊണ്ടാണ് എം.എസ്.വിയുടെ സംഗീതകല വളർന്നുവന്നത്. കർണ്ണാടക സംഗീതത്തിന്റെ അടിയൊഴുക്കുകളില്ലാത്ത ഗാനങ്ങളൊന്നുമില്ല, അദ്ദേഹത്തിന്റെ സംഗീതസാമ്രാജ്യത്തിൽ. രാഗങ്ങളുടെ സത്ത് മുഴുവൻ പിഴിഞ്ഞെടുത്ത് പാട്ടിൽ വിന്യസിക്കുമ്പോൾത്തന്നെ സമഗ്രമായ ഒരു ലാളിത്യം കൊണ്ടതിനെ അനുഗ്രഹിക്കാനും അദ്ദേഹം മറക്കുന്നില്ല. കല്യാണിരാഗത്തിന്റെ ഇതളുകൾ വിടരുന്ന 'ആ നിമിഷത്തിന്റെ നിർവൃതിയിൽ' എന്ന ഗാനം വൃത്തിയായി പാടിക്കഴിഞ്ഞാൽ മലയാളത്തിലെ ഏതു ഗാനവും നമ്മുടെ പിടിയിലൊതുങ്ങും എന്നും പറയാറുണ്ട്. തുടക്കത്തിലും ഇടയ്ക്കും ഇടകലർന്നുനിൽക്കുന്ന ഈ പാട്ടിലെ 'ആലാപുകൾ' ഏറെ ശ്രദ്ധയോടെ ചിട്ടപ്പെടുത്തിയവയാണ്. പാട്ടിൽ അദ്ദേഹം ആവിഷ്കരിക്കുന്ന ഇംപ്രവൈസേഷനുകൾ ഗായകരെ ഇരുത്തി ചിന്തിപ്പിക്കുമെന്നത് തീർച്ചയാണ്. അത്രയും പ്രവചനാതീതമായിട്ടായിരിക്കും ഈണത്തിന്റെ സഞ്ചാരക്രമങ്ങൾ. ചക്രവാകരാഗത്തിന്റെ സുഭഗതകൾ പീലി വിടർത്തിയാടുന്ന "നിത്യതരുണി" (ആവണിത്തെന്നൽ-യൂസഫലികേച്ചേരി) എന്ന ഗാനം ഇത്തരം മനോധർമ്മ ഘടകങ്ങൾകൊണ്ട് സമ്പന്നമാണ്. 'കാറ്റേ' എന്നും 'തുയിലുണർത്തൂ' എന്നും ദീർഘമായി നീളുന്ന അനുപല്ലവിയുടെ അന്ത്യപാദം ഇങ്ങനെ സാന്ദ്രമാകുന്നു. 'ത്രിസന്ധ്യവിടചൊല്ലും നേരം' എന്ന വരികളിലെ 'നേരം' എന്നു പാടുന്ന ഭാഗം ആത്മീയശോഭയുള്ള ഒരാലാപന നേരത്തെ പകർന്നുതരുന്നു എന്നു പറയേണ്ടതുണ്ട്.

'ആവണിത്തെന്നൽ' എന്ന ആൽബത്തിലെ 'കിനാവിലിന്നലെ' എന്ന ഗാനത്തിൽ 'കിസലയമൃദുലാംഗി' എന്ന ഭാഗത്തും ഇത്തരം പ്രയോഗങ്ങൾ ഇതൾ വിടർത്തുന്നു. 'സ്വർണ്ണഗോപുര നർത്തകീശില്പം' (ശ്രീകുമാരൻ തമ്പി-പി.ജയചന്ദ്രൻ) എന്ന മനോഹരഗാനത്തിലെ 'ആനന്ദചന്ദ്രികയല്ലേ നീ' എന്ന് ഒഴുകിനിറയുന്ന ഒരീണത്തെ വ്യാഖ്യാനിക്കാൻ രാഗങ്ങളുടെ ആഖ്യാനക്രമം കൊണ്ടെങ്ങനെ സാധിക്കും? 'വാനവഴിപൂവിരിച്ച്' എന്ന് തുടങ്ങുന്ന ഗാനത്തിൽ എം.എസ്.വി. ചേർത്തുവയ്ക്കുന്ന പാശ്ചാത്യ സംഗീതസ്വരഭേദങ്ങൾ വേറിട്ടൊരു പാട്ടുവഴിയുടെ വിചാരതലത്തിൽ

ആവിഷ്കരിക്കുന്നു. 'രാജീവനയനേ' (താരാട്ട്), 'ഏതു പന്തൽകണ്ടാലും' 'ഓ... വന്നാട്ടെ മൈഡിയർ, മരച്ചീനി വിളയുന്ന (നർമ്മം), 'പൊന്നമ്പല നടതുറക്കൂ', 'ഇവിടെമാണീശ്വരസന്നിധാനം' (ഭക്തിഗാനം) ഇങ്ങനെ എത്രയോ ഗാനങ്ങളിൽ എം.എസ്.വിയുടെ കയ്യൊപ്പ് പതിഞ്ഞിട്ടുണ്ട്.

എം.എസ്.വി. പാട്ടിൽ കൊരുത്തിട്ട രാഗങ്ങളുടെ ചേല് എടുത്തുപറയേണ്ടതാണ്. ഹിന്ദുസ്ഥാനിരാഗം 'ബിലാസ്ഖാനി തോഡി"യിൽ ഇരുപതോളം പാട്ടുകൾ അദ്ദേഹം ചെയ്തിട്ടുണ്ട്. 'പടൈത്താനേ പടൈത്താനേ' എന്ന സൗന്ദർരാജൻ ഗാനം ഈ രീതിയിൽ ശ്രദ്ധേയമാണ്. 'ആലയമണി' എന്ന സിനിമയിലെ 'സട്ടി സുട്ട ദാദാ' എന്ന ഗാനത്തിലും ഈ രാഗം കലർന്നു കാണുന്നു. കണ്ണദാസന്റെ തത്ത്വചിന്ത പടരുന്ന ഗാനമായിരുന്നു ഇത്. അതേസമയം പാട്ടിന്റെ തൂവാലയിൽ മറ്റ് രാഗങ്ങളുടെ നേർത്ത ഇഴകൾകൂടി അദ്ദേഹം നെയ്തെടുത്തു. ഇതിൽ കർണ്ണാട്ടിക്കിന്റെ ഇഴകൾ പ്രത്യേകമായി പറയാം.'ആഭോഗി'യിൽ 'തങ്കരഥവും' 'ഭൈരവി'യിൽ 'അതിശയരാഗ'വും 'സാരംഗി'യിൽ 'കൊഞ്ചനേര"വും 'ചാരുകേശി'യിൽ 'നാളെ ഇന്തനേരവും' 'അമൃതവർഷിണി'യിൽ 'ശിവകാമി'യും 'ആഭേരി'യിൽ 'മലർന്തു മലരാത'യും (താരാട്ടുഗീതം) എല്ലാം...

സൗന്ദർരാജനും പി.സുശീലയുമായിരുന്നു എം.എസ്.വി.യുടെ ഇഷ്ട ഗായകർ. ഏറ്റവുമധികം ഗാനങ്ങൾ അദ്ദേഹത്തിന് വേണ്ടി അവർ പാടി. സൗന്ദർരാജന്റെ ഉറക്കെപ്പാടലിന് ഏറ്റവും അനുയോജ്യമായ ഗാനങ്ങളിലാണ് എം.എസ്.വി. മെലഡിയുടെ മധുരം പുരട്ടിയത്. 'ആടുവിട്ടാൽ', 'കാതുകൊടുത്തു കേട്ടേൻ', 'പോനാൽ പോകട്ടും', 'ഒളിയമയമാനാ', 'ശൊല്ലാതെയാരും', 'നീയും നാനുമാ'... ഇങ്ങനെ തത്ത്വചിന്തയിലും ജീവിതദർശനത്തിലും ചാലിച്ചെടുത്ത വരികൾ സൗന്ദർരാജന്റെ സുന്ദരബാണിയിൽ വിടർന്നു. പി. സുശീലയുടെ സമ്മോഹനാലാപനത്തിലെ സൂക്ഷ്മതകൾ മുഴുവൻ ആവാഹിച്ചെടുക്കുകയായിരുന്നു എം.എസ്.വി. താരാട്ടു പാട്ടിന്റെയും പ്രണയത്തിന്റെയും വിരഹത്തിന്റെയും ജീവിതമുഹൂർത്തങ്ങൾ ഈ ഗാനങ്ങളിൽ സ്പന്ദിച്ചുനിന്നു. 'നെഞ്ചം മറപ്പതില്ലെ', 'പക്കത്തു വീട്ട്' 'കണ്ണൻവരുവാർ', 'പാർത്താൽ പശിതീരും...' എന്നിങ്ങനെ എത്രയോ മധുരമനോജ്ഞമായ ഈണങ്ങൾ.

പ്രഭാപൂരിതമായ ഒരുഷസ്സിന്റെ ചിത്രം വരച്ചു വയ്ക്കുകയാണ് എം.എസ്.വിയുടെ "നീലഗിരിയുടെ സഖികളേ" എന്ന ഗാനം, ജ്വാലാമുഖികളായ ഗിരിനിരകളും ജ്യോതിർമയിയായ ഉഷസ്സും വെള്ളിച്ചാമരം വീശുന്ന മേഘങ്ങളും ചേർന്ന പ്രസാദപൂർണ്ണമായ ഒരു വിഭാതചിത്രം. പണിതീരാത്ത പ്രപഞ്ചമന്ദിരത്തെ സംഗീതസ്വരങ്ങൾകൊണ്ട് അടുക്കി വിസ്തൃതമാക്കുകയായിരുന്നു എം.എസ്.വി. ഒരു ചലച്ചിത്രഗാനത്തിൽ കാല്പനികമായ അഴകുകളെ എത്ര കയ്യടക്കത്തോടെയാണ് അദ്ദേഹം സ്വരപ്പെടുത്തിയത്. പ്രപഞ്ചസൗന്ദര്യത്തെ പ്രകീർത്തിക്കുന്ന ഈ ഗാനം എം.എസ്.വി.യുടെ ഗാനാകാശത്ത് ഒറ്റപ്പെട്ട നക്ഷത്രം കൂടിയാണ്.

അടുക്കുന്തോറും ഗഹനമായ ആഴങ്ങൾ കാണിച്ചുതരുന്ന ഒരു സംഗീത ശൈലിയാണ് അദ്ദേഹം പിന്തുടർന്നത്. എന്നാൽ ആ ഗാനങ്ങൾ എല്ലാം ഹൃദയത്തെ ആർദ്രമാക്കുന്ന സംഗീതശ്രുതികളാൽ ആലേഖനം ചെയ്യപ്പെട്ടിരുന്നു. കണ്ണദാസന്റെ വരികൾക്ക് അതിശയരാഗങ്ങൾ നൽകി പൊലിപ്പിച്ച സംഗീതപ്രതിഭ മലയാളത്തിൽ ശ്രീകുമാരൻതമ്പിക്ക് വേണ്ടിയായിരുന്നു കൂടുതൽ ഗാനങ്ങളൊരുക്കിയത്. ജയചന്ദ്രന് വരദാനം പോലെ നിറയെ ഗാനങ്ങൾ എം.എസ്.വി.യിൽ നിന്നുണ്ടായി. യേശുദാസിന് അതിശയരാഗം നൽകി. എത്രവർഷംമുമ്പ് വന്ന പാട്ടുകളായാലും അതിൽ എം.എസ്.വി.യുടേതായ സംഗീതമുദ്രകൾ ഒരുക്കി വയ്ക്കുന്ന ഒരു ഫ്രെഷ്നസ്സുണ്ടെന്നത് ശരിയാണ്. സംഗീതം വലിയൊരു ഈശ്വരചൈതന്യം പോലെ.... എം.എസ്.വി. എന്ന ത്രൈയക്ഷരി കാലയവനികക്കുള്ളിൽ മറയുമ്പോൾ ഉത്കൃഷ്ടവും വിശുദ്ധവുമായ ഒരു സംഗീതകാലമാണ് വിടവാങ്ങുന്നതെന്ന് നാം തിരിച്ചറിയുന്നു. ■

ദേവദുന്ദുഭി സാന്ദ്രലയം

ജനപ്രിയ സംഗീതത്തിന്റെ ആധുനിക രൂപമായ ചലച്ചിത്ര സംഗീതത്തിൽ അതിന്റെ ആരംഭകാലം മുതൽ നിലനിന്നുപോന്ന സങ്കല്പാഭിരുചികളെ പിടിച്ചുലയ്ക്കാനും കാലോചിതമായി നിർവചിക്കുവാനും സംഗീത സംവിധായകർ എക്കാലവും ശ്രദ്ധിച്ചിരുന്നു. ഈണങ്ങൾ അവ ചിട്ടപ്പെടുത്തുന്ന സംവിധായകന്റെ വ്യക്തിത്വവുമായി ചേരുകയും ഈണങ്ങളുടെ സ്രഷ്ടാവ് എന്ന നിലയിൽ അവയുടെ മൗലികത അയാളിൽ നിക്ഷിപ്തമാവുകയും ചെയ്തു. ഈണങ്ങൾ നെയ്തുണ്ടാക്കുന്ന സംഗീതകാരൻ പലപ്പോഴും ആശ്രയിക്കുന്നത് താൻ ജീവിക്കുന്ന കാലത്ത് നിലനിൽക്കന്നതും അതേ സമയം ചരിത്രപരമായി കൈക്കൊണ്ടതുമായ സമ്പ്രദായ ശൈലികളെയാണ്. ചലച്ചിത്രഗാനം അനേകം ശബ്ദങ്ങളടങ്ങുന്ന സാകല്യം (Totality) ആയതിനാൽ ശബ്ദപ്രവാഹത്തിന്റെ അടരുകളെ സമാന്തരമായും ലംബമായും സമന്വയിപ്പിച്ചാണ് സംഗീതകാരൻ പാട്ടിന്റെ ഘടനയുണ്ടാക്കുന്നത്. ഇതിൽ പാശ്ചാത്യവും പൗരസ്ത്യവും ഉത്തര ദക്ഷിണവും നാടോടിയും ശാസ്ത്രീയവുമെല്ലാം ഇടകലരുന്നു. അതായത് ഒരേ സംഗീതാവിഷ്കാരത്തിൽ പോലും വൈവിധ്യവും വൈരുധ്യവുമായ ശകലിതഘടനകൾ നിറയുന്നു. സംഗീതത്തിന്റെ ഉദാത്തവും വരേണ്യവുമായ ശീലങ്ങളെ പാടേ തള്ളി, ആധുനികതയുടേയും ജനാധിപത്യത്തിന്റേയും ജീവിതാഭിമുഖ്യങ്ങളോട് സജീവമായി സംവദിച്ചു കൊണ്ടാണ് ഇന്ത്യൻ ചലച്ചിത്ര സംഗീതം കരുത്താർജിക്കുന്നത്.

സംഗീതാവിഷ്കാരരംഗത്തെ വിവിധ ശൈലിയും ജനുസ്സുമൊക്കെ രൂപംകൊള്ളുന്നത് അത് അതത് സമൂഹത്തിന്റെ ചരിത്രവും സംസ്കാരവുമായി ബന്ധപ്പെട്ടുകൊണ്ടാണ്. എഴുപതുകളുടെ അവസാനം മലയാള ചലച്ചിത്ര സംഗീതത്തിൽ പാശ്ചാത്യസംഗീതശൈലികൾ കൊണ്ടുവന്ന കാല്പനികതയുടെ മറ്റൊരു കാലഘട്ടം ഉയർന്നു വരികയുണ്ടായി. ഇതിന്റെ അമരക്കാരിൽ പ്രധാനിയാണ് ജെറി അമൽദേവ്. ഹിന്ദുസ്ഥാനി സംഗീതരീതിയുടെ ആധികാരികതയിലായിരുന്നു അദ്ദേഹം പാട്ടുകൾ ചമച്ചത്. ഈണത്തിന്റെ ഒരു വഴിയിട്ട് ഒരിടത്തും ഉടക്കാതെയും അതിവൈകാരികതയിൽ തെന്നാതെയുമായിരുന്നു ഈ പാട്ടുകളിലെ ഭാവപരിണതികൾ. തികച്ചും സാധാരണമായ കോംപസിഷനുകളെപ്പോലും

അതിസാധാരണമാക്കുന്ന വ്യതിരിക്തമായ ഹാർമണി ജെറി അമൽ ദേവിന്റെ സംഗീതത്തിൽ നിറയുന്നു. കേൾവിയുടെ തലത്തിലെ കൗതുക ങ്ങൾ എന്നതിനപ്പുറം പുതിയൊരു സംഗീത ഭാവുകത്വത്തെ സൃഷ്ടിക്കുക യായിരുന്നു അദ്ദേഹം. ആധുനിക ഇലക്ട്രോണിക് ഉപകരണങ്ങൾ പാട്ടിൽ ചേർത്തു വെക്കുമ്പോൾത്തന്നെ കാല്പനികതയും ഗൃഹാതുരവുമായ മിത്തുകളെ സംഗീതത്തിൽ പുനഃസൃഷ്ടിക്കുന്ന രീതികൾക്കായിരുന്നു ഇവിടെ പ്രാധാന്യം. ഈ പാട്ടുകളിലെ ശബ്ദലോകങ്ങൾ നിശ്ശബ്ദത യിലേക്ക് തുറന്നുകിടന്നു. മൗനമുദ്രിതമായ സൗന്ദര്യത്തിന്റെ ഇടങ്ങളായി മാറുകയാണ് ഓരോ പാട്ടും.

ശൈലീ പരിണാമങ്ങൾ

പാശ്ചാത്യ സംഗീതത്തിന്റെ തുഴയിൽ പാട്ടിനെ ഏകാന്തതയുടെ തുറമുഖത്തിലേക്ക് അടുപ്പിക്കുകയാണ് ജെറി അമൽദേവ്. സ്വന്തവും സമീപസ്ഥവുമായ ഒരു ഗാനലോകത്തിന്റെ ആഘോഷമായി ജെറിയുടെ സംഗീതത്തെ കേൾവിക്കാർ കാണുവാൻ കാരണമിതാണ്. പാശ്ചാത്യജന പ്രിയ സംഗീതശൈലികളെ നമുക്ക് പരിചിതമായ സംഗതികളായി അദ്ദേഹം പ്രയോഗിക്കുന്നു. വാദ്യപ്രയോഗങ്ങളിലും ഗാനാലാപനങ്ങളി ലുമുള്ള അച്ചടക്കമാണ് ഈ സംഗീത സംവിധായകനെ വേറിട്ടുനിർത്തു ന്നത്. ആലാപനത്തിന്റെ ആന്തരികലോകങ്ങളിൽ ഒളിപ്പിച്ചുവെച്ച നിഗൂഢ ഭാവാർത്ഥങ്ങൾ വീണ്ടെടുക്കുവാനാണ് ഈ പാട്ടുകൾ ശ്രമിക്കുന്നത്. മെലഡിക്ക് സമാന്തരമായി വന്നുവീഴുന്ന താളലയത്തിന്റെ ആശയങ്ങൾ ജെറിയുടെ ഗാനങ്ങളെ അതിന്റെ സകല വൈവിധ്യത്തിലും മാറ്റുകൂട്ടുന്നു. താളക്രമത്തിലും ലയ വിന്യാസത്തിലും പലതരം പാറ്റേണുകൾ സ്വന്ത മാക്കി നിറയുന്ന നവ്യമായ സ്വരനിമിഷങ്ങൾ പാട്ടിൽ അദ്ദേഹം രൂപപ്പെടു ത്തുന്നുണ്ട്. ‘അത്തപ്പൂവും നുള്ളി’, ‘മഞ്ചാടിക്കുന്നിൽ’, ‘സാഗരനീലിമയോ’, ‘മിന്നും മിന്നാമിന്നി’, ‘ഇനി നീലവി ശാലതയിൽ’...ഇങ്ങനെ നിരവധി ഗാനങ്ങൾ... ഡ്രം-ജാസ് താളവാദ്യസ്വഭാവങ്ങൾ കംപോസിങ്ങിൽ അദ്ദേഹം നിരന്തരം ആവിഷ്കരിക്കുകയുണ്ടായി. ഡിസ്കോ സംഗീത ത്തിലെ ‘സിൻഡ്രോം’ എന്ന ഉപകരണത്തിന്റെ ശബ്ദം ‘മഞ്ഞണി ക്കൊമ്പിൽ’ എന്ന പാട്ടിൽ കേൾക്കാം.

സംഗീതാസ്വാദനത്തിന്റെ ബീഥോവൻ-മൊസാർട്ടിയൻ പാരമ്പര്യത്തെ പാട്ടിനെ മോടിപിടിക്കാൻ ഉപയോഗിക്കുകയായിരുന്നു ജെറി അമൽദേവ്. മൊസാർട്ടിന്റെയോ ബാക്കിന്റെയോ എല്ലാം സ്വാധീനം ‘ആയിരം കണ്ണു മായി’ എന്ന പാട്ടിലുണ്ട്. പാശ്ചാത്യ സംഗീതനോട്ടുകൾ പ്രയോഗിച്ച് ഹൃദ്യമായ ഒരു താളക്രമമൊരുക്കി ഓർക്കസ്ട്രേഷന്റെ ലളിതമായ അല ങ്കാരങ്ങളിൽ മധുരതരമാകുന്ന പാട്ടുകളായിരുന്നു ജെറി കൂടുതലായും ചെയ്തത്. ‘മേലെ മേലെ വാനം’ എന്ന പാട്ടിന്റെ പല്ലവി കഴിഞ്ഞുള്ള ഇന്റർല്യൂഡിൽ ‘ഒബോ’യിൽ ആവിഷ് കരിക്കുന്ന മൊസാർട്ടിയൻ സിംഫ ണിയുടെ പകർച്ച കേൾക്കാം. സിംഫണി ഓർക്കസ്ട്രയുടെ സ്ട്രിംഗ്

സംവിധാനം 'മഞ്ഞിൽ വിരിഞ്ഞ പൂക്കളി'ലെ എല്ലാ ഗാനങ്ങളിലുമുണ്ട്. ബീഥോവന്റെയും മൊസാർട്ടിന്റെയും സംഗീത സൃഷ്ടികളിലെ സൂക്ഷ്മവും സങ്കീർണവുമായ ശൈലികൾ ലളിതമാക്കി, എങ്ങനെ ജനപ്രിയമാക്കാമെന്ന സങ്കല്പത്തെയാണ് ജെറി അമൽദേവ് തന്റെ പാട്ടുകളിൽ പരിചരിക്കുന്നത്. നിശ്ചിത കോഡുകളെ പ്രവചനാതീതമായ കോഡുകളിലേക്ക് സ്ഥാനാന്തരം ചെയ്താണ് പാട്ടിൽ ഹാർമണിയുണ്ടാക്കുന്നത്. വയലിൻ കുടുംബത്തിലെ മുഴുവൻ ഉപകരണങ്ങളും ജെറി സംഗീതത്തെ വരവേൽക്കുന്നു. പ്രോഗ്രഷനുകളെ സമർത്ഥമായി മോഡുലേറ്റ് ചെയ്തുണ്ടാക്കുന്ന സൗഖ്യം ഈ പാട്ടുകളിൽ നാമനുഭവിക്കുന്നു. സംഗീതോപകരണങ്ങളുടെ കൃത്യവും സൂക്ഷ്മവുമായ ആവിഷ്കാരമായി മാറുകയാണ് ജെറി സംഗീതം. പാട്ടിലുടനീളം വ്യത്യസ്ത ലയവർണങ്ങൾ വാരിവിതറി ട്രംപറ്റിന്റെ സവിശേഷമായ സ്വരസംഗീതമുണരുന്നത് 'മഞ്ചാടിക്കുന്നിൽ', 'ആളൊരുങ്ങി അരങ്ങൊരുങ്ങി', 'മഞ്ഞും കുളിരും തുടങ്ങിയല്ലോ...' എന്നിങ്ങനെ എത്രയോ ഗാനങ്ങളിൽ പ്രകടവുമാണ്. അഗാധമായ ക്ലാസിസത്തിന്റെ ഈ സംഗീതലോകത്തിൽ ജനപ്രിയതയുടെയും അനായാസതയുടെയും കേൾവിതലമുണ്ട്. ലളിതമായ മെലഡിയിൽ ഓർക്കസ്ട്രേഷനുപയോഗിച്ച് നിർമിക്കുന്നൊരു ഭാവമാണിതിൽ പ്രധാനം. ഓർക്കസ്ട്രയുടെ ഭാവാത്മക പ്രാധാന്യം പാട്ടിൽ ആവിഷ്കരിച്ച അപൂർവം സംഗീത സംവിധായകരിൽ ഒരാളായി ജെറി അമൽദേവിനെ ചലച്ചിത്രലോകം കാണുന്നു. 'കാക്കേം കീക്കേം' (ഇലത്താളം, ഇടയ്ക്ക), 'പൂവല്ല പൂന്തളിരല്ല' (പല്ലവിയിലെ നാദസ്വരം), 'വെൺപകൽത്തിരയോ' (ബ്യൂഗിൾ), 'നൂപുരമേതോ കഥ പറഞ്ഞു' (മൃദംഗം, തബല), 'പൊന്നോണം വന്നു' (ചെണ്ട), 'താഴെ വീണു മാനം' (ബാന്റ് മേളം), 'തങ്കത്തളതാളം ചിന്നി' (ജലതരംഗം, വയലിൻ, തബലയുടെ വിടർച്ചകൾ)..... ഇങ്ങനെ സംഗീതോപകരണങ്ങളുടെ വൈവിധ്യമാർന്ന ആവിഷ്കാര ലോകങ്ങൾ. പാശ്ചാത്യ സംഗീതത്തിലെ ക്ലാസിക്കൽ സിംഫണിയുടെയും പോപ്പുലർ വിഭാഗത്തിലെ ഫോക്കും ചേർന്നു നിർമിക്കുന്ന നിരവധി പാട്ടുകളും ജെറിയുടേതായിട്ടുണ്ട്. ഹാർമണി, നൊട്ടേഷൻ, സ്കെയിൽ ഷിഫ്റ്റുകൾ, ക്വയർ എന്നിങ്ങനെ നിരവധി സവിശേഷതകൾ ഈ പാട്ടുകളെ വേറിട്ടതാക്കുന്നു.

ബഹുസ്വരമാകുന്ന പാട്ടുകൾ

ഓരോ പാട്ടിലും ആവിഷ്കരിക്കപ്പെടുന്ന, ഉചിതമായ ശൈലികൾ ജെറി അമൽദേവിന്റെ കോംപസിഷനുകളുടെ സവിശേഷതയാണ്. വാക്കുകളുടെ അർത്ഥതലങ്ങളിൽ സ്വരവിന്യാസം നടത്തുന്ന സൂക്ഷ്മഗ്രാഹിയായ ഒരു സംഗീത സംവിധായകനെ ജെറി അമൽദേവിൽ ദർശിക്കാനാവും. 'കളമൊഴിപ്പെണ്ണിനെ കണ്ടപ്പം', 'ഭൂമി കറങ്ങുന്നുണ്ടോടാ' (മദ്യപിച്ചു പാടുന്ന രംഗം), 'മഞ്ഞും കുളിരും തുടങ്ങിയല്ലോ' (കാളവണ്ടിപ്പാട്ട്, കൂടെ കാവടിയാട്ടവും ചെണ്ടമേളവും), 'മുന്തിരിച്ചാർ കൈകളിൽ' (മാർച്ച് സോങ്ങിന്റെ മാതൃകയിൽ), 'മരണത്തിൻ ഘടികാരം' (പള്ളിമണികളുടെ അകമ്പടിയിൽ), 'ആരാധനാ' (ക്വയർ സോങ്), 'നീർക്കിളി' (രതിസ്പർശമുള്ള ആലാപനം),

'ഓക്കു മരക്കൊമ്പത്തെ (വെസ്റ്റേൺ, കോംഗോ ഡ്രംസ്), 'വർണങ്ങളിൽ വസന്തം', 'തെന്നലെഴും പൊന്നൂഞ്ഞാലിൻ' (കരോൾഗാനശൈലി), 'ശ്രീകുമാരനാണേ' (കുട്ടികളുടെ ശബ്ദത്തിൽ), 'തെന്നലേ തെന്നലേ' (താരാട്ടുപാട്ട്), 'ശബരിമലയൊരു പൂങ്കാവനം' (ഭക്തിഗാന മാതൃക), 'നിഴലായ് കൊഴിയും', 'പ്രകാശനാളം', 'പാടുവാൻ മറന്നുപോം' (ശോകഗീതികൾ), 'ശാരദ സായം സന്ധ്യേ', ശ്രാവണ ചന്ദ്രികാപുഷ്പം' (രാത്രി സൗന്ദര്യം - nocturnal ambience), 'നീരദകോമള', 'നൂപുരമേതോ' (ശാസ്ത്രീയ സംഗീത മാതൃകയിൽ), 'ആർദ്രഗീതങ്ങൾ' (പ്രണയ കാൽപനികതയുടെ ഈണം)... മികച്ച സംഗീതസംവിധായകനുള്ള അവാർഡ് മൂന്നുതവണ അദ്ദേഹത്തെ തേടിയെത്തി. (മഞ്ഞിൽ വിരിഞ്ഞ പൂക്കൾ, അപരാഹ്നം, കഴകം). ലിറിക്സിന്റെ അർത്ഥഭംഗികൾ, സംഗീതപരമായ ഉള്ളടക്കം എന്നിങ്ങനെ പാട്ടിന്റെ പ്രാഥമിക ഘടനയ്ക്ക് അനുബന്ധമായി വികസിക്കുന്ന ക്രമമാണ് ഈ ഗാനങ്ങൾ തേടുന്നത്. ഭാഷയ്ക്ക് സംഗീതത്തിലുള്ള അധികാരത്തെ സൂക്ഷ്മമായി പരിപാലിച്ചുകൊണ്ടാണ് ജെറി തന്റെ ഗാനങ്ങൾ നിർമിക്കുന്നത്. വരികളുടെ അന്തരംഗം തുറക്കുന്ന ഈണത്തിന്റെ മന്ദ്രതരമായ മൗനം ഈ ഗാനങ്ങളിൽ ഇതൾ വിടർത്തി.

ഏകാന്ത നിശ്ശബ്ദതയിൽ ഊന്നുന്ന ഒരു മെലഡി സങ്കല്പം ഈ പാട്ടുകളിൽ ഉയർന്നുവരുന്നു. പാട്ടിൽ മൃദുലവും സൗമ്യവുമായ അന്തർസ്ഥലികൾ. വൈയക്തിതയുടെ വിശാലതയിൽ ആണ് അദ്ദേഹത്തിന്റെ പാട്ടിന്റെ കരുത്തും സൗന്ദര്യവും വെളിപ്പെടുന്നത്. (ആർദ്രഗീതങ്ങൾ) 'പ്രകാശനാളം' (സ്വന്തമായെഴുതിയ 'ഹസാരേ യാദേം' എന്ന ഉറുദു ഗാനത്തിൽ നിന്ന്) 'പാടുവാൻ മറന്നുപോയ്', 'ഇനിയുമെത്രദൂരം', 'ജന്മസാഗര', 'പൂക്കളെ സ്നേഹിച്ച', 'ജാലകനിഴലിൽ', 'ശ്രാവണ ചന്ദ്രികാപുഷ്പം', 'ശാരദ സായം സന്ധ്യേ', 'ഏതോ കിനാവിൽ', 'അന്നു സന്ധ്യയ്ക്ക്...' ഇവയെല്ലാം ഈണത്തിന്റെ പ്രചോദനത്തിലെഴുതിയ വരികളാണ് എന്ന് വിശ്വസിക്കാൻ പ്രയാസം തോന്നും, വരികൾ എഴുതി ഈണമിട്ടതുപോലെയാണ് പാട്ടിനെ നാമനുഭവിക്കുക.

കീഴ്സ്ഥായിയിൽ യേശുദാസിന്റെ ഘനഗാംഭീര്യം അതിന്റെ സ്വാഭാവികതയിൽ മുഴങ്ങുന്ന എത്രയോ ഗാനങ്ങൾ ജെറിയുടേതായുണ്ട്. അതിന്റെ പൊൻവെളിച്ചം (പറക്കും കമ്പളം എന്ന ഭാഗം), 'മിഴിയോരം' എന്ന പാട്ടിലെ 'താനേ തളർന്നുവീഴും', മഴവിൽച്ചാറിൽ എന്ന ഗാനത്തിന്റെ പല്ലവി, മാനവഹൃദയത്തിൽ എന്നു തുടങ്ങുന്ന ഗാനത്തിലെ 'മാരിവിൽ പൂക്കുന്നു' എന്ന ഭാഗം, ഒരു സ്വപ്നം ഞെട്ടറ്റു വീഴുമ്പോൾ എന്ന പാട്ടിന്റെ പല്ലവി, എന്നും മനസ്സിന്റെ തംബുരു നീ എന്ന് തുടക്കം, ആൾക്കൂട്ടത്തിൽ തനിയേ (തനിയേ എന്ന വാക്കിന്റെ ആവർത്തനങ്ങൾ), ഉദയശ്രീകുങ്കുമം (പൂക്കളും പുടവയും എന്ന ഗാനം) ഇങ്ങനെ നിരവധി കോംപസിഷനുകൾ.....ഉച്ചസ്ഥായിയിലേക്കുള്ള ഒരാലാപനരീതിയെ ജെറി അമൽദേവ് വളരെ കുറച്ച് പാട്ടുകളിലേ പിന്തുടരുന്നുള്ളൂ. ലയവും ഹാർമണിയും സമന്വയിക്കുന്ന പാട്ടിന്റെ നിർമിതിയിൽ മന്ദ്രസ്ഥായിയിലെ സ്വരവിന്യാസങ്ങൾക്ക് കൂടുതൽ പ്രാധാന്യം നൽകുകയാണ് ജെറി അമൽദേവ്.

ഓർക്കസ്ട്രേഷനിലെ ഭാവാത്മകത

ഗമകങ്ങൾ കുറച്ചുകൊണ്ട് പാട്ടിൽ മധുരതരമായ ഇടങ്ങൾ സ്ഥാപിക്കുന്ന രീതിയെയാണ് ജെറി പ്രോത്സാഹിപ്പിക്കുന്നത്. ബേസ് ഗിറ്റാർ പ്രയോഗങ്ങൾ പാട്ടിലെ പശ്ചാത്തലത്തിന് മാറ്റുകൂട്ടുന്നുണ്ട്. 'വാചാലം നിൻ മൗനവും', 'പെണ്ണിന്റെ ചെഞ്ചുണ്ടിൽ', 'പൂക്കളും പുടവയും' എന്നിങ്ങനെ അനേകം പാട്ടുകൾ. വളരെ മന്ദമായി തുടങ്ങി ഇടയ്ക്ക് ദ്രുതമായി വീണ്ടും പൂർവസ്ഥിതിയിലേക്ക് മടങ്ങിവരുന്ന പാട്ടിന്റെ ശൈലികളും എടുത്തുപറയേണ്ടതാണ്. 'മൗനങ്ങളെ ചാഞ്ചാടുവാൻ' എന്ന മന്ദഗതിയിൽ തുടങ്ങുന്ന പല്ലവി, അനുപല്ലവിയിൽ ദ്രുതമാകുകയും (മിണ്ടാതെ മിണ്ടുന്ന എന്ന ഭാഗം) വേഗത്തിൽ അയഞ്ഞ് ആദ്യ പല്ലവിയുടെ താളത്തിലേക്ക് മടങ്ങുകയും ചെയ്യുന്നു. 'തൈ മണിക്കുഞ്ഞുതെന്നൽ' എന്ന പല്ലവിയുമായി ഈ അനുപല്ലവിയെ ഇണക്കിനിർത്തുകയും ചെയ്യുന്നുണ്ട് അദ്ദേഹം. അതേസമയം പല്ലവിയിൽ ദ്രുതമായി അനുപല്ലവിയിൽ ഏറെ സ്വച്ഛന്ദനും ശാന്തവുമായ ലയത്തിലേക്ക് പിൻവാങ്ങുന്ന പാട്ടുകൾക്കും ജെറി സംഗീതം നൽകിയിട്ടുണ്ട്. 'ധന ധനനനനൂപുര' എന്ന പാട്ടിലെ അനുപല്ലവി പൂവിരിയും പോലെ മൃദുലമാകുന്നത് ശ്രദ്ധേയമാണ്. (പൂപോൽ വിരിയും എന്ന ഭാഗം), 'ഇല്ലംനിറ വല്ലംനിറ' എന്ന ഗാനത്തിൽ ഈയൊരു ശൈലി പ്രകടമാവുന്നുണ്ട്.

പൂക്കളും പുടവയും എന്ന പാട്ടിന്റെ അനുപല്ലവിയിൽ ചെറിയ ധൈവതത്തിലേക്ക് ശ്രുതി ഭേദം ചെയ്ത് പൂർവ്വശ്രുതിയിലേക്ക് പാട്ടിനെ കൊണ്ടുവരുന്നത് മാൻഡലിന്റെ പ്രയോഗങ്ങളാണ്. 'ഇല്ലം നിറ' എന്ന ഗാനത്തിൽ വയലിൻ ഉപയോഗിച്ച് പുലർകാല കുളിരിൽ എന്ന ഭാഗം ഇങ്ങനെ ശ്രുതി മാറ്റം ചെയ്യുന്നുണ്ട്. ഈ പാട്ടിൽ നിരവധി താളങ്ങളെ ആകർഷകമായ പ്രയോഗങ്ങളാൽ തരംഗനിർഭരമാക്കുകയും ചെയ്യുന്നുണ്ട്, ജെറി അമൽ ദേവ്. അതേസമയം, ഹമ്മിംഗിലൂടെ പല്ലവിയിലേക്ക് തിരിച്ചുവരുന്ന പാട്ടുകളുമുണ്ട്. 'ആൾക്കൂട്ടത്തിൽ തനിയേ', ദേവദുന്ദുഭീ തുടങ്ങിയ ഗാനങ്ങൾ. പാശ്ചാത്യ വാദ്യോപകരണങ്ങളുടെ മിതത്വമാണ് ജെറിയുടെ പാട്ടിന്റെ മറ്റൊരു സവിശേഷത.

പല്ലവിക്കും അനുപല്ലവിക്കും ചരണത്തിനുമെല്ലാം വൈവിധ്യമാർന്ന ഈണപരിചരണം ജെറി അമൽദേവിന്റെ പാട്ടുകളിൽ സർവസാധാരണമാണ്. എത്ര പാട്ടുകൾ ഇതിനുദാഹരണമായി നിൽക്കുന്നു! 'ഇല്ലംനിറ വല്ലംനിറ', 'ധന്യേ നീയെൻ', 'കണ്ണോട് കണ്ണോരം നീ', 'ആരാധനാനിശാ സംഗീത', 'ഇല്ലില്ലം കാവിൽ', 'ധനധനനനനൂപുര', 'ദേവദുന്ദുഭീ', 'പൂവട്ടക തട്ടിച്ചിന്നി', 'മിഴിയോരം' ഇങ്ങനെ നിരവധി പാട്ടുകളിൽ ഇത്തരമൊരു രീതിയുടെ നിർവഹണമുണ്ട്. ഇന്റർല്യൂഡുകളിൽ നിറയുന്ന നൃത്തജതികളും സ്വരജതികളും എല്ലാം ജെറിയുടെ പാട്ടുകളെ വ്യത്യസ്ത മാക്കുന്ന ഘടകങ്ങളാണ്. 'ഹരിനീല വനച്ഛായയിൽ', 'മേലേ നന്ദനം പൂത്തേ' (അനുപല്ലവിയിൽ സ്വരജതികൾ), 'നൂപുരമേതോ കഥ പറഞ്ഞു' (നൃത്തജതികൾ),

'പ്രേമത്തിൻ മണിവീണയിൽ' (പല്ലവി തുടങ്ങുന്നതുതന്നെ 'സാനിധ മധ പാ മഗരിസ ഗാരിസനിരിസാ'), 'മാനത്തെ നിറങ്ങൾ' (സ്വരജതികളും നൃത്തജതികളും), 'ധനധനനനനൂ പുരം' (മിയാൽമൽഹാറിന്റെ പശ്ചാത്തലത്തിൽ നൃത്തജതികൾ) കേൾവിക്കാരുടെ മനസ്സിലേക്ക് ആഴത്തിൽ പതിയുന്ന, ഈണങ്ങളുടെ കൊളുത്തുകൾ ജെറി അമൽദേവിന്റെ പാട്ടുകളിൽ സമൃദ്ധമാണ്. ഇത് പലപ്പോഴും വാക്കുകളുടെ ആവർത്തനം കൊണ്ടുണ്ടാകുന്ന ഭാവപരിണതികളുമായി ചേർന്നുനിൽക്കുന്നു. 'പൂവല്ലാ പൂന്തളിരല്ലാ' എന്ന പാട്ടിലെ 'പൂവല്ലാ'എന്ന ഭാഗം, 'കിളിയേ കിളിയേ' എന്ന പാട്ടിലെ 'ലല്ലല്ലാലല', 'ഇനി നീലവിശാലത'യിലെ 'ശാരിക ശാരിക', 'മിഴിയോര'ത്തിലെ 'അഴകേ', 'മഞ്ഞണിക്കൊമ്പിൽ' എന്ന ഗാനത്തിലെ 'ഇണയരികിൽ'... എന്നിങ്ങനെ എത്രയോ ഉദാഹരണങ്ങൾ. മേജർ മൈനർ സ്കെയിൽ ഷിഫ്റ്റുകൾ ജെറി ഗാനങ്ങളിലെ സ്വാഭാവികതയാണ്. 'ദേവദുന്ദുഭീ', 'പൂക്കളും പുടവയും' 'പൊൻവെളിച്ചം' എന്നിങ്ങനെ നിരവധി പാട്ടുകളിൽ ഇത് പ്രകടവുമാണ്.

മധുരഗീതങ്ങൾ

1939ൽ എറണാകുളം ജില്ലയിലെ നസ്രേത്തിൽ ജനിച്ച ജെറി കുട്ടിക്കാലത്തുതന്നെ ഉസ്താദ് മുഹമ്മദ്ഖാന്റെ കീഴിൽ തബല അഭ്യസിച്ചു. ഹിന്ദുസ്ഥാനി വോക്കൽ പഠിക്കുന്നത് മധുസൂദൻ പട്വർക്കറിൽ നിന്നായിരുന്നു. മുംബൈയിൽ വിശ്രുത സംഗീതജ്ഞൻ നൗഷാദിന്റെ ഹിറ്റ് ഗാനങ്ങളിൽ അസിസ്റ്റന്റായി പ്രവർത്തിച്ച നാളുകളായിരുന്നു അദ്ദേഹത്തിൽ പാട്ടിന്റെ പുതുനാളങ്ങൾ പകർന്നു നൽകിയത്. അമേരിക്കയിലെ ന്യൂഓർലിയൻസിലെ സേവ്യർ യൂണിവേഴ്സിറ്റിയിൽ നിന്ന് പാശ്ചാത്യ സംഗീതത്തിൽ ബി.എ ബിരുദം നേടിയ ജെറി അമൽദേവ് ന്യൂയോർക്കിലെ കോർണൽ യൂണിവേഴ്സിറ്റിയിൽ ഉപരിപഠനം നടത്തി. വയലിൻ, വയോള, ചെല്ലോ, ഡബിൾബേസ്, ഇലക്ട്രിക് ഗിറ്റാർ, സരോദ്, ബാംസുരി, സിതാർ എന്നീ സംഗീതോപകരണങ്ങളിലുള്ള പരിചയവും പ്രാഗത്ഭ്യവും ജെറി ഗാനങ്ങളെ വൈവിധ്യപൂർണമായ ഒരു ഭാവതലത്തിലേക്ക് കൊണ്ടുപോകുന്നു.

പാശ്ചാത്യ സംഗീത മികവുകളെ പൗരസ്ത്യവുമായി കൂട്ടിയിണക്കുകയായിരുന്നു ജെറി അമൽദേവ്. ലോക സംഗീതത്തിന്റെ സിംഫണിയും ഉത്തരേന്ത്യൻ സംഗീതവും സംഗമിക്കുന്ന ശൈലികൾ ആ സംഗീതത്തിൽ ഇട കലർന്നുനിന്നു. പാശ്ചാത്യ സംഗീതത്തിന്റെ തായ്‌വേരായ ലത്തീൻ പാട്ടുകളായിരുന്നു ജെറിയെ കുട്ടിക്കാലത്ത് ഏറെ സ്വാധീനിച്ചത്. പാശ്ചാത്യ സംഗീതവും നോർത്ത് ഇന്ത്യൻ രാഗാധിഷ്ഠിതവും ജെറിയുടെ പാട്ടിന്റെ അടയാള വാക്യങ്ങളായി മാറി. വെസ്റ്റേൺ സംഗീതത്തിന്റെ സംസ്കാര സാധ്യതകൾ മുഴുവനും സ്വായത്തമാക്കുന്ന ധാരയാണിത്. അനുഭൂതി, നിർവൃതി, ലയം, വിശ്രാന്തി എന്നിവയെ ചുറ്റി നിൽക്കുന്ന പാട്ടിന്റെ നിർമ്മിതിയിൽ ഒതുക്കം, ശ്രദ്ധ, അടക്കം, നിശ്ശബ്ദത എന്നീ ഘടകങ്ങൾ മാറ്റുകൂട്ടുകയാണ്.

പാട്ടിന്റെ നീലവിശാലതയിൽ ചിറകാർന്നു പറക്കുന്ന എത്രയെത്ര കിളികളാണ് ജെറി ഗാനങ്ങളിൽ. 'കിളിയേ കിളിയേ', 'നീർക്കിളീ നീന്തി വാ', 'ജാലക നിഴലിൽ ഒരു പക്ഷിയായി ഞാൻ', 'സുമംഗലിക്കുരുവീ', 'ഒരു മുളംതത്തയായ് താഴ്‌വരയാകെ', 'ഊഞ്ഞാലാടും കുയിൽ പാടുമ്പോൾ', 'പൈങ്കിളീ മലർ തേൻ കിളീ....' പാട്ടുതീരുമ്പോൾ ഒരു വാനമ്പാടി പറക്കുകയാണ്.

എഴുപതോളം സിനിമകളിൽ ജെറി അമൽദേവ് സംഗീത സംവിധാനം നിർവഹിച്ചു. എന്നാൽ ഇതിൽ പകുതിയോളമേ റിലീസായുള്ളൂ. മണ്ണിലേക്ക് വിരുന്നുവന്ന ദേവദുന്ദുഭിയുടെ ഈ സാന്ദ്രലയം സഹൃദയലോകം കാതോർക്കുവാൻ തുടങ്ങിയിട്ട് മുപ്പത്തിയഞ്ച് വർഷം (മഞ്ഞിൽ വിരിഞ്ഞ പൂക്കൾ മുതൽ) പൂർത്തിയാവുകയാണ്.

സംഗീതത്തിന്റെ ബഹുസ്വരതലത്തിലേക്ക് വികസിക്കുന്ന ബാറോക്ക് ഘടന (ഭാവാടിസ്ഥാനത്തിൽ സംഗീതത്തിന്റെ ഒരു വഴി), മതാനുനിഷ്ഠമായ സംഗീതത്തിന്റെ നവീകൃത രൂപം, സിനിമയുടെ ആധുനികവും ആലങ്കാരികവുമായ വേദിയിൽ പുനഃസൃഷ്ടമാകുന്ന ശൈലി, ഗാനസംവിധാനത്തിലും കേൾവിയുടെ ഭാവുകത്വത്തിലുമുള്ള ജനാധിപത്യ രീതി, ഓർക്കസ്ട്രേഷനിലെ ഭാവാത്മകത എന്നിവയെല്ലാം മറ്റുള്ള സംഗീത സംവിധായകരിൽ നിന്ന് ജെറി അമൽദേവിനെ മാറ്റിനിർത്തുന്നു. അദ്ദേഹത്തിന്റെ സംഗീത സംഭാവനകൾ വരുംതലമുറകൾക്ക് മാതൃകയും വഴികാട്ടിയുമായി മാറുമെന്നതിൽ സംശയമില്ല. ■

സ്വാമിസംഗീതത്തിലെ ഭാവഭംഗികൾ

സംഗീതം ഈശ്വരനെ അറിയാനുള്ള ഉപാധിയായിരുന്നു ദക്ഷിണാമൂർത്തി സ്വാമിക്ക്. ജപത്തിൽ തുടങ്ങി ധ്യാനത്തിൽ വന്ന് ലയമായി ത്തീരുമ്പോൾ മാത്രമേ ഗാനത്തെ സ്പർശിക്കാനാവൂ എന്ന് അടിയുറച്ചു വിശ്വസിച്ചിരുന്ന അദ്ദേഹത്തിന്റെ ഗാനങ്ങളിൽ ക്ലാസ്സിസിസവും മെലഡിയും ഒരുപോലെ പ്രണമിച്ചു നിന്നു. പാട്ടുകളുടെ അനുപമസാഗരം തീർക്കുകയായിരുന്നു ദക്ഷിണാമൂർത്തി. ഓരോ പാട്ടിലും കീർത്തനമുണർത്തി അദ്ദേഹം ജീവിതത്തെ പ്രാർത്ഥനാനിർഭരമാക്കി. മെലഡിയെ ആരാധനയിലേക്കുള്ള വഴിയായി പരിണമിപ്പിച്ചു. ഭാരതീയ സംഗീതത്തിന്റെ അന്തർധാര, അടക്കത്തോടെയും വ്യംഗ്യഭംഗിയോടെയും ധ്വനിസാന്ദ്രതയോടെയും അസാധാരണമാംവിധം ആവിഷ്കരിക്കാനായി സംയമനഭംഗിയുള്ള ഒരു മൗലിക രീതിയാണ് അദ്ദേഹം അവലംബിച്ചത്. A melody is a melody is a melody എന്നത് ഗാനങ്ങളിൽ ദക്ഷിണാമൂർത്തി സാക്ഷാത്കരിക്കുകയുണ്ടായി.

ചലച്ചിത്രസന്ദർഭത്തെ മറികടന്ന് നമ്മുടെ മനസ്സിനോടും മനസ്സിന്റെ ഭാവങ്ങളോടും ഇടപഴകുന്ന ഗാനങ്ങളിലായിരുന്നു അദ്ദേഹത്തിന്റെ കാതലായ ശ്രദ്ധ. ഈ ഗാനങ്ങൾ കാലത്തെ കടന്ന് നമ്മുടെ സംസ്കാരത്തിന്റെ ഭാഗമായി മാറുകയാണ്. പാട്ടിന്റെ സൗന്ദര്യശാസ്ത്രത്തെ രാഗപരമായും ഭാവപരമായും സൂക്ഷ്മതയുടെ സൂക്ഷിപ്പുകേന്ദ്രമാക്കി മാറ്റുവാൻ ദക്ഷിണാമൂർത്തിക്കുള്ള കെല്പും ത്രാണിയും വേറെ തന്നെയായിരുന്നു. ശാസ്ത്രീയമായ ഘടനയിൽ പിറക്കുമ്പോഴും അതിൽ കരുതലോടെ ഒളിപ്പിച്ചുവെയ്ക്കുന്ന പാട്ടിന്റെ ഒരു ലാവണ്യഘടകത്തെയാണ് അദ്ദേഹം എന്നും നിലനിർത്തിപ്പോന്നത്. ഇവിടെയെല്ലാം ദാക്ഷിണാത്യസംഗീതത്തിന്റെ പൗരാണിക ശില്പഭംഗികളെ ഉൾച്ചേർത്തിരിക്കുന്നത് ശ്രദ്ധേയമാണ്. ശാസ്ത്രീയഗാനപദ്ധതിയിൽ നിന്ന് ലളിതഗാനവും ലളിതഗാനത്തെ തിരിച്ചും പരിണാമപ്പെടുത്താവുന്ന സംഗീതശിക്ഷണമാണിവിടെ പ്രയുക്തമാകുന്നത്. ക്ലാസ്സിക്കൽ സംഗീതത്തിന്റെ ഗൗരവതരമായ ആലാപനൗത്സുക്യത്തിന്റെ സമഗ്രതയെ ലളിതഘടനയിൽ ഭാവാത്മകമാക്കിയതാണ് ദക്ഷിണാമൂർത്തിയുടെ സവിശേഷ സംഭാവന. ആസ്വാദനത്തിലെ

അനായാസതയും വ്യാപ്തിയും കണക്കിലെടുത്തു കൊണ്ടാണ് സ്വാമി സംഗീതത്തിലെ ഭാവനിർമിതികൾ. ഹൃദയവികാരങ്ങൾക്കനുസരിച്ചുള്ള ഒരു സംഗീതാന്തരീക്ഷം പാട്ടിൽ നിലനിർത്തുക എന്നത് വിശേഷപ്പെട്ട സംഗതിയാണ്. ലളിതമായ രാഗച്ഛായകൾ ഉപയോഗിച്ചായിരുന്നു ഇങ്ങനെ ഒരു ഋതുപ്പകർച്ച ദക്ഷിണാമൂർത്തി പാട്ടിൽ ഒരുക്കിവെച്ചത്.

വാക്കിന്റെ നിയതാർഥങ്ങൾ മറികടന്ന് സംഗീതഭാവങ്ങൾ സംവേദനം ചെയ്യുന്നതിൽ അനുഭവവേദ്യമാകുന്ന അവാച്യമായ ഒരു അനുഭൂതിതലം മൂർത്തിസംഗീതത്തിൽ രൂപംകൊള്ളുന്നത് രാഗങ്ങളുടെ നേർമയേറിയ പ്രസരണത്തിലൂടെയാണ്.

രാഗസൗന്ദര്യത്തിന്റെ കല്പനാകാകളികൾ

ചലച്ചിത്ര കഥാസന്ദർഭത്തിനുള്ള വരികളിൽ രാഗങ്ങളുടെ ഇടങ്ങൾ അന്വേഷിച്ച് സഞ്ചാരിയായിരുന്നു ദക്ഷിണാമൂർത്തി. കർണാടിക് സംഗീതത്തിലെ മേളകർത്താരാഗങ്ങളെ കൈപിടിച്ചു നടത്തുകയായിരുന്നു സ്വാമി. അദ്ദേഹത്തിന്റെ ചലച്ചിത്രഗാനങ്ങളിൽ നിന്ന്, അതിന്റെ രാഗഗാംഭീര്യത്തിന് കോട്ടം തട്ടാതെ തന്നെ ലാളിത്യത്തിന്റെ ആലാപനമാക്കി മാറ്റി. അക്ഷരങ്ങളുടെയും വാക്കുകളുടെയും വികാരാവിഷ്കാരത്തിന് ഊന്നൽ കൊടുത്ത് രാഗങ്ങളെ ജനകീയവൽകരിക്കുവാൻ സ്വാമികളുടെ ഗാനങ്ങൾക്ക് കഴിഞ്ഞു. 'സ്വപ്നങ്ങൾ' എന്ന ഗാനം ത്യാഗരാജകീർത്തനമായ 'വന്ദന, മു രഘുനന്ദനാ'യെ അടിസ്ഥാനമാക്കിയാണ് ചിട്ടപ്പെടുത്തിയിരിക്കുന്നത്. 'സാമജവരഗമനാ'എന്ന കീർത്തനത്തിൽ നിന്ന് 'കാവ്യപുസ്തകമല്ലോ ജീവിതം' എന്ന ഗാനമുണ്ടാക്കി.

രാഗമാലികകളുടെ നിറഞ്ഞ സാന്നിധ്യമുണ്ട് ദക്ഷിണാമൂർത്തിയുടെ ഗാനപ്രപഞ്ചത്തിൽ. ആലാപനം, എല്ലാം നീയേ ശൗരേ, കതിർമണ്ഡപം, മനസ്സിലുണരൂ, സിന്ധുഭൈരവീരാഗരസം, സ്വാതിതിരുനാളിൻ, കാട്ടിലെ പാഴ്മുളം, ശങ്കര ദിഗ്വിജയം തുടങ്ങി എത്രയോ പാട്ടുകൾ. രാഗങ്ങളെ രാഗങ്ങൾക്കപ്പുറം വികാരമാക്കി മാറ്റുന്ന അദ്ഭുതവും കൂടിയാണിത്. 'കനിവോലും കമനീയഹൃദയം' എന്ന ക്രിസ്തീയ ചലച്ചിത്രഗാനം ശങ്കരാഭരണ രാഗത്തിൽ കമനീയമാക്കുകയായിരുന്നു ദക്ഷിണാമൂർത്തി.

"സ്വപ്നങ്ങൾ
സ്വപ്നങ്ങൾ
സ്വപ്നങ്ങളെ
നിങ്ങൾ സ്വർഗകുമാരികളല്ലോ"

എന്ന ഗാനത്തിൽ നിശ്ചലം, ശൂന്യം എന്നീ വാക്കുകളിൽ സംഗീതത്തിന്റെ പൊലിമകൾ വന്ന് ആവരണം ചെയ്യുന്നുണ്ട്. 'ഏഴല്ലെഴുന്നൂറ് വർണങ്ങളാലെത്ര വാർമഴവില്ലുകൾ തീർത്തൂ'എന്ന വരികളുടെകൂടെ 'അങ്ങനെ അല്ല' എന്ന ഗായകശബ്ദത്തിന് തുടർച്ചയായി 'വർണങ്ങളാലെത്ര' എന്നു കൂടിയാകുമ്പോൾ സ്വപ്നങ്ങൾ സ്വർഗതുല്യമാകുന്നു.

രാധാകൃഷ്ണപ്രണയത്തിന്റെ ചമത്കാരഭംഗികൾ ആവിഷ്കരിക്കുന്ന 'പൊൻവെയിൽ മണിക്കച്ച അഴിഞ്ഞു വീണു' എന്ന ഗാനത്തിൽ കണ്ണന്റെ മന്മഥവിചാരങ്ങളെ അനുകരിക്കുന്ന സുന്ദരി വനമാലി, മുഖം തുടുക്കുന്ന സന്ധ്യയായ ഗോപസ്ത്രീ എന്നിങ്ങനെ പ്രണയത്തിന്റെ രണ്ടു തലങ്ങളെ സമന്വയിപ്പിക്കുന്ന അലൗകിക സ്പർശത്തിന്റെ ഈണസൗകുമാര്യമാണ് എടുത്തുപറയേണ്ടത്. 'ഹൃദയസരസ്സിലെ' എന്ന ഗാനത്തിലെ ഇമേജറികൾക്ക് സ്വാമി നൽകിയിട്ടുള്ള സവിശേഷഭാവങ്ങൾ പ്രണയസംഗീതത്തിന്റെ ഉദാത്തമേഖലകൾ നമുക്ക് മുന്നിൽ തുറന്നിടുകയാണ്. അർദ്ധനിമീലിത എന്ന വരിയിലെ സാന്ദ്രഭാവത്തിൽ ലയിച്ച് ആസ്വാദകമിഴികൾ പാതിയടയുമ്പോൾ ഗാനനിമിഷം സാർത്ഥകമാകുന്നു. ശ്രീകുമാരൻ തമ്പി ദക്ഷിണാമൂർത്തി സഖ്യത്തിന്റെ പാട്ടുകളിലാണ് ഇത്തരം പ്രണയമുദ്രകൾ ഏറെ പതിഞ്ഞു കിടക്കുന്നത്. ശോകതരംഗങ്ങൾ അടിയൊഴുക്കായി പ്രവഹിക്കുന്ന പാട്ടുകളും മൂർത്തിസംഗീതത്തിൽ ഉൾപ്പെടുന്നു. 'ഒരിക്കൽ മാത്രം വിളികേൾക്കുമോ', 'ഒരു കരിമൊട്ടിന്റെ കഥയാണ് ഞാൻ', 'സുഖമെവിടെ' എന്നിങ്ങനെ പാട്ടിന്റെ വിരഹകദനങ്ങൾ.

ഒരേ ആശയം പ്രതിഫലിക്കുന്ന ശ്രീകുമാരൻതമ്പിയുടെ വരികളിൽ ദക്ഷിണാമൂർത്തിയുടെ സംഗീതം വിന്യ സിക്കുന്നതിലുള്ള വ്യത്യസ്തത വേറിട്ടു നിൽക്കുന്നതാണ്.

"എത്ര സമുദ്രഹൃദന്തം ചാർത്തി
ഇത്രയും നീലിമ നിന്റെ കണ്ണിൽ"

(ഹൃദയസരസ്സിലെ)

"എങ്ങനെ കോരിനിറച്ചു നിൻ കണ്ണിൽ ഇത്ര
വലിയസമുദ്രം
അനുരാഗസ്വപ്നവർണ്ണ സമുദ്രം"

(എത്ര ചിരിച്ചാലും)

ഒരേ ചമത്കാര ഭംഗികൾ ഇരുപാട്ടിന്റെയും ഘടനകളിൽ സന്നിവേശിപ്പിക്കപ്പെടുന്നത് എത്ര ഉദാത്തമായാണ്. കർണാടിക് ശൈലിയിൽ ചിട്ടപ്പെടുത്തിയ പാട്ടുകൾക്കപ്പുറം ദക്ഷിണാമൂർത്തിസംഗീതത്തിന് വേറെയും ചില തലങ്ങളുണ്ട്. കേട്ടാൽ ഗസലോ, ലളിതഗാനമോ എന്നൊക്കെ തോന്നിക്കുന്ന പാട്ടുകൾ അദ്ദേഹം ചെയ്തിട്ടുണ്ട്.

"കരിനീലക്കണ്ണുള്ള പെണ്ണേ...
നിന്റെ കവിളത്തു ഞാനൊന്നു നുള്ളീ"

(മധുരഗീതങ്ങൾ)

"വരുമല്ലോ രാവിൽ പ്രിയതമൻ സഖീ
വരുമല്ലോ രാവിൽ"

(കണ്ണൂർ ഡീലക്സ്)

അനുരാഗപ്രതീക്ഷകളെ രണ്ടു പാട്ടുകളിൽ ലളിതമായി ആവിഷ്കരിച്ചിരിക്കുന്നതിലെ സൂക്ഷ്മതയും കൈയടക്കവും സ്വാമിക്ക് എക്കാലത്തും സ്വന്തമായിരുന്നു.

അക്ഷരങ്ങളിൽ വിരിയുന്ന സംഗീതത്തിന്റെ മനോധർമമാണ് ദക്ഷിണാമൂർത്തിയുടെ സംഭാവനകളിൽ മറ്റൊന്ന്. 'സന്ധ്യക്കെന്തിന് സിന്ദൂരം' എന്ന പാട്ടിലെ 'തങ്കമേ' എന്ന വാക്കും 'എന്നെ കാവ്യഗന്ധർവനാക്കുന്നു' എന്ന വരികൾക്കുശേഷം ഒരുമാത്ര കഴിഞ്ഞുള്ള 'സുന്ദരി' എന്ന വാക്കും മൂർത്തിയുടെ സംഗീതത്തിൽ നവ്യമായൊരു പ്രണയാനുഭവത്തെയാണ് പ്രദാനം ചെയ്യുന്നത്. 'നിൻ മന്ദഹാസം ചന്ദ്രികയായെങ്കിൽ' എന്ന ഗാനത്തിൽ ഗമക പ്രവാഹത്തെയും മറികടന്ന് മധുരോദാരമായൊരു മെലഡി വന്നണയുകയാണ്.

1919ൽ ആലപ്പുഴയിൽ ജനിച്ച ദക്ഷിണാമൂർത്തിയുടെ സംഗീതജീവിതം ആരംഭിക്കുന്നത് ആറാം വയസ്സിലാണ്. പത്ത് വയസ്സുവരെ വെങ്കിടാചലം പോറ്റിയാണ് അദ്ദേഹത്തെ കർണാടകസംഗീതം പഠിപ്പിച്ചത്. പതിമൂന്നാം വയസ്സിൽ അമ്പലപ്പുഴ ക്ഷേത്രത്തിലായിരുന്നു ആദ്യ കച്ചേരി. "വൈക്കത്തപ്പാ അന്നദാന പ്രഭോ"എന്ന് രാവിലെ മുതൽ രാത്രി വരെ പ്രാർഥനയുരുവിട്ട് ക്ഷേത്രത്തിലെ അന്തേവാസിയായി കൂടിയ അദ്ദേഹം 1942ലാണ് ഗാനങ്ങൾ പാടാൻ മദ്രാസിലെത്തിയത്. 1948ൽ പുറത്തുവന്ന "നല്ല തങ്ക"യായിരുന്നു ചലച്ചിത്രരംഗത്തേക്കുള്ള വാതിൽ തുറന്നത്. ആദ്യകാലങ്ങളിലെ ഹിന്ദി ഈണങ്ങളിൽ നിന്നും തമിഴ് ഈണങ്ങളിൽ നിന്നും മലയാള രാഗങ്ങളുടെ സമ്പൂർണ ഭാവങ്ങൾപോലും മനസ്സിലാക്കാൻ കഴിയും. എല്ലാ അർത്ഥത്തിലും രാഗദേവതയോടുള്ള പ്രാർഥനയായിരുന്നു ആ സംഗീതജീവിതം. ഖരഹരപ്രിയ രാഗത്തിൽ പാട്ടുകൾ ചെയ്യുമ്പോൾ അദ്ദേഹം സ്വീകരിക്കുന്ന ഭാവവ്യാപ്തിയുടെ വൈവിധ്യം ഏറെ ശ്രദ്ധേയമാണ്. ഈ രാഗത്തിലെ രി, ഗ, ധ, നി എന്നീ രാഗച്ഛായകൾക്കെല്ലാം കൃത്യമായ ഊന്നൽ നൽകിക്കൊണ്ടാണ് 'ഉത്തരാസ്വയംവരം' എന്ന പാട്ട് പിറക്കുന്നത്. 'കാർകൂന്തൽക്കെട്ടിലെന്തിന്', 'സന്ധ്യയ്ക്കെന്തിന് സിന്ദൂരം', 'ദേവവാഹിനി', 'അശോകപൂർണിമ വിടരും വാനം' എന്നീ ഖരഹരപ്രിയഗാനങ്ങൾക്കെല്ലാം ഭാവാവിഷ്കാരത്തിൽ എന്തുമാത്രം വ്യത്യസ്തയാണുള്ളത്!

സാഹിത്യവും സംഗീതവും തമ്മിലുള്ള ലയത്തിന് രാഗങ്ങളെ എത്രമാത്രം സാർഥകമാക്കാമെന്ന അന്വേഷണമായിരുന്നു സ്വാമിയെ മുന്നോട്ടു നയിച്ചത്. 'ബേഗഡ' രാഗത്തിലധിഷ്ഠിതമായ 'ഇന്നലെ നീയൊരു സുന്ദരരാഗമായെൻ' എന്ന പാട്ടിൽ പ്രണയത്തിന്റെ അലൗകികമായ സ്പർശഭംഗികൾ നിറയുന്നു. ധീരശങ്കരാഭരണത്തിന്റെ ജന്യമായ ഈ രാഗത്തിൽ കോമളമധ്യമത്തിനും തീവ്രമധ്യമത്തിനും ഇടയിൽ പ്രത്യേക സ്വരസാന്നിധ്യമായാണ് മധ്യമസ്വരം പ്രയോഗിക്കേണ്ടത്. നി, മ എന്നീ സ്വരങ്ങൾ സവിശേഷരീതിയിൽ പ്രയോഗിക്കുമ്പോഴുണ്ടാകുന്ന സങ്കീർണതകളെ

ലളിതവൽക്കരിക്കുകയായിരുന്നു അദ്ദേഹം. അത്യന്തം ലളിതമായ മോഹന രാഗത്തെ ദക്ഷിണാമൂർത്തിയെപ്പോലൊരു സംഗീതജ്ഞൻ തന്റെ ചൊൽപ്പടിക്ക് നിർത്തി പാട്ടിൽ പൊലിപ്പിച്ചെടുക്കുന്നത് നിരീക്ഷിക്കേണ്ടതാണ്. ഒരു ഗമക പ്രയോഗത്തിന്റെ നേരിയ സാധ്യതകൾപോലും ഇല്ലാതാക്കിയാണ് അദ്ദേഹം 'ചന്ദ്രികയിലലിയുന്നു' എന്ന ഗാനത്തെ കമ്പോസ് ചെയ്തത്. 'നിൻ ചിരിയിലലിയുന്നെൻ ജീവരാഗം' എന്ന വരിയിൽ മോഹനത്തിന്റെ ലളിതസംഗീതം തുളുമ്പി നിൽക്കുന്നു. ഇങ്ങനെ രാഗങ്ങളുടെ രമണീയ ഭാവങ്ങളെ പാട്ടിന്റെ ഘടനയിൽ അനായാസേന വിന്യസിപ്പിക്കുന്നതിന് എത്രയോ ഉദാഹരണങ്ങളുണ്ട്. 'കാക്കത്തമ്പുരാട്ടി കറുത്ത മണവാട്ടി', എന്ന ഗാനം ആഭേരിയുടെ രാഗസ്വഭാവം വെളിപ്പെടുത്തുന്നതിനെക്കാളുപരി, നാടൻപാട്ടിന്റെ സൗന്ദര്യത്തെയാണ് പ്രകടമാക്കുന്നത്. സാധാരണക്കാർപോലും മൂളുന്ന 'ദേവീ ശ്രീദേവി', എന്ന പാട്ട്, 'വലചി' രാഗത്തിന്റെ സുന്ദരമായ ഭാവാവിഷ്കാരമാണ്. രാഗഭാവം ശക്തമായി വെളിപ്പെടുത്തുന്ന രീതിയിൽ ശാസ്ത്രീയമായി ചിട്ടപ്പെടുത്തിയ സ്വാമിഗീതങ്ങളും നിരവധിയാണ്. 'പുലയനാർ മണിയമ്മ', 'ചിത്രശിലാപാളികൾ' എന്നീ ഗാനങ്ങൾ 'ആഭേരി'യിൽ അങ്ങേയറ്റം വ്യത്യസ്തത പുലർത്തുന്നുണ്ട്. മായാമാളവഗൗള, പൂർവികല്യാണി, കല്യാണി, ഹിന്ദോളം, ബിലഹരി, മധ്യമാവതി, ചാരുകേശി, ശിവരഞ്ജിനി, കല്യാണവസന്തം, വാസന്തി, ഹംസനാദം തുടങ്ങി ശാസ്ത്രീയസംഗീതത്തിൽ പേരുകേട്ട എതയോ ഗംഭീരരാഗങ്ങൾ ദക്ഷിണാമൂർത്തി ചലച്ചിത്രഗാനങ്ങളെ മോചിപ്പിച്ചതിൽ ദക്ഷിണാമൂർത്തിക്കു വലിയ പങ്കുണ്ട്.

'വൃശ്ചികപ്പൂനിലാവേ' എന്ന പാട്ടിൽ 'മച്ചിന്റെ മേലിരുന്നൊളിച്ചു നോക്കാൻ' എന്ന ഭാഗത്ത് ഉപയോഗിച്ചിട്ടുള്ള സവിശേഷട്വിസ്റ്റിനെ എടുത്തു പറയേണ്ടതുണ്ട്. 'നിന്റെ മിഴിയിൽ നിലോല്പലം' എന്ന പല്ലവി അവസാനിക്കുന്നത് 'നീയൊരുനിത്യവസന്തം' എന്ന് അടിവരയിട്ടാണ്. അവസാന വരിയിലെ ഊന്നൽ എത്രമാത്രം അർത്ഥനിർഭരമാണ്. ജി.യുടെ 'ശ്രാന്തമംബരം' (അഭയം) എന്ന കവിതയെ ശുദ്ധപന്തുവരാളിയിൽ അതിശയകരമായി വിലയിപ്പിച്ചതിന് കാലം സ്വാമിയോട് കടപ്പെട്ടിരിക്കുന്നു. യേശുദാസ്, പിതാവ് അഗസ്റ്റിൻ ജോസഫ്, വിജയ് യേശുദാസ്, അമേയ എന്നിവരെയെല്ലാം പാടിപ്പിക്കാൻ ദക്ഷിണാമൂർത്തിക്ക് കാലം കനിവു നൽകി.

സോപാന സംഗീതത്തിന്റെ ലയസൗന്ദര്യം ചേർത്തു വച്ചാണ് 'ഗോപീചന്ദനക്കുറിയണിഞ്ഞ്', 'പൊൻവെയിൽ മണിക്കച്ച' എന്നീ ഗാനങ്ങൾ സ്വാമി ആവിഷ്കരിച്ചിട്ടുള്ളത്. നാഗസ്വരത്തിന്റെ അകമ്പടിയും ഈ പാട്ടുകളോടൊപ്പം ചേർന്നു നിന്നു. ലളിതമായ ഫോക്പാരമ്പര്യത്തിലുള്ള ഈണമായാലും ശാസ്ത്രീയമായ ചില പരിചരണ ബോധ്യങ്ങൾ അദ്ദേഹം പാട്ടുകളിൽ അനുവർത്തിക്കുന്നുണ്ട്. 'ചെന്തെങ്ങ് കുലച്ച പോലെ', 'തൈപ്പൂയക്കാവിടിയാട്ടം', 'സ്വർണ്ണപ്പൂഞ്ചോല' എന്നിവയെല്ലാം

ഉദാഹരണങ്ങളാണ്. 'മനസ്സിലുണരൂ' എന്ന രാഗമാലികയിൽ ഭക്തി നിറഞ്ഞു തുളുമ്പുന്നുണ്ട്. 'നവനവമോഹങ്ങൾ നർത്തനം ചെയ്യുന്ന' എന്ന വരിയിൽ ആത്മനിർവൃതിയും 'കനിവിൻ കാഞ്ചന കതിർമാല ചൊരിയൂ' എന്നിടത്ത് കാരുണ്യവും ഒരുപോലെ സംഗീതമയമാകുന്നു. 'രാമ രാമ രാമ' (ഭക്തഹനുമാൻ) എന്ന ഗാനത്തിലെ ഹനുമൽഭക്തി പോലൊരു ഭക്തി മറ്റൊരിടത്തുമുണ്ടായിട്ടില്ല.

പാശ്ചാത്യസംഗീതശൈലിയുടെ ചില സഞ്ചാരങ്ങൾ 'നനഞ്ഞ നേരിയ പട്ടുറുമാൽ' (എന്റെ മോഹങ്ങൾ പൂവണിഞ്ഞു) എന്ന പാട്ടിൽ ദക്ഷിണാ മൂർത്തി സമന്വയിപ്പിച്ചിട്ടുണ്ട്. ഇതിന്റെ ഓർക്കസ്ട്രേഷനിൽ വെസ്റ്റേൺ നൊട്ടേഷനുകൾ ഉൾപ്പെടുത്തുകയും ചെയ്തു. കർണാട്ടിക്കിലെ 'ഹരി കാംബോജിക്ക്' സമാനമായ ആവിഷ്കരണം. നൃത്ത ശില്പങ്ങളുടെ ഫോർമാറ്റിൽ എത്രയോ ഗാനങ്ങൾക്ക് ദക്ഷിണാമൂർത്തി സംഗീതം പകർന്നിട്ടുണ്ട്. സ്വരരാഗരൂപിണി, ചിത്രശിലാപാളികൾ, ഉത്തരാസ്വയം വരം, കതിർമണ്ഡപം, ആറാട്ടിനാനകൾ എന്നിങ്ങനെ നൃത്തസംഗീത സാധ്യതകളുള്ള ഗാനങ്ങളിൽ ദൃശ്യപരമായ നിരവധി ഇമേജറികൾ വന്നു നിറയുന്നു. ഇത്തരം ഇമേജറികൾക്ക് ആലാപനത്തിൽ പ്രാമുഖ്യം നൽ കുന്ന രീതികൾ ദക്ഷിണാമൂർത്തിസംഗീതത്തിൽ നിറയെ കാണാം.

'ആലാപനം' എന്ന ഗാനത്തിന്റെ 'അനാദിമധ്യാന്തമീവിശ്വചലനം' എന്ന ഭാഗം കേൾക്കുമ്പോൾ ഓങ്കാരവിടർച്ചയാണ് നമുക്ക് അനുഭവപ്പെടുക. 'ഗിരിനിരകൾ', 'ആരോഹണം' എന്നീ വാക്കുകളിലെ സവിശേഷ സ്വര സഞ്ചാരങ്ങൾ എത്രമാത്രം അർത്ഥവത്തായാണ് സ്വാമി പ്രയോഗിച്ചിരിക്കു ന്നത് 'ആകാശം ഭൂമിയെ വിളിക്കുന്നു', 'അനുരാഗനക്ഷത്ര കണ്ണുകൾ ചിമ്മി' എന്ന മനോഹര കല്പനയിൽ വിടരുന്ന ലളിതസുഭഗമായ ഈണ ശോഭയിൽ നിറയെ മെലഡിയല്ലാതെ മറ്റൊന്നുമില്ല. 'വാതിൽപ്പഴുതിലൂ ടെൻമുന്നിൽ കുങ്കുമം' എന്ന ഗാനത്തിൽ ഹംസനാദത്തിന്റെ ലാളിത്യഭാവം മുഴുവൻ വാരിവിതറിയിട്ടുണ്ട്, ദക്ഷിണാമൂർത്തി. 'ഒരു രൂപാനോട്ടു കൊടു ത്താൽ' എന്ന ഗാനവും 'ഉത്തരാസ്വയംവരം' എന്ന ഗാനവും ഒരു സംഗീത സംവിധായകന്റെ വ്യത്യസ്ത ശൈലികളെ നിയതാർത്ഥത്തിൽ വിളംബരം ചെയ്യുന്നുണ്ട്.

ശുദ്ധസംഗീതത്തിൽ വിരിയുന്ന ഈണത്തിന്റെ ആവിഷ്കരണങ്ങളെ ആസ്വാദകൻ കൈവിടാൻ മടിക്കുന്നു. ദക്ഷിണാമൂർത്തിയിലെ താപ സനായ സംഗീതജ്ഞൻ വരുംതലമുറയ്ക്ക് നൽകിയിട്ടുള്ളത് രാഗാനു ശീലനത്തിന്റെ വലിയൊരു സഞ്ചയികയാണ്. സംഗീതം എന്നത് പൂർണ മാണ്. പൂർണത്തിൽ നിന്ന് പൂർണത്തെ എടുത്തുമാറ്റിയാലും പൂർണം തന്നെ അവശേഷിക്കുന്നു. ■

ആത്മാവിന്റെ പാട്ടുകാരൻ

ഹിന്ദുസ്ഥാനി സംഗീതത്തിന്റെ സമഷ്ടി സൗന്ദര്യത്തിൽ നിന്നായിരുന്നു ബാബുരാജിന്റെ പാട്ടുകൾ ഊർജ്ജം ആർജ്ജിച്ചത്. താളവട്ടങ്ങളോട് സദാ ലയാത്മകമാകുന്ന സംഗീതരീതികളെ അദ്ദേഹം പ്രോത്സാഹിപ്പിച്ചു. സംഗീതസംവിധാനത്തെ ജീവിതത്തിലെ ഏറ്റവും വലിയ ആഘോഷമായി കണ്ടു. നിർവ്യക്തികമായ ഒരുതരം വൈയക്തികത ജീവിതമുദ്രപോലെ അദ്ദേഹത്തിന്റെ പാട്ടിലും ജ്വലിച്ചുനിൽക്കുകയുണ്ടായി. സാമൂഹികതയിൽ സജീവമാകുന്ന പാട്ടിന്റെ ഇടവേളകൾ ഏകാന്തമായ ഒരവബോധത്തിന്റെ പുനർജ്ജനിയായിത്തീരുകയാണ് ബാബുരാജിൽ. ഇവിടെയാണ് കണ്ണീരും സ്വപ്നങ്ങളും വിൽക്കുവാൻ വന്ന ഒരാളുടെ സംഗീതജീവിതം ഒരേ സമയം യാഥാർത്ഥ്യത്തിലും ഭാവനയിലും ഇടകലരുന്നത്. ബാബുരാജിന്റെ ആലാപനത്തിൽ വികാരങ്ങളുടെ വേലിയേറ്റങ്ങൾ സംഭവിച്ചുകൊണ്ടേയിരുന്നു. മെഹ്ഫിലുകളിലും നാടകവേദികളിലും സമ്മേളനങ്ങളിലുമെല്ലാം അദ്ദേഹത്തിന്റെ പാട്ടുകൾ സാമൂഹികതയുടെയും കൂട്ടായ്മയുടെയും വിശാലമായ ഇടങ്ങൾ തേടിപ്പോവുകയായിരുന്നു. അതിൽ ആത്മാവിഷ്കാരത്തിന്റെ സാംസ്കാരികമായ ഒരു അന്തർജ്ഞാനം നിറഞ്ഞുകിടന്നു. ആലാപനവ്യഗ്രമായ സന്ദർഭങ്ങളിലെല്ലാം തുറന്നതും എന്നാൽ ആർദ്ര മൗനസ്ഥലികളെ പ്രതിധ്വനിപ്പിക്കുന്നതുമായ ഒരു ഈണപദ്ധതിയ അദ്ദേഹം നിരന്തരം രൂപപ്പെടുത്തുകയായിരുന്നു.

മനോധർമ്മത്തിന്റെ സാധാരണത്വത്തിൽ വിശ്വസിച്ചിരുന്ന അബോധപരമായ ഈ ആലാപനവ്യവസ്ഥയായിരുന്നു ജനപ്രിയതയിൽ ബാബുരാജിന്റെ മുമ്പനാക്കിയത്. നൈസർഗികതയും നിഷ്കളങ്കതയും ഈ പാട്ടിന് കൂട്ടുനിന്നു. ചിട്ടപ്പെടുത്തിയ ഈണങ്ങൾക്കെല്ലാം ജൈവികമായ ഒരു സംസ്കാരത്തിന്റെ പിൻബലം നൽകി സ്വന്തവും സുതാര്യവും (പാമരനാം പാട്ടുകാരൻ) ആയ സ്വകാര്യതയിലേക്ക് പാട്ടിനെ ചേർത്തുവെക്കാൻ അദ്ദേഹത്തിന് കഴിഞ്ഞിരുന്നു. അതേസമയം, ഉറക്കെപ്പാടി ശബ്ദത്തെ, സമൂഹത്തിന്റെ ബഹിർസ്ഥലങ്ങളിലേക്ക് വിക്ഷേപിക്കുവാനും ഈ പാട്ടുകൾക്ക് ഒരുപോലെ സാധിച്ചിരുന്നു. മധ്യവർഗ്ഗമനസ്സിന്റെ വൈകാരിക മൂശയിലായിരുന്നു ഈ ഗാനങ്ങളെല്ലാം സാർത്ഥകമാകുന്നത്. വലിയ പ്രത്യയശാസ്ത്ര പരിപ്രേക്ഷ്യങ്ങളുള്ള ഹിന്ദുസ്ഥാനി സംഗീതത്തിന്റെ

സ്വാഭാവീകരണമാണ് പാട്ടിലും ആലാപനത്തിലും അദ്ദേഹം കാത്തു സൂക്ഷിച്ചത്. താമസമെന്തേ എന്ന പാട്ട് അദ്ദേഹം ആലപിക്കുമ്പോൾ അതിന് ഈ തെരുവുമെഹ്ഫിലിന്റെ സജീവതയുണ്ടെന്ന് നാമറിയുന്നു. ചലനാത്മകതയുടെ സകലദൃശ്യങ്ങളും പാട്ടിൽ തെളിഞ്ഞുവരുന്നു. ഒട്ടും തേയ്ക്കാതെ ചുളിവ് തീരാത്ത ഒരു ശബ്ദം വന്ന് നമ്മുടെ മനസ്സ് പിഴിഞ്ഞെടുക്കുന്നതുപോലെ.

ജന്മസിദ്ധമായി ലഭിച്ചതും ജീവിതചുറ്റുപാടുകളിൽനിന്ന് സ്വായത്തമാക്കിയതുമായ സംഗീതലോകമായിരുന്നു ബാബുരാജിന്റേത്. വോക്കൽ കോഡുകളിൽ നിന്നുത്ഭവിക്കുന്ന ശബ്ദത്തിന്റെ അപാരനിയന്ത്രണമോ, സംരക്ഷണമോ ഒന്നുംതന്നെ അദ്ദേഹത്തിൽ നിന്നാരും പ്രതീക്ഷിക്കുന്നില്ല. ഇതിന് മനുഷ്യാതീതമായ ഒരു ശബ്ദത്തിന്റെ സ്വഭാവം കൈവരുന്നുമില്ല. എന്നാൽ വൈകാരികവും സ്വാഭാവികവുമായ ശബ്ദത്തിന്റെ ഒരിടപെടൽ ആയി അത് മാറുന്നു. എന്നാൽ അതിലെവിടെയോ അച്ചടക്കപരമായ ഒരാവിഷ്കാരം കണ്ടെടുക്കാനും കഴിയും. ഉറക്കെ പാടുമ്പോൾ തന്നെ ശബ്ദത്തിൽ അവലംബിക്കുന്ന ഒതുക്കവും മിതത്വവും അദ്ദേഹത്തിന്റെ ശൈലിയായി മാറി. ശബ്ദത്തിന്റെ സാംസ്കാരികവും രാഷ്ട്രീയവും സാമൂഹികവുമായ ഒട്ടേറെ മാനങ്ങൾ പങ്കിടാൻ ബാബുരാജിന് സാധിക്കുന്നത് അതിനാലാണ്. ബാബുരാജിന്റെ ആലാപനസൗഖ്യം നിർമ്മിക്കപ്പെടുന്നത്, ഏകാന്തവും കാല്പനികവും അതേസമയം പൊതുബോധത്തിന്റെ ആന്തരികശേഷിയും സമന്വയിച്ചാണ്. 'അസ്തമനക്കടലിന്നകലെ' എന്നതിലെ അകലെ' എന്ന വാക്ക് കുറുക്കിപ്പാടി അർത്ഥത്തെ ഇങ്ങേയറ്റത്തെ കടവിൽ കെട്ടിയിടുമ്പോഴും 'അകലെ അകലെ നീലാകാശം'എന്ന പാട്ടിലെ 'അകലെ'ചക്രവാളങ്ങൾ പിന്നിട്ടു പോകുമ്പോഴുമെല്ലാം ഈ ആലാപന മനോധർമ്മത്തിന്റെ ആധികാരികത മാത്രമാണ് കാണുന്നത്. ഗന്ധർവ്വ ശബ്ദം പിന്നീടുന്ന വൈകാരികദൂരങ്ങൾക്കപ്പുറമാണത്. ബാബുരാജിന്റെ സംഗീതഭാഷയിൽ ശബ്ദംതന്നെ അർത്ഥമായി മാറുന്നൊരു വിനിമയം നടക്കുന്നുണ്ട്. ആ ആലാപനത്തിലേക്ക് പുറംലോകത്തുള്ളതെല്ലാം സ്വാംശീകരിക്കപ്പെടുന്നു. ഇവിടെ ആലാപനത്തിന് വിസ്തൃതിയുണ്ടാകുന്നത് അതിനകത്ത് സംഭവിക്കുന്ന കാലപരവും സ്ഥലപരവുമായ ഒതുക്കങ്ങൾ കണക്കാക്കിയാണ്. ചലനാത്മകമായ ശബ്ദത്തിന്റെ ആന്തരികതയിൽ ഉണ്ടാകുന്ന ഒരു അർത്ഥോത്പാദനരീതി ആലാപനത്തിൽ അബോധപരമായി അദ്ദേഹം പിൻതുടർന്നുവെന്നർത്ഥം.

ശ്രോതാവിനെ ചൂഴ്ന്നുനിൽക്കുന്ന ശബ്ദപ്രകൃതിയുടെ ഒരവബോധത്തെ അനുഭാവവും അനുഭൂതിയുമായി പരിവർത്തിക്കുകയായിരുന്നു ബാബുരാജ്. വിഭ്രാന്തിയുടെ നാദാനുഭാവമായി മാറുകയാണ് ഈ പാട്ടുകൾ. നാദത്തിന്റെ അകവും പുറവും ഒരേസമയം പാട്ടിൽ തെളിയുന്നു. ശ്രുതികൾ രേഖീയമായും ലംബമായും താളാത്മകമായും കൂടിക്കുഴഞ്ഞ് നാദത്തിന്റെ ബഹുസ്വരവും എന്നാൽ ഭാഷാസൂചിതവുമായ ഭാവനാ

സന്ദർഭങ്ങളുമായി ചേരുന്നു. എന്നാൽ ഇതൊന്നും തന്നെ ബാബുരാജിന്റെ ശരീരത്തിലോ ബോധപരമായി പങ്കുചേരുന്ന ഒന്നല്ല. ശ്രുതിയുടെ കയറ്റിറക്കങ്ങളിൽ പരുക്കനും അതേസമയം വിഷാദച്ചുവ കലർന്ന് കാല്പനികവുമാകുന്ന നാദവിടർച്ചകൾ.

ബാബുരാജിന്റെ സ്വരമുൽപ്പാദിപ്പിക്കുന്ന ശ്രാവ്യപരമായ സാന്ദ്രസ്ഥലികൾ നമ്മുടെ മനസ്സിലേക്കും സമഗ്രശരീരത്തിലേക്കും നേരിട്ടു തുറക്കപ്പെടുന്നു:

സാമൂഹികതയിലൂന്നിയ ഒരാലാപന വഴിയുടെ വക്താവായിരുന്ന ബാബുരാജ് സ്വകാര്യതയുടെ അച്ചടക്കങ്ങളിൽ ഏറെ വിശ്വസിച്ചിരുന്നില്ല. എന്നാൽ ആലാപനാനന്തരം ഏകാന്തതയിലേക്ക് തിരിച്ചുപോകുന്ന ഒരു തരം ഭാവഭദ്രത ഈ പാട്ടുവഴികൾ എങ്ങനെയോ സ്വന്തമാക്കുന്നുണ്ട്. സംഗീതത്തിന്റെ പൊതുസ്ഥലങ്ങളിലേക്ക് വിക്ഷേപിക്കപ്പെടുന്ന ബാബുരാജിന്റെ സ്വരം മൂർത്തതയിൽനിന്ന് അമൂർത്തതയിലേക്കുള്ള ഏകാന്തസഞ്ചാരം നടത്തുന്നു. 'സൊപ്നം' എന്നൊക്കെ ഉച്ചരിച്ചു പാടുന്ന പുരാതന ശബ്ദത്തിന്റെ നിമ്നോന്നതസ്ഥലികൾ ആരെയും ആകർഷിക്കുന്നു. അവധൂതരുടെയും സൂഫികളുടെയും സ്വകാര്യം പറയുന്നവരുടെയും എല്ലാം പാട്ടുസംസ്കാരത്തിന്റെ സ്വരപ്പകർച്ച കളായിരുന്നു ബാബുരാജിന്റെ പാട്ടുകൾ.

പൊതുക്കൂട്ടായ്മയുടെ ഭാഗമായി ആഘോഷിക്കപ്പെട്ട ബാബുരാജിന്റെ ജീവിതം ഏകാന്തദുഃഖങ്ങളുടെ ഭാവുകത്വത്തെയാണ് പാട്ടിൽ ആശ്ലേഷിച്ചത്. ഹിന്ദുസ്ഥാനി പാരമ്പര്യത്തെ ജനങ്ങളിഷ്ടപ്പെടുന്ന ശൈലിയിലും രൂപത്തിലും അദ്ദേഹം ആവിഷ്കരിച്ചു. ഒപ്പനയും നാടൻപാട്ടും വടക്കൻ പാട്ടും ഖവാലിയും ഗസലും ഖയാലും എന്തിന് പടിഞ്ഞാ റൻ സംഗീതം (ഇറ്റ് ഈസ് നവംബർ) പോലും സിനിമാഗാനങ്ങളിൽ ബാബുരാജ് സന്നിവേശിപ്പിച്ചിട്ടുണ്ട്. സിനിമയിലെ പ്രാദേശികസംഗീതത്തിന്റെ സാംസ്കാരികസാധ്യതകൾ അദ്ദേഹം ഉപയോഗപ്പെടുത്തി.

ഏകാകിതയും വൈകാരികതയും ലയിപ്പിച്ചുനിർത്തിയായിരുന്നു ആലാപനത്തെ അദ്ദേഹം സൂക്ഷ്മമാക്കിയത്. സ്വരങ്ങൾക്കിടയിലെ വിടർച്ചയും ഇടർച്ചയും ഒരുപോലെ പാട്ടിനെ ദ്യോതിപ്പിക്കാനേ സഹായിച്ചിട്ടുള്ളൂ. ബാബുരാജ് പ്രതിനിധാനം ചെയ്യുന്ന ആലാപനത്തിന്റെ ആവിഷ്കാരലോകം ആത്മീയമായ ഒരു മാനസികതലത്തെയാണ് സാക്ഷാത്ക്കരിക്കുന്നത്. ഇത് സ്നേഹത്തിൽ അധിഷ്ഠിതമായ ഒന്നാണ്. ആത്മീയമായ ഒരു മാനവികത നിഷ്കളങ്കമായ ആലാപനത്തിന്റെ കൂടപ്പിറപ്പുകൂടിയാകുന്നു.

ഹിന്ദുസ്ഥാനി സംഗീതത്തിന്റെ ഘടനാസ്വാതന്ത്ര്യം വൈകാരികതലത്തിൽ പാട്ടിൽ ഉപയോഗിക്കുകയായിരുന്നു ബാബുരാജ്. ഒരേസമയം ഭാവപരമായ ആഴവും രാഗപരമായ നിറഭേദവും അദ്ദേഹം പാട്ടിൽ കാത്തു

സൂക്ഷിച്ചു. ഹിന്ദുസ്ഥാനിയുടെ സാധ്യതകൾ മലയാളസിനിമയുടെ ദൃശ്യതലത്തിൽ ആദ്യമായി കാൽപനികതയോടെ വ്യാഖ്യാനിക്കുന്നത് ബാബുരാജാണ്. വളരെ കുറച്ച് പാട്ടുകളേ അദ്ദേഹം സിനിമയിൽ പാടിയിട്ടുള്ളൂ. മറ്റുള്ളവർക്കുവേണ്ടി കംപോസ് ചെയ്ത ഗാനങ്ങൾ 'ബാബുരാജ് പാടുന്നത്' ഏവരും കൗതുകത്തോടെ കേട്ടിട്ടുണ്ട്. 'താമസമെന്തേ'യിലെ ബഷീർ ഇമേജറികളുടെ വെളിച്ചവും 'തളിരിട്ട കിനാക്കളിലെ' പരിഭവമുദ്രകളുമായ യമൻകല്യാണിയുടെ വരവുമെല്ലാം സൗമ്യാർദ്രസ്വരത്തിൽ ബാബുരാജ് അനുഭവിപ്പിക്കുന്നുണ്ട്. 'കൺമണിനീയെൻ' എന്ന ഗാനവും 'പാലാണ് തേനാണ്' എന്ന ഗാനവും അദ്ദേഹത്തിന്റെ സ്വരസ്വകാര്യതയിൽത്തന്നെ കേൾക്കണം. 'അനുരാഗഗാനം പോലെ' എന്ന ഗാനം കടഞ്ഞ് കടഞ്ഞെടുത്തു അനായാസേനയുള്ള സ്വരപ്രസ്താരമായി നമ്മിലേക്ക് ഒഴുക്കിവിടുന്നു. 'കടലേ' എന്ന തലതിയൻഗാനം ബാബുരാജിന്റെ സ്വരവിസ്തൃതിയിൽ സ്വർഗ്ഗീയമായി മാറുന്നത് ആസ്വദിച്ചറിയേണ്ടതാണ്.

സമാനതകളില്ലാത്ത ആലാപനമാണ് ബാബുരാജിന്റേത്. ബഷീർ ഭാവനയുടെ അപാരതീരങ്ങളെ ബാബുരാജ് തന്റെ സംഗീതംകൊണ്ട് അടയാളപ്പെടുത്തി. രണ്ടുപേരും അലഞ്ഞവർ, ഏകാകികൾ, അന്വേഷിച്ചവർ.... സംഗീത ത്തിലെ ബഷീറായിരുന്നു ബാബുരാജ്. 'സുറുമയെഴുതിയ മിഴികളേ'എന്ന് ബാബുരാജ് പാടുമ്പോൾ പ്രേമം എഴുതുകയാണെങ്കിൽ ഇങ്ങനെതന്നെ എഴുതണമെന്നു തോന്നും. പ്രേമത്തെ കേൾക്കേണ്ടത് ഇങ്ങനെതന്നെയാണെന്ന് തോന്നിപ്പോകും. അനാഥത്വത്തിന്റെ തീവ്രവേദന ബാബുരാജിന്റെ പാട്ടുകളിൽ നിരന്തരസാന്നിധ്യമായി മാറി (താനേ തിരിഞ്ഞും, തേടുന്നതാരേ, പൊട്ടിത്തകർന്ന കിനാവിന്റെ). "ഒരു പുഷ്പം" ബാബുരാജ് പാടുമ്പോൾ അതിൽ നാമനുഭവിക്കുന്ന നിശ്ശബ്ദതയെ, പടർന്നുചുറ്റി ഒരു തബലയുടെ ചിറകടിയൊച്ചകൾ കൂടി വന്നെത്തുന്നു: 'പ്രാണ സഖി'എന്ന പാട്ടിന്റെ ശോകാന്തരംഗത്തെ വിടർത്തുന്നത് ബാബുരാജിലെ ഏത് ഭാവമാണ്? സങ്കട സംഗീതത്തിന്റെ തല്പം വിരിക്കുകയാണ് പാട്ടിൽ അദ്ദേഹം. അറിവും അനുഭവവും ചേർന്ന് പാട്ടിലൊരുങ്ങുന്ന അനുഭൂതിയുമാണിത്. സൂഫിയാനകലാം എന്ന കാശ്മീരി സംഗീതരൂപത്തെ ഇഴചേർത്തെടുത്ത 'പുള്ളിമാനല്ല', മലയാളത്തിലൊരു മുജ്റാസ് (ആടാനുമറിയാം) ഫ്യൂഷൻ (ദാറ്റ്സ് നവംബർ), വടക്കൻ പാട്ടിന്റെ നിറങ്ങൾ (കൊട്ടും ഞാൻ കേട്ടില്ല) തുടങ്ങി എത്രയോ വ്യത്യസ്തതകൾ ബാബുരാജിന്റെ സംഗീതത്തിൽ ആസ്വാദകർ തിരിച്ചറിഞ്ഞിട്ടുണ്ട്.

മലയാള സിനിമാസംഗീതത്തിന്റെ നവോത്ഥാനഭാഗമായിരുന്നു ബാബുരാജ്. കല്യാണപ്പാട്ടുകൾ എന്നൊരു വിഭാഗം തന്നെ ബാബുരാജ് ചിട്ടപ്പെടുത്തിയ പാട്ടുകളിലുണ്ട് (മധുരപൂവന, പുള്ളിമാനല്ല, ഒരു കൊട്ട പൊന്നുണ്ടല്ലോ...) വി.എം.കുട്ടിയുടെ കൂടെ നിരവധി പരിപാടികളിൽ അവസാന കാലങ്ങളിൽ അദ്ദേഹം പങ്കെടുക്കുകയുണ്ടായി. സങ്കടത്തിന്റെ പ്രവാചകത്വംപോലെ എത്രയോ ഗാനങ്ങൾ ആ തൊണ്ടയിൽ നിന്നൊഴുകി.

"മാഹിയിൽ ഒരു കല്യാണവീട്ടിൽ വെച്ച് ബാബുക്ക പാടിക്കഴിഞ്ഞതോടെ വീട്ടിലെ കാരണവർ ബാബുക്കാന്റെ അടുത്തുവന്നു ചെവിയിലെന്തോ മന്ത്രിച്ചു." ആ കാരണവർ മൂപ്പരോട് പറഞ്ഞത്. "ങ്ങള് പാടിയാൽ അത് കാണുന്നപോലെയും കേൾക്കുന്നപോലെയും തോന്നും. അതു കൊണ്ട് അല്ലാഹുവിനെയും റസൂലിനെയും ഓർത്തിട്ട് ഇങ്ങനെ പാട്ട് പാടരുത്" (ബാബുക്ക തളിരിട്ട കിനാവിലെ വിരുന്നുകാരൻ). ആത്മാവിൽ തറഞ്ഞു കൊള്ളുന്ന അസംസ്കൃതവും ജീവിതഗന്ധിയുമായ ഈ ആലാപന പ്രവാഹത്തെ ഇനി എങ്ങനെ അടയാളപ്പെടുത്താനാണ്?

പാട്ടിൽ വ്യത്യസ്ത അനുപാതത്തിലും അളവിലും ഒരുതരം അസംതൃപ്തമായ അനുരാഗമുണ്ടാക്കി ബാബുരാജ് അത് ആലാപനരീതിയിൽ മൂർത്തവും സവിശേഷവുമായ ഒരനുഭവമാക്കി മാറ്റി. വ്യത്യസ്ത ശൈലിയിലുള്ള പാട്ടുകൾ ആലപിക്കുമ്പോൾ ബാബുരാജിലെ വൈകാരികമായ സ്വരപ്പകർച്ചകൾ അനന്യമാണ്. കെ.ടി. മുഹമ്മദ് എഴുതിയ "ഇല്ല ദുനിയാവിൽ"എന്ന ഗാനത്തിലെ ഘനഗാംഭീര്യം അദ്ഭുതപ്പെടുത്തുന്നതാണ്. 'വിശ്വപ്രപഞ്ചത്തിനാകേ' എന്ന ഗാനത്തിലെ ഭക്തിനിർഭരമായ ഗേയസൗഖ്യത്തിന്റെ പൊരുൾ തേടിപ്പോകുവതെങ്ങനെ? 'സ്വല്ല അലൈക്കുള്ള' എന്ന പാട്ടിലെ പ്രാർത്ഥനയുടെ മൂകധ്വനികൾ ബാബുരാജ് മന്ദ്രതരമാക്കുന്നുണ്ട്. 'മനസ്വിനി'യിലെ ആരാധികയുടെ 'പൂജാകുസുമം' എന്ന പല്ലവിയിൽനിന്ന് അനുപല്ലവിയിലേക്ക് പാട്ടിന്റെ തോണിയടുപ്പിക്കുമ്പോൾ 'ഇനിയാരാണാശ്രയം, ആരാണഭയം' എന്ന വരികളിൽ അദ്ദേഹത്തിന്റെ കയറ്റിറക്കങ്ങൾ ആ ശബ്ദത്തിൽ വന്നു ഭവിക്കുന്നു. 'അനന്തശയനാ' എന്ന ജാനകിപാടിയ ഭക്തിഗാനം ബാബുരാജിന്റെ ആലാപനത്തിൽ വിശ്വചരാചര പ്രകൃതിയുടെ ലയം കലർന്നൊരു സൂഫിഗീതം പോലെ. എത്രയോ പ്രണയദൂരങ്ങൾ അളന്നിട്ട് ബാബുരാജ് 'പ്രാണസഖി' എന്ന് പാടുമ്പോൾ നമ്മുടെ ഹൃദയവേദനകൾ അകലുകയാണ്. 'ശീർകാഴി'യുടെ പ്രശസ്തമായ 'ശിവഗംഗൈ' (കർണ്ണാടിക്) ബാബുരാജ് പാടിയപ്പോൾ അതിലുണ്ടാകുന്ന ഹിന്ദുസ്ഥാനി നിറങ്ങൾ എടുത്തുപറയേണ്ടതാണ്. കണ്ടാരക്കട്ടുമ്മൽ, നാടും നഗരവും, പേരാറ്റിൻകരയിൽ... ഇങ്ങനെ നർമ്മരസത്തിലുള്ള എത്രയോ പാട്ടുകൾ ബാബുരാജിന്റേതായിട്ടുണ്ട്. 'പൊട്ടിത്തകർന്ന കിനാവിന്റെ മയ്യത്തിലാണ്' ബാബുരാജിന്റെ ആലാപനമുദ്രകൾ ഏറ്റവും കൂടുതൽ പതിഞ്ഞിട്ടുണ്ടാവുക. 'ഒരു ചില്ലിക്കാശ്' എന്ന പാട്ടും ബാബുരാജിന്റെ ജീവിതവുമായി കൂട്ടിവായിക്കാവുന്നതാണ്.

മലയാളികളുടെ വേദനകളിലേക്കായിരുന്നു ബാബുരാജിന്റെ ആലാപനം ആഴ്ന്നിറങ്ങിയത്. ജനക്കൂട്ടമായിരുന്നു അതിന്റെ കരുത്ത്. ഗാനങ്ങൾ കേൾക്കുന്നവരും അദ്ദേഹത്തിന്റെ കൂടെ പാടിപ്പോകും. ഹൃദയത്തിന്റെ ഹാർമോണിയത്തിലായിരുന്നു അദ്ദേഹം വിരലോടിച്ചത്. വികാരങ്ങളായിരുന്നു ആ ആലാപനത്തിന്റെ സ്ഥായി. പ്രിയ സുഹൃത്ത് സി.എ. അബൂബക്കറിന്റെ മകളുടെ വിവാഹത്തിന് ഒരു നല്ല തുക നൽകാനാവാതെ

വിഷമിച്ച് വീട്ടിൽ വന്നു ഹാർമോണിയത്തിൽ 'കണ്ണീരും സ്വപ്നങ്ങളും' പാടിയത് അദ്ദേഹത്തിന്റെ ജീവിതവും സംഗീതവും രണ്ടല്ല എന്നറിയുവാൻ നമ്മെ സഹായിക്കുന്നു.

അവസാനകാലത്ത് ഒരു വേദിയിൽ 'പൊട്ടിത്തകർന്ന കിനാവിന്റെ മയ്യത്ത്' പാടിയ ഹൃദയസ്പർശിയായ ഒരനുഭവം ശ്രദ്ധേയമാണ്. 'മരണത്തിൻ മണിയറയിലേക്കള്ളാഹു' എന്ന ചരണം തുടർന്ന് പാടാൻ കഴിയാതെ തൊണ്ടയിൽ കുരുങ്ങിനിന്നു. പാടാൻ കഴിയാതെ വന്നപ്പോൾ സദസ്സിനു മുമ്പിൽ കൈകൾ കൂപ്പിനിന്നു. തുടർന്നുള്ള വരികൾ ഹാർമോണിയത്തിൽ പൂർത്തിയാക്കി പാട്ടവസാനിക്കുന്നതുവരെ കൈകൂപ്പി നിൽക്കുന്ന ബാബുരാജിന്റെ ചിത്രം ആരെയും വേദനിപ്പിക്കും. (ബിച്ചാബാബുരാജിന്റെ ഓർമ്മക്കുറിപ്പുകൾ)

ഹൃദയത്തിൽനിന്ന് വരുന്നത് തൊണ്ടയിലും വിരലിലും സമന്വയിപ്പിക്കുവാൻ കഴിയാതെ വരിക എത്ര വേദനിപ്പിച്ചുണ്ടാകും ഒരു കലാകാരനെ. ഒരു കല്യാണവീട്ടിൽ 'പ്രാണസഖി' പാടുമ്പോഴായിരുന്നു അദ്ദേഹത്തിന് ആദ്യമായി പക്ഷാഘാതമുണ്ടാകുന്നത്. പാട്ട് പാടിയായിരുന്നു മനസ്സിലെ സമുദ്രക്ഷോഭങ്ങളെ അദ്ദേഹം അകറ്റിനിർത്തിയിരുന്നത്. ബാബുക്കയുണ്ടായിരുന്നപ്പോൾ വീട്ടിൽ വരികയും മൂപ്പരെ കൊണ്ടുപോവുകയും ചെയ്ത പലരേയും അദ്ദേഹത്തിന്റെ മരണശേഷം ഞങ്ങൾ കണ്ടിട്ടില്ല. ബിച്ചാബാബുരാജിന്റെ ഈ വാക്കുകൾ ഹൃദയത്തിൽ മഹത്തായൊരു സംഗീതകാലം അനുഭവവേദ്യമാക്കിയ ഒരു കലാകാരന് സമൂഹം നൽകുന്ന ആദരവിനെയും അനാദരവിനെയും കുറിച്ച് ചിന്തിക്കാൻ നമ്മെ ഓരോരുത്തരെയും പ്രേരിപ്പിക്കും.

■

ഇളയരാജയുടെ പാട്ടുലോകം

"അന്ധർ നിൻ തുമ്പിയോ കൊമ്പോ പള്ളയോ തൊട്ടിടഞ്ഞിടാം
എനിക്ക് കൊതി നിൻ വാലിൻരോമം കൊണ്ടൊരു മോതിരം"

(ആറ്റൂർ)

"നാം നോക്കുന്ന നദിയെയല്ല നാം കാണുന്നത്.
കാണുന്ന നദിയെ നമുക്ക് തൊടാനാവുന്നില്ല.
തൊടുന്ന നദിയെ കിട്ടുന്നില്ല.
കിട്ടുന്ന നദിയല്ല നമ്മുടെ കൈക്കുമ്പിളിൽ"

(ഇളയരാജയുടെ കവിത)

തമിഴ് സംഗീത ചരിത്രത്തിൽ ഇളയരാജയ്ക്ക് മാത്രം പ്രാപിക്കാൻ കഴിയുന്ന ഒരു ഉയരമുണ്ട്. ഒരു സംഗീതത്തെ ആത്മീയതലത്തോളം വലുതാക്കി വയ്ക്കുകയായിരുന്നു അദ്ദേഹം. മറ്റൊരർത്ഥത്തിൽ തമിഴ്പാട്ടിന് ഒരു വികാരപക്ഷം സൗന്ദര്യാത്മകമായി അവതരിപ്പിക്കുകയായിരുന്നു ഇളയരാജ. ഇതിഹാസമാനമുള്ള സംഗീതത്തെ അതിന്റെ ആഴത്തിൽ സ്പർശിച്ച്, പാട്ടിലെ മൗനത്തിന്റെ ഇടവേളകളെ സംഗീതംകൊണ്ട് തൊഴുതുണർത്തി മണ്ണിൽ നിലകൊള്ളുന്ന ഒരു വന്മരമാക്കി വളർത്താൻ അദ്ദേഹത്തിന് കഴിഞ്ഞു. ഇതാണ് ഇളയരാജ ഗാനങ്ങളുടെ രൂപഭാവങ്ങൾ നിർണ്ണയിക്കുന്നത്. പല ഗാനങ്ങളിലും അദ്ദേഹം ജീവിതത്തിൽ അനുഭവിച്ച മിഴിനീരിന്റെ ഒരരുവിയൊഴുകുന്നുണ്ട്. തമിഴ്ജനതയുടെ ജീവിതാരവങ്ങൾക്കിടയിൽ ഇന്നുമാഗാനങ്ങൾ ഒഴുകി നിറയുന്നു.

എം.എസ്.വി.യും കെ.വി. മഹാദേവനുമൊക്കെ നിർവ്വചിച്ച തമിഴക സംഗീതത്തെ വെയിലും നിലാവും അനുഗ്രഹിച്ച വിരൽകൊണ്ടാണ് ഇളയരാജ ശ്രുതി മീട്ടിയെടുക്കുന്നത്. ഗ്രാമജീവിതത്തിന്റെ ശക്തിസൗന്ദര്യങ്ങൾ മുഴുവനും രാജയുടെ സംഗീതത്തിൽ വലിയ ഉണർവ്വായി നിലകൊണ്ടു. തമിഴ് കാർഷികസംസ്കൃതിയുടെ മുഴുവൻ സ്പന്ദനങ്ങളും 'പുതുവണങ്ങൾ കൊഞ്ചിടും സോലൈ' (മുരട്ടുകാളൈ) എന്ന ആദ്യകാലപാട്ടിൽത്തന്നെ അദ്ദേഹം കൊണ്ടുവന്നു. തമിഴകഗീതങ്ങളുടെ ഉദയമൂഹൂർത്തങ്ങൾ എന്നും രാജയ്ക്കൊപ്പമായിരുന്നു. ദക്ഷിണേന്ത്യൻ പാട്ടിന്റെ

ഹിമവത്ശൃംഗങ്ങൾ തെളിഞ്ഞത് രാജയിലായിരുന്നു. ഒരു മഹാക്ഷേത്രത്തിലേക്ക് പ്രവേശിക്കുന്നതുപോലെ ഇളയരാജയുടെ പാട്ടിലേക്ക് നാം കടക്കുന്നു. വിനയത്തോടെ, പാട്ട്, രാജയെ എഴുതുകയായിരുന്നു. ജനങ്ങൾക്ക് വേണ്ടിയുള്ള സംഗീതമായിരുന്നു അത്.

ഉപകരണസംഗീതത്തിന്റെ ഫ്രെയ്സുകൾ, പാട്ടിൽ പ്രെല്യൂഡുകളും ഇന്റർല്യൂഡുകളും ഇഴപാകുന്ന സംഗീതരീതികൾ, ഉപകരണസംഗീതത്തിനും സ്വരത്തിനുമിടയിലുള്ള ആന്തരികലീലകൾ, ഷഹ്നായിയിൽ പോലും ആനന്ദസംഗീതമുണ്ടാക്കുന്ന ശൈലികൾ, ഒരു സംഗീതോപകരണത്തിന്റെയും അകമ്പടിയില്ലാതെ ചേതോഹരമാക്കിയ പാട്ടുകളുടെ നിരകൾ, ഗിറ്റാർ, ഫ്ളൂട്ട്, ഗായകരുടെ ഹമ്മിംഗുകൾ, പിയാനോ, വയലിൻ എന്നിവ ചേർന്നുള്ള സ്വരവെള്ളച്ചാട്ടങ്ങൾ എന്നിങ്ങനെ രാജയുടെ പാട്ടിൽ നിറയുന്ന സവിശേഷതകൾ പലതാണ്. രാജയുടെ പല പാട്ടുകളും നിർമ്മിക്കപ്പെടുന്നത്. അസ്താരയ്, നാദസ്വരം, തപ്പാട്ടൈ (drums) എന്നിവയെല്ലാം ചേർന്നാണ് ഫോക്ക്, ഇൻഡ്യൻമ്യൂസിക്, വേസ്റ്റേൺ ക്ലാസിക്കൽ മ്യൂസിക് എന്നിവയെ ഒന്നിച്ചു നിർത്തുവാനുള്ള സംഗീതത്തിന്റെ പാലം പണിയുകയായിരുന്നു രാജ. കർണ്ണാടകരാഗങ്ങളുടെ സന്നിവേശം, സങ്കീർണ്ണമായ വെസ്റ്റേൺ ഹാർമണി എന്നിവ അദ്ദേഹത്തിന്റെ ഗാനങ്ങളിൽ സവിശേഷമായി സ്ഥാനപ്പെടുകയായിരുന്നു. എത്രത്തോളം ആഴത്തിൽ കുഴിക്കുന്നുവോ അത്രയും കണ്ടുപിടിക്കുവാൻ കഴിയും. തമിഴ് സാമൂഹിക ബോധത്തിൽ നിന്നുള്ള ജാതിസ്വത്വത്തെ മായ്ച്ചുകളയുക എന്ന ദൗത്യമാണ് രാജയുടെ സംഗീതം നിർവഹിച്ചത്. നമുക്കൊരിക്കലും പുറത്തുകടക്കാൻ കഴിയാത്ത തരത്തിലുള്ള ഭൂതകാലത്തിന്റെ പ്രണയവത്കരണം ആണ് ഇളയരാജയുടെ സംഗീതത്തിൽ നിന്ന് നാമറിയുന്നത്. നമ്മുടെ ഓർമ്മയുടെ പിടിയിലേക്ക് നമ്മെയെത്തിക്കുകയും ഭൂതകാലത്തോട് നമ്മെ സമരസപ്പെടുത്തുകയും ചെയ്യുന്ന സംഗീത കലയാണിത്.

1970-90 വരെയുള്ള തമിഴ് സിനിമയുടെ നിയോനേറ്റിവിറ്റിക്കാലത്താണ് - പരുക്കൻ ഹീറോ, അയാളുടെ ഗ്രാമം, സാമൂഹിക പരിസരം - പാട്ടിലേക്കുള്ള രാജയുടെ വരവ്. ഭാരതിരാജയൊക്കെ തമിഴിൽ കൊണ്ടുവന്ന സിനിമകളിലാണ് അദ്ദേഹം തന്റെ അവസരങ്ങൾ കൂടുതൽ ഉപയോഗിച്ചത്. 'പുതിയ വാർപ്പുകൾ', 'മുതൽ മരിയാദ', 'മൺവാസനൈ', 'കിഴക്ക് ചീമയിലെ', 'കറുത്തമ്മ' എന്നീ സിനിമകളിലെല്ലാം ഈ ഗ്രാമ്യാന്തരീക്ഷം കാണാൻ കഴിയും.

എൺപതുകളിൽ ചലച്ചിത്രസംഗീതവ്യാകരണങ്ങളിൽ വലിയ പൊളിച്ചെഴുത്ത് നടത്തുകയായിരുന്നു ഇളയരാജ. ആധുനികതയുടെ കാൽപ്പെരുമാറ്റം തമിഴക ചലച്ചിത്ര വിപണിയുടെ ഇടനാഴിയിൽ പതിയുന്ന കാലം. വൈദേശിക സംഗീതത്തിന്റെ സ്വാധീനം പോലുമുൾക്കൊണ്ട് രാജ തന്റേതായ രീതിയിലും ശൈലിയിലും പാട്ടുകൾ ഉണ്ടാക്കാൻ ശ്രമിച്ചിരുന്നു.

'സെന്താഴം പൂവിൽ' (മുള്ളും മലരും) ഇതിനുദാഹരണമാണ്. 'ഉല്ലാസ പ്പറവകൾ', 'ഗുരു' എന്നിങ്ങനെയുള്ള ചിത്രങ്ങളിൽ ഇത്തരം ശൈലിയുടെ നിഴൽ വീണുകിടപ്പുണ്ട്.

തമിഴ് സിനിമയിൽ ക്ലാസ്സിക്കൽ സംഗീതത്തെ ആളുകൾക്ക് വേണ്ടി ഇത്രയും ലളിതവും ജനകീയവുമാക്കിയത് ഇളയരാജയാണ്. അദ്ദേഹ ത്തിന്റെ സംഗീതത്തിലെ പ്രയോഗങ്ങൾ ഇങ്ങനെ നിരീക്ഷിക്കുന്നതിൽ തെറ്റില്ല. തമിഴിലെ ഫോക് സംഗീതത്തിൽപ്പെടുന്ന അധ്വാനഗാനങ്ങൾ മാർച്ച്സോങ്ങുകൾ എന്നിവയെല്ലാം ഇളയരാജ തന്റെ പാട്ടിൽ മധുരതര മായി സമന്വയിപ്പിക്കുന്നുണ്ട്. പിന്നീടുള്ളത് കർണ്ണാടക സംഗീതം, യൂറോ പ്യൻ ക്ലാസിക്കൽ സംഗീതം എന്നിവയുടെ കൃത്യവും സൂക്ഷ്മവുമായ പ്രയോഗങ്ങളാണ്. ഇന്ത്യൻ ഫോക്, വെസ്റ്റേൺ ഫോക്, കർണ്ണാടക സംഗീതസമ്പ്രദായങ്ങൾ എന്നിവയുടെയൊക്കെ സമന്വയഭാവങ്ങൾ രാജ യുടെ സംഗീതത്തിലുണ്ട്. ഇന്ത്യൻ ഗ്രാമ്യസംഗീതം, അതിന്റെ റിഥമിക് ഫോക്, ഇൻഡ്യൻ ക്ലാസിക്കൽ സംഗീതം, കർണ്ണാടക രാഗപ്രയോഗങ്ങൾ എന്നിവയെല്ലാം രാജയുടെ പാട്ടിൽ സമഗ്രലാവണ്യം പുലർത്തുന്ന ഘടക ങ്ങളാണ്. അദ്ദേഹത്തിന്റെ പാട്ടുകളിലെ 'ബാസ് ലൈനു'കൾ (പോപ്പു ലർ സംഗീതത്തിന്റെ വിവിധ ശൈലികൾ ജാസ്ബ്ലൂസ്, പരമ്പരാഗതസം ഗീതം, ഗിത്താർ, പിയാനോ എന്നിവയുടെ ആവിഷ്കരണം) സവിശേഷവും നാടകീയവുമായ രീതിയിൽ ഉയർന്നും താഴ്ന്നും അതേസമയം മെലഡിക്കും ഡൈനാമിക്കും ആയി മാറുന്നത് കാണാം. പ്രത്യേകിച്ചും ഇൻഡ്യൻ ഫോക്കിലും കർണ്ണാടകസ്വാധീനത്തിലുമുള്ള ഗാനങ്ങളിൽ. അദ്ദേഹത്തിന്റെ പാട്ടുകളിലെ മധുരതരമായ ഘടന വളരെയധികം ശാബ്ദിക സാധ്യത കൾ ആവശ്യപ്പെടുന്നുണ്ട്.

സംഗീതനിരൂപകനായ പി. ഗ്രീനിന്റെ 'രാജസംഗീത്'ത്തെക്കുറിച്ചുള്ള നിരീക്ഷണം ശ്രദ്ധേയമാണ്. "വ്യത്യസ്ത രീതിയിലുള്ള സംഗീതങ്ങളെ ക്കുറിച്ച് ആഴത്തിലുള്ള അറിവും ജ്ഞാനവും അദ്ദേഹത്തെ സംഗീതശൈലി കളുടെ സംയോജനങ്ങൾ നിർമ്മിക്കുവാൻ പ്രേരിപ്പിക്കുന്നു." ഈ കലർ പ്പിൽനിന്നാണ് രാജ തന്റെ പാട്ടിന്റെ പൂവിടർത്തുന്നത്. പലവിധത്തിലുള്ള സംഗീതരൂപങ്ങളുടെ പടർച്ചകൾക്കും ഇളയരാജ നാട്ടുപന്തലിട്ടുകൊടുക്കു കയായിരുന്നു.

തമിഴകത്തിന്റെ ഉത്തരഭാഗങ്ങൾ ചരിത്രപരമായി കേന്ദ്രീകരിക്കുന്നത് വ്യത്യസ്ത പാരമ്പര്യങ്ങളിലുള്ള ബാലഡുകൾ, ഫോക്‌ലോർ, നൃത്തം, നാടകം എന്നിവയിലൊക്കെയായിരുന്നു. മധുര ജില്ലയിലെ പ്രഗദ്ഭരായ മൂന്ന് പേർ ഇളയരാജ, ഭാരതിരാജ, വൈരമുത്തു എന്നിവരുടെ സംഗമ മാണ് തമിഴക സംഗീതത്തെ ഇത്രമാത്രം സമൃദ്ധമാക്കിയത്. ജനതയുടെ താഴ്ന്ന ജീവിതതലങ്ങളിലേക്ക് പടരാൻ കെൽപുള്ള സർഗാത്മകതയുടെ ഒരു തരംഗത്തെയാണ് മൂവരും സിനിമയിൽ പ്രയുക്തമാക്കിയത്.

'തമിഴ് സിനിമാവിൻ വരളവ്' എന്ന പുസ്തകത്തിൽ മുക്താ ശ്രീനിവാ സൻ തമിഴ്സിനിമയുടെ ആദ്യഘട്ടങ്ങളെ ഇങ്ങനെ പരിചയപ്പെടുത്തുന്നു.

പുരാണിക് മിതോളജിക്കൽ ഫോക്‌ലോർ പിരീഡ് (1931-50), മെലോഡ്രാമ കഥാഖ്യാനങ്ങൾ (1951-75) ഭാഗികമായി റിയലിസ്റ്റിക് ആയിട്ടുള്ള കഥാഖ്യാനം (1976-85) എന്നിങ്ങനെ. ആദ്യഘട്ടത്തിൽ സിനിമകൾക്ക് യാഥാർത്ഥ്യ ജീവിതവുമായി യാതൊരു ബന്ധവുമില്ലായിരുന്നു. രണ്ടാം ഘട്ടമാണെങ്കിൽ അതിശയോക്തിയുടെയും. അങ്ങേയറ്റം ത്യാഗഭരിതം യഥാർത്ഥ ജീവിതവുമായുള്ള ബന്ധരാഹിത്യം, ഡയലോഗുകളുടെ സമൃദ്ധി എന്നിവയൊക്കെയായിരുന്നു രണ്ടാംഘട്ട സവിശേഷതകൾ. 1970 കാലഘട്ടമായപ്പോഴേക്കും നായകകേന്ദ്രിത സിനിമകൾക്ക് ഇടിവ് സംഭവിക്കുകയും താരമൂല്യത്തിന് ക്ഷതം വരികയും ചെയ്യുന്ന ഒരു നേരത്തെയായിരുന്നു തമിഴകജീവിതം പ്രതിനിധീകരിച്ചതും. എം.എസ്.വി, സലീൽദാ, ജി.കെ. വെങ്കിടേഷ് എന്നിവരുടെ സംഗീതസംവിധാന സഹായിയായി ഇളയരാജ സഹകരിക്കുന്ന കാലമായിരുന്നു അത്.

സംഗീത നിരൂപകൻ സി.എസ്.ജി. പ്രസാദിന്റെ നിരീക്ഷണങ്ങൾ രാജയുടെ സംഗീതത്തിന്റെ പ്രധാനഘട്ടങ്ങൾക്ക് ബലമേറ്റുന്നതാണ്. സംഗീതസ്വരൂപത്തെക്കുറിച്ചുള്ള വിശ്വാസ്യത, ബി.ജി.എം. തയ്യാറാക്കുന്നതിലുള്ള സംഗീതാത്മകഭാവന, ഓരോ പാട്ടിനെയും നിയന്ത്രണത്തിലാക്കാൻ കഴിയുന്ന ഹാർമണിയെക്കുറിച്ചുള്ള ബോധം, അസാധാരണവും അത്യപൂർവ്വവുമായ ഓർക്കസ്ട്രേഷൻ എന്നിവയാണിവ. സിനിമയിൽ പാട്ടിന്റെ പങ്കിനെക്കുറിച്ചുള്ള അസാമാന്യമായ ബോധമാണ് മറ്റൊന്ന്. സിനിമയുടെ സൗന്ദര്യാത്മകതയെക്കുറിച്ചുള്ള സംഗീതസംവിധാനം അങ്ങേയറ്റം പരിചിതമായിരിക്കണമെന്ന വിചാരവും ഇതിൽപ്പെടും. അതിന്റെ സ്വരൂപത്തെക്കുറിച്ചും അതിലെ സംഗീതസാധ്യതകളെക്കുറിച്ചുമുള്ള അനുഭവങ്ങൾ. "വീട്" എന്ന ബാലുമഹേന്ദ്ര സിനിമയിൽ ഒരു പാട്ടുമില്ല എന്നത് ഇതിനുദാഹരണമായി പ്പറയാവുന്നതാണ്. ഇത് തമിഴ് സിനിമയ്ക്ക് പുതിയ രീതികൾ ആയിരുന്നു. യോജിച്ച സംഗീതം തീരുമാനിച്ച് യോജിച്ച സംഗീതോപകരണങ്ങൾ ഉപയോഗിക്കുന്ന മൗലികമായ ശൈലികളും രാജയുടെ സംഭാവനകളുമായി ഇണങ്ങിനിൽക്കുന്നു.

ഇളയരാജയെപ്പോലെ സിനിമാസംഗീതം മുറുകെപ്പിടിച്ച് ജനകീയതയുടെ പ്രതിരൂപവുമായി നിന്ന മറ്റൊരു കലാകാരനില്ല തമിഴ് സിനിമാലോകത്ത്. തമിഴ് ഡയസ്പോറയിൽ ഇളയരാജ ഒരു സാംസ്കാരിക ശക്തിയായി ഉയർന്നു വന്നു. 'കരാഗാട്ടക്കാരിനി'ലെ 'പാട്ടാലെ പുത്തിസോനാർ പാട്ടാലെ പുത്തി സോനാർ' (ഇളയരാജ പാടിയത്) എന്ന പാട്ടൊക്കെ അത്രയ്ക്കും ജനകീയമായിരുന്നു. വെസ്റ്റേൺ, ക്ലാസിക്കൽലോകത്ത് രണ്ട് തരം സംഗീതങ്ങളാണുള്ളത്. പ്രോഗ്രാം മ്യൂസിക്കും അബ്സല്യൂട്ട് മ്യൂസിക്കുമാണിത്. കഥകളും ആശയങ്ങളും വിവരിക്കുന്നതാണ് പ്രോഗ്രാം മ്യൂസിക്. മുൻകൂട്ടി തയ്യാറാക്കിയ ആശയങ്ങൾ വച്ചാണ് അബ്സല്യൂട്ട് മ്യൂസിക് ഉണ്ടാകുന്നത്. സംഗീതചിന്തകളെ അനുഭവിക്കുവാനുള്ളതാണ് അബ്സല്യൂട്ട് മ്യൂസിക്. ഇതിൽ ഇളയരാജ ചെയ്യാനാഗ്രഹിച്ചത് പ്രോഗ്രാം മ്യൂസിക്കായിരുന്നു. തന്നിട്ടുള്ള സീനുകൾക്കും ഭാവങ്ങൾക്കും സന്ദർഭങ്ങൾക്കും യോജിച്ച സംഗീതമൊരുക്കുന്ന രീതിയാണിത്.

“തമിഴ്നാട്ടിലെ ചലച്ചിത്രസംഗീതത്തിൽ വിപ്ലവാത്മകമായ ഇടപെടൽ നടത്തിയ ആളാണ് ഇളയരാജ. ഇൻഡ്യൻ ക്ലാസിക്കൽ സംഗീതം, വെസ്റ്റേൺ ക്ലാസിക്കൽ സംഗീതം, ഫോക്സംഗീതം എന്നിവയുടെ സമന്വയമായി മാറി അദ്ദേഹത്തിന്റെ സംഗീതം. തമിഴ്നാട്ടിൽ അതുവരെ നിലനിൽക്കാത്തൊരു ഓർക്കസ്ട്രേഷൻ പാട്ടിന് നൽകിയതും ഇളയരാജയായിരുന്നു.” എന്ന സംഗീതനിരൂപകൻ സുന്ദർകാളിയുടെ വാക്കുകൾ രാജയുടെ പാട്ടുലോകത്തേക്കുള്ള വാതിൽ തുറക്കുന്നുണ്ട്.

ഇളയരാജയുടെ പാട്ടിന്റെ ഭംഗി ഒരു സംസ്കാരത്തിന്റെ സൗന്ദര്യമായി മാറുകയാണ്. ഇന്ത്യൻ സാംസ്കാരിക ജീവിതത്തിന്റെ സർഗ്ഗാത്മകമായ ഒരു പ്രദേശത്തെ രാജ തന്റെ പാട്ടുകളിൽ അടയാളപ്പെടുത്തുകയായിരുന്നു. ഒരു ദേശത്തിന്റെ കഥ പാട്ടിൽ പറയുന്നതോടൊപ്പം ആഗോളസംസ്കൃതിയുടെ തലത്തിലേക്ക് കാഴ്ചയെ പകർത്തിവയ്ക്കുകയായിരുന്നു രാജ. പിന്നിട്ട ഓർമ്മകളിലേക്ക് വീണ്ടും തിരിച്ച് നടന്നെത്താൻ ശ്രമിക്കുന്ന തമിഴകപ്പാട്ടിന് വിശ്വത്തോളം വീശാൻ തുറന്ന ചുരമായി മാറി രാജ. അനുഭവസ്പർശവും തനിമ നിറഞ്ഞ ദേശമുദ്രയും ഉള്ള സ്വരൂപമാണ് ഇളയരാജയുടെ പാട്ടിന്റെ ആരൂഢത്തെ നിലനിർത്തുന്നത്. “ഫോക്സംഗീതം ആദ്യകാലത്തുതന്നെ തമിഴ്സംഗീതത്തിൽ ഉപയോഗിച്ചിരുന്നു. ക്ലാസ്സിക്കൽ സംഗീതപദ്ധതിയിലൂടെയായിരുന്നു അതിന്റെ ഉപയോഗം. ഇതിലേക്ക് ഫോക്‌ലോറിന്റെ ‘മൺവാസനകളെ’ അതിന്റെ ആത്മാവോടുകൂടി പ്രതിഷ്ഠിച്ചത് ഇളയരാജയായിരുന്നു” എന്ന തിയോഡാർ ഭാസ്കരന്റെ അപഗ്രഥനം ശ്രദ്ധേയമാണ്.

1976-ൽ ആയിരുന്നു ഇളയരാജയുടെ സംഗീതലോകത്തേക്കുള്ള രംഗപ്രവേശം. അദ്ദേഹത്തിന്റെ ആദ്യ സിനിമയായ അന്നക്കിളിയിലെ ഏഴു ഗാനങ്ങളും ഹിറ്റുകളായി. ‘മച്ചാനെ പാർത്തിങ്കളാ’ എന്ന ഗാനം നാടൻ സർക്കസ്സിലെ സ്ഥിരം നമ്പറായിരുന്നു. ‘ദീപം’ എന്ന ചിത്രത്തിലെ “പൂവിഴി വാസലിൽ” എന്ന പാട്ട് അക്കാലത്ത് മികച്ച മെലഡിയായി ആളുകൾ കരുതിയിരുന്നു. 1976-ൽത്തന്നെ എസ്.പി.ബി.യും ഇളയരാജയും കൈകോർത്തു. ‘ഒരു നാൾ ഉന്നോട് ഒരു നാൾ’ എന്ന എസ്.പി.ബി. - ജാനകി ഗാനത്തിലൂടെ എസ്.പി.ബി എന്ന ഗായകപ്രതിഭയെ തമിഴകം തിരിച്ചറിഞ്ഞിരുന്നു. ‘പതിനാറ് വയതിനിലെ’ എന്ന ഭാരതിരാജ സിനിമയിലാണ് രാജയുടെ സംഗീതം ജനകീയമാകുന്നത്. വെസ്റ്റേൺ ശൈലിയിലുള്ള ഗാനങ്ങൾ സൃഷ്ടിക്കാൻ തുടങ്ങുന്ന ഒരു കാലം. ‘സെന്താഴം പൂവിൽ’ എന്ന ഗാനം, ‘ഉല്ലാസപ്പറവകൾ’ എന്ന ചിത്രത്തിലെ ഗാനങ്ങൾ എന്നിവയിലൊക്കെ ഇത്തരമൊരു ശൈലിയുടെ പ്രകടമായ സ്വാധീനത്തെ അറിയാൻ കഴിയും.

എഴുപതുകളിൽ ഇളയരാജ സംഗീതമാവിഷ്കരിച്ച ഗാനങ്ങളിലൂടെ കടന്നുപോകുമ്പോൾ അതിലെ ബഹുസ്വരതയും വൈപുല്യവും ആരേയും ആകർഷിക്കും. ‘ചിത്തിരച്ചെവ്വാനം’, ‘കാറ്ററിനിലേ വരും ഗീതം’,

'സെന്താഴംപ്പൂവേ' എന്നിവയെല്ലാം എഴുപതുകളിൽ ഇളയരാജയുടെ ഹിറ്റുകളാണ്. ഇതിൽ 'സെന്താഴപ്പൂവേ' ഫോക്കിനെ ആധാരമാക്കി ചിട്ടപ്പെടുത്തിയതാണ് എങ്കിലും 'Barogue Music' അതിലെ രണ്ടാം ഇന്റർല്യൂഡിനെ ഏറെ സ്വാധീനിച്ചിട്ടുണ്ടെന്ന് കാണുവാൻ കഴിയും. അതുപോലെ തമിഴിലെ സ്റ്റീരിയോഫോണിക് ചിത്രമായ 'പ്രിയ'യുടെ സംഗീതം രാജയുടേതായിരുന്നു. 'കോവിൽ മണി ഓസൈ', 'സോലക്കുയിലേ' (കർണ്ണാടക സംഗീത ശൈലി), വെസ്റ്റേൺ സംഗീതത്തിൽ നൂറ്റെടുത്ത 'അവൾ അപ്പടിതാൻ', 'ജർമ്മനിയിൽ സന്തൻ മലരേ', 'എങ്കേ സെല്ലും' എന്നിവയിലെല്ലാം ഇളയരാജയുടെ വ്യത്യസ്ത സംഗീതശൈലികൾ തെളിഞ്ഞുവരുന്നത് കാണാം.

എൺപതുകൾ ഇളയരാജ ആരാധകർക്ക് മധുരഗീതങ്ങളുടെ ഒരു കാലമായിരുന്നു. എസ്.പി. ബാലസുബ്രഹ്മണ്യം പാടിയ 'ഇത് ഒരു പൊൻമാലൈ പൊഴുത്' എന്ന ഗാനം അദ്ദേഹത്തെ കൂടുതൽ പ്രശസ്തനാക്കി. എൺപതുകളിൽ അദ്ദേഹത്തിന്റെ മെലഡികളിൽ പ്രധാനം നൂറാം സിനിമയായ 'മൂടുപനി'യിൽ 'എൻ ഇനിയ പൊൻനിലാവേ' (യേശുദാസ്) എന്ന ഗാനമായിരുന്നു. 'അലൈകൾ ഓയ്വതില്ലൈ'യിലെ പന്ത്രണ്ട് ഗാനങ്ങൾ തമിഴകപ്പാട്ടിന്റെ വസന്തകാലത്തെ അറിയിക്കുകയായിരുന്നു. സെമിക്ലാസ്സിക്കൽ ഗാനമായ 'പൂവിൽ വണ്ടുകൂടും' രാജ തന്നെ പാടിയ 'കാതൽ ഓവിയം' (ഗ്രാമ്യതയുടെ ശാലീനഭാവങ്ങൾ) എന്നിവ പോപ്പുലർ ആയി. 'ആയിരം താമരൈമൊട്ടുകളൈ' (ജാനകി) എന്ന ഗാനം തമിഴ് ജനത ഏറ്റുപാടി. 1985-ൽ 'സിന്ധുഭൈരവി'യിലെ 'പാടറിയേ'യുടെ ആലാപനത്തിന് ചിത്രയ്ക്കും സംഗീതത്തിന് ഇളയരാജയ്ക്കും ദേശീയാംഗീകാരങ്ങൾ ലഭിക്കുകയുണ്ടായി. നാടോടിപ്പാട്ടും കർണ്ണാടിക്കും സമന്വയിപ്പിച്ചാണ് അദ്ദേഹം 'പാടറിയേ' എന്ന ഗാനമാവിഷ്കരിച്ചത്. 1992-ൽ വന്ന 'മന്നനിലെ' 'അമ്മായെൻ' എന്ന ഗാനം ഈ ലോകത്തുള്ള എല്ലാ അമ്മമാർക്കുള്ള ഉപഹാരമായിക്കാണാം. 'തൂങ്കാതെ മിഴികൾ', 'ഒന്നൈനിനച്ചേൻ', 'ആഗായ വെണ്ണിലാവേ', 'വെള്ളൈപ്പുറാ', 'ഇളയ നിലാ', 'നാൻ തേടും സെവ്വന്തി', 'മഴൈവര്ത് മഴൈവര്ത്', 'നാദം എൻ ജീവനേ', 'കൺമണിയേ കാതൽ' എന്നിങ്ങനെ എത്രയോ ഗാനങ്ങൾ...

ഇളയരാജയുടെ നൂറാമത് ചിത്രമായ 'മൂടുപനിയിൽ 'സിന്ത സൈസേർസ്', 'കീബോർഡ്' എന്നിവയുടെ മികവുറ്റ പ്രയോഗങ്ങളായിരുന്നു സാക്ഷാത്കരിച്ചത്. 'നിഴൽകൾ' എന്ന സിനിമയിലെ 'പൂങ്കദവേ' എന്ന ഗാനം ആളുകൾ ഏറ്റുപാടി. എസ്.പി.ബി.യുടെ സൂപ്പർഹിറ്റ് ഗാനം 'അന്തിമഴൈ പൊഴികിര്ത്' ഇളയരാജയുടെ സംഗീതശൈലിയെ നിർവചിക്കുകയും നവീകരിക്കുകയും ചെയ്യുന്നുണ്ട്. ഇന്ത്യൻ ക്ലാസിക്കൽ സംഗീതം, ജാസ്സ്, വെസ്റ്റേൺക്ലാസ്സിക്കൽ എന്നിവയുടെയെല്ലാം ശക്തമായ സ്വാധീനം ഈ ഗാനത്തിൽ ലയിച്ചുകിടപ്പുണ്ട്. 'പനീർപുഷ്പങ്ങൾ' എന്ന ചിത്രത്തിലെ 'ആനന്ദരാഗം', 'പൂന്തളിർആട' എന്നിവ ഏറെ ശ്രദ്ധേയമായി. 'നെട്രിക്കൺ',

'കരൈയെല്ലാം സെമ്പകപ്പൂ' എന്നീ ചിത്രങ്ങളിലെ ഗാനങ്ങൾ വലിയ സഹൃദയശ്രദ്ധ നേടിയവയാണ്. 1982-ൽ പുറത്തുവന്ന 'പയണങ്കൾ മുടി വതില്ലൈ', 'മൂന്നാംപിറൈ' എന്നിവയിലെ ഗാനങ്ങൾ ഈണത്തിന്റെ പുതിയ ജാലകങ്ങൾ തുറന്നിട്ടു 1981-ൽ കണ്ണദാസന്റെ മരണശേഷം വൈരമുത്തു വിന്റെ വരവറിയിച്ചുകൊണ്ടു വന്ന 'ഇളയനിലാ' എന്ന ഗാനം രാജ-എസ്. പി.ബി. ടീമിന്റെ എക്കാലത്തെയും ഹിറ്റുകളിലൊന്നായി. 'പനിവിഴും മലർവനം' എന്ന പാട്ടിൽ രാജ ഉപയോഗിച്ചിട്ടുള്ള കീബോർഡിന്റെ രാഗവിന്യാസങ്ങൾ ഏവർക്കും പ്രചോദനമായിരുന്നു. പിന്നീട് ഇളയരാജ യുടേതെന്ന് നാം വിശ്വസിക്കുന്ന പാട്ടിന്റെ ഒരു 'ഫോക്കിഷ്'കാലം വരിക യായിരുന്നു. 1982 ലെ 'സകലകലാ വല്ലവനിലെ' 'ഇളമൈ ഇദോ ഇദോ' എന്ന ഗാനത്തിന് ഒരു പുതുവത്സരഗാനത്തിന്റെ സമസ്ത ചലനവേഗങ്ങളും നൽകി ഇളയരാജ. 1983-ൽ വന്ന 'തായ്മൂകാംബിക' എന്ന സിനിമ അതിന്റെ മുഴുവൻ ക്ലാസിക്കൽ പരിവേഷത്തെ ഇളയരാജസംഗീതവുമായി ചേർത്തു വച്ചു. ബാലമുരളികൃഷ്ണ, ശീർകാഴി, എം.എസ്.വി. എന്നി ങ്ങനെയുള്ള ഗായകർക്ക് അവസരം നൽകി തായ്മുകാംബിക. പി. സുശീലയും ജാനകിയും മത്സരിച്ചുപാടിയ ക്ലാസിക്കൽ ഗാനം 'ഈശൈ അരശ്ശി' രാജയുടെ രാഗജ്ഞാനത്തിന്റെ അതിരുകളെ കാണിച്ചു തരുന്നു.

1983-ൽ ഭാരതിരാജ സിനിമയായ 'മൺവാസനൈ'യിലെ ഓർക്കസ് ട്രേഷൻ സംഗീതത്തിലെ പുതുശൈലികളെ വെളിപ്പെടുത്തി. 78-79 കാല ങ്ങളിലെ പാട്ടുശൈലികൾ അതുപോലെ കലർപ്പില്ലാതെ ഈ സിനിമാ ഗാനങ്ങളിലേക്ക് സ്വാംശീകരിച്ചെടുക്കുകയായിരുന്നു രാജ. 'ഇന്തഭൂമി', 'പൊത്തിവച്ച' എന്നീ ഗാനങ്ങൾ ഇതിന് ഉത്തമോദാഹരണങ്ങളായി. മൂന്നാം പിറൈയിലെ 'പൂങ്കാറ്റ്', 'കണ്ണേകലൈമാനേ', 'വാനെങ്കും തങ്ക' എന്നിവ വെസ്റ്റേൺശൈലിയുടെ സ്വരങ്ങൾ സ്വായത്തമാക്കിയിരുന്നു. 'കാക്കിച്ചട്ടൈ', 'പകൽ നിലവ്' എന്നീ സിനിമകളിൽ അദ്ദേഹം വീണ്ടും ഫോക്കിന്റെയും വെസ്റ്റേൺ ക്ലാസിക്കലിന്റെയും അംശങ്ങൾ സംയോജിപ്പിച്ചു. രാജയുടെ മുന്നൂറാമത് സിനിമയായ ഉദയഗീതം 1985-ൽ റിലീസ്സാകുമ്പോൾ തമിഴക ചലച്ചിത്രസംഗീതത്തിലെ അനിഷേധ്യ സാന്നിദ്ധ്യമായി അദ്ദേഹം അംഗീ കരിക്കപ്പെടുകയായിരുന്നു. ഈ വർഷത്തിൽ തന്നെയായിരുന്നു 'സിന്ധു ഭൈരവി', 'പൂവേ പൂ ചൂടവാ', 'ഇദയക്കോവിൽ' എന്നീ സിനിമകളിലെ ഗാനങ്ങളും രാജയ്ക്ക് പ്രശസ്തി നേടിക്കൊടുത്തു.

1979-82 കാലങ്ങൾ ഇളയരാജ സംഗീതത്തിന്റെ സുവർണ്ണഘട്ടമായി വിലയിരുത്തപ്പെടുന്നുണ്ട്. മഹാദേവ് എന്ന ഹിന്ദി സിനിമയ്ക്കു വേണ്ടി രാജ സംഗീതം പകർന്നു. രജനീകാന്തിന്റെ ആദ്യ ഹോളിവുഡ് സിനിമ ബ്ലഡ്സ്റ്റോണിന്റെ സംഗീതം നിർവ്വഹിച്ചതും അദ്ദേഹമായിരുന്നു. 1986-ൽ 'ചിപ്പിക്കുൾ മുത്തി'ലെ ഗാനങ്ങൾ തമിഴ്നാട്ടിൽ വലിയ സംഗീത തരംഗം സൃഷ്ടിച്ചു. ഇതേ വർഷം തന്നെ 'മൗനരാഗവു'മായി മണിരത്നം വന്നു. എല്ലാതരം ഗാനങ്ങളും ആ സിനിമയിലുണ്ടായിരുന്നു. (നിലാവേ വാ, മന്ത്രം വന്ത, ചിന്ന ചിന്ന, ഓ മേഘം വന്തതോ). പൂവഴി വാസലിലെ 'ചിന്ന ചിന്ന

റോജാപ്പൂവേ' എന്ന ഗാനത്തിലൂടെ യേശുദാസിന് തമിഴിൽ നല്ലൊരു താരാട്ട് മെലഡി സമ്മാനിക്കുകയായിരുന്നു രാജ. 'നത്തിംഗ് ബട്ട് വിൻഡ്' എന്ന ആൽബത്തിൽ ഇളയരാജയും ഹരിപ്രസാദ് ചൗരസ്യയും ചേർന്നൊരുക്കിയ നാദലയവിസ്തൃതികൾ. ഇതിനിടയിൽ ആണ് എം.എസ്.വിയും രാജയും 'മെല്ലെ തുറന്ത കതകി'ലെ ഗാനങ്ങൾക്ക് വേണ്ടി ഒന്നിച്ചത്. 'വാ വെണ്ണിലാ' എന്ന ഈ സിനിമയിലെ ഗാനം ഏറെ പുതുമയുള്ളതായിരുന്നു (വാലിയുടെ രചന).1987-ൽ രാജയുടെ നാനൂറാമത് സിനിമ 'നായകൻ' റിലീസായി. അതിന്റെ റീറെക്കോർഡിംഗിൽ അദ്ദേഹം വിപ്ലവം സൃഷ്ടിച്ചു. 'തേൻ പാണ്ടി ചീമയിലെ','നീ ഒരു കാതൽ' എന്നിവയിലെ പാട്ടുകളും ശ്രദ്ധേയമായി. ഫാസിൽ സംവിധാനം ചെയ്ത 'ബൊമ്മക്കുട്ടി അമ്മാവുക്കി'ലെ ഗാനങ്ങളെല്ലാം തന്നെ മെലഡിയുടെ സർവ്വാതിശായിയായ ഗീതാത്മകത ഉൾകൊള്ളുന്നവയായിരുന്നു. 'മണ്ണിൽ ഇന്ത കാതൽ', 'വാരണം ആയിരം' (ആണ്ടാൾമൊഴികൾ), നീ പാതി ഞാൻ പാതി (റൊമാന്റിക് ഡ്യുയറ്റ്), 'മാൻ കുയിലേ' എന്നിവ സൂപ്പർ ഹിറ്റുകളായിരുന്നു. 1991-ൽ 'ചിന്നത്തമ്പി' തമിഴ് ചലച്ചിത്രവിപണിയിൽ പുതിയ സൗന്ദര്യശാസ്ത്രം എഴുതിച്ചേർത്തു. 'ഗുണ'യിലെയും 'ദളപതി'യിലെയും ഗാനങ്ങളിൽ ഇളയരാജയുടെ സംഗീതകല ജനപ്രീതിയുടെ മൗലികസ്പർശങ്ങൾ പങ്കിടുകയുണ്ടായി. 'ശിങ്കാരവേലൻ', 'തേവർമകൻ' എന്നിവയിലെ ഫോക്സംഗീത സ്മൃതികളും സൗന്ദര്യവിടർച്ചകളും തമിഴ് വെള്ളിത്തിരയെ വിസ്തൃതമാക്കി. പ്രധാനതന്ത്രീവാദ്യവുമായി ഒരു ഫോക്വയലിൻ പതുക്കെ വന്ന് തൊടുന്നത് കൗതുകം ജനിപ്പിക്കുന്നു. ഒരു ഇന്റർല്യൂഡുമില്ലാത്ത ഗാനമായ 'കാട്ടുവഴി പോരാപ്പെണ്ണേ', ആവർത്തിക്കുന്ന ഇന്റർല്യൂഡുമായി വന്ന 'മദനമോഗരൂപസുന്ദരി' എന്നിവ സംഗീതാസ്വാദകർക്ക് പഠനാർഹമായ സാധ്യതകൾ പകുത്തുനൽകുന്നു.

എസ്. ജാനകി എന്ന ഗായികയുടെ ആധിപത്യം തമിഴിൽ ഉറപ്പിക്കുന്നത് ഇളയരാജയാണ്. എത്രയോ ഗാനങ്ങളിൽ ഇരുവരും ചേർന്ന് സംഗീതത്തിന്റെ മായാപ്രപഞ്ചമൊരുക്കി. രാജയുടെ ആദ്യസിനിമയായ "അന്നക്കിളി"യിലെ പാട്ടുകളിൽത്തന്നെ ജാനകിയുടെ സ്വരഭംഗികൾ തമിഴകമറിഞ്ഞു. മൂന്നു വയസ്സുകാരി കുട്ടിയുടെ സ്വരമുണർത്തുന്ന 'അമ്മാ നീ എങ്കേ', വൃദ്ധയുടെ സ്വരം ഇഴപാകിയ 'പോടാ പോടാ' (ഉദിരിപ്പൂക്കൾ) എന്ന ഗാനം, 'കോയിൽപുറാ'യിലെ 'പൊൻമേനി', 'നിലാക്കായദു', 'ദൂരത്തിൽ നാൻകണ്ട', മലയാളത്തിലെ 'തുമ്പീ വാ', ശിങ്കാരവേലനിലെ 'ദൂതു സെൽവദം'... ഇങ്ങനെ എത്രയോ ഗാനങ്ങൾ. 'മെട്ടി' എന്ന സിനിമയിലെ 'മെട്ടിഒലി', 'തൈപൊങ്കൽ' എന്ന സിനിമയിലെ 'കൺമലർഗളിൻ' എന്നിങ്ങനെ സുന്ദരഗാനങ്ങൾ.

പി.സുശീലയും രാജയും ചേർന്ന് സൃഷ്ടിച്ച ഗാനവസന്തത്തിൽ 'മാനേ മണിമംഗലച്ചിപ്പി', 'രാജാ ചിന്നരാജാ' എന്നിവ തന്നെയാണ് മുന്നിൽ. ഇളയരാജയുടെ ഏറ്റവും കൂടുതൽ ഗാനങ്ങൾ പാടിയ ഗായകൻ എസ്. പി. ബാലസുബ്രഹ്മണ്യമാണ്. 'പനിവിഴും മലർവനം', 'പാടും വാനമ്പാടി',

'നാദവിനോദം', 'തകിടതകിമി', 'രാക്കമ്മ', 'ഒന്നൈ നിനച്ചേ്', കുത്ത് പാട്ടായ 'ഏയ് ആട്ടാ', 'നിലാവേ വാ', 'ഇളയനിലാ', 'എന്ന സത്തം ഇന്ത നേരം', 'അരച്ചസന്തനം', 'കല്യാണമാലൈ', 'രാജാ കയ്യാ വച്ചാ', 'പൂവിൽ വണ്ട് മൂളും', 'പച്ചമലൈപ്പൂവ്', 'ഇളമൈ ഇദോ ഇദോ' (Disco song), 'നിലവ് തൂങ്കം നേരം', 'ദേവതൈ ഇളംദേവി' (പ്രേതഗാനം ആൺശബ്ദത്തിൽ), 'മലയോരം വീശും കാറ്റ്'.... ഇങ്ങനെ പോകുന്നു എസ്.പി.ബി-രാജ ഗാനങ്ങൾ...

യേശുദാസിനു വേണ്ടി രാജ ഈണമിട്ട ഗാനങ്ങൾക്ക് വമ്പിച്ച ജനപ്രീതിയുണ്ടായി. 'സെന്താഴംപൂവിൽ', 'അഴകേ അഴകു', 'കണ്ണെ കലൈമാനേ', 'വെള്ളൈപ്പുറാ', 'അമ്മാവന്ദ്രഴയ്ക്കാതെ', 'മരിമരി', 'മനദിൽ ഉരിതിവേണ്ടും', 'പൊട്ടുവൈട്ട ഒരു വട്ടനില', 'നീ പാതി നാൻപാതി', 'പൂങ്കാട്രേ'... കുത്ത് പാട്ടുകൾ രാജയുടേതായി ഇനിയുമുണ്ട്. 'തണ്ണിത്തൊട്ടി', 'വാച്ചാ പാർവ്വൈ".. ബാലമുരളീകൃഷ്ണ (ചിന്നക്കണ്ണൻ), ശീർകാഴി (തിരുപുര സുന്ദരി), മലേഷ്യാ വാസുദേവൻ (കട്ടവണ്ടി), പി.ബി.ശ്രീനിവാസ് (കൺകളേ പേശു), വാണിജയറാം (റോസാപ്പൂ, സംഗീതം എൻ ദൈവം), പി. ജയചന്ദ്രൻ (വെള്ളിനിലാവിലെ, രാസാത്തിഒന്നെ), ചിത്ര (പൂവേ പൂചൂടവാ, ഗീതാഞ്ജലി), ആശാബോസ്‌ലെ (സെമ്പകമേ സെമ്പകമേ), ലതാ മങ്കേഷ്കർ (ആരാരോ ആരാരോ), ഇളയരാജ എന്ന ഗായകൻ (ആട്ടാടി പാവാട, കല്യാണമാലൈ, ഉൻകുത്തമ്മ എൻ കുത്തമ്മ, ഇന്തമാൻ, അന്തവാനത്തെപ്പോലെ....)

റിക്കോർഡിംഗിൽ പുതിയ ഭാവുകത്വം കൊണ്ടുവന്ന ആളാണ് ഇളയരാജ. 'രാജാപാർവൈ' എന്ന സിനിമയിൽ കമലഹാസൻ ഒരു വയലിൻ ശകലം വായിക്കുന്ന സീൻ. അടുത്ത സീനിൽ മാധവിയുടെ കഥാപാത്രം നിരീക്ഷിച്ച് കമലഹാസന്റെ പ്രകടനത്തെ അഭിനന്ദിക്കുന്നു. സന്തോഷത്തിൽ മതിമറക്കുന്ന കാഴ്ച. ഇത് റെക്കോർഡിങ്ങിനെ ശല്യപ്പെടുത്തുന്നുണ്ട്. ഈ സിനിമയിലെ തീംമ്യൂസിക് ഒരു സ്കൂൾ ക്വയറിലെ പാട്ടിനെ, അനുകരിച്ചാണ് ഇളയരാജ ചിട്ടപ്പെടുത്തിയിരിക്കുന്നത്. 'അന്തിമഴൈ' എന്ന പാട്ടാണ് സിനിമയുടെ അവസാനത്തിൽ വരുന്നത്. 'വിഴിയോരത്തിൽ കവിതൈ' എന്ന പാട്ടിലെ തീം സിനിമയിലെ മുഴുവൻ സമയവും ആവർത്തിക്കുന്നുണ്ട്, അതിന്റെ സമൃദ്ധിയിൽ. രഘുവിന്റെയും നാൻസിയുടെയും ബന്ധം വികസിക്കുന്നത് പല സംഗീതോപകരണങ്ങളിൽ നിരവധി തവണ ആവർത്തിക്കുന്നു. ഇതേ സംഗീതശകലം തന്നെ പള്ളി സീനിൽ വേഗതയേറിയ പദവിന്യാസത്തിൽ ആവർത്തിക്കപ്പെടുന്നു. ഫ്രെയിമിൽനിന്ന് മാറി മറ്റൊരു ഫ്രെയിം സ്കോറിങ്ങിലൂടെയാണ് മൂവിയുടെ ശക്തി നിർമ്മിക്കപ്പെടുന്നത്.

'നെഞ്ചത്തിൽ കിള്ളാതെ' എന്ന സിനിമയിൽ 'പരുവമേ' എന്ന വരിക്കൊപ്പം യോജിച്ച സിത്താർ അഥവാ ഗിത്താർ ശകലങ്ങൾ, വയലിനുകൾ, സ്ട്രിങ്ങ് സെക്ഷനുകൾ എല്ലാം കൂടിച്ചേർന്ന് ഒരു ബാറോക്ക് ശൈലിയിലാണ് അവതരണം. പാട്ടിന്റെ സീനിൽ ജോഗിങ്ങിന്റെ പാദപതനങ്ങൾ

പശ്ചാത്തലമായതിൽ പ്രതാപിന്റെയും സുഹാസിനിയുടെയും ഊഷ്മള പ്രണയം പൂവിടുന്നത് ഈ പാട്ടിലൂടെയായിരുന്നു. ഒരു ഡയലോഗും പാട്ടുകളും ഇല്ലാത്ത സിനിമാ സന്ദർഭങ്ങളുണ്ട്. അവിടെ സംഗീതത്തിന് മാത്രമാണ് ആധിപത്യം. ഭാരതിരാജയുടെ സിനിമകളിൽ ഇങ്ങനെ എത്രയോ രാഗങ്ങളുണ്ട്. 'ഇദയം പോഗുദേ' എന്ന പാട്ടിന്റെ ഇന്റർല്യൂഡ് 'പുതിയ വാർപ്പുകൾ' എന്ന സിനിമയിൽ ആവർത്തിക്കുന്നുണ്ട്, രാജ. 'നിനൈവെല്ലാം നിത്യ' എന്ന സിനിമയിൽ ഉപകരണസംഗീതത്തിന്റെ ചെറിയ ചെറിയ ശകലങ്ങൾ. അതും വ്യത്യസ്ത സിനിമകളിൽ നിന്നെടുത്തവ.

സിനിമാഗാനങ്ങളുടെ ഓർക്കസ്ട്രേഷൻ ഇന്റർല്യൂഡിന് ഇളയരാജയുടെ സംഭാവനകൾ വളരെവലുതാണ്. പലതും അത്യന്തം സങ്കീർണം പോലുമാണ്. ചിലപ്പോൾ പ്രധാനതീമിൽനിന്ന് തെന്നിമാറിപ്പോയി പല നവീകരണങ്ങളിലും ചെന്നുപെടും 'അന്തിമഴൈ', 'പൂങ്കാദവേ' എന്നിങ്ങനെ ഓർക്കുവാൻ എത്രയെത്ര ഇന്റർല്യൂഡുകൾ. ഇന്റർല്യൂഡിൽ വൈരുദ്ധ്യം ജനിപ്പിക്കുന്ന മറ്റൊരു ഗാനമാണ് 'എങ്കും നിറൈന്ത ഇയർക്കയ്യിൽ'. ഓരോ ഇന്റർല്യൂഡിനും ഓരോ കഥ പറയാനുണ്ടാകും. 'നെഞ്ചത്തിൽ കിള്ളാതെ' എന്ന സിനിമയിൽ പാട്ടിൽ ക്വയറിന്റെ മികച്ച ആവിഷ്കരണമുണ്ട്. 'അലൈഗൾ ഒയ്‌വതില്ലൈ'യിൽ 'കാതൽ ഓവിയം' എന്ന പാട്ടിലെ ഓർക്കസ്ട്രേഷനിലെ പള്ളിക്വയർ ഏറെ ശ്രദ്ധേയമായിരുന്നു. റിഥത്തിന്റെ സമസ്തഭാവങ്ങളും ചേർത്തുവച്ച എത്രയോ ഗാനങ്ങൾ രാജയുടേതായുണ്ട്. 'ആട്ടാമ്മ', 'കാതോരം ലോലാക്ക്', 'കാട്ടുകുയിലേ', 'മാസിമാസം'... സംഗീതോപകരണങ്ങളുടെ സമൃദ്ധി രാജയുടെ പാട്ടുകൾക്ക് നൽകുന്ന നാദസ്വരൂപമൊന്നുവേറെയാണ്. 'ഇളയനിലാ' (ഗിത്താർ), 'രാജാ രാജാത്തി രാജേന്ദ്രരാജ' (ഡ്രംസ്മാത്രം), 'തേൻമധുരൈ', (പിയാനോ), 'പോട്ടപന്തൽ' (ഘടം), 'നിലവ്തൂങ്കും' (മൗത്ത്ഓർഗൻ), 'മണമഗളേ' (നാദസ്വരം), 'ഗുഡ്സ് വണ്ടിയിലേ' (ട്രെയിൻ ശബ്ദത്തിന്റെ റിഥം), 'ഒൺ, ടു, ത്രീ' (തമിഴിലെ ഇംഗ്ലീഷ് ഗാനം).....

തമിഴിലെ പ്രശസ്തസംവിധായകരുടെയെല്ലാം സിനിമകൾക്ക് വേണ്ടി സംഗീതമാവിഷ്കരിക്കുവാൻ ഇളയരാജയ്ക്ക് അവസരമുണ്ടായി. ഭാരതിരാജ (മുതൽ മരിയാദ, അലൈഗൾ ഒയ്‌വതില്ലൈ, പതിനാറ് വയതിനിലെ), കെ.ബാലചന്ദർ (സിന്ധുഭൈരവി, പുതുപുതുഅർത്ഥങ്ങൾ) മണിരത്നം (ഇദയക്കോവിൽ, പകൽനിലവ്, നായകൻ, മൗനരാഗം, അഗ്നിനച്ചത്രം, ദളപതി), പി.വാസു (ചിന്നത്തമ്പി, സെന്തമിൾപാട്ട്) ഇങ്ങനെ... രാഗങ്ങളുടെ ഉചിതവിന്യാസം രാജയുടെ പാട്ടിന് നൽകിയ ചാരുതകൾ എടുത്തു പറയേണ്ടതാണ്. മോഹനരാഗത്തിന്റെ വ്യത്യസ്ത നിറഭേദങ്ങളിൽ പിറന്ന നിരവധിഗാനങ്ങളുണ്ട്, രാജയുടെ പാട്ടുലോകത്തിൽ. 'ഗീതാസംഗീതം', 'മലരേ പേശു', 'മീൻകൊടിത്തേരിൽ', 'ഒരു രാഗം പാടലോടു', 'കസ്തൂരിമാനേ', 'ഇദയം ഒരു കോവിൽ' ഇങ്ങനെ നീളുന്നു ആ നിര. 'ആനന്ദം പൊങ്കിട', 'തനവരുസന്ദനമേ' (ഖരഹരപ്രിയ), 'വൈഗരയിൽ വൈഗൈക്കരയിൽ' (ശുഭപന്തുവരാളി), 'ഗംഗൈകരൈ' (തോടി), 'അടിപെണ്ണേ'

(മധ്യമാപതി), 'ചിന്നക്കണ്ണൻ' (രീതിഗൗള), 'ചലക്കുചലക്കു ശേലൈ' (ചക്രവാകം), 'മനസ്സുമയങ്ങും' (ശുദ്ധധന്യാസി), 'മയിലേ മയിലേ' (ഹംസധ്വനി)....

ഇളയരാജയുടെ പാട്ടുകളിൽ മൊസാർട്ട്, ബീഥോവൻ, ബാക്ക് എന്നീ സംഗീതജ്ഞരുടെ പ്രത്യക്ഷവും പരോക്ഷവും ആയുള്ള സ്വാധീനം എടുത്തുപറയാൻ കഴിയും. 'ചിട്ടിക്കുരുവി'യിലെ 'എൻകൺമണി'എന്ന പാട്ടിൽ ബാക്കിന്റെ സ്വാധീനമുണ്ട്. ഈ പാട്ടിൽ കൗണ്ടർ പോയിന്റുകളുടെ ഉപയോഗം ശ്രദ്ധേയമാണെന്ന് നാമറിയുന്നു. 'രാക്കമ്മ കയ്യത്തട്ട്' എന്ന പാട്ട് ബി.ബി.സിയിൽ ഏറ്റവും കേട്ട പാട്ട് എന്ന വിശേഷണമർഹിക്കുന്നു. 'സിന്ധുഭൈരവി'യിലെ 'കലൈവാണിയേ' (യേശുദാസ്) എന്ന ഗാനത്തിൽ കർണ്ണാടകസംഗീതത്തിലെ ആരോഹണം മാത്രമാണുള്ളത്. തിരുവാസകം ആൽബത്തിൽ ഹിന്ദുഭക്തിഗാനങ്ങളെ യൂറോപ്യൻ ശൈലിയിലേക്ക് മാറ്റുകയായിരുന്നു രാജ (വിയന്ന, തിരുവയ്യാർ, മൊസാർട്ട്, ത്യാഗരാജൻ). 'കരകാട്ടക്കാരനിലെ' 'മാങ്കുയിലേ' എന്ന പാട്ടിലൊക്കെ ഗ്രാമത്തിന്റെ ഫോക്സംഗീതം മുഴുവനുമുണ്ട്. 'അരങ്ങേറ്റവേള'യിൽ 'ആഗായവെണ്ണിലാവേ' എന്ന ഗാനം ഇളയരാജയുടെ സംഗീതത്തെ മുഴുവനായും നിർവചിക്കുന്നുണ്ട്. ഒരു സ്ട്രിങ്ങ് ഇൻസ്ട്രുമെന്റുമില്ലാതെയാണ് 'രാജരാജാത്തിരാജ' എന്ന പാട്ടിന്റെ ഓപ്പണിങ്ങ് സ്റ്റാൻസ കംപോസ് ചെയ്തിരിക്കുന്നത്.

ആശുപത്രിക്കിടക്കയിൽവച്ച് കംപോസ് ചെയ്ത 'കാതലിൻ ദീപം' എന്ന പാട്ടിൽ പോലുമുണ്ട് മെലഡിയുടെ അത്യപൂർവ്വശോഭകൾ. 'പഞ്ചമുഖി' എന്ന പേരിൽ പുതിയൊരു കർണാടിക് രാഗം ഇളയരാജയുടെ സംഗീതലോകത്ത് പിറവികൊള്ളുകയുണ്ടായി. 1993-ൽ ലണ്ടനിലെ റോയൽ ഫിലാമോർണിക് ഓർക്കസ്ട്രയ്ക്കുവേണ്ടി സിംഫണി നിർമ്മിച്ച ആദ്യ ഏഷ്യക്കാരൻ എന്ന ബഹുമതിയും രാജ സ്വന്തമാക്കി. 'പഴശ്ശിരാജ', 'ഉതിരിപ്പൂക്കൾ', 'മൂടുപനി', 'മുള്ളും മലരും', 'മൂന്നാംപിറൈ', 'നായകൻ', 'ദളപതി', 'ഹേ റാം', 'പിതാമഹൻ' എന്നിങ്ങനെ രാജയുടെ റീറെക്കോർഡിങ്ങുകൾ വരുംതലമുറയ്ക്ക് പാഠപുസ്തകങ്ങളാണ്. ചലച്ചിത്രസന്ദർഭത്തിന്റെയും ഭാഷയുടെയും ഭാവത്തിന്റെയും തലത്തിൽ സൂക്ഷ്മവും മൗലികവുമായ ഒരന്വേഷണം രാജയുടെ പാട്ടുകളിൽ പുലർന്നിരുന്നു. 'ഋഷിമൂലം' എന്ന സിനിമയിൽ ശിവജിയും കെ.ആർ. വിജയയുമായിരുന്നു പ്രധാന കഥാപാത്രങ്ങൾ. പഴയകാല സുഹൃത്തുക്കൾ വർഷങ്ങൾക്കുശേഷം ഒന്നിച്ചുകാണുകയാണ്. ഉയർന്ന വൈകാരികസ്ഥലികളുള്ള സിനിമയിലെ വൈരുദ്ധ്യം ജനിപ്പിക്കുന്ന സന്ദർഭങ്ങളിൽ ചിറകടിക്കുന്ന കാക്കയുടെ ശബ്ദത്തെയാണ് ഇളയരാജ ഇഴപാകിയിരിക്കുന്നത്.

'മൂന്നാംപക്കം' എന്ന പത്മരാജൻ സിനിമയിൽ ജയറാം മരിക്കുന്നത് മുതലങ്ങോട്ട് ശുഭപന്തുവരാളിയുടെ ശോകാർദ്രലയങ്ങൾ. 'സമ്മോഹന'മെന്ന സിനിമയിലെ വശ്യവും വന്യവുമായ മറയൂർ ചന്ദനമരക്കാടിന്റെയും

പ്രധാനകഥാപാത്രമായ അർച്ചനയുടെ നിഗൂഢകഥാപാത്രത്തെയും ജ്വലിപ്പിക്കുവാനാവശ്യമായ റീറെക്കോർഡിംഗ് ആയിരുന്നു രാജ ആ സിനിമയിൽ സന്നിവേശിപ്പിച്ചത്. ഓരോ ഇന്റർല്യൂഡിനും പ്രത്യേകം വ്യത്യസ്ത സ്വരങ്ങൾ തമിഴിൽ ആദ്യമായി ആവിഷ്കരിച്ചത് രാജയായിരുന്നു. മലയാള സിനിമകളായ സീസൺ, എന്റെ സൂര്യപുത്രിക്ക് എന്നിവയിലെ റീറെക്കോർഡിംഗ് എടുത്തു പറയേണ്ടതാണ്. 'പോയ്‌വരൂ' എന്ന ഒറ്റവരിപ്പാട്ടിൽ 'സീസൺ' എന്ന സിനിമയിലെ സംഗീതത്തെ സംക്ഷിപ്തമാക്കുകയായിരുന്നു രാജ. സൂര്യപുത്രിയിൽ അമ്മ തന്റെ മകളെ കാണുവാൻ വരുന്ന സമയം. ഒരു കൊച്ചുകുഞ്ഞിനെക്കൊണ്ട് 'അമ്മാ അമ്മാ' എന്ന് പറയിച്ച് പിന്നെ അതിനെ പിന്തുടരുന്ന വയലിൻ സംഗീതദളങ്ങൾ. 'കാലാപാനി'യിലും 'ഗുരു'വിലുമൊക്കെ കൊണ്ടുവന്ന സംഗീതപരീക്ഷണങ്ങൾ കാലത്തെ അതിജീവിക്കുന്നവയായിരുന്നു. 'സിന്ധുഭൈരവി'യിലെ കോറസ് റീറെക്കോർഡിംഗ്, 'കഴുക്' എന്ന തമിഴ് സിനിമയിൽ ഹൊറർ കൊണ്ടുവന്ന രീതികൾ, 'കോഴിക്കൂവത്' എന്ന സിനിമയിലെ 'ഏതോ മോഗം ഏതോ ദാഗം' എന്ന പാട്ടിൽ എസ്. ജാനകിക്ക് ഏഴ് വ്യത്യസ്ത ശ്രുതികളിൽ നിറഞ്ഞ ആലാപന സൗഭാഗ്യങ്ങൾ. ഇങ്ങനെ ഇളയരാജ എന്ന സംഗീതപ്രതിഭാസത്തോട് ചേർന്നു നിൽക്കുന്ന എന്തുമാത്രം സംഗീതാനുഭവങ്ങൾ..

ഇളയരാജയുടെ ഗാനങ്ങൾ ഓർമ്മകൾ നിർമ്മിക്കുന്ന സ്ഥലം കൂടിയാണ്. ഒരർത്ഥത്തിൽ പാട്ട് അതിന്റെ ദേശത്തെ കണ്ടുമുട്ടുകയാണ് ഇളയരാജയിൽ. ദേശാഭിമുഖീകരണങ്ങളുടെ തീവ്രമായ അവതരണങ്ങളുണ്ട് അദ്ദേഹത്തിന്റെ പാട്ടുകളിൽ. തമിഴക ക്ലാസ്സിക്കൽ പാരമ്പര്യത്തിന്റെ കൈമുദ്രകൾ ആ ഗാനങ്ങളിൽ അന്വേഷിക്കാവുന്നതാണ്. "വർത്തമാനകാലത്തെ സാധൂകരിക്കുകയും അതിനെ ഭൂതകാലവുമായി വിളക്കിച്ചേർക്കുകയാണ് പാരമ്പര്യം ചെയ്യുന്നതെന്ന് റെയ്മണ്ട് വില്യംസ് പറഞ്ഞതുപോലെ." മറ്റുള്ളവരിൽനിന്നും തീർത്തും വിഭിന്നമായിരുന്നു ഇളയരാജയുടെ സ്വരം. നാട്ടുഭാഷയിലുള്ള വിവർത്തനങ്ങളായി നിരവധി ഗാനങ്ങൾ. താൻ വളർന്ന പശ്ചാത്തലവും പൈതൃകവും എല്ലാം അദ്ദേഹത്തിന്റെ പാട്ടുലോകത്ത് നിഴൽവീഴ്ത്തി നിൽപ്പുണ്ട്.

1978-ൽ 'വ്യാമോഹം' എന്ന സിനിമയിലെ 'പൂവാടികളിൽ' എന്ന പാട്ടിന് സംഗീതം ചെയ്തുകൊണ്ടാണ് രാജ മലയാളത്തിലേക്ക് വരുന്നത്. 'എന്നാകിലും എത്രദൂരം' (ദൂരം അരികെ), 'തുമ്പിവാ', 'വേഴാമ്പൽ കേഴും' (ഓളങ്ങൾ), 'ഋതുഭേദകല്പന', 'അല്ലിയിളംപൂവോ' (മംഗളം നേരുന്നു), 'തന്നന്നം താനന്നം' (യാത്ര), 'കൊഞ്ചിക്കരയല്ലേ', 'പൂങ്കാറ്റിനോട്' (പൂമുഖപ്പടിയിൽ നിന്നെയുംകാത്ത്), 'ഉണരുമീഗാനം' (മൂന്നാംപക്കം), 'പുഴയോരത്തിൽ' (അഥർവ്വം), 'ആലാപനം' (സൂര്യപുത്രിക്ക്), 'ചെമ്പൂവേ പൂവേ' (കാലാപാനി), 'ദേവസംഗീതം നീയല്ലേ' (ഗുരു), 'മെല്ലെയൊന്നുപാടി' (മനസ്സിനക്കരെ), 'ആറ്റിൻകരയോരത്തെ', 'തേവാരം' (രസതന്ത്രം), 'എന്തുപറഞ്ഞാലും' (അച്ചുവിന്റെ അമ്മ), 'മന്ദാരപ്പൂമൂളി' (വിനോദയാത്ര),

'സ്വപ്നങ്ങൾ കണ്ണെഴുതിയ' (ഭാഗ്യദേവത), 'അഭയമായ്' (സനേഹവീട്), 'കണ്ടോ കണ്ടോ കാക്കക്കുയിലേ' (ഇന്നത്തെ ചിന്താവിഷയം)......."

ദീപാവലിക്ക് പടക്കം വാങ്ങാൻ കാശില്ലാതെ തകരപ്പാട്ടയിൽ കൊട്ടിയ താളമായിരുന്നു ഇളയരാജയെ സൃഷ്ടിച്ചത്. കമ്പം തേനിക്കടുത്ത് പണ്ണൈപുരം ഗ്രാമത്തിലെ സംഗീതബാലപാഠങ്ങളാണ് അദ്ദേഹത്തിന്റെ കരുത്തും കരുതലും (ജൂൺ 2, 1943) അമ്മ ചിന്നത്തായ് മക്കളെ പോറ്റിയത് കൂലിവേല ചെയ്തായിരുന്നു. കരിങ്കൽക്വാറിയിൽ പണിയെടുത്തും നാടുമുഴുവൻ നടന്നു പാടിയും അമ്മയെ സഹായിച്ചു രാജ. വിപ്ലവഗാനങ്ങളുമായ് മദിരാശിയിലെത്തി ജി.കെ. വെങ്കിടേഷിന്റെ അസിസ്റ്റന്റായാണ് അദ്ദേഹം സംഗീതത്തിന്റെ പടവുകൾ കയറിത്തുടങ്ങുന്നത്.

"സംഗീതം തേടി അലയേണ്ടതില്ല. സംഗീതം അതുള്ളവരെതേടി വരും. കാറ്റ് നമ്മെ തേടി വരികയല്ലേ ചെയ്യാറ്"- ഇളയരാജയുടെ ഈ വാക്കുകൾ ഏതൊരാളെയും സംഗീതത്തിൽ ആത്മീയമായ ഒരന്വേഷണത്തിന് പ്രേരിപ്പിക്കും. ആറ് ഭാഷകളിലായി അയ്യായിരത്തിലധികം പാട്ടുകൾക്ക് ഈണമിടുകയും നാനൂറിലധികം പാട്ടുകൾ പാടുകയും ചെയ്തു, രാജ. ചെന്നൈയിലെ പ്രൊഫസർ ധൻരാജിന്റെ കീഴിൽ പാശ്ചാത്യക്ലാസ്സിക്കൽ പരിശീലനവും ക്ലാസ്സിക്കൽ ഗിത്താർ അഭ്യസനവും സ്വന്തമാക്കിയ രാജ സലിൽദായുടെ കീഴിൽ കീബോർഡും ഗിറ്റാറും വിദഗ്ദ്ധമായി കൈകാര്യം ചെയ്തു. ഇന്ത്യൻ സിനിമയിൽ ഇലക്ട്രോണിക് സംഗീതത്തിന്റെ ആദ്യകാല പ്രയോക്താക്കളിൽ പ്രമുഖനാണ് രാജ. നാടൻ പാട്ടിന്റെയും പാശ്ചാത്യസംഗീതത്തിന്റെയും സമന്വയം ആദ്യചിത്രമായ 'അന്നക്കിളി' തൊട്ടേ നാം കേട്ടതാണ്. സിംഫണിയിലെ കോറൽ പാട്ടുകളും പ്രെല്യൂഡുകളും സംയോജിപ്പിച്ച് പാട്ടിൽ സംഘസംഗീതത്തിന്റെ സ്വരതലമുണർത്താൻ രാജയ്ക്കു കഴിഞ്ഞു. ജാസ്സും വെസ്റ്റേൺ ഫോക്കും കർണ്ണാടക രാഗച്ഛായകളുമെല്ലാം രാജയുടെ സംഗീത വഴിയിൽ സഹസ്രദീപങ്ങളായി തെളിഞ്ഞു കത്തുന്നു.

പാശ്ചാത്യ ക്ലാസിക്ക് ഹാർമണിയിലും സ്ട്രിംഗ് അറേഞ്ച്മെന്റിലും രാജയ്ക്കുള്ള പ്രാഗദ്ഭ്യം ആ പാട്ടുകളിൽ പ്രകടമാണ്. പിയാനോ, കീബോർഡ്, സിന്തസൈസർ എന്നിവയുടെ വാദനത്തിൽ മറ്റ് സംഗീതജ്ഞരിൽ നിന്ന് അദ്ദേഹം എത്രയോ മേലെയാണ്. താളാത്മകമായ നാടോടിത്തമായിരുന്നു സംഗീതത്തിൽ ഇളയരാജ പിന്നിട്ട പ്രകാശദൂരങ്ങളെ അടയാളപ്പെടുത്തുന്നത്. പാശ്ചാത്യക്ലാസിക്കൽ സംഗീത സ്വാധീനമുള്ള പാട്ടുകളിൽ പോലും രാഗാടിസ്ഥാനത്തിന്റെ മുദ്രകൾ വിടർന്നു നിന്നു. "രാക്കമ്മ" എന്ന ഗാനത്തിൽ സംഗീതസ്മൃതിയും അതിസാന്ദ്രമായ നാട്ടുനന്മയും പ്രകൃതിയിലെ ജനിതകധാരയും ചേർന്നൊരു പാട്ടുലോകം വികസിക്കുന്നു.

പ്രാദേശീയമായ സ്വരങ്ങളുടെ തനത് ഘടനകൾ ഉൾപ്പെടുത്തിയാണ് ഇളയരാജ പാട്ടിൽ ദേശീയമായ ഒരു മാനം കൊണ്ടു വരുന്നത്. തമിഴക

സംഗീത പാരമ്പര്യത്തിന്റെ കീഴാളഅഴകുള്ള പാട്ടുകളിൽ രാജ മികവ് കാട്ടി. പാട്ടിന്റെ പ്രാദേശീയ നാടുവാഴികൾ ചേർത്തുവച്ചാണ് അദ്ദേഹം ദേശീയനാകുന്നത്. ശുദ്ധി, തമിഴകപാരമ്പര്യം, ജൈവികത എന്നിവയെല്ലാം കൂട്ടിച്ചേർത്ത് നിർമ്മിച്ച എത്രയോ ഗീതികൾ ഈ സംഗീത ലോകത്തുണ്ട്. 'ധർമ്മ ദുരൈ'യിലെ മാസിമാസം, വീരയിലെ 'മലൈ കോവിൽ', 'ദള പതി'യിലെ 'കാട്ടുകുയിലേ', വർണ്ണവർണ്ണപ്പൂക്കളിലെ 'ഇത് നെഞ്ചേ വാ'- എന്നിങ്ങനെ ആദ്യാവസാനം ഒരേ റിഥത്തിന്റെ അപൂർവ്വധ്വനികൾ സന്നി വേശിപ്പിച്ചിരിക്കുന്നത് ശ്രദ്ധേയമാണ്.

നിലാവിന്റെ വിശുദ്ധി നിറയുന്ന പാട്ടുകളുടെ ഒരു നീണ്ട നിരതന്നെ യുണ്ട് ഈ രാജാങ്കണത്തിൽ. 'കല്ല്യാണത്തേൻ നിലാ', 'വാവെണ്ണിലാ', 'നിലാവേ വാ', 'നിലാ അത് മാനത്ത്', 'കറുപ്പ് നിലാ', 'ഇളയ നിലാ', 'വണ്ണം കൊണ്ട വെണ്ണിലാവേ'... പൂപ്പാട്ടുകളും (പൂവേ പൂചൂടവാ, ചെമ്പൂവേ പൂവേ, സെന്താഴപ്പൂവേ, പൂ കുങ്കുമപ്പൂ) കുയിൽപ്പാട്ടുകളും (ചിന്നക്കുയിലേ, കുയിലെപ്പുടിച്ചേ, കുയിലേ കുയിലേ കുയിലത്താൻ, മാങ്കുയിലേ) ഹരി ണഗീതങ്ങളും (കസ്തൂരി മാനേ, മാനേ മരതകമേ, മാനേ മധുരക്കരിമ്പേ, മറക്കുടയാൽ) എല്ലാം രാജയുടെ പാട്ടുലോകത്തെ വേറിട്ടതാക്കുന്നു. പ്രകൃതിയിലെ സകലചരാചരങ്ങൾക്കും വേണ്ടി സമർപ്പിക്കപ്പെട്ടതാണ് ഈ ഗാനസഞ്ചയം.

മെലഡിയുടെ കോമ്പോസിഷനിൽ ഇളയരാജ പ്രയുക്തമാക്കുന്ന ഓർ ക്കസ്ട്രേഷൻ ഘടനകൾക്ക് എന്നും പുതുമയാണ്. ഗിത്താറും സാക്സ ഫോണും ചേർന്നു നിൽക്കുന്ന മെലഡികളിൽ റിഥത്തിന്റെ അകമറി ഞ്ഞുള്ള അടുക്കുകൾ ശ്രദ്ധാർഹമാണ്. കോഡ് പ്രോഗ്രഷനും മൾട്ടിപ്പിൾ റിഥവും സവിശേഷപ്രാധാന്യത്തോടെ അദ്ദേഹം പാട്ടിൽ പ്രകടമാക്കുന്നു. 'മണ്ണിൽ ഇന്ത കാതൽ', 'ഓ പാപ്പിലാലി', 'ചെമ്പകമേ', 'തുള്ളിതുള്ളി', 'ഓലത്തുമ്പത്തിരുന്ന്', 'പാട്ടൊന്നു നാൻ പാടട്ടുമാ', 'ഋതുഭേദ കൽപന', 'മെല്ലെയൊന്നു പാടി'... ഇങ്ങനെ എത്രയോ മെലഡികൾ...

വെസ്റ്റേൺ സ്പർശമുള്ള പാട്ടുകളിൽ പോലും ബേസിക് മെലഡിയു ണ്ടാക്കുവാൻ ക്ലാസിക്കൽ സങ്കേതങ്ങളെയാണ് അദ്ദേഹം ആശ്രയിക്കു ന്നത്. 'അടി ആത്താടി' 'കവിതൈ കേളുങ്കൽ', 'കുളിരാടുന്നു മാനത്ത്', 'മലർത്തോപ്പിതിൽ', 'മഞ്ഞു പെയ്യും രാവിൽ' എന്നിങ്ങനെയുള്ള പാട്ടു കളിൽ രാജയുടെ ബഹുസ്വരതയാർന്ന ഓർക്കസ്ട്രേഷൻ മറ്റു സംഗീത ജ്ഞർക്ക് മാതൃകയാണ്. ഫോക്കിന്റെ സംസ്കൃതിയിൽ കരുപ്പിടിപ്പിച്ച രാജ ഗീതങ്ങൾക്ക് ആകർഷകമായൊരു ആലാപന സൗഖ്യമുണ്ട് (മാങ്കുയിലേ, അന്തിമഴൈനേരം, അടി വീട്ട്ക്ക്, അരച്ച സന്ദനം...).

താരാട്ടുപാട്ടിന്റെ താളലയങ്ങൾ പകർന്നുതരുന്നത് രാജയുടെ 'തായ് ഗീത'ങ്ങളാണ്. മാതൃസ്നേഹത്തിന്റെ മണമുള്ള പാട്ടുകൾ വിഷാദ ദീപ്ത മായ ഓർമ്മകളുണർത്തുന്നു. 'അമ്മായെൻ', 'അല്ലിയിളംപൂവോ', 'എൻ പൂവേ', 'എന്തു പറഞ്ഞാലും', 'ചിന്നത്തായവൾ'... ശാസ്ത്രീയസംഗീത ത്തിന്റെ ആധാരശ്രുതിയിൽ ഇളയരാജ ചിട്ടപ്പെടുത്തിയ ഗാനങ്ങൾ കഥാ

സന്ദർഭങ്ങളുമായി അത്രയേറെ ബന്ധം പുലർത്തുന്നുണ്ട്. ('പാടറിയേ', 'മരി മരി','പൂമാലൈ', 'ശ്രീ ശിവ സുന്ദരി'...) ക്ലാസ്സിക്കൽ ഗായകനായ നായകൻ മദ്യപിച്ചു പാടുന്ന 'തണ്ണിത്തൊട്ടി' എന്ന ഗാനത്തിൽപോലും ക്ലാസിക്കൽ സ്പർശമുണ്ട്. ത്യാഗരാജനും ബാക്കിനും സമർപ്പിച്ച 'ഹൗ ടു നെയിം ഇറ്റ്' എന്ന ആൽബത്തിലാണ് രാജയുടെ സിംഫണിയുടെ ആഴങ്ങൾ നാമറിയുന്നത്. നത്തിംഗ് ബട്ട് വിൻഡ് "50 piece ഓർക്കസ്ട്രയും ചൗരസ്യയുടെ ഫ്ളൂട്ടും ഒരുമിച്ച് മത്സരിച്ചു. മൊസാർട്ടും ബീഥോവനും ബാക്കും എല്ലാം കൂടിച്ചേരുന്ന സംഗീത തുറമുഖമാണ് രാജയുടേത്. സംഗീത നിർവ്വഹണത്തിൽ അദ്ദേഹം കൊണ്ടുവന്ന സ്വാതന്ത്ര്യത്തിനും സാധ്യതയ്ക്കുമപ്പുറം ഇനിയൊന്നും വരാനുമില്ല. മക്കളായ ഭവതരണി, കാർത്തിക് രാജ്, യുവൻശങ്കർ രാജ എന്നിവർ സംഗീതവഴികളിൽത്തന്നെയുണ്ട്. നാല് ദേശീയ അവാർഡുകളും പത്മഭൂഷണും നൽകി ഇളയരാജയെ രാഷ്ട്രം ആദരിച്ചു. മികച്ച ഗായകരെല്ലാം അദ്ദേഹത്തിനു വേണ്ടി പാടി. കവികളും പാട്ടെഴുത്തുകാരും ഈ മായിക സംഗീതത്തെ അനുയാത്ര ചെയ്തു.

അർത്ഥസാന്ദ്രമായ സംഗീതകലയിലൂടെ രാജ സൃഷ്ടിച്ചെടുക്കുന്നത് പാട്ടിന്റെ വ്യത്യസ്തമായൊരു ഭാവലോകമായിരുന്നു. പ്രമേയത്തിന്റെയും സന്ദർഭത്തിന്റെയും ലിറിക്കൽ ഭാഷയുടേയും ഭാവത്തിന്റെയും തലത്തിൽ സൂക്ഷ്മവും ജാഗ്രത്തുമായ ഒരന്വേഷണം രാജയുടെ ഗാനങ്ങളിൽ പുലർന്നിരുന്നു. പാരമ്പര്യത്തിന്റെ ആഴത്തിൽ നിന്നും നേടിയ ഊർജ്ജത്താൽ സമകാലികതയുടെ നേർവെളിച്ചത്തിൽ ഭാവത്തിന്റെ താളലയങ്ങൾ സൃഷ്ടിക്കുകയും മൗലികമായ സൂക്ഷ്മ ശ്രുതികൾ നിർമ്മിക്കുകയുമായിരുന്നു ഇളയരാജ. പാട്ടിൽ രാജ സമ്മാനിക്കുന്ന ബോധോദയങ്ങൾ ഇതൊക്കെയായിരുന്നു. പാട്ടിൽ മുന്നും പിന്നുമില്ലാത്ത ഒരു വഴിത്താരയുണ്ടാക്കുകയായിരുന്നു രാജ.

ഇളയരാജ സംഗീതത്തെ നിർവചിക്കുന്നത് നോക്കുക. "ആകാശത്ത് പക്ഷികൾ പറക്കുന്നത് കണ്ടിട്ടില്ലേ, എല്ലാ പക്ഷികളും പറക്കുന്നത് കാണാൻ ഭംഗിയാണ്. ഓരോ കിളിയുടെ പറക്കലും വ്യത്യസ്തമാണ്. ഒരിക്കൽ പറക്കുന്നതുപോലെ ഒരു കിളിക്കും പിന്നീട് പറക്കാൻ കഴിയില്ല. അതിന്റെ ചിറകിന്റെ ചലനങ്ങൾ മാറിയിട്ടുണ്ടാകാം. ഇതുപോലുള്ള പറക്കലാണ് സംഗീതം."

ലോകത്തിന്റെ മനസ്സ് ഇനിയും ഈ സംഗീതമാന്ത്രികന്റെ ഹൃദയത്തോട് ചേർന്ന് നിൽക്കട്ടെ!

■

പൊൻവീണകൾ പാടുമ്പോൾ

ചലച്ചിത്രസംഗീതത്തെ കേവലസംഗീതത്തിന്റെ അമൂർത്തതയിൽ നിന്നും മുക്തമാക്കി ആധുനികമായ അനുഭൂതി മണ്ഡലത്തിന്റെ ഇടങ്ങളിലേക്ക് അതിനെ ഇണക്കിനിർത്തുന്നതിൽ സംഗീതസംവിധായകർക്ക് വലിയ പങ്കുണ്ട്. ഈ ഇണക്കമാർന്ന ചലച്ചിത്രസംഗീതത്തെ എക്കാലത്തും ജന പ്രിയമാക്കിത്തീർത്തത് അയത്നമായ ആസ്വാദ്യതയുടെ ഒരകം പാട്ടിൽ നിലനിർത്തുവാൻ സംഗീതസംവിധായകർക്ക് കഴിഞ്ഞു. മലയാളത്തിൽ രാഘവൻ മാഷ് തൊട്ടിങ്ങോട്ട് എല്ലാവരും ഇതിൽ അവരുടേതായ പങ്ക് വഹിച്ചവരാണ്. ചലച്ചിത്രസന്ദർഭങ്ങളിൽനിന്നും വിട്ടുമാറി ഒറ്റയ്ക്കു നിൽ ക്കാറുള്ള ശേഷി, സ്വയം സമ്പൂർണ്ണമായ ഒരു സ്വരശില്പമായി നിൽക്കാ നുള്ള കഴിവ് എന്നിവയെല്ലാം ഈ ഗാനങ്ങൾ സ്വന്തമാക്കി. ചലച്ചിത്രസം ഗീതത്തെ മാനവികവും സാമൂഹികവുമായ ഒരു സാംസ്കാരിക വിഭവ മായി രൂപകൽപ്പന ചെയ്ത സംഗീതസംവിധായകർ മലയാളത്തിൽ നിര വധിയാണ്. ദക്ഷിണാമൂർത്തി-ദേവരാജൻ തുടങ്ങിയവരിലൂടെ ക്ലാസിക്കൽ ശൈലിയും രാഘവൻ മാഷിലൂടെ നാടോടി ജനകീയ പാരമ്പര്യവും ബാബു രാജിലൂടെ ഹിന്ദുസ്ഥാനി ശൈലിയും സലിൽദായിലൂടെ ഉത്തരേന്ത്യൻ നാടോടി പാരമ്പര്യവുമെല്ലാം ചലച്ചിത്ര ഗാനവേദിയി ലേയ്ക്ക് കടന്നുവന്നു. ഇങ്ങനെ ഒരേ സമയം കേരളീയതയുടെയും ഭാരതീയതയുടെയും സംഗീത നിർഭരതകൾ ചലച്ചിത്രഗാനങ്ങളിൽ ഉദ്ഗ്രഥിതമായി. അറുപതുകളിൽ രൂപ പ്പെട്ട ഈ നവീകരണങ്ങൾ സംഗീതത്തിന്റെ അനുഭൂതി പരതയെ ഒട്ടൊ ന്നുമല്ല സ്വാധീനിച്ചത്. സംഗീതകലയുടെ ജനാധിപത്യവത്കരണം സാധ്യ മായത് ഇത്തരം ചലച്ചിത്ര ഗാനങ്ങളിലൂടെയായിരുന്നു. വ്യക്തിയുടെയും സമൂഹത്തിന്റെയും വ്യത്യസ്തഭാവലോകങ്ങളുടെ സാർവ്വലൗകികമായ പ്രകാശനം ചലച്ചിത്രഗാനങ്ങളിലെ സംഗീതപ്രയോഗസാധ്യതകളായി മാറി. ജീവിതത്തിലെ സവിശേഷ സന്ദർഭാനുഭൂതികളെ സ്വന്തം സംഗീത സംസ്കാരങ്ങളിലൂടെ അഭിസംബോധന ചെയ്യാൻ ഓരോ സംഗീതസംവി ധായകനും ഏറെ ശ്രദ്ധിച്ചു. ഒരേസമയം ജനപ്രിയവും ജനകീയവുമായ ധാരകളിലേക്ക് ഈ ഗാനങ്ങൾ ചാഞ്ഞുകിടന്നു.

മൗലികത, സ്വാതന്ത്ര്യം, സാർവ്വലൗകികത എന്നീ കൽപ്പനകളെ വേരു റപ്പിക്കും വിധമാണ് ആധുനിക ജനപ്രിയസംഗീതം നിലനിൽക്കുന്നത്.

കാല്പനിക പ്രണയം ഹിന്ദി സിനിമയിൽ (ഇന്ത്യൻ) രൂപംകൊണ്ടത് ഗസലിലൂടെയായിരുന്നു. കേരളീയ ചലച്ചിത്രഗാനങ്ങളിലും ഇതേ ഇമേജുകൾ സംക്രമിച്ചു. ഹിന്ദുസ്ഥാനി സംഗീതത്തിന്റെ മെലഡി സാധ്യതകളെ പാശ്ചാത്യസംഗീതത്തിന്റെ അടിസ്ഥാനഘടകങ്ങൾ കൂടി സ്വീകരിച്ചു (താളപ്രധാനം) വിസ്തൃത മാക്കുകയായിരുന്നു സംഗീതജ്ഞർ. പ്രണയവും അതിന്റെ മാധുര്യവും അതിൽ അത്രത്തോളം പ്രകടമായി.

സംഗീതത്തിന്റെ രാഗാത്മകത എന്നത് സ്വരസംവിധാനപരമായ സാങ്കേതിക ക്രമീകരണങ്ങളിലൂടെ മാത്രം ഉണ്ടാകുന്നതല്ല. ലളിതഗാനമെന്ന ശാഖ തന്നെ അടിസ്ഥാനപരമായി ഹിന്ദുസ്ഥാനി പാരമ്പര്യത്തോട് ബന്ധപ്പെട്ടിരിക്കുന്നതാണ്. "ലളിതസംഗീതത്തിലെ ഭാവനാപരത ഏറിയ കൂറും ഹിന്ദുസ്ഥാനിയുടേതാണ്." - വി.ടി. മുരളി (രാഗമലയാളം). ഈ പ്രസ്താവന ഇതിനോട് കൂട്ടിച്ചേർത്ത് വായിക്കാവുന്നതാണ്.

രവീന്ദ്രനും ജോൺസണും എം. ജി. രാധാകൃഷ്ണനുമെല്ലാം അവരുടേതായ ശൈലികളുമായി കടന്നുവന്ന എൺപതുകളിൽ ജനപ്രിയഗീതങ്ങൾ, ഹാർമണി, ഈണലാളിത്യം, ഓർക്കസ്ട്രേഷൻ പൂർണത, ഉത്തരേന്ത്യൻ സംഗീതത്തിലെ നൈപുണ്യം എന്നിവയെല്ലാം സമഗ്രമാക്കി ഹിന്ദുസ്ഥാനിയുടെയും കർണാട്ടിക്കിന്റെയും രമണീയമായ തുടർച്ചകൾ പാട്ടിൽ കൊണ്ടുവന്ന സംഗീതസംവിധായകനാണ് രഘുകുമാർ. ഗസലിന്റെയും ഹിന്ദുസ്ഥാനി സംഗീതത്തിന്റെയും രാഗതാളലയങ്ങൾ ലളിതവത്ക്കരിക്കുന്ന ഒരു ഗാനകലയായിരുന്നു അത്. പാട്ടിൽ ഗഹനമായ ഹിന്ദുസ്ഥാനി സംഗീതത്തിന്റെ രാഗഛായകളെ ആന്തരികമായി നിലനിർത്തിയായിരുന്നു രഘുകുമാർ ഗാനങ്ങൾ സൃഷ്ടിച്ചത്. ഹിന്ദുസ്ഥാനിരാഗത്തിന് പടിഞ്ഞാറൻ വാദ്യത്തിന്റെ ഷെയ്ഡുകൾ നൽകുമ്പോഴും നേരേ തിരിച്ചാകുമ്പോഴും അദ്ദേഹം അതിൽ ഏറെ ശ്രദ്ധിച്ചു. പ്രണയവും വിരഹവുമെല്ലാം അതിശക്തവികാരങ്ങളായി രഘുകുമാറിന്റെ പാട്ടുകളിൽ വളർന്ന് വികസിച്ചു.

സംഗീതവും സംസ്കാരവും

ഇലക്ടോണിക് ശബ്ദങ്ങളുടെ മഹാപ്രഭാവത്തിലേക്ക് മലയാള ചലച്ചിത്രസംഗീതം പ്രവേശിക്കുന്ന കാലത്തായിരുന്നു. രഘുകുമാറിന്റെ വരവ്. ക്വയർ, ഹാർമണി, സിംഫണി, കോർഡുകളെല്ലാം തിരയിളക്കുന്ന കാലത്താണ് മലയാള ചലച്ചിത്ര സംഗീതത്തിലെ ഈ മൂന്നാംഘട്ടം വരുന്നത്. ഓർക്കസ്ട്രേഷന്റെ സാധ്യതകൾ പ്രണയാത്മകമായി വികസിപ്പിച്ചെടുക്കുകയായിരുന്നു രഘുകുമാർ. ബാബുരാജ് തന്നിട്ടുപോയ ഗസൽ സംഗീതത്തിന്റെ മറ്റൊരു സർഗാത്മകപരിണാമം മലയാളചലച്ചിത്രസംഗീതത്തിൽ പിന്നീട് സ്വാർത്ഥകമാകുന്നത് രഘുകുമാറിലായിരുന്നു. രഘു കുമാറിന്റെ പാട്ടുകളിൽ വരികളിലെ കാല്പനികമായ ഭാവങ്ങൾ സംഗീതത്തോട് അത്രമാത്രം ചേർന്നുനിന്നിരുന്നു. കാല്പനികമായ ഒരന്തർമുഖത്വം രഘുകുമാറിന്റെ ഗാനപ്രപഞ്ചത്തോട് അടുത്തുനിന്നു. ഹിന്ദുസ്ഥാനി നമുക്ക്

പരിചിതവും സമീപസ്ഥവുമായ സംഗീതമെന്ന നിലയ്ക്ക് അദ്ദേഹം എടുത്തുപയോഗിച്ചു. മറ്റൊരർത്ഥത്തിൽ രഘുകുമാറിന്റെ ഗാനങ്ങൾ കുറെക്കൂടി ആന്തരികവും പ്രണയോന്മുഖവുമായിരുന്നു.

സംസ്കാരം സംഗീതത്തെ നിർമ്മിക്കുന്നു എന്നതുപോലെ സംഗീതത്തിന്റെ നിർമ്മിതിക്കായി സംസ്കാരം സ്വയം രൂപം കൊള്ളുന്നു എന്നും പറയേണ്ടതുണ്ട്. സംഗീതവും സംസ്കാരവും അതിശക്തമായ ആന്തരിക പാരസ്പര്യത്താൽ ബന്ധിതമാണ് എന്ന് അലൻ പി. മറിയം തന്റെ ആന്ത്രപ്പോളജി ഓഫ് മ്യൂസിക്കിൽ ചൂണ്ടിക്കാട്ടിയിട്ടുണ്ട്. രഘുകുമാറിന്റെ സംഗീതശൈലികൾ ഇത്തരമൊരു കോഴിക്കോടൻ സംസ്കാരത്തെ പ്രതിനിധാനം ചെയ്യുന്നുണ്ട്. ബാബുരാജിനെ രൂപപ്പെടുത്തിയ നാല്പതുകളിലെയും അൻപതുകളിലെയും സംഗീതക്കൂട്ടായ്മയുടെ തുടർച്ചയായി നേരിട്ട് കോഴിക്കോട് 'മുല്ലശ്ശേരിയുടെ അകത്തളങ്ങൾ' സംഗീതത്തെ പ്രോത്സാഹിപ്പിക്കുകയായിരുന്നു. രഘുകുമാർ മുല്ലശ്ശേരിക്കൂട്ടായ്മയുടെ ഭാഗമായിരുന്നു. ഗസലിന്റെയും ലളിതസംഗീതത്തിന്റെയും തുടർച്ചകൾ അവിടെ സംഭവിക്കുകയായിരുന്നു.

കാതരവും മൃദുലവുമായ ഒരു സമീപസ്ഥയുടെ അനുഭൂതിലോകം രഘുകുമാറിന്റെ സംഗീതത്തിന് എപ്പോഴും നിറഞ്ഞുനിന്നു. തബലയുടെ വാദ്യവൈഭവം ഒരു മായാനുഭവമായി മാറുകയാണ് രഘുകുമാറിന്റെ ഗാനങ്ങളിൽ. ഓർക്കസ്ട്രേഷന്റെ മാന്ത്രികസംയോജനത്താൽ പാട്ടിൽ തനതായ ഒരു സമഗ്രത കൊണ്ടുവന്നു. പാട്ടനുഭവവൈവിധ്യങ്ങളിലെ ലയബദ്ധത കണ്ടെത്തുവാൻ ശ്രമിക്കുകയായിരുന്നു രഘുകുമാർ. പ്രണയത്തിന്റെ അഭികാമ്യമായ അവസ്ഥകളെ അദ്ദേഹം പാട്ടിൽ അനുവർത്തിച്ചു. രഘുകുമാറിന്റെ പാട്ടിനെ അളക്കാനുള്ള ഉരകല്ല് അതിൽ നിമഗ്നമായിട്ടുള്ള സാന്ദ്രലയമാണെന്നതിൽ തർക്കമില്ല. ഓർക്കസ്ട്രേഷന്റെ ഒരു വ്യൂഹം ചമയ്ക്കുകയായിരുന്നു അദ്ദേഹം.

താളത്തെ പ്രത്യേക രീതിയിൽ ഒതുക്കിയും വിടർത്തിയും പാട്ടിനനുസരിച്ച് പരിചിതമായ ഒരാസ്വാദനതലത്തിലേക്ക് ആനയിക്കാനുള്ള ആന്തരികശേഷി രവികുമാറിന്റെ ഗാനങ്ങൾക്കുണ്ടായിരുന്നു. അന്തർമുഖമായ താളത്തിന്റെ ആവിഷ്കാരമായി മാറി ഈ ഗാനങ്ങൾ. തബലയുടെ ഘരാനകൾ രഘുകുമാറിന്റെ ഗാനങ്ങളിൽ നിറഞ്ഞു. ഉത്തരേന്ത്യൻ സംഗീതത്തിലുള്ള പരിചയം ഗാനനിർമ്മിതിയിൽ അദ്ദേഹത്തിന് സഹായകമായി. താളങ്ങൾക്കൊപ്പം ഈണത്തെ രാഗാത്മകമാക്കി വരികൾ സ്വരപ്പെടുത്തുന്ന രീതികൾക്കായിരുന്നു രഘുകുമാർ പ്രാധാന്യം നൽകിയത്. ഒരർത്ഥത്തിൽ ഗസലിനും ലളിതസംഗീതത്തിനുമിടയ്ക്കുള്ള വഴികളിലൂടെയാണതിന്റെ സഞ്ചാരവഴികൾ. സങ്കീർണ്ണമാകാത്തതും പതിഞ്ഞതുമായ താളങ്ങളിൽ ഈണത്തിന്റെ രാഗാത്മകപ്രഭാവത്തെ ആവിഷ്കരിക്കുകയായിരുന്നു അദ്ദേഹം. ഭാവപരിസരങ്ങൾ നിർമ്മിക്കാനായി സ്വരസഞ്ചാരമുള്ള പാട്ടിൽ അദ്ദേഹം അത്രമാത്രം അനുയോജ്യമാക്കി.

പാട്ടിലെ ഭാവാനുഭൂതികൾ

വരികളുടെ പാഠത്തെ സംഗീതസന്ദർഭങ്ങളിലേക്ക് കൊണ്ടുവരുമ്പോൾ മെലഡിയിൽ പരിക്കേൽപ്പിക്കാതെ സ്വച്ഛന്ദമായി ഒഴുകാൻ വിട്ട് പതിഞ്ഞ താളപ്രകടനത്തിൽ ലയിപ്പിച്ചുനിർത്തുന്ന രീതികൾക്കായിരുന്നു അദ്ദേഹം പ്രാധാന്യം നൽകിയത്. ആരോമലേ, മൃദുലേ, സ്വരങ്ങളിൽ സഖി, എൻ പ്രിയവേളിപ്പെണ്ണേ, ഇനിയൊരു ഗാനം പാടാം പ്രിയസഖിക്കായ്, പ്രിയതേ കവിതേ എന്നിങ്ങനെ ലോലവും മൃദുലവും സൗമ്യവുമെന്ന് വിളിക്കാവുന്ന അനുഭൂതികൾ രഘുകുമാർ പാട്ടിൽ കൊണ്ടുവന്നു.

രഘുകുമാർ ഗാനങ്ങളുടെ ടെക്സ്ചർ, ഗാനാത്മകതയുടേതായ ഒര നുഭൂതി മണ്ഡലം തുറക്കുന്നുണ്ട്. ആനന്ദത്തിന്റെ ലോകം സൃഷ്ടിക്കുന്ന പാട്ടുകൾക്ക് ജനപ്രിയത കൂടുതലായിരുന്നു. താളം അതിന്റെ ആന്തരിക ലയത്താൽ ക്ലാസിക് ആകുന്നതോടൊപ്പം ആധുനികവും കൂടിയാവുന്നുണ്ട് രഘുകുമാറിന്റെ ഗാനങ്ങളിൽ. ആത്മീയ സംഗീതത്തിന്റെ ഗസലുകൾ, ഗസലുകളുടെ രാഗമൗനങ്ങളിൽ അനശ്വരപ്രണയത്തിന്റെ ആത്മസൗഹൃദവും ലയസൗഭാഗ്യവും ഹാർമോണിയവും തബലയും ഉൾപ്പെടുന്ന സംഗീതമേളകൾ, ലയവീണയരുളും ശ്രുതികൾ..

ലളിതഗാനവും ഗസലും

നീണ്ടകാലത്തെ ഓർക്കസ്ട്ര ജീവിതമാണ് രഘുകുമാറിലെ സംഗീതജ്ഞനെ രൂപപ്പെടുത്തുന്നത്. ദക്ഷിണാമൂർത്തിയുടെ റിക്കോർഡിംഗുകളിൽ തബല വായിച്ചായിരുന്നു ആരംഭം. ഗിത്താറും തബലയും രഘുകുമാറിന്റെ പാട്ടുകളിൽ കൈകോർത്തുനിന്നു. കെ.ആർ. ബാലകൃഷ്ണനിൽനിന്നായിരുന്നു രഘുകുമാർ ലളിതസംഗീത നിർമ്മിതിയുടെ ബാലപാഠങ്ങൾ ഉൾക്കൊള്ളുന്നത്. വാസ്തവത്തിൽ ലളിതഗാനം, പ്രണയഗാനം എന്നിവയ്ക്ക് സംഗീത പരമായ പുതിയ പാഠങ്ങൾ നിർമ്മിക്കുകയായിരുന്നു രഘുകുമാർ. വിരഹത്തെ ദ്യോതിപ്പിക്കുന്ന രഘുകുമാറിന്റെ ഒരു ഗസലിതാ.

“മധ്യമാസചന്ദ്രൻ മാഞ്ഞു
തളിരാമ്പൽ മെല്ലെ തേങ്ങി
മിഴിചിമ്മുമെൻ ശരറാന്തലേ
തിരിനീട്ടുമോ”

(കാണാക്കിനാവ്)

‘മാഞ്ഞു’ ‘തേങ്ങി’ എന്നീ വാക്കുകളിൽ സാന്ദ്രസങ്കടസ്ഥലികൾ. ‘ഇടനെഞ്ചിലേതോ നോവിൻ’, ‘ഇരുളിന്റെ കൂടാരത്തിൽ ഞാൻ മാത്രമായ്’ എന്നിങ്ങനെ ആർദ്രമാകുന്ന അനുപല്ലവികൾ..... ‘ഏഴാംബഹറിന്റെ’ (ഖവ്വാലി), ‘ഇതുവരെ നിന്നെ ഞാൻ’, ‘നിലാക്കായലോളം’ (ഗസൽ ശൈലികൾ - പാട്ടിൻ നിലാവിന്റെ തോണികൾ), ലളിതഗാന മട്ടിൽ ചിട്ടപ്പെടുത്തിയ ‘ഉത്രാടരാവേ’ (ഉലയാത്ത പൂനിലാപ്പുടവയുടുത്തെത്തുന്ന ഉത്രാടരാവ്), ‘ജാലകവാതിലിൻപാളി’ (ഗാനപൗർണമി... രാത്രിയുടെ രമണീയ ദൃശ്യങ്ങൾ)... അതേസമയം ക്ഷേത്രത്തിന്റെ സമസ്തശബ്ദദൃശ്യ

സമന്വയമൊത്തുവരുന്ന പാട്ടുകളുമുണ്ട് ഇക്കൂട്ടത്തിൽ. 'ആമ്പല്ലൂർ അമ്പലത്തിലാറാട്ട്' എന്ന ഗിരീഷിന്റെ പാട്ടിൽ രഘുകുമാർ ഇത്തരമൊരു ഉത്സവാന്തരീക്ഷം ഉയരത്തിൽ പ്രതിഷ്ഠിക്കുന്നുണ്ട്. 'ഭാരതപ്പുഴയുടെ തീരം' (ഗാനപൗർണ്ണമി) എന്ന ഗാനത്തിലും മലയാളത്തിന്റെ ആഘോഷങ്ങൾ മുഴുവനുമുണ്ട്. 'മലയാളക്കരനീളെ' എന്ന ഗാനത്തിലുടനീളം കേൾക്കാം മലയാള സംഗീതത്തിന്റെ മാറ്റൊലികൾ.

സിത്താറിന്റെ നനുത്ത പ്രയോഗങ്ങൾ രഘുകുമാറിന്റെ ഗാനങ്ങളെ വ്യക്തമാക്കുന്നു. ഈണത്തിന്റെ ലാവണ്യത്തിൽ മെഴുകിയ പാട്ടിൽനിന്നും സൗരഭ്യം വിടരുന്നപോലെ. മീട്ടുന്ന വീണയുടെ ലയത്തിൽ വ്യത്യസ്ത താളങ്ങളുടെ ജന്മം കൊള്ളൽ. പല്ലവിയിൽനിന്നും അനുപല്ലവിയിലേക്കും ചരണത്തിലേക്കുമെല്ലാം ശ്രുതിഭേദങ്ങൾ വിതാനിക്കുന്ന മറ്റൊരു കാഴ്ചയുണ്ട്. 'നിന്നെയെൻ സ്വന്തമാക്കും ഞാൻ' എന്ന പാട്ടിന്റെ ഹമ്മിംഗ് തുടർച്ചയായി ഇത്തരം ശ്രുതിഭേദ കല്പനകൾ കേൾക്കാനാവും. ഉപകരണസംഗീതത്തിന്റെ സഹായത്തോടെയാണ് അനുപല്ലവിയിലേക്കുള്ള ഈ സ്ഥായീമാറ്റങ്ങൾ. 'ആരോമലേ' (തരംഗിണിഗീതങ്ങൾ) എന്നു തുടങ്ങുന്ന ഗാനത്തിന്റെ അനുപല്ലവി കഴിഞ്ഞ് വീണ്ടും പല്ലവിയിലേക്കുള്ള മടക്കത്തിൽ അനുയോജ്യവും സ്വാഭാവികവുമായ മറ്റൊരു ശ്രുതി മനോജ്ഞമായി ഇഴപാകിയിട്ടുണ്ട് സംഗീതസംവിധായകൻ.

അർത്ഥഭംഗി ചോരാതെ വരികളെ മുറിക്കുന്ന രീതികൾ രഘുകുമാറിന്റെ പല പാട്ടുകളിലുമുണ്ട്. എത്രയോ ഉദാഹരണങ്ങൾ ചൂണ്ടിക്കാണിക്കാൻ കഴിയും. "നിന്നെയെൻ സ്വന്തമാക്കും ഞാൻ" എന്ന പാട്ടിലെ "അരികിൽ", 'അണയും' എന്ന വാക്കുകൾക്കിടയ്ക്കുള്ള മൗനസ്ഥലികൾ ശ്രദ്ധേയമാണ്. "പിരിഞ്ഞുവെങ്കിലും ഓർമ്മയിൽ നിന്നുടെ" എന്ന ഗാനത്തിലെ "ഏകാന്തതയുടെ തീരത്തിലൂടെ ഞാൻ ഇന്നും/നിന്നെ/ തിരയുന്നു എന്ന ഭാഗത്തിലും ഇത്തരമൊരു വിന്യാസത്തിന്റെ വിസ്തൃതിയുണ്ട്.

താളവിടർച്ചകളുടെ സാകല്യം

പാട്ടിൽ തബലയുടെ വിടർച്ചകൾ കൊരുത്തിടുന്ന എത്രയോ ഗാനങ്ങളാണ് രഘുകുമാർ തന്റെ സംഗീതപ്രപഞ്ചത്തിൽ അലങ്കരിച്ചുവെച്ചത്. 'മിഴികളിൽ നിന്റെ മിഴികളിൽ', 'മൃദുലേ ഇതാ', 'ഋതു ചക്രവർത്തിനീ' (പതിഞ്ഞ വിടർച്ചകൾ), 'ഉത്രാടരാവേ' (വാരി വിതച്ചത് സൗന്ദര്യം എന്ന ഭാഗം), 'ശാലീനമാം നിന്റെ മിഴികണ്ടുനിൽക്കാൻ' (രാഗം ചൊടിയിതളിൽ എന്ന ഗാനം), 'എന്തിനായ് വന്നു' (വരുമോ വസന്തം), 'മധുമാസ ചന്ദ്രൻ മാഞ്ഞു'... ഇങ്ങനെ നിരവധി ഉദാഹരണങ്ങൾ. അതേ സമയം ഗിത്താറും തബലയും മധുരമായി മേളിക്കുന്ന ഒട്ടേറെ ഗാനങ്ങൾക്കും രഘുകുമാർ തന്റെ സവിശേഷ ശൈലിയിലൂടെ ജന്മം നൽകി. 'ആരോമലേ നിൻ ആരാമമാകെ' (ഈ ഗാനത്തിൽ തബലയുടെ ഒരു നട മുഴുവൻ വായിക്കുന്നുണ്ട്.), ഇനിയൊരു ഗാനം പാടാം, 'മൃദുലേ ഇതാ', 'കളഭവും കസ്തുരിയും...'

വെസ്റ്റേൺ ഓർക്കസ്ട്രേഷനിൽ വിടർന്നു വിലസിയ നിരവധി ഗാന പുഷ്പങ്ങളുണ്ട്. രഘുകുമാറിന്റെ ഗാനോദ്യാനത്തിൽ. 'മാരിവില്ലിൻ ചിറ കോടെ' (ചെപ്പ്), 'മെല്ലെ നീ മെല്ലെ വരൂ' (ധീര), 'മഴവിൽക്കൊടിപോലെ', 'നീയെൻ കിനാവോ', (ഹലോ മൈഡിയർ റോങ് നമ്പർ), 'കൊഞ്ചും' (താളവട്ടം), 'ഈ സായാഹ്നത്തിൽ' (ഗാനപൗർണ്ണമി), 'മുത്തുക്കുട ചൂടി നീ വാ', 'ഒന്നാനാം കുന്നിൽ ഒരടിക്കുന്നിൽ', 'നാണം മൂടും നിൻചൊടി യിൽ' (സ്വീറ്റ്മെലഡീസ്), 'ഒരു പുന്നാരം കിന്നാരം' (ബോയിങ് ബോ യിങ്), 'നീലാംബരി' (മായാമയൂരം).....

ലളിതഗാനത്തിന്റെ സൗന്ദര്യവഴികളുമായി ആശ്ചര്യം പുലർത്തുന്ന തനതായ ഒരു സംഗീതഭാവുകത്വം അദ്ദേഹം പ്രകടിപ്പിക്കുകയുണ്ടായി. പ്രസാദമധുരമായ ഒരു സംഗീതശൈലിയുടെ, പാട്ടിനെ മറ്റുള്ള സംഗീത സംവിധായകരേക്കാളും നവീനമാക്കിത്തീർക്കുകയായിരുന്നു. 'ചിത്തിര ത്തുമ്പി' എന്ന പേരിലുള്ള ആൽബം ഇതിന് മികച്ച ഉദാഹരണമാണ്. കവി പി.കെ. ഗോപിയുടെ വരികളിലെ കാന്തിമയൂഖങ്ങളെ അനവദ്യവി ശാലമായ സംഗീതാനുഭൂതിയിലേക്ക് സംഘടിപ്പിക്കുകയായിരുന്നു രഘു കുമാർ. 'കാണാക്കളിയോടം തുഴഞ്ഞു', 'കാന്തിമയൂഖം' എന്നിങ്ങനെ വേ ണുനാദത്തിന്റെ (ജി. വേണുഗോപാൽ) മധുരിമകൾ ഈ ആൽബത്തിൽ എടുത്തുപറയാനാവും. 'കസ്തൂരിക്കരിമ്പ് എന്ന ചിത്ര പാടിയ ഗാനം നാടൻശീലുകളിലാണ് ചിട്ടപ്പെടുത്തിയിരിക്കുന്നത്. ലളിതഗാനസൗന്ദര്യ ത്തിന്റെ ലയഭാവങ്ങൾ വാക്കിന്റെ സൗമ്യമായ ഒഴുക്കായി വരികയാണ്. 'കുടമുല്ലപ്പൂങ്കാറ്റിൽ' (ചിത്ര) എന്ന ഗാനത്തിലൂടെ. വഞ്ചിപ്പാട്ടിന്റെ ചലനാ ത്മകസൗന്ദര്യവും ഗ്രാമ്യഭാവവും ഒരുപോലെ സമ്മേളിക്കുന്ന 'വൈക്കം കായലിലെ' (വേണു ഗോപാൽ) എന്ന ഗാനം ഭാഷയുടെയും സംഗീതഭാ വനയുടെയും പുതിയ ബോധങ്ങൾ കാഴ്ചവയ്ക്കുന്നുണ്ട്.

രാഗപരിഭവങ്ങൾ

രാഗങ്ങളുടെ സൗന്ദര്യസാരം പാട്ടിൽ ലാവണ്യാത്മകമായ ജീവിത ബോധമായി മാറിമറിയുന്നുണ്ട് രഘുകുമാറിന്റെ ഗാനങ്ങളിൽ. പ്രണയഗാന ങ്ങളിൽ വിരഹം, അർത്ഥം, നിർവൃതി, പരിഭവം എന്നിങ്ങനെ എത്ര ഭാവന കളെയാണ് അദ്ദേഹം രാഗാത്മകമാക്കിയത്. 'കൈക്കുടന്ന നിറയെ' എന്ന ഗാനത്തിലെ ബാഗേശ്രീ രാഗചാരുതകൾ അനന്യമായിരുന്നു. 'കളഭവും കസ്തുരിയും' എന്ന പാട്ടിന്റെ കലാസൗന്ദര്യം അതിൽ ലയിച്ചു ചേർന്നി ട്ടുള്ള കല്യാണി രാഗത്തിന്റെ കമനീയതയാണ്. 'നീയൊരു നീഹാര വൈഡൂര്യമായ്' എന്ന് വരുന്ന ഭാഗത്തിൽ രാഗഭാവം പ്രോജ്ജ്വലിക്കുന്നു. ധർമ്മവതി രാഗത്തിന്റെ ധ്വനിസാന്ദ്രമായ ആവിഷ്കാരമായിരുന്നു. 'മിഴി കളിൽ നിന്റെ മിഴികളിൽ' എന്ന ഗാനം. കല്യാണവസന്തം (ഭക്തിരസ പ്രധാനമായ രാഗം) മെന്ന രാഗത്തിൽ അതിമനോഹരമായ ഒരു ലളിത ഗാനം തന്ന രഘുകുമാർ നെയ്തുണ്ടാക്കി. പി.എസ്. നമ്പീശൻ. എഴുതി യേശുദാസ് ആലപിച്ച 'ഋതുചക്രവർത്തിനി'. 'ദേവതേ നിൻ പുഞ്ചിരി

നേദിച്ചതല്ലയോ' എന്ന വരിയെത്തുടർന്ന് കല്യാണവസന്തത്തിന്റെ മനോജ്ഞമായ മനോധർമ്മാവിഷ്കാരം തന്നെ വരുന്നുണ്ട്. 'വരുമോ വസന്തം' എന്ന ആൽബത്തിൽ കേദാർ ഗൗള, ചാരുകേശി, ഭൈരവി എന്നീ ഗാനങ്ങളിൽ ഉണർന്നുവന്ന ഗാനങ്ങളെ അടുത്തറിയാം. ജോഗ് രാഗത്തിൽ രഘുകുമാർ ചിട്ടപ്പെടുത്തിയ 'മഞ്ജുളേ' എന്ന ഗാനവും കാപ്പിരാഗത്തിൽ സൗന്ദര്യത്തികവാർന്ന 'വാകച്ചാർത്തിന് നിൽക്കുമ്പോൾ' എന്ന ഗീതവുമെല്ലാം അവ നൽകുന്ന വൈകാരികഭാവങ്ങളിൽ വേറിട്ടു നിൽക്കുന്നു. 'മൂകാംബികേ' (തുളുമ്പിമാല വോള്യം), 'ദ്വാപരകീർത്തന' എന്നീ ഗാനങ്ങളിൽ ഭക്തിയുടെ സാന്ദ്രസംഗീതമാണ് നാമനുഭവിക്കുക. മലയാളത്തിലെ നിരവധി ഡ്യൂയറ്റുകൾ രഘുകുമാറിന്റെ കയ്യൊപ്പ് ചാർത്തിയവയാണ്. 'മെല്ലെ നീ മെല്ലെ വരൂ', 'വസന്തം വന്നു', 'ഈ കുളിർ നിശീഥിനിയിൽ', 'നീയെൻ കിനാവോ', 'പൊൻവീണേ', 'പൂങ്കാറ്റേ പോയി', 'മാരിവില്ലിൻ ചിറകോടെ', 'പൊൻമുരളിയൂതും', 'കൈക്കുടന്ന നിറയെ'... മലയാളത്തിൽ ഇരുന്നൂറിനകം ഗാനങ്ങളേ അദ്ദേഹം സംഗീതം ചെയ്തിട്ടുള്ളുവെങ്കിലും അതിലെല്ലാം എവിടെക്കേട്ടാലും തിരിച്ചറിയാവുന്ന മുദ്രകൾ പതിഞ്ഞിട്ടുണ്ട്. പൂവച്ചൽ, ഷിബു ചക്രവർത്തി, ബിച്ചുതിരുമല, കൈതപ്രം, ഗിരീഷ് പുത്തഞ്ചേരി.... ഈ കൂട്ടുകെട്ടുകളിലാണ് രഘുകുമാറിന്റെ ഗാനങ്ങളിലേറെയും പിറന്നത്. ഗായകൻ സതീഷ് ബാബുവിന് മികച്ച അവസരങ്ങൾ നൽകിയതും രഘുകുമാറായിരുന്നു (മെല്ലെ നീ മെല്ലെ, മഴവിൽക്കൊടി പോലെ).

മലയാള ചലച്ചിത്ര സംഗീതത്തിന്റെ ഭിന്ന ഋതുക്കളിൽ രഘുകുമാർ കൊണ്ടുവന്ന ഭാവുകത്വം എന്നും ഓർമ്മിക്കപ്പെടും. ആസ്വാദകഹൃദയങ്ങളെ കീഴടക്കുന്ന സംഗീതത്തിന്റെ നിസ്തുലസുഭഗതയും സരളമാധുര്യവും അത്രത്തോളം സംഭൃതമായിരുന്നു രഘുകുമാറിന്റെ പാട്ടുകളിൽ. ■

അകമിഴിയുടെ അഴകുകൾ

"ഇരുമിഴികളിൽ മുഖമുണരുമ്പോൾ
ആത്മാവിലുണരുന്നിതായിരം മിഴികൾ"

കവിയും സംഗീതജ്ഞനുമായിരുന്ന രവീന്ദ്ര ജെയിൻ കുറിച്ചിട്ട ഈ വരികൾ അദ്ദേഹത്തിന്റെ ജീവിത സങ്കല്പത്തെ പ്രതിനിധീകരിക്കുന്ന സർഗാത്മകമായ അഭിധാനമാകുന്നു. വികാര വിചാരങ്ങളുടെ അതിർത്തികൾക്കപ്പുറം കടന്നുനിൽക്കുന്നൊരു ഗീതികലയുടെ പ്രയോക്താവ് കൂടിയായിരുന്നു അദ്ദേഹം. അകമിഴിവെളിച്ചം പോലെ സംഗീതം അദ്ദേഹത്തിൽ സുതാര്യവും സുമധുരവുമായിത്തീർന്നു. ശാന്തമായൊഴുകുന്ന നദിയിൽ നിറഞ്ഞുകത്തുന്ന വിളക്കുപോലെ ജെയിനിന്റെ സംഗീതം അനന്തമായ പ്രകാശവലയങ്ങൾ തീർത്തു.

പാട്ടിനെ ഹിന്ദുസ്ഥാനിയുടെ തച്ചുകളിലേക്കുയർത്തുകയായിരുന്നു അദ്ദേഹം. ഉത്തരേന്ത്യൻ ക്ലാസിക്കൽ സംഗീതത്തിൽ കുളിച്ചുനിന്ന കൊട്ടാരങ്ങളും ദർബാറുകളും കോവിലുകളും മസ്ജിദുകളുമെല്ലാം ഒരുപോലെ ജെയിനിന്റെ പാട്ടുകളിൽ സജീവ സാന്നിധ്യങ്ങളായി. പാട്ടിൽ മെലഡിയുടെ നേർത്ത അടരുകൾ സങ്കീർണമല്ലാത്തതും പതിഞ്ഞതുമായ ഈണത്തിന്റെ രാഗാത്മകപ്രഭാവത്തെ ആവിഷ്കരിക്കുന്നു. പാട്ടിൽ ഭാവപരിസരങ്ങൾ നിർമ്മിക്കാനായി സ്വരസഞ്ചാരക്രമങ്ങളെ അദ്ദേഹം അത്രമാത്രം അനുയോജ്യമാക്കി. രവീന്ദ്ര ജെയിനിന്റെ ഗാനങ്ങൾക്ക് പൊതുവായ രണ്ട് തലങ്ങളുണ്ട്. പാട്ടിന്റെ വർണാഭമായ ഒരു തലം. അകമേ ഗാഢമായി വർത്തിക്കുന്ന ഗാനാത്മകതയുടേതായ മറ്റൊരു തലം. ആദ്യത്തേതിൽ നിന്നും രണ്ടാമത്തതിലേക്കുള്ള അഭിസംക്രമണത്തിലാണ് ജെയിൻ ഗാനങ്ങളവയുടെ സൗന്ദര്യമുതിർക്കുന്നത്.

സംഗീതോപകരണങ്ങളിൽ വൈവിധ്യപൂർണമാകുന്ന ഈ ഗാനങ്ങളുടെ ടെക്സ്ചർ ഗാനാത്മകതയുടേതായ പുതിയൊരു അനുഭൂതിതലം വരച്ചിടുന്നുണ്ട്. "ഓരോ ഗാനത്തിനും ഒരാത്മാവുണ്ട്. അതിലെ രാഗം, ഘടന, വൈകാരികത എന്നിവയോട് നീതിപുലർത്തുന്ന രീതിയിലാണ് ഞാൻ അവ തയ്യാറാക്കുന്നത്. ഓർക്കസ്ട്രയുടെ വിന്യാസം പാട്ടിന്റെ ആത്മാവിനോട് ചേർന്നുനിൽക്കണമെന്ന് എനിക്ക് നിർബന്ധമുണ്ട്.

പ്രല്യൂഡ്, ഇന്റർല്യൂഡ്, ഹാർമണികോഡുകൾ, നൊട്ടേഷനുകൾ എന്നിവ ഞാൻ തന്നെ ശ്രദ്ധാപൂർവം ചെയ്യുന്നു". ഒരഭിമുഖത്തിൽ ജെയിൻ തന്റെ ഗാനനിർമിതിയെക്കുറിച്ച് ഇങ്ങനെ എഴുതിയിരുന്നു.

കാവ്യലോക സംസ്കൃതികൾ

അലിഗഡിലെ ഒരു ഗ്രാമത്തിലായിരുന്നു രവീന്ദ്ര ജെയിനിന്റെ ജനനം. അച്ഛൻ പേരുകേട്ട ആയുർവേദാചാര്യനായിരുന്നു. ചെറുപ്പത്തിലേ കാഴ്ച നഷ്ടപ്പെട്ട ജെയിനിന് അഞ്ചാം ക്ലാസുവരെയേ പഠിക്കാൻ കഴിഞ്ഞുള്ളൂ. സാഹിത്യത്തിൽ ഗവേഷണം നടത്തിയിരുന്ന മൂത്ത സഹോദരൻ ഡോ. ഡി.കെ ജെയിൻ, കുട്ടിയായ അനുജന് ഹിന്ദി, പേർഷ്യൻ, ഇംഗ്ലീഷ്, ഫ്രഞ്ച് തുടങ്ങിയ ഭാഷകളിൽ അറിവ് പകർന്നു. അലിഗറിലെ ഹിന്ദു മുസ്ലിം സംസ്കാരത്തിന്റെ സത്തയായിരുന്നു രവീന്ദ്ര ജെയിനിന് എഴുത്തിന്റെ ലോകത്തേക്ക് പ്രവേശനം നേടിക്കൊടുത്തത്. കാവ്യലോക സംസ്കൃതിയുടെ പ്രചോദനത്തിലായിരുന്നു പിന്നീട് ജെയിനിന്റെ ഗീതികല വളർന്നത്. സാഹിത്യവും സംഗീതവും തമ്മിലുള്ള പാരസ്പര്യം ഉത്തരേന്ത്യൻ ചലച്ചിത്രഗാനശാഖയിൽ ഏറ്റവും സാർത്ഥകമായത് രവീന്ദ്ര ജെയിനിലായിരുന്നു.

സംഗീതത്തിന്റെ ബാലപാഠങ്ങൾ ജെയിൻ സ്വന്തമാക്കിയത് ഗുരുനാഥരായ ജനാർദ്ദനശർമയിൽ നിന്നും നാഥുറാമിൽ നിന്നുമായിരുന്നു. പിന്നീട് കുറേക്കാലം ബംഗാളിൽ താമസിച്ചതിനാൽ അവിടുത്തെ രബീന്ദ്ര സംഗീതവുമായി അടുത്തിടപഴകാൻ അദ്ദേഹത്തിന് കഴിഞ്ഞു. മുഹമ്മദ് റാഫിക്ക് വേണ്ടി ഒരു ഗാനം സംഗീതം ചെയ്യുക എന്നത് ജെയിനിന്റെ ആദ്യകാല മോഹങ്ങളിലൊന്നായിരുന്നു. 'മാനാ കിതേരേ' എന്നു തുടങ്ങുന്ന ഒരു ഗാനം റാഫി അദ്ദേഹത്തിന് വേണ്ടി പാടിയെങ്കിലും അത് വെളിച്ചം കണ്ടില്ല. പിന്നീട് 'കാഞ്ച് ഔർ ഹിര' എന്ന സിനിമയിൽ റാഫി പാടിയ 'നസർ ആത്തി നഹിൻ' എന്ന ഗാനമായിരുന്നു ജെയിനിന്റെ സംഗീതത്തിലേക്ക് ശ്രോതാക്കളെ ആനയിച്ചത്. എന്നാൽ 1974ൽ കിഷോർകുമാറും ആശാ ബോസ്‌ലെയും ചേർന്നുപാടിയ 'ലേജായേംഗേ' (ചോർ മച്ചയേ ശോർ) എന്ന ഗാനം ജെയിനിനെ അക്കാലത്ത് കൂടുതൽ ജനപ്രിയ നാക്കി. പ്രണയവും ഭക്തിയും വിരഹവും സമന്വയിപ്പിച്ച 'രാംതേരി ഗംഗാമൈയ്‌ലി' എന്ന സിനിമയിൽ ജെയിനിന്റെ സംഗീത സംവിധാനം ലതാ മങ്കേഷ്കറുടെ സ്വരചൈതന്യത്തെ അഗാധമാക്കി.

'ഏക് രാധാ ഏക് മീരാ' എന്ന സിനിമയിലെ മറ്റൊരു ഗാനം ലതയുടെ ജീവിതത്തിൽ വലിയ ബ്രേക്കായി മാറി. 'ഹെന്ന'യിൽ ജെയിനിന്റെ സംഗീതത്തിൽ ലത പിന്നെയും നാദഗോപുരങ്ങൾ തീർത്തു. പിന്നീട് ലതയുമായി അസ്വാരസ്യങ്ങൾ ഉണ്ടായിരുന്നതിനെ തുടർന്ന് ജെയിനിന്റെ സംഗീതം ഹേമലതയുടെ ആലാപനത്തിന് വഴിമാറിക്കൊടുക്കുകയായിരുന്നു. 'കോൻ ഹേ ആയ്സെ ജിസേ' എന്ന ഗാനത്തിലെ ക്ലാസിക്കൽ

ആലാപനശൈലികൾ ഹേമലതയുടെ സ്വരസൗഖ്യവുമായി അദ്ദേഹം നന്നായി ഇണക്കിച്ചേർത്തു. 'അഖിയോൻ കി ജാരോ' എന്ന മനോഹര ഗാനം ഹേമലതയുടെ എക്കാലത്തെയും ഹിറ്റുകളിലൊന്നായി മാറി.

ജെയിനിന്റെ ചലച്ചിത്രസംഗീതത്തെ വിലയിരുത്തുമ്പോൾ മറ്റു സംഗീതജ്ഞർക്കില്ലാത്ത നിരവധി സവിശേഷതകൾ അതിൽ കാണാനാവും. അടിസ്ഥാനപരമായി കവിയായിരുന്നതിനാൽ എത്രയോ സിനിമകളിൽ അദ്ദേഹം സ്വന്തം വരികൾക്ക് ഈണം നൽകി. 'ചിത്ചോറി'ലെ പാട്ടുകൾ തന്നെയാണ് ഏറ്റവും മികച്ച ഉദാഹരണം. പാട്ടിന്റെ ഓരോ ഇതളിനെയും അതിന്റെ വൈവിധ്യത്തിലും സുഗന്ധത്തിലും നമുക്ക് തിരിച്ചറിയാനാവും. പ്രഭാമയമായ ഈണത്തിന്റെ സൗഭാഗ്യമുണ്ട് ജെയിനിന്റെ ഓരോ പാട്ടിനും. രവീന്ദ്ര ജെയിൻ ഗീതികൾ നമ്മുടെ അന്തരംഗത്തിൽ ദൃഢമായി പതിയുന്നത് അതിലെ നാദാത്മകമായ പൊലിമകൾകൊണ്ടും താളാത്മകമായ ഓർക്കസ്ട്രേഷനുകൾ കൊണ്ടും ലയാത്മകമായ ആലാപന ഭംഗികൾ കൊണ്ടുമാണ്. "ജെയിനിന്റെ സംഗീതം ശങ്കർ ജയ്കിഷനും ശൈലേന്ദ്രയും ചേർന്നതാണ്" എന്ന നടൻ രാജ്കപൂറിന്റെ വാക്കുകൾ ശരിയാണെന്ന് പിന്നീട് കാലം തെളിയിച്ചു.

മാംഗല്യഗീതങ്ങളും ഭജനുകളും

ഒട്ടും ഏകതാനമല്ലാത്ത ഗാഥകളായിരുന്നു രവീന്ദ്ര ജെയിൻ കാലത്തിന് മുമ്പിൽ സമർപ്പിച്ചത്. വിവാഹദൃശ്യങ്ങളുമായി ബന്ധപ്പെട്ടു നിൽക്കുന്ന 'മംഗളസ്ഥായികൾ' അദ്ദേഹത്തിന്റെ നിരവധി ഗാനങ്ങളിൽ പ്രത്യക്ഷമാവുന്നുണ്ട്. 'ലേജായേംഗേ ലേജായേംഗേ' (കിഷോർകുമാർ, ലത) എന്ന ഗാനം അദ്ദേഹം തന്നെ പിന്നീടെത്രയോ വിവാഹച്ചടങ്ങുകളിൽ ആലപിച്ചിട്ടുണ്ട്. 'ഹെന്ന'യിലെ 'ദേർ നാ ഹേജായേ' എന്ന ഗാനത്തിലും ഇങ്ങനെ ഒരു മാംഗല്യമുഹൂർത്തമണിയുന്നുണ്ട്. 'സുൻ സെബാസ്യൻ', 'ഏക് രാധാ ഏക് മീരാ' (രാംതേരി ഗംഗാ) 'മിലൻ അഭി ആനാ' (വിവാഹ്) എന്നിങ്ങനെ പ്രണയം, ഭക്തി, വിരഹം എന്നിവയെല്ലാമൊന്നിക്കുന്ന മാംഗല്യഗീതങ്ങൾ രവീന്ദ്ര ജെയിനിന്റെ പാട്ടു പ്രപഞ്ചത്തിൽ സുലഭമായിരുന്നു.

സംഗീതത്തിന്റെ പരികൽപനാ നിർമ്മിതിയും അതുമായി ചേർന്നുനിൽക്കുന്ന സാംസ്കാരികതലവും ശബ്ദഘടനയും ഒന്നിക്കുന്ന ശൈലികളാണ് ജെയിൻ സാക്ഷാത്കരിച്ചത്. പുരാണവും ചരിത്രവും മിത്തും ആത്മീയതയുമെല്ലാം ഈ പാട്ടുകളിൽ ഇഴയടുപ്പം സമ്മാനിക്കുന്നു. "ഭജൻ" എന്ന വിഭാഗത്തിൽപ്പെടുത്താവുന്ന നിരവധി ഗാനങ്ങൾ രവീന്ദ്ര ജെയിനിന്റെ സംഭാവനകളിൽപ്പെടുന്നു. ഇത് ദർബാറുകളിലും കൊട്ടാരങ്ങളിലും കോവിലുകളിലും മസ്ജിദുകളിലുമെല്ലാം ഖവാലികളായോ (തൂഹിവോ ഹസീൻ), സൂഫി സംഗീതമായോ (ഫാക്കിറ ചൽ ചലാ ചൽ) ഗസലായോ (ഹസ്സർ ക്വാബ് ഹഖീഖത്ത്) പെയ്തിറങ്ങി.

'സാംബസദാശിവ' (പ്യാർ കാസാവൻ), 'മേരോ മൻ അനത് കഹിൻ' (ചിന്താമണി സൂർദാസ്), 'ജതയാ റോഹി ഗർ' (നയ്യാ), 'ശ്യാമമാമഹോശയാ മാരാമ', 'ഓ ജാനേവാലേ' (ഹെന്ന), 'ശ്യാംതേ രി ബൻസി' (ചാരു കേശിയിലെ ഭജൻ), 'മൈൻ ഹും കുനുപ്രേംഗ്' (സൗദാഗാർ)- ഇങ്ങനെ സിനിമയിൽ രവീന്ദ്ര ജെയിൻ ഭജനുകളുടെ നിര നീളുകയാണ്.

നൗകാഗീതങ്ങൾ

ബംഗാളി സിനിമകളിൽ നിന്നാണ് തോണിപ്പാട്ടുകൾ ഇന്ത്യൻ സിനിമ യാകെ വ്യാപിക്കുന്നത്. നൗകാഗീതങ്ങൾ ഒരു ഫോക്സംഗീതശാഖ (ഭട്ടി യാലി) തന്നെയായിരുന്നു ബംഗാളിൽ. പ്രകൃതിയും പ്രണയവും വിരഹവും മേളിക്കുന്നുണ്ട് അവയിൽ. ഹിന്ദിയിൽ നാം കേട്ട തോണിപ്പാട്ടുകളിൽ പലതിനും ഈ ബംഗാളിച്ഛായകൾ ഉണ്ടായത് യാദൃച്ഛികമല്ല. ശങ്കർ ജയ് കിഷൻ, റോഷൻ, എസ്.ഡി ബർമൻ, സലിൽദാ എന്നിവർ ഇതിനെ ഹിന്ദി സിനിമാ സംഗീതത്തിലേക്ക് സംക്രമിപ്പിച്ചു. തോണിപ്പാട്ടിന്റെ സൗന്ദര്യാ തിശയങ്ങളാണ് ജെയിൻ ഹിന്ദി സിനിമയിൽ അവതരിപ്പിച്ചത്. പാട്ടിന്റെ വിശുദ്ധമായ സലിലരാശിയിലൂടെയുള്ള ഒരു ആത്മസഞ്ചാരമാണിത്. നൗകാഗീതകങ്ങളിൽ സാധാരണ കേൾക്കാറുള്ള ശബ്ദതുറസ്സുകളുടെ അലകൾ അല്ലായിരുന്നു അവ. നദീരവങ്ങളിൽ നിറയുന്ന മെലഡിയായി രുന്നു അതിന്റെ കാതൽ. രബീന്ദ്രസംഗീതത്തിന്റെ പ്രസാദാത്മകതയെ അർത്ഥപൂർണമായി വികസിപ്പിക്കുന്ന 'ഊഞ്ചി നീചി ലെഹ്റോൻ' (നയ്യാ) രവീന്ദ്ര ജെയിൻ ചെയ്ത നൗകാ ഗീതങ്ങളിൽ മുൻപന്തിയിൽ നിൽക്കുന്നു. 'ഇസ്പാർ ഗംഗാ ഉസ്പാർ ജമുനാ' (പ്യാർ കാ സാവൻ), 'ദൂർ ഹെ കിനാരാ' (സൗദാഗാർ), 'ഓ ഗൊരിയാരേ' (ചിത്ചോർ)... ഇങ്ങനെ എത്രയോ സ്നേഹ സാന്ദ്രമായ ഉൾപ്രകൃതികൾ നിറഞ്ഞ ഗാനങ്ങൾ ജെയിനിന്റെ സംഗീത ലോകത്തുണ്ട്.

നൃത്തശീലുകളുടെ ഒരു ലോകം ചമയ്ക്കുന്നുണ്ട് രവീന്ദ്ര ജെയിൻ. പാട്ടുകളിൽ ചിലങ്കകൾ പാടുകയായിരുന്നു. 'ഹമാരാ സൻസാർ' എന്ന സിനിമയിലെ 'ലാജ്സുലാബി ഫൂലോൻ' എന്ന ഗാനം, സുനയനയിലെ 'സുനയനാ' എന്നു തുടങ്ങുന്ന ഗാനം... ഇങ്ങനെ വിരുത്തങ്ങളുടെ വിടർച്ചകൾ പാട്ടിൽ യോഗാത്മകമായ ഒരു സംഗീതത്തിന്റെ ധാര ഒരുക്കു ന്നുണ്ട്. പാട്ടിലാകെ ആത്മീയഭാവം കൊണ്ടുവന്ന് അതിനെ സാംസ്കാ രിക സത്തയുമായി ഏകോപിപ്പിക്കുകയായിരുന്നു രവീന്ദ്ര ജെയിൻ. സംഗീതകലയുടെ ആധ്യാത്മികപ്പൊരുളിനെ വിരുത്തങ്ങളിൽ അന്വേഷി ക്കുകയായിരുന്നു അദ്ദേഹം. ഇതിൽ അകമിഴിയുടെ അഴകുണ്ടായിരുന്നു. 'സാത്തിരേ ഭൂൽനാ ജാ നാ' എന്ന ഗാനത്തിലെ ശ്രുതിഭേദങ്ങൾ ഏറെ ശ്രദ്ധേയമാണ്. താൻസനിലെ 'കലി കലി' എന്നു തുടങ്ങുന്ന ഗാന വിരുത്തം ആലാപനത്തിന്റെ അനുപമമായ നാദവിസ്മയം തീർത്തു യേശു ദാസ്.

രാഗമാലികാ മാധുരികൾ

പ്രണയത്തിന്റെ വ്യത്യസ്തമായ ഷേയ്ഡുകൾ തന്റെ ഗാനങ്ങളിൽ ജെയിൻ നിർമ്മിച്ചെടുത്തത് രാഗസാന്ദ്രമായ സൗന്ദര്യഭൂമികയിലാണ്. പുരാവൃത്തവും ചരിത്രവും എല്ലാം ഇടകലരുന്ന ചലച്ചിത്ര സന്ദർഭങ്ങളിൽ സമഗ്രമായ അർത്ഥവിനിമയം സാധ്യമാക്കാൻ അദ്ദേഹത്തിന്റെ സംഗീതത്തിന് കഴിഞ്ഞു. ഇതിഹാസങ്ങളുടെ സംഗീത ഭാഷ്യങ്ങളിൽ (രാമായണം, ശ്രീകൃഷ്ണ, അലിഫ് ലൈല, ഇതിഹാസ് കി പ്രേം കബാനിയാൻ, ജയ്മഹാലക്ഷ്മി, സായ്ബാബ, ധർത്തികാ വീർ യോദ്ധ പ്രിഥിരാജ് ചൗഹാൻ...) ആയിരുന്നു ഇതിന് കൂടുതൽ മികവുകൾ കൈവന്നത്. ഓരോ രാഗ വിന്യാസവും ഓരോ സംഗീത കാലമായി പരിണമിച്ചു. രാഗാത്മകമായ ഒരു കേന്ദ്രത്തിൽ നിന്ന് അകലേക്ക് സഞ്ചരിച്ച് വീണ്ടും രാഗസ്ഥായിലേക്ക് തന്നെയുള്ള മടക്കങ്ങളിൽ ജെയിൻ ഗീതികൾ ഭാവസാന്ദ്രമായ ഒരു ലോകത്തെ നിർമിക്കുന്നു. താൻസന്റെ ജീവിതത്തെ ആസ്പദമാക്കിയുള്ള സിനിമയിൽ രവീന്ദ്ര ജെയിൻ ചിട്ടപ്പെടുത്തി 'ഷഡ്ജ നേപായ' (യേശുദാസ്) എന്ന പതിമൂന്ന് മിനിറ്റ് നീണ്ടുനിൽക്കുന്ന ഗാനം ഹിന്ദി സിനിമയിലെ ഒന്നാംതരം രാഗമാലികകളിലൊന്നാണ്. കാഫി, ബിലാവൽ, കാഫി, ഭൈരവി, യമൻ കല്യാൺ, ഖമാജ്, ആസാവരി, ബഹാർ, സോഹിനി, ദർബാരി, മേഘ്, കാഫി - ഇങ്ങനെ രാഗങ്ങൾ കൊണ്ടൊരു ഗാനമാലിക. താൻസനിലെ 'കലികലി' എന്ന ഗാനവും 'അഖിമനസ്സു പിയാസെ' എന്ന ഗാനവുമെല്ലാം രാഗമാലികകളുടെ കൂട്ടത്തിൽപ്പെടുന്നവയാണ്. 'മേരേ മൻ അനത് കഹാൻ' (ചിന്താമണി സൂർദാസ്) എന്ന പാട്ടിൽ രാഗങ്ങൾ ശ്രുതിഭേദം വരുത്തി മനോഹരമാക്കിയിട്ടുണ്ട്.

എത്രയോ ഗാനങ്ങൾ മികച്ച രാഗശില്പികളായി മാറി ജെയിനിന്റെ സംഗീതത്തിൽ. 'രൂജൊ മേരേ സുർമേ' (പീലു), 'ജബ്ദീപ് ജലേ ആനാ' (യമൻ കല്യാൺ), 'ജ്ജാബൈത്തേ ചരണോമേ' (ദർബാരി കാനഡ), 'ശ്യാം തേരി ബൻസി' (ചാരുകേശി), 'ദിൽമേൻ തുച്ഛേബി താകേ' (ബർപ്പാസി), 'ഗോരി തേരി', 'ഗാവ് ബസാ' (ധനി) ഇങ്ങനെ ക്ലാസിക്കൽ രാഗങ്ങളുടെ ഘനവിസ്തൃതികൾ രവീന്ദ്ര ജെയിൻ ഗീതങ്ങളിൽ നിരീക്ഷിക്കാനാവും. മൃച്ഛഘടികം എന്ന റേഡിയോ നാടകത്തിന് വേണ്ടി അദ്ദേഹം കമ്പോസ് ചെയ്ത ഗാനമായിരുന്നു എക്കാലത്തെയും സൂപ്പർഹിറ്റ്. 'ജബ്ദീപ് ജലേ ആ നാ', പ്രകൃതിയുടെ സമസ്ത ഭാവങ്ങളും പ്രതിഫലിക്കുന്ന രവീന്ദ്ര ജെയിന്റെ ഒരു പാട്ട് കേൾക്കൂ...'കോൻ ദിഷാ മേലേക്കേ ചലാ' (നദിയാ കേ പ്യാർ) എന്ന പാട്ടിൽ മഴയുടെ മധുരസ്വരം കേൾക്കാം.

ശോകച്ഛായ തുളുമ്പുന്ന 'മേരി ബിട്ടിയാ തേരോ' എന്ന ഗാനം ശ്രദ്ധിച്ചാൽ ബാബുൽ എന്ന സിനിമയിലെ 'തേരിബോലി' എന്ന പല്ലവിയുടെ പ്രാണസ്വരങ്ങൾ കേൾക്കാനാകും. 'ഗുംഗ്റു കി തറാഫ്' എന്ന ഗീതം കിഷോർകുമാറിന്റെ ശോകസ്വരമാധുരിക്ക് രവീന്ദ്ര ജെയിനിന്റെ സംഗീത സംഭാവനയാണ്. സ്റ്റുഡിയോയിൽ വീണ് ഉറക്കം നടിച്ച് കിഷോർകുമാർ

പാടിയ ഒരു ഗാനം ഫാക്കിറ എന്ന സിനിമയിൽ അദ്ദേഹം ചിട്ടപ്പെടുത്തി. 'ടോട്ടാ മൈനാകി കഹാനി' എന്നു തുടങ്ങുന്ന ആ ഗാനം ലതയുമൊന്നിച്ചുള്ള കിഷോറിന്റെ പ്രധാന ഡ്യൂയറ്റുകളിലൊന്നായി കണക്കാക്കപ്പെടുന്നു. രവീന്ദ്ര ജെയിനിനെ കിഷോർ രബീന്ദ്ര നാഥ് എന്നാണ് വിളിച്ചിരുന്നത്.

ഫ്ളൂട്ട്, സിത്താർ, തബല, ബെത്സ്, പെർക്കഷൻ എന്നിവയെല്ലാം വളരെ സൂക്ഷ്മതയോടെയായിരുന്നു ജെയിൻ തന്റെ പാട്ടുകളിൽ പരിചരിച്ചിരുന്നത്. ഒരു സൃഷ്ടിയിലുണ്ടാകേണ്ട മാന്ത്രികതയുടെ ശേഷിപ്പ് എന്ന് ഏണസ്റ്റ് ഫിഷർ നിരീക്ഷിച്ചത് രവീന്ദ്ര ജെയിനിന്റെ സംഗീതത്തിൽ ഏറെ പ്രകടമായിരുന്നു. ഹിന്ദി സിനിമയിൽ ലളിത സംഗീതത്തിന്റെ ക്ലാസിക്കൽശൈലി സമഗ്രമായി ആവിഷ്കരിക്കുകയായിരുന്നു അദ്ദേഹം. സിനിമയിൽ ഫോക് സംഗീതത്തെ ദേശീയ ബോധത്തിന്റെ തലത്തിലേക്ക് കൊണ്ടുവന്നതിൽ അദ്ദേഹത്തിനുള്ള പങ്ക് വളരെ വലുതാണ്. 'ചിത് ചോർ', 'നദിയാ കേ പാർ', 'ബ്രിജ്ഭൂമി' എന്നീ സിനിമകളിലെ ഗാനങ്ങൾ ശ്രദ്ധിച്ചാൽ ഇത് ബോധ്യമാകും. രാജ്യത്തിന്റെ വിവിധ ഭാഗങ്ങളിൽ പ്രത്യേകിച്ചും ബംഗാളിൽ നിന്ന് വന്ന ഫോക് സംഗീതത്തിന്റെ ശ്രുതിഭേദങ്ങൾ ജെയിൻ ഹിന്ദി സിനിമയിൽ കൊണ്ടുവരികയും അവയ്ക്ക് ജനകീയമായ ഭാവങ്ങൾ നൽകുകയും ചെയ്തു.

എസ്.ഡി ബർമന്റെയും നൗഷാദിന്റെയുമെല്ലാം പ്രതാപകാലത്താണ് രവീന്ദ്ര ജെയിൻ ഹിന്ദി സിനിമയിൽ അരങ്ങേറ്റം നടത്തുന്നത്. 'ക്രുദ്ധ യുവാവിന്റെ' കാലം കടന്നു വന്നതോടെ അക്കൂട്ടത്തിലെ പല ഗാനങ്ങളിലും മെലഡിയുടെ മാധുര്യം നേർത്തുവന്നു. അമിതാഭ്ബച്ചന്റെ പല സിനിമകളും ഇങ്ങനെയൊരു കാലത്തിന് സാക്ഷ്യം വഹിച്ചു. 'സൗദാഗാറി'ലെ 'സജ്നാ ഹായ് മുച്ഛേ' എന്ന ആശാ ബോൺസ്ലേ പാടിയ രവീന്ദ്ര ജെയിൻ ഗാനം ഹിറ്റായതോടെ വീണ്ടും ഹിന്ദിയിൽ മെലഡിയുടെ പൂക്കാലം വരവായി. പിതാവിന്റെ മരണാനന്തരച്ചടങ്ങുകൾ നടക്കുന്ന നേരത്ത് ലത പാടി റിക്കോർഡ് ചെയ്ത 'സൗദാഗറി'ലെ 'തേരാ മേരാ സാഥ് രഹോ' എന്ന റൊമാന്റിക് ഗാനം അക്കാലത്തെ ജനപ്രിയ ഗാനങ്ങളിലൊന്നായിരുന്നു. ആശയുടെ 'സാഥിരേ ഫൂൽ നാജാനാ' എന്ന ഗാനത്തിന്റെ വിരുത്തങ്ങളിൽ ഇതളിടുന്ന ശോകത്തിന്റെ തീക്ഷ്ണസ്ഥായികൾ ശ്രദ്ധേയമാകുന്നു. ഹേമലത പാടിയ 'ആംഖി യോൻ കോ ജാരോ ഖോൻസേ' എന്ന ഗാനത്തിൽ താരാട്ടിന്റെ തരളതകൾ മുഴുവനും കേൾക്കാം.

യേശുദാസ് ഭാരതത്തിന്റെ ശബ്ദം

ഉത്തരേന്ത്യൻ രാഗസംഗീതത്തിന്റെ കുലീനതകൾ രവീന്ദ്ര ജെയിൻ ഗീതികളിൽ ആലാപനത്തിലൂടെ സാർത്ഥകമാക്കിയതിൽ യേശുദാസിനുള്ള പങ്ക് ചെറുതല്ല. ഹിന്ദുസ്ഥാനി ഖയാലുകളിൽ ആലാപകൻ തന്റെ ഭാഷയെ മെലഡിയിലേക്ക് ലയിപ്പിക്കുന്ന രീതികൾ ഇവിടെ യാഥാർത്ഥ്യമായി. എഴുപതിൽപ്പരം ഗാനങ്ങൾ രവീന്ദ്ര ജെയിന് വേണ്ടി യേശുദാസ് ആലപിച്ചു. അതിൽ ചിത്ചോറിലെ ഗാനങ്ങൾ മെലഡിയുടെ അപൂർവ

മുദ്രകൾ കാഴ്ചവെച്ചു. 'കാൽ ഭൈരവ്', 'മോഹിനി', 'ബാബുൽ', 'സസുരാൽ', 'രാധാ ഔർ സീതാ', 'മാൻ അഭിമാൻ' എന്നിങ്ങനെ നിരവധി ചിത്രങ്ങളിൽ രവീന്ദ്ര ജെയിൻ യേശുദാസിന് അവസരം നൽകി, ബാബുൽ എന്ന സിനിമയിൽ യേശുദാസ് പാടിയ 'തേരീബോലി' എന്ന താരാട്ടിലെ കാതരഭാവങ്ങൾ ആരും കാതോർത്തിരിക്കും. അനൂപ് ജലോട്ടയുമൊത്ത് (ദോ മത്വാരേ സരയു കിനാരേ), ഹേമലതയുമൊത്ത് (തേരേ ഹിക്വാബോ മേൻ, ക്വാബ് കോ ബാദൽ ദേംഗേ, നാ കോയി അക്ബർ), സുരേഷ് വാഡ്കറുമൊത്ത്, (കൈസി ഭി കാൻസിയേ).... ഇങ്ങനെ രവീന്ദ്ര ജെയിൻ സംഗീതത്തിൽ യേശുദാസിന്റെ സുവർണശോഭയുള്ള എത്രയോ ഡ്യൂയറ്റുകൾ... ഭാരതത്തിന്റെ ശബ്ദമെന്ന് യേശുദാസിനെ വിശേഷിപ്പിച്ചതും രവീന്ദ്ര ജെയിൻ തന്നെ.

രവീന്ദ്ര ജെയിൻ എന്ന ഗായകനെ വിലയിരുത്തണമെങ്കിൽ ജാ തേ ഹുയേ യേ പാൽ, 'അച്ഛാമേൻ ഫൂലി' എന്നീ ഗാനങ്ങൾ ശ്രദ്ധയോടെ കേട്ടാൽ മതി. അദ്ദേഹത്തിന്റെ ആലാപനത്തിൽ സ്വരങ്ങളുടെ അതിസൂക്ഷ്മതകളാണ് അഭിവ്യഞ്ജിക്കപ്പെടുന്നത്. ആകാശത്തിന്റെ അപാരതയിലേക്ക് പടരുവാൻ വെമ്പുന്ന സ്വരവീചികളുടെ ക്ലിപ്തതയായിരുന്നു അത്. ഛന്ദസ്സുകളുടെ വടിവുകൾ അദ്ദേഹത്തിന്റെ ആലാപനത്തെ അലൗകികമാക്കുന്നു.

'പാതയുടെ പാട്ടുകൾ' എന്നു വിളിക്കപ്പെടുന്ന എത്രയോ ഗാനങ്ങൾ നിറഞ്ഞതാണ് രവീന്ദ്ര ജെയിൻ സൃഷ്ടിച്ച ഭാവപ്രപഞ്ചം... 'ആജ്സേ പഹ്‌ലേ', 'ഉത്തോം ഹേ ലാൽ', 'കോൻ ദിശാ മേൻ', 'കൈ ദിൻസേ മുച്ഛ്നാ' എന്നിങ്ങനെ നിരവധി ഗാനങ്ങൾ ഇതിനുദാഹരണമായി നിൽക്കുന്നു. രാജശ്രീ പ്രൊഡക്ഷൻസിന് വേണ്ടിയായിരുന്നു കൂടുതൽ ഗാനങ്ങൾ അദ്ദേഹം സംഗീതം നിർവഹിച്ചത്. പുരാവൃത്തപരമായ നിരവധി സംഗീതസംരംഭങ്ങൾ രവീന്ദ്രജെയിൻ അതിഗംഭീരമായി ആവിഷ്കരിച്ചിട്ടുണ്ട്. നവരാത്രി, ഹർഹർഗംഗേ, ദുർഗാമാ, രാജാഹരിശ്ചന്ദ്ര, ജെയ്കരേലിമാ ഇങ്ങനെ എത്രയോ സംഗീതാവിഷ്കാരങ്ങൾ... ഹിന്ദി കൂടാതെ മലയാളം (സുജാത, സുഖം സുഖകരം, ആകാശത്തിന്റെ നിറം, ആവണിപ്പൂച്ചെണ്ട്), ഗുജറാത്തി, പഞ്ചാബി, ഹരിയാനി, ഭോജ്പുരി, ബംഗാളി, തെലുങ്ക്, ഒറിയ, രാജസ്ഥാനി.... അങ്ങനെ നിരവധി ഭാഷകളിൽ അദ്ദേഹം നിർവഹിക്കുകയുണ്ടായി. മലയാളത്തിന്റെ ഓണപ്പാട്ടുകളിൽ മികച്ചവ തെരഞ്ഞെടുക്കുമ്പോൾ അതിലൊന്ന് രവീന്ദ്ര ജെയിൻ ചിട്ടപ്പെടുത്തിയ 'ശ്രാവണ സംഗീതം കേൾപ്പൂ' എന്ന ഗാനമായിരിക്കുമെന്നത് തീർച്ചയാണ്. 'കാളിദാസന്റെ കാവ്യഭാവനയെ', 'നിന്റെ നീലതാമരമിഴികൾ' എന്നീ ഗാനങ്ങളിലും മധുരോദാരമായ മെലഡിയുടെ കാൽച്ചിലമ്പൊലികൾ....

രവീന്ദ്ര ജെയിനിന്റെ സൂപ്പർഹിറ്റ് മെലഡികളെക്കുറിച്ച് പറയുമ്പോൾ ഒരെണ്ണംപോലും അതിൽ നിന്ന് മാറ്റിനിർത്താനാവില്ല. 'ദോ പഞ്ചി' (തപസ്യ), 'ആസുഭി ഹൈയ്' (സുനയന), 'ഖുശിയാൻ ഹിഖുശിയാൻ'

(അക്കോർഡിയന്റെ സൂക്ഷ്മപ്രയോഗങ്ങൾ), 'ജോ രാതഹ് ച്ഛനി' (തപസ്യ), 'ഗീതാറാണി' (നയ്യാ), 'ഏക് ബുതസേ മുഹബ്ബത്ത' (മാൻ അഭിമാൻ), 'ലോഗ് ഔറത്ത് കെ ഫഖത്ത് (ഇൻസാഫ് ക തറാസു), 'തേരാ മേരാ സാത്ത് രഹേ' (സൗദാഗാർ)... ഇങ്ങനെ എത്രയോ ഗാനരത്നങ്ങൾ... സംഗീതകാവ്യമെന്നും കാവ്യസംഗീതമെന്നുമൊക്കെ ഒരുപോലെ ഇവയെ പേരിട്ടുവിളിക്കാവുന്നതാണ്. സംഗീത സംഭാവനകളെ ആദരിച്ച് നിരവധി ബഹുമതികൾ അദ്ദേഹത്തെ തേടിയെത്തി. പദ്മശ്രീ, ദാദാ സാഹിബ് ഫാൽക്കെ അക്കാദമി അവാർഡ്, അമീർ ഖുസ്രു അവാർഡ്, നാഷണൽ യൂത്ത് അവാർഡ്, ഉർദു സാഹിത്യ അവാർഡ്, ഡോക്ടർ ഓഫ് ഫിലോസഫി എന്നിവ അതിൽ ചിലതു മാത്രമാണ്.

സംസ്കൃതിബദ്ധമായ വേരുകളിലായിരുന്നു രവീന്ദ്ര ജെയിനിന്റെ സംഗീതം വളർന്നു പന്തലിച്ചത്. പാട്ടിൽ ഏതോ ദൈവികമായ ഒരു അനുപാതം അദ്ദേഹം കാത്തുസൂക്ഷിച്ചിരുന്നതായി തോന്നുന്നു. അതേസമയം ഇതിഹാസങ്ങൾക്കുള്ള സംഗീതഭാഷ്യങ്ങളിൽപോലും ജെയിൻ സുന്ദരമായൊരു മാനവിക സങ്കല്പത്തിന്റെ ധ്വനികളുണർത്തി. ഹിന്ദുസ്ഥാനി ക്ലാസിക്കൽ സംഗീതത്തിൽ അലൗകികമായ അനുഭൂതികൾ പാട്ടിൽ സവിശേഷമായി സമന്വയിപ്പിച്ചു എന്നതാണ് രവീന്ദ്ര ജെയിൻ എന്ന സംഗീത സംവിധായകനെ വ്യത്യസ്തനാക്കുന്നത്. ■

കാതോട് കാതോരം:
പാട്ടിലെ ഭരതൻസ്പർശം

"**പാ**ട്ടെടുത്തുവച്ചത് കണ്ടാൽ പിന്നെയൊന്നും പറയാൻ തോന്നില്ല"- ദേവരാജൻമാഷ് ഇത്രയും പറഞ്ഞത് സംവിധായകൻ ഭരതനെക്കുറിച്ചായിരുന്നുവെന്ന് കേൾക്കുമ്പോൾ ആർക്കും കൗതുകം തോന്നും. കണിശക്കാരനായ ഒരു സംഗീതസംവിധായകൻ, ദൃശ്യസംഗീതത്തിന്റെ ഉള്ളറിഞ്ഞ ഒരാളെക്കുറിച്ചിത് പറയുമ്പോൾ ഭരതനിലെ സംഗീതസാന്നിധ്യത്തെക്കുറിച്ച് നാമോർക്കുന്നു. ആർക്കും മനസ്സിൽ മൂളാൻ കഴിയുന്ന പാട്ടുകൾ മാത്രമായിരുന്നു അദ്ദേഹം സിനിമയിൽ ചിത്രീകരിച്ചത്. റെക്കോഡിംഗ് സമയമാകുമ്പോഴേക്കും പാട്ട് പാടിപ്പാടി അതിലൂയലാടിയായിരിക്കും ദൃശ്യങ്ങളിലേക്കുള്ള ചില്ലാട്ടം. സാമ്പ്രദായികരീതിയിലുള്ള ഗാനചിത്രീകരണത്തിനപ്പുറം ഭരതൻ സിനിമയിൽ കൊണ്ടുവന്ന ദൃശ്യപ്പകർച്ചകൾക്ക് തുടർച്ചയുണ്ടായതുമില്ല. അടിമുടി കലാകാരൻ ആയിരുന്നു അദ്ദേഹം എന്ന കാരണം മാത്രം മതിയിതിന്. ചിത്രവും ശില്പവും സംഗീതവും ദൃശ്യവും എല്ലാം ഭരതഹൃദയത്തിൽ ഒരുപോലെ മേളിച്ചു. ഇതിൽ സംഗീതത്തോട് കടുത്ത ആരാധനയായിരുന്നു അദ്ദേഹത്തിന്.

മുത്തശ്ശിയുടെ പാട്ടിന്റെ വിരൽപിടിച്ചു നടന്നൊരു കുട്ടിക്കാലം ഭരതനുണ്ടായിരുന്നു. കലാമണ്ഡലം വീശിവരുന്ന കാറ്റിലെ ചേങ്ങിലക്കൊട്ടിന്റെ തുടിമുഴക്കവും അദ്ദേഹത്തിലെ സംഗീതകാരനെ ഉണർത്തിയിട്ടുണ്ടാകും. ആത്മാവിന്റെ വൈകാരികമായ പങ്കാളിത്തമായിരുന്നു ഭരതൻ തന്റെ പാട്ടുകളിൽ ഉയർത്തിക്കാണിച്ചത്. സുഹൃദ്‌വലയത്തിനകത്ത് അമർത്തിയൊതുക്കി ഭരതൻ വിസ്തരിക്കുന്ന 'മാരിവില്ലിൻ തേൻമലരേ'യും 'തുഞ്ചൻപറമ്പിലെ തത്തേ'യും എല്ലാം ഏവരും കൗതുകത്തോടെ കാതോർത്തിരുന്നു. വൈശാലിയുടെ ജൂബിലിയാഘോഷവേളയിൽ 'മാരിവില്ല്' പാടി ഭരതൻ ഏവരിലും വിസ്മയം ജനിപ്പിച്ചു. സംഗീതത്തിന്റെ ലാവണ്യനിയമങ്ങൾക്കപ്പുറം അതിലൊരു ഗൃഹാതുരകാലത്തിന്റെ കാന്തി കലരുകയായിരുന്നു. രതിയുടെ ആത്മീയതയെ തിരശ്ശീലയിൽ പകർത്തിയെഴുതിയ അദ്ദേഹത്തിന്റെ ഗാനചിത്രീകരണങ്ങളിലെല്ലാം വിശുദ്ധിയുടെ വിലോഭനീയത എക്കാലത്തുമുണ്ടായിരുന്നു. സംഗീതം നിറങ്ങളെ പരിണയിക്കുകയായിരുന്നു ഭരതന്റെ പാട്ടുകളിൽ. പാട്ടിന് നിറവും നിറത്തിന്

പാട്ടും കൂട്ടുപോകുന്ന ഒരാന്തരികഭാഷ്യം സിനിമയിൽ എഴുതിച്ചേർക്കുകയായിരുന്നു അദ്ദേഹം.

രാഗങ്ങളെയൊന്നും ആധികാരികമായി വ്യാഖ്യാനിക്കാൻ അറിയാത്ത ഭരതന്റെ ആത്മാവ് വന്നൊരു പാട്ടുപാടിയാൽ അതിന് ഹിന്ദോളത്തിന്റ ഛായയുണ്ടാകുമെന്ന് പറയാറുണ്ട്. അഞ്ച് സ്വരങ്ങളുള്ള എല്ലാ രാഗങ്ങളെയും അദ്ദേഹം അത്രയ്ക്കിഷ്ടപ്പെട്ടു. മനസ്സിന്റെ മൂശയിലിട്ട് തെളിയിച്ചെടുത്ത പാട്ടുദൃശ്യങ്ങൾക്ക് ആരെഴുതിയാൽ നന്നായിരിക്കുമെന്നതിന് വ്യക്തമായ ധാരണകൾ അദ്ദേഹം സ്വരൂപിച്ചിരുന്നു. കവി മനസ്സിന്റെ സാന്നിധ്യമായിരുന്നു ഇതിന് ഭരതനെ പ്രാപ്തനാക്കിയത്. വയലാറിനോടും ഭാസ്കരനോടും ഒ.എൻ.വിയോടുമെല്ലാം ഭരതൻ വരികൾ ചോദിച്ചു. ഭരതന്റെ ആദ്യ ചിത്രമായ 'പ്രയാണ'ത്തിൽ പോലും 'മൗനങ്ങൾ പാടുകയായിരുന്നു.' 'വെങ്കല'ത്തിൽ ഭാസ്കരൻ മാഷിനോട് 'രാത്രിയിൽ മാനത്തൊരു പുള്ളിപ്പുലിക്കളി' വരച്ചിടാൻ പറഞ്ഞതും ഭരതനായിരുന്നു. 'പൂവേണം പൂപ്പട വേണം' എന്ന കളംപാട്ടിന്റെ നിറപ്പകിട്ട് മുഴുവൻ വരികളിലെഴുതിത്തരാൻ ഒ.എൻ.വിയെ പ്രേരിപ്പിച്ചതും മറ്റാരുമല്ല.

മൗനമുദ്രിതമായ ഒരു പാട്ടിന്റെ അണിയറയിലേക്ക് പൂവച്ചലിനെയും അദ്ദേഹം ക്ഷണിച്ചുവരുത്തി. (മൗനമേ). 'രതിനിർവേദ'ത്തിനുവേണ്ടി പാട്ടെഴുതാൻ ഭരതൻ വിളിച്ചത് കാവാലത്തെയായിരുന്നു. 'അലഞ്ഞടിയും കനലൊളിയായ് ദൂരെ ദിനാന്തതീരം' എന്ന വരിയിൽ അസ്തമയ പൂർണ്ണിമയുടെ നിറങ്ങളത്രയും ചേർത്തുവച്ചു കവി. ഫോക്കിന്റെ അംശങ്ങളെ മുഴുവൻ ഇടകലർത്തിവച്ച 'മുക്കുറ്റി തിരുതാളി' (ആരവം) എന്ന ഗാനം കാവാലത്തിന്റെ മാസ്റ്റർ പീസായിരുന്നു. മലയാളത്തിലെ ഏറ്റവും ഹൃദ്യമായ പാട്ടനുഭവമേതെന്ന ചോദ്യത്തിന് ഭരതൻ തെരഞ്ഞെടുത്ത ഉത്തരം ആരവത്തിലെ 'ഏഴുനിലയുള്ള ചായക്കട' ആയിരുന്നു. കാവാലത്തിന്റെ വരികൾക്ക് എം.ജി. രാധാകൃഷ്ണൻ ഫോക്സ്പർശമുള്ള ഈണം. 'പട്ടിണിപ്പാവങ്ങളുടെ സങ്കല്പത്തിൽപ്പോലും ഏഴുനിലയുള്ള ചായക്കടയേ ഉണ്ടാകൂ. മണിമന്ദിരം ഉണ്ടാകില്ല.' ഭരതൻ ഇടയ്ക്കു പറയുമായിരുന്നു.

ഭരതന്റെ അദ്ഭുതകരമായ സംഗീതജ്ഞാനം അനുഭവിച്ച എം.ഡി. രാജേന്ദ്രന്റെ വാക്കുകൾ ശ്രദ്ധേയമാണ്. 'താഴംപൂമുടിമുടിച്ച്' എന്ന കല്ല്യാണപ്പാട്ട് ഞാനോർക്കുന്നു. ആ പാട്ടിന്റെ ഈണം ശരിയാകാതെ വന്നപ്പോൾ സംഗീതസംവിധായകനെ സ്റ്റുഡിയോയിൽ ഉപേക്ഷിച്ച് ഞങ്ങൾ പുറത്തുകടന്നു. ഭരതനും ഞാനും മൗണ്ട് റോഡിലൂടെ കാറിൽ കറങ്ങിക്കൊണ്ടിരുന്നു. പറ്റിയൊരു രാഗം-ട്യൂൺ-അതായിരുന്നു ഞങ്ങൾ തേടിക്കൊണ്ടിരുന്നത്. കാർ ഡ്രൈവ് ചെയ്യുന്നുണ്ടെങ്കിലും ഭരതൻ, ഓരോ രീതിയിൽ രാഗം മൂളിനോക്കുകയാണ്. കീരവാണി എന്ന സംഗീതസംവിധായകൻ തെലുങ്കനായതുകൊണ്ട് ഗാനത്തിന് ഒരു മലയാളി ടച്ച് വരുന്നില്ല. ഒടുവിൽ മൈലുകളോളം വണ്ടിയോടിച്ചു കഴിഞ്ഞപ്പോൾ ഭരതൻ വണ്ടി നിർത്തി ഉറക്കെ പറഞ്ഞു.

യുറേക്കാ!

ഞാൻ ചോദിച്ചു:

"എന്തുപറ്റി?"

"എടാ, ട്യൂൺ കിട്ടി. നല്ല ഒന്നാന്തരം രാഗം. ഇതിൽ പിടിച്ചു കേറാം. ഇതുവച്ച് നീ എഴുതിക്കോ."

അങ്ങനെ,

"താഴംപൂമുടിമൂടിച്ച്
പതിനെട്ട് മുഴം ചേല ഞൊറിഞ്ഞുടുത്ത്
മകളൊരുങ്ങ് മണിമകളൊരുങ്ങ്"

എന്ന ദേവരാഗത്തിലെ പാട്ടു ജനിച്ചു.

പാട്ടിന്റെ ഏകദേശരൂപം കിട്ടിയപ്പോൾ കീരവാണി അന്തിച്ചുപോയി.

"ഇനി ഇതിൽ പിടിച്ചുകേറിക്കോ"

സംഗീതസംവിധായകനോട് അതുപറയുമ്പോൾ ഭരതന്റെ കണ്ണുകളിൽ ഒരു തിളക്കം ഉണ്ടായിരുന്നു. 'ഒരു ജീനിയസ്സിന്റെ തിളക്കം' (ചിത്രശിലാപാളികൾ - എം.ഡി. രാജേന്ദ്രൻ). 'അണിയറ'യിലെ 'അനഘ സങ്കല്പ ഗായികേ' എന്ന കവിത ഭരതൻ-ഭാസ്കരൻ ടീമിന്റെ എക്കാലത്തെയും മികച്ച സംഭാവനയായിരുന്നു. മലയാളത്തിലെ ഏറ്റവും ഹൃദ്യമായ താരാട്ടുപാട്ടുകളിൽ ഒന്നായ 'ഓമനത്തിങ്കൾകിടാവോ' (ഇത്തിരി പൂവേ ചുവന്ന പൂവേ) എന്ന ഒ.എൻ.വി.യുടെ വരികളിൽ രവീന്ദ്രൻ അത്യപൂർവ്വമായ ഒരീണത്തിന്റെ ഭംഗി ചേർക്കുകയായിരുന്നു.

ഭരതന്റെ ദൃശ്യസംവിധാനത്തിന് ഏറ്റവും സമൃദ്ധവും സമ്പന്നവുമായ ആവിഷ്കാരഭംഗി ചാർത്തിക്കിട്ടിയ ഗാനം കൂടിയാണിത്. 'അമരത്തിലെ വികാരനൗകയുമായ്' എന്ന കൈതപ്രം ഗാനത്തിന്റെ ദൃശ്യങ്ങൾ ഭരതന്റെ സർഗ്ഗജീവിതത്തിലെ ഏറ്റവും വൈകാരികമായ ആഖ്യാനങ്ങളിലൊന്നായി വിലയിരുത്തേണ്ടതുണ്ട്. 'രാക്കിളിപ്പൊന്മകളേ' എന്ന ആർദ്രമായ നീട്ടിൽ മണലിന്റെ കുഞ്ഞുകൂനയെ മാറോടണയ്ക്കുന്ന അച്ചുവിന്റെ (മമ്മൂട്ടി) ദൃശ്യത്തെ മറക്കാനാവില്ല. അത്രയ്ക്കും വൈകാരികമായ ഇടപെടലുകളാണ് ഭരതൻ ഈ ദൃശ്യത്തിൽ ചേർത്തുവച്ചിട്ടുള്ളത്. അമരത്തിലെ സാഗരഗീതിയായ 'പുലരേ പൂങ്കോടിയിൽ' എന്ന പാട്ടിന്റെ ദൃശ്യാഖ്യാനത്തിലും ഭരതനിലെ ചിത്രകാരൻ തെളിഞ്ഞു വരുന്നു. ദേവരാജനും രവീന്ദ്രനും ജോൺസണും ബോംബെ രവിയും കീരവാണിയുമെല്ലാം ഭരതനുവേണ്ടി പാട്ടുണ്ടാക്കുവാൻ ക്ഷമയോടെ കാത്തിരുന്നു. പഴവിള രമേശൻ ഭരതനുവേണ്ടി എഴുതിയ 'മൗനത്തിൻ ഇടനാഴിയിൽ' (മാളൂട്ടി) എന്ന ഗാനം ജോൺസന്റെ ഏറ്റവും നല്ല മെലഡികളിലൊന്നായി കാണാനാവും.

1983-ൽ "ഈണമെന്ന സ്വന്തം സിനിമയ്ക്ക് സംഗീതം ചിട്ടപ്പെടുത്തി ഭരതൻ പുതിയൊരു ലോകവുമായി ചങ്ങാത്തം തുടങ്ങി. ഈണത്തിൽ

രണ്ടു പാട്ടുകൾ. ഒരെണ്ണമെഴുതിയത് ഭരതൻ തന്നെയായിരുന്നു. (അമ്പാടി ക്കുട്ടാ...) കമ്പോസിങ്ങ് തുടങ്ങി മിനുക്കു പണിക്കായി വിളിച്ചത് സംഗീത സംവിധായകൻ ഔസേപ്പച്ചനെയായിരുന്നു. ഈണത്തിൽ വയലിനിസ്റ്റിന്റെ വേഷത്തിന് ഔസേപ്പച്ചനു നറുക്കു വീഴുകയും ചെയ്തു. 1985-ൽ 'കാതോടു കാതോര'ത്തിലെ പ്രധാന കഥാപാത്രം വയലിനിസ്റ്റ് ആയി രുന്നു. അയാളുടെ വയലിന്റെ സ്നേഹ ശ്രുതികളെ കൂട്ടിയിണക്കുവാൻ ഔസേപ്പച്ചനെ സഹായിച്ചതും ഭരതന്റെ സംഗീതബോധമായിരുന്നു.

നടി ശ്രീവിദ്യയുമൊത്തുള്ള യാത്രകളിൽ അവർ രാഗം പാടുമ്പോൾ അതിനനുസരിച്ച് ചിത്രമെഴുതാൻ ഭരതനിലെ കലാകാരനിഷ്ടമായിരുന്നു. അദ്ദേഹം ഈണം പകർന്ന 'കേളി'യിലെ 'താരം വാൽക്കണ്ണാടി നോക്കി' എന്ന പാട്ടിൽ ഹിന്ദോളത്തിന്റെ ഓളങ്ങളൊഴുകി നിറയുന്നത് നാം കേട്ടു. 'താരും തളിരും' എന്ന ഗാനത്തിന് വരികളെഴുതിയതും ഭരതനിലെ പാട്ടു കാരനായിരുന്നു. 'താളം മറന്ന താരാട്ടിലും' ഭരതൻ ഹിന്ദോളത്തിന്റെ ലയ ഭംഗികൾ കൊണ്ടുവന്നു.. 'കണ്ണെത്താ ദൂരെ മറുതീരം' എന്ന പാട്ടിന് സംഗീതം നൽകി അദ്ദേഹം ഏവരെയും വിസ്മയിപ്പിച്ചു. ഫോക്കും മെല ഡിയും ചേർന്നു നിൽക്കുന്ന പാട്ടിലെ തബലപ്പെരുക്കങ്ങൾ സംഗീതത്തിന്റെ മറ്റൊരു താഴ്‌വരയിലേക്ക് നമ്മെ കൊണ്ടുപോയി. റീ റിക്കോർഡിംഗിന്റെയും തീം മ്യൂസിക്കിന്റെയും എല്ലാ പാറ്റേണുകളിൽ നിന്നും ഭരതൻസിനിമ കളിലെ പല പാട്ടിന്റെയും പല്ലവികളെ നെയ്തെടുക്കുവാൻ സംഗീത സംവിധായകർ ഒട്ടൊക്കെ ശ്രദ്ധിച്ചു. ഈ സംഗീത ശകലങ്ങളുടെയെല്ലാം ഊർജ്ജവും സംവേദനാത്മകതയും ജനകീയതയും അദ്ദേഹം മുൻകൂട്ടി ഉൾക്കൊള്ളുകയായിരുന്നു.

പാട്ടിന്റെ ദൃശ്യവിന്യാസത്തിൽ ആരെയും മോഹിപ്പിക്കുന്ന ഒരനന്യത ഭരതന്റെ ചലച്ചിത്ര പ്രതിഭയിലുണ്ടായിരുന്നു. എത്രയോ പാട്ടുകൾ അതിന്റെ ഫ്രെയിമുകളിൽ നിറപ്പകർച്ചയുടെ ഉത്സവമായി, കഥയുടെ അകമുണർ ത്തുന്ന അഴകുകളായി പ്രണയത്തിന്റെ അമേയമായൊരനുഭൂതി പകരും വികാരഭൂമികയുമായി. അമരത്തിലെ 'വികാരനൗക'യും വൈശാലിയിലെ 'ഇന്ദുപുഷ്പ'വും (വൈശാലിയെ ഒരുക്കുന്ന ഛായാചിത്ര ദൃശ്യം) ചമയ ത്തിലെ 'രാജഹംസമേ'യും (നാടകരംഗാവതരണം) വെങ്കലത്തിലെ 'പത്തു വെളുപ്പിന്' (മിത്തിന്റെ പുനഃസൃഷ്ടികൾ). ഇങ്ങനെ ഭരതന്റെ പ്രതിഭയെ അതുല്യമായൊരു സർഗ്ഗതലത്തിലേക്കുയർത്തുന്നത് നിറവും സ്വരവും ചേർന്നു നിൽക്കുന്നൊരു മായികലോകം തന്നെയാണ്. ഇതിന് അഭൗമവും അലൗകികവുമായൊരു ശില്പതലവും അമൂർത്തവും അനവദ്യവുമായൊരു ശരീരഭാഷയുമുണ്ട്. സ്വരങ്ങൾക്ക് നിറങ്ങളും നിറങ്ങൾക്ക് സ്വരങ്ങളും കൂട്ടു ചേരുന്ന സർഗ്ഗസൗന്ദര്യമായിരുന്നു അത്. ആത്മാവിനോട് അടുത്തുനിൽ ക്കുന്ന അനർഘമായൊരു വൈകാരിക മേഖല ഭരതന്റെ സംഗീത സംരംഭ ങ്ങളോട് എക്കാലവും നീതി കാണിച്ചുവെന്നത് ശ്രദ്ധേയമാണ്. ■

ആലാപനത്തിലെ ഋതുരാഗശോഭകൾ

'മൂന്ന് സ്ഥായികളിലും ഒരേ മികവോടെ പാടാൻ കഴിയുന്ന യേശുവുണ്ടെങ്കിൽ നമുക്കൊരിക്കലും ബുദ്ധിമുട്ടേണ്ടി വരില്ലെ'ന്ന് സംഗീതസംവിധായകൻ എം ബി ശ്രീനിവാസൻ പ്രഖ്യാപിച്ചപ്പോൾ സംഗീതഭാഷയും ആലാപനവും തമ്മിലുള്ള സൗന്ദര്യാനുപാതത്തെ അഴിച്ചുപണിയാൻ കെല്പുള്ള ഗന്ധർവഗായകന്റെ വരവിനെയാണ് ആസ്വാദകലോകം സാഘോഷം വരവേറ്റത്. പിന്നീട് നമ്മുടെ ജീവിതത്തിൽ പറിച്ചുമാറ്റാനാവാത്ത ശീലമായിത്തീർന്ന യേശുദാസിനെ 'കാലം തൊടാത്ത നാദസൗഭഗം' എന്ന് പി ഭാസ്കരൻ വിശേഷിപ്പിച്ചതും വെറുതെയായില്ല. മലയാളമറിഞ്ഞുപാടിയ എക്കാലത്തെയും മഹാഗായകൻ തന്റെ സംഗീതഭാഷാ ശൈലിയിലൂടെ സംസ്കാരത്തിന്റെ ധ്വനിജാലകങ്ങൾ ഗാനാസ്വാദകർക്കായി തുറന്നിട്ടു.

തീവ്രാനുരാഗവും ആഹ്ലാദവും സാന്ത്വനവും പ്രശാന്തിയും ചേർന്ന് അനർഗളം പ്രവഹിക്കുന്ന ശബ്ദമാണ് യേശുദാസിന്റേത്. ഒരർഥത്തിൽ മലയാളിജീവിതത്തെ പൂർണമായി കീഴടക്കിയ സാംസ്കാരികാനുഭവം കൂടിയാണിത്. അലൗകികവും അഭൗമവുമായ ശബ്ദസൗഭാഗ്യം. അതുവരെ പരിചിതമായ മനുഷ്യശബ്ദങ്ങളുടെ പൊതുരീതികളെയും പരിധികളെയും അതിലംഘിച്ച്, ശ്രുതിലയതാളങ്ങൾ മാത്രമല്ല, ശബ്ദത്തിനും പ്രാധാന്യമുണ്ടെന്ന കണ്ടെത്തലാണ് യേശുദാസിന്റെ സാന്നിധ്യത്തെ ഉദാത്തമാക്കുന്നത്. സ്വനതന്തുക്കളുടെമേൽ അപാരമായ നിയന്ത്രണം ജന്മസിദ്ധമായി ലഭിച്ചിട്ടുള്ളതിനാൽ ഏത് സ്ഥായിയിലുള്ള സഞ്ചാരത്തിലും ധ്വനിയുടെ പെരുമ്പറ മുഴക്കങ്ങൾ സൃഷ്ടിക്കാൻ യേശുദാസിന് കഴിയുന്നു. ഉച്ചാരണശുദ്ധിയിലും ഭാവദീപ്തിയിലും ശബ്ദസുഭഗതയിലും ദേവഗാംഭീര്യം കാത്തു സൂക്ഷിക്കുന്നതിനാലാണ് കാലം ആ നാദത്തെ അധികം തൊട്ടുകളിക്കാത്തത്.

സംഗീതസാമ്രാജ്യത്തിൽ

1940 ജനുവരി 10ന് ഫോർട്ടുകൊച്ചിയിൽ അഗസ്റ്റിൻ ജോസഫിന്റെയും എലിസബത്തിന്റെയും മകനായിട്ടായിരുന്നു കാട്ടാശ്ശേരി ജോസഫ് യേശു

ദാസിന്റെ ജനനം. ആദ്യഗുരു പിതാവ് തന്നെയായിരുന്നു. 1949ൽ എറണാകുളം സെന്റ് ആൽബർട്ട് ഹൈസ്ക്കൂൾഗ്രൗണ്ടിൽ ജോസഫ് ഭാഗവതരുടെ കച്ചേരിക്ക് അകമ്പടിയായി ഒമ്പതു വയസ്സുകാരൻ പാടിയത് അന്ന് എല്ലാവരെയും വിസ്മയിപ്പിച്ചു. 1956ൽ സംസ്ഥാന യുവജനോത്സവത്തിൽ യേശുദാസ് എന്ന പത്താം ക്ലാസുകാരൻ ശാസ്ത്രീയസംഗീതത്തിൽ ഒന്നാം സ്ഥാനം നേടി ഏവരുടെയും ശ്രദ്ധാകേന്ദ്രമായി മാറി. കരുവേലിപ്പറമ്പിൽ കുഞ്ഞൻവേലു ആശാന്റെ കീഴിൽ ഒരു വർഷം സംഗീതാഭ്യസനം നടന്നതോടെ ഉപരിപഠനത്തിന്റെ പടികൾ കയറി, പള്ളുരുത്തി രാമൻകുട്ടി ഭാഗവതരുടെ കീഴിൽ മൂന്നു വർഷം സംഗീതം തുടർന്നു. പിന്നീടുള്ള പഠനം തൃപ്പൂണിത്തുറ സംഗീതഅക്കാദമിയിൽ ആയിരുന്നു. 1960ൽ ഗാനഭൂഷണം പാസ്സായതോടെ സ്വാതിതിരുനാൾ അക്കാദമിയിൽ ചെമ്പൈയുടെ പ്രിയ ശിഷ്യനായി കച്ചേരിക്ക് അകമ്പടിപാടാനുള്ള ഭാഗ്യം ലഭിച്ചു. 1961ൽ 'കാൽപാടുകൾ' എന്ന സിനിമയിൽ ഗുരുശ്ലോകം പാടി സിനിമാ പിന്നണി രംഗത്തുവന്ന യേശുദാസിന്റെ വളർച്ച മലയാള സിനിമാചരിത്രവുമായി അത്രയേറെ ബന്ധപ്പെട്ടു കിടക്കുന്നു.

ആലാപനത്തിലെ ഭാവനാവൈവിധ്യം

സാങ്കേതികതയെ മറികടന്ന് ഒരു ഗാനത്തിന് മൊത്തത്തിൽ സൗന്ദര്യസാക്ഷാത്കാരം നൽകുന്ന അനുഭവമാണ് യേശുദാസിനെ മറ്റുള്ളവരിൽ നിന്ന് വ്യത്യസ്തനാക്കുന്നത്. പാടുമ്പോൾ വാക്കുകളെ ഒതുക്കിയും താഴ്ത്തിയും വിടർത്തിയും അബോധപൂർവമായി വിന്യസിക്കപ്പെടുന്ന ഒരു നാദസഞ്ചാരമായി വേണം ഇതിനെക്കാണാൻ. സ്വാഭാവികവും ആയാസരഹിതവുമായ ഒരു ആന്ദോളനമായി ആസ്വാദകവൃന്ദം ഈ സംഗീതാലാപനത്തെ ആഘോഷിക്കുന്നു.

കാല്പനികതയുടെ സമൃദ്ധിയിൽ വിലോലമാകുന്ന കാമുകഭാവമാണ് യേശുദാസിന്റെ ശബ്ദസഞ്ചാരത്തെ ആകർഷകമാക്കുന്നത്. പുരുഷശബ്ദത്തിന്റെ അസുലഭവും അനുപമവുമായ സൗകുമാര്യമാണ് ഗന്ധർവസദൃശമായ ഒരാലാപനസ്വരൂപം ഓരോ പാട്ടിലും സൃഷ്ടിച്ചെടുക്കാൻ ഈ ഗായകനെ സഹായിക്കുന്നത്. ഭിന്നവും വിരുദ്ധവുമായ ലോകങ്ങളിൽ നിന്ന് ഊർജം സ്വീകരിച്ച് പിറവിയെടുക്കുന്ന സർഗാത്മകസങ്കൽപങ്ങൾക്ക് ഏറ്റവും യോജിച്ച ശബ്ദമായി യേശുദാസെന്ന വ്യക്തി സ്വയം പരിണമിക്കുകയാണെന്നത് വ്യക്തമാണ്. ആയാസരഹിതമായ ആലാപനശൈലി, ഉച്ചാരണശുദ്ധി, അഭ്യസിച്ച ശാസ്ത്രീയസംഗീതത്തിന്റെ പിൻബലം, കേൾവിക്കാരുമായി താദാത്മ്യം പ്രാപിക്കുന്ന ഹൃദയബന്ധം എന്നിവയെല്ലാമാണ് സംഗീതത്തിന്റെ നവ്യസങ്കല്പം സൃഷ്ടിക്കാൻ യേശുദാസിനെ പ്രേരിപ്പിക്കുന്നത്. സാഹിത്യത്തിലെ ഭാവവും സംഗീതത്തിലെ ഭാവവും ഒന്നിച്ചുചേർക്കാൻ കഴിയുന്ന രീതിയോടാണ് യേശുദാസിന് കൂടുതൽ പ്രിയം. അർപ്പണബോധവും ഉപാസനയും കൂടിച്ചേരുമ്പോൾ ഈ സാധന പൂർണമാവുകയുമാണ്.

സൂക്ഷ്മതരമായ മൗലികത

ആലാപനമികവിനെ സാക്ഷാത്കരിക്കുന്ന ഘടകങ്ങളിൽ യേശുദാസ് ഏറ്റവും ശ്രദ്ധിക്കുന്നത് ശ്രുതിലയങ്ങളിൽ സൂക്ഷ്മതരമായ മൗലികത എങ്ങനെ വളർത്തിയെടുക്കാമെന്നാണ്. പാട്ടിൽ രാഗഭാവങ്ങളെ ക്രമാനുഗതമായി വികസിപ്പിക്കുന്ന മനോധർമവും അദ്ദേഹത്തിന് സ്വന്തമാണെന്ന് പറയാവുന്നതാണ്. ഓരോ സ്വരത്തിനെയും പ്രത്യേകമായി കൊണ്ടു വന്ന് അതിന്റെ സൗന്ദര്യസാധ്യതകളെ അവതരിപ്പിച്ചശേഷം അടുത്ത സ്വരത്തിലേക്കു നീങ്ങുന്ന സൗമ്യമായ സംഗീതരീതിയുടെ ആവിഷ്കരണവും യേശുദാസിന്റെ സവിശേഷ ശൈലിയാണ്. ഇത് പാട്ടിന്റെ ഭാവത്തെ കോമളമാക്കുന്നുണ്ട്. പാട്ടിൽ കാല്പനികവിസ്മയങ്ങൾ സൃഷ്ടിക്കുകയും അതിനെ ഭാവബന്ധുരമായ ആത്മഭാഷണത്തിന്റെ തലത്തിലേക്കുയർത്തുകയും ചെയ്യുന്നത് കൗതുകകരമാണ്.

ചലച്ചിത്രഘടനയിൽ ആലാപനത്തിന്റെ വ്യത്യസ്തഭാവതലങ്ങൾ സൃഷ്ടിക്കുന്ന രീതിയിൽ മറ്റുള്ളവർക്കു മാതൃക പകർന്നു നൽകാൻ യേശുദാസിന്റെ പാട്ടുകളേറെയുണ്ട്. ചന്ദനലേപ സുഗന്ധം, തക്കിടമുണ്ടൻ താറാവേ, തൂ ബഡി മാഷാ അള്ളാ, ഭജഗോവിന്ദം, കരകാണാക്കടലല മേലേ, കണ്ണിന് പൊൻകണി, പൂമാനം പൂത്തുലഞ്ഞേ, മിഴികളിൽ നിറകതിരായി, കളിവീടുറങ്ങിയല്ലോ, കുറുക്കത്തിക്കണ്ണുള്ള, പോക്കുവെയിൽ പൊന്നുരുകി, ആലപ്പുഴ വാഴും, ഹരിമുരളീരവം, മലർക്കൊടിപോലെ, താരകേ, ദേവാങ്കണങ്ങൾ ഇങ്ങനെ എത്രയോ ഉദാഹരണങ്ങൾ എടുത്തു പറയാവുന്നതാണ്. ഭാഷയോടുള്ള സ്നേഹവും അടുപ്പവുമാണ് ഉച്ചാരണശുദ്ധിയിൽ യേശുദാസിനെ നിസ്തുലനാക്കുന്നത്. എം.ബി.എസ്സിന്റെയും ദേവരാജന്റെയും ഗാനങ്ങളിലെ അക്ഷരധ്യാനപ്രകാരങ്ങൾ യേശുദാസ് ശരിയായി പാലിച്ചിരുന്നതിനാൽ ആണ് ഗാനങ്ങളിലെ കവിതയും കവിതയിലെ ഗാനവും നിത്യഹരിതമായി നിലനിർത്താൻ അദ്ദേഹത്തിന് സാധിച്ചത്. 'പോക്കുവെയിൽ പൊന്നുരുകി' എന്ന ഗാനത്തിലെ 'രാത്രി എന്നോമലെപ്പോലെ' എന്ന ഭാഗം 'ഗന്ധർവ വീണയാകൂ നീ' (ജോൺസൺ), 'സോമം പോൽ പകരൂ നിൻ ഗാനാലാപം', 'നോവുന്ന തെന്നലിൻ നെഞ്ചിലെ' (ഊഞ്ഞാലുറങ്ങി - ജോൺസൺ), 'മേഘദൂതിലെ മോഹം' (വെള്ളം - ദേവരാജൻ), 'പുഴയോരഴകുള്ള പെണ്ണ്' (രവീന്ദ്രൻ- നന്ദിനിക്കുട്ടിക്ക്), 'ഞാനുമൊരന്യനെപ്പോലെ' (മോഹൻ സിതാര - വചനം), 'കാതരേ നിൻ മാറുലഞ്ഞു' (രാജശിൽപി -രവീന്ദ്രൻ) ഇങ്ങനെ വരികളിൽ നിറയുന്ന അർത്ഥസംക്രമങ്ങളെ തലോടിയുണർത്തുകയും ഉറക്കുകയും ചെയ്യുന്ന വിനിമയനിർഭരമായ സമീപനങ്ങളാണ് ഈ സവിശേഷജ്ഞാനത്തിന്റെ കാതൽ. മൗനത്തിന്റെ വിവിധഭാഗങ്ങളിൽ ഗായകൻ ശ്രുതി ചേർക്കുന്നത് ശ്രദ്ധിക്കുക. 'എന്റെ മൺവീണയിൽ കൂടണയാനൊരു മൗനം' (നേരം പുലരുമ്പോൾ), 'ഒരു സാന്ത്വനത്തിന്റെ മൗനമോ' (വരവേൽപ്പ്), 'മൗനത്തിൻ ഇടനാഴിയിൽ' (മാളൂട്ടി), 'സാന്ദ്രമാം മൗനത്തിൻ കച്ച പുതച്ചു നീ' (ലാൽസലാം). മന്ദ്രസ്ഥായിയിലും താരസ്ഥായിയിലും തുളുമ്പിനിൽക്കുന്ന

ആലാപനത്തിൽ ഗായകൻ പ്രയോഗിക്കുന്ന ശൈലീകരണം എടുത്തു പറയേണ്ടതാണ്. 'വിടതരൂ' (എന്റെ നന്ദിനിക്കുട്ടിക്ക്) എന്നവരിയും 'പ്രമദവന'ത്തിലെ 'ഇന്നിതാ' എന്ന ഭാഗവും ഈ രീതിയിൽ ശ്രദ്ധേയമാണ്. 'ആയിരം കാതമകലെ എന്ന ഗാനത്തിലെ താരസ്ഥായിയിലെ നീട്ട് മക്കയിലേക്കുള്ള ദൂരം പരിശുദ്ധമായി അളക്കുന്നുണ്ടെന്ന് നിരൂപകർ നിരീക്ഷിച്ചിട്ടുണ്ട്.

ശാസ്ത്രീയസംഗീതത്തിന്റെ ലാളിത്യം

ശാസ്ത്രീയസംഗീതത്തെ ലളിതവത്കരിച്ച് ലളിതസംഗീതം പോലെ ആസ്വാദ്യമാക്കിയെന്നതാണ് യേശുദാസിന്റെ ജനപ്രീതിയുടെ മറ്റൊരു ഘടകം. ഏഴുസ്വരങ്ങളും, ഹരിമുരളീരവം, പ്രമദവനം എന്നിവയെല്ലാം ജനങ്ങളേറ്റെടുത്തത് ഈ ലാളിത്യവും ശബ്ദസുഖവും ആസ്വദിച്ചാണ്. വിവിധ രാഗങ്ങളിലെ, യേശുദാസിന്റെ ഗാനമുദ്രകൾ ഏറെ ശ്രദ്ധേയമാണ്. 'കേരളം... കേരളം' എന്ന പാട്ടിൽ 'ശങ്കരാഭരണ'ത്തിന്റെ ലളിതാലാപനം സാർത്ഥകമാകുന്നു. ആനന്ദഭൈരവിരാഗത്തിന്റെ ചാരുത മുഴുവൻ 'ആറാട്ടിനാനകളിൽ' പ്രതിഫലിക്കുന്നുണ്ട്. ഖരഹരപ്രിയയിൽ 'ഉത്തരാസ്വയംവരം' ഗംഭീരമാകുമ്പോൾ തോടിയിൽ 'ആലാപനം' എന്ന ഗാനം സമ്പൂർണമാകുകയാണ്. അമൃത വർഷിണിയിൽ 'ആഷാഢം', പാടിത്തിമർക്കുന്നു.

കേൾവിക്കാരുമായി എളുപ്പത്തിൽ ചങ്ങാത്തം സ്ഥാപിക്കുന്ന ഒരു ഗാനധാരയാണിത്. വ്യത്യസ്ത ശൈലികളുടെ സംയോജനസൗന്ദര്യം അനുഭവിപ്പിക്കുന്ന വിശാലമായ ഒരു സംഗീതകാലം. എല്ലാവർക്കും ഒന്നിച്ചാസ്വദിക്കാൻ പാകത്തിൽ സംഗീത സ്വാതന്ത്ര്യത്തിന്റെ ഒരു നിരത്താണ് യേശുദാസ് സൃഷ്ടിച്ചെടുത്തത്. അടരുകൾ പണിയുകയും ധ്വനിമയമായ് മുഴങ്ങുകയും നേർമയിൽ ഒന്നു തൊടുകയും ചെയ്യുന്ന സംഗീതശൈലിയാണ് ഗന്ധർവഗായകൻ പകർന്നു തരുന്നത്.

യേശുദാസ് എന്ന ജീനിയസിന്റെ ഉദ്ഭവത്തിന് കാരണമായി മൂന്ന് ഘടകങ്ങൾ വേണമെങ്കിൽ പറയാവുന്നതാണ്. 1. സർഗവൈഭവത്തിന്റെ പാരമ്പര്യം. 2. ബാല്യം മുതൽക്കേ തുടങ്ങിയ ശാസ്ത്രീയസംഗീതാഭ്യസനം. 3. ദൈവം അറിഞ്ഞുനൽകിയ ശബ്ദമാധുരി.

യേശുദാസ് മലയാള സംഗീതമുറ്റത്ത് പതിപ്പിച്ച 'കാൽപ്പാടുകൾ' ഒരിക്കലും മായുന്നില്ല. പ്രസിദ്ധ സംഗീത സംവിധായകൻ രവീന്ദ്രജെയിൻ ഒരിക്കൽ പറഞ്ഞതും നാം ഓർക്കേണ്ടതുണ്ട്. 'എന്റെ മിഴികൾക്ക് കാഴ്ച തിരിച്ചു കിട്ടുകയാണെങ്കിൽ ഞാനാദ്യം കാണാൻ ആഗ്രഹിക്കുക, എന്റെ ഗാനങ്ങൾക്ക് മനോഹരനാദം പകർന്ന യേശുദാസിനെ ആയിരിക്കും.' ഇടതൂർന്ന ഇരുട്ടിൽ, പ്രകാശത്തിന്റെ വളരെ ചെറിയ നാളം കടന്നുവരുന്നതുപോലെ നമ്മുടെ ഏകാന്തതയെ അദ്ഭുതകരമായ അനുഭൂതിയാക്കി മാറ്റുവാൻ ഈ സംഗീതത്തിന് ശക്തിയും ഊർജ്ജവും ഇപ്പോഴുമുണ്ടെന്നതാണ് കാലം നമുക്ക് കനിഞ്ഞുനൽകിയ ഏറ്റവും വലിയ സമ്മാനം.

മുഗ്ദ്ധം സ്നിഗ്ദ്ധം

മുഗ്ദ്ധവും സ്നിഗ്ദ്ധവും ആർദ്രവുമായ സഹജശബ്ദത്തിന്റെ മൃദുല വികാരങ്ങളാണ് യേശുദാസിൽ പ്രതിഫലിക്കുന്നത്. കാമുകവികാരത്തിന്റെ ഏറ്റവും അർത്ഥവത്തായ വിനിമയം യേശുദാസിന്റെ ശബ്ദത്തിലൂടെയാണ് നാമറിഞ്ഞത്. 'ഇണക്കിളിക്ക് വേണ്ടിയുള്ള ഈണങ്ങൾ' (ഇനിയെന്റെ ഓമലിനായൊരു ഗീതം എന്ന് ഗായകൻ തന്നെ പാടിയിട്ടുണ്ട്) ഏറ്റവും അധികം പാടിയത് യേശുദാസായിരുന്നു. 'അരികിൽ' എന്നും 'അകലേ' എന്നും 'അപാരതേ' എന്നുമൊക്കെ സ്ഥലരാശിയുടെ ആത്മീയതയെ യേശുദാസ് തന്റെ ശബ്ദവിടർച്ചയിൽ അനുഭവിപ്പിച്ചു. മന്ദ്രസ്ഥായിയുടെ ശാരീരാഖ്യാനങ്ങളെ സമ്മോഹനമായ നാദബ്രഹ്മകലയാക്കി പരിവർത്തിപ്പിക്കുകയായിരുന്നു യേശുദാസ്. താരമന്ദ്രസ്ഥായികളിൽ ഒരു പോലെ അഭിരമിക്കുന്ന ഒരു ശാബ്ദികവൈഭവം യേശുദാസിനെ മറ്റുള്ളവരിൽനിന്ന് മാറ്റിനിർത്തി. 'നീലക്കടമ്പുകളിൽ, ഏഴുസ്വരങ്ങളും, പ്രമദവനം, താരകേ' എന്നിവയിൽ സ്വരസ്ഥായികളുടെ ഉയരങ്ങളും ആഴങ്ങളും തേടാനെളുപ്പമായിരുന്നു. ഉച്ചാരണശുദ്ധിയുടെ ആർജ്ജവമായിരുന്നു യേശുദാസിലെ ആലാപനത്തെ സാന്ദ്രമാക്കിയത്. 'ശ്രാന്തമംബരവും' 'ദേവാങ്കണങ്ങളും' 'പടകാളിയും' ഒരേ ഗാംഭീര്യത്തോടെ പാടിഫലിപ്പിക്കാൻ കഴിഞ്ഞത് ഇതുകൊണ്ടാണ്. വാക്കിന്റെ മനസ് തുറക്കുമ്പോൾ ഉണർന്നു വരുന്ന ലയാത്മകമായ ആലാപനശ്രുതികൾ യേശുദാസെന്ന ഗായകന്റെ ശബ്ദക്രമീകരണത്തിന് അകമ്പടി ചേരുന്നു. ആത്മാലാപനത്തിന്റെ ഭാവമേഖലകളെ ആയിരുന്നു അദ്ദേഹം ശബ്ദത്തിലൂടെ പരിചരിച്ചത്. 'അരികിൽ നീ ഉണ്ടായിരുന്നെങ്കിൽ', 'ഇത്രയും മണമുള്ള കുടമുല്ലപ്പൂവുകൾ', 'മിഴികളിൽ നിറകതിരായി', 'ചൈത്രം ചായം ചാലിച്ചു', 'നിറങ്ങളേ പാടൂ....' ഇങ്ങനെ എത്രയെത്ര ഭാവഗീതികൾ..

ആയിരം പാദസരങ്ങൾ

മലയാളിയുടെ നിത്യഹരിത നായകനായ പ്രേംനസീറിന് വേണ്ടിയായിരുന്നു യേശുദാസ് ഏറെ ഗാനങ്ങൾ ആലപിച്ചത്. 'പാട്ടിന്റെ ഒരു പ്രേംനസീറിയൻ യുഗ'ത്തിന് സാക്ഷ്യം വഹിച്ചവരാണ് നമ്മൾ. കെ.പി. ഉമ്മർ, മധു, സത്യൻ എന്നിവർക്കെല്ലാം അദ്ദേഹത്തിന്റെ ശബ്ദത്തിൽ പാട്ടുകളുണ്ടായി. പിന്നീട് മമ്മൂട്ടി, മോഹൻലാൽ, സുരേഷ് ഗോപി, ജയറാം, ദിലീപ്, കുഞ്ചാക്കോബോബൻ മുതൽ നിവിൻപോളി വരെയുള്ള നടന്മാർക്കെല്ലാം വേണ്ടി അദ്ദേഹം സ്വരം പകർന്നു. ഹാസ്യരംഗങ്ങളിൽപ്പോലും യേശുദാസ് തന്റേതായ ശബ്ദ മുദ്രകൾ പതിപ്പിക്കുകയുണ്ടായി.

യേശുദാസിന്റെ പ്രഭവകാലത്തെ പരിശോധിക്കുകയാണെങ്കിൽ സംഗീതം നമ്മിലെത്താൻ വൈവിധ്യമാർന്ന മാധ്യമങ്ങൾ കുറവായിരുന്നു എന്നറിയാനാവും. റേഡിയോയും റിക്കോർഡ് പ്ലെയറും മാത്രമായിരുന്നു ആകെയുള്ള സംഗീത ഉപാധികൾ. ബാബുരാജ് ഈണമിട്ട "താമസമെന്തേ" എന്ന ഗാനമായിരുന്നു മലയാളിയുടെ ഓർമ്മയിലെ ഗന്ധർവ്വ

നാദമായത്. യേശുദാസ് എന്ന ഗായകന്റെ നിർമ്മിതി യഥാർത്ഥത്തിൽ 1964-65 കാലഘട്ടങ്ങളിലായിരുന്നു. ശാസ്ത്രീയാധിഷ്ഠിതമായ ഗാനങ്ങൾ (ദക്ഷിണാമൂർത്തി) യേശുദാസിന്റെ ശബ്ദത്തിലെ അക്കാദമിക് ഗാംഭീര്യത്തെ വെളിപ്പെടുത്തുന്നതായിരുന്നു. 1969-ൽ 'ആയിരം പാദസരങ്ങൾ' (ദേവരാജൻ) എന്ന ഗാനം വന്നതോടെ യേശുദാസിന്റെ ശബ്ദം കൂടുതൽ കേൾക്കുവാൻ മലയാളികൾ ആഗ്രഹിച്ചു. പാട്ടിന്റെ ജനാധിപത്യത്തെ മഹത്ത്വവത്കരിക്കുന്ന ഒരു യേശുദാസ് യുഗം പിറക്കുകയായിരുന്നു. പ്രവാസജീവിതത്തിന്റെ കണ്ണീരും സ്വപ്നങ്ങളും ഏറ്റുവാങ്ങിയ എത്രയെത്ര ഗാനങ്ങളാണ് യേശുദാസിന്റെ കണ്ഠത്തിൽനിന്നും പിറന്നത്.

യേശുദാസിന്റെ ശബ്ദത്തെ സൗണ്ട് എഞ്ചിനീയറുടെ സൗഭാഗ്യം എന്ന് വിശേഷിപ്പിക്കാറുണ്ട്. അദ്ദേഹത്തിന്റെ ശബ്ദലേഖകരായ ഭൻസാലി, റോബിൻ ചാറ്റർജി, രേവതികണ്ണൻ, ഇ.ഐ. ജീവ, കോടീശ്വരറാവു, സമ്പത്ത്, സഞ്ജയ് മുഖർജി, ദേവദാസ്, ശേഷാദ്രി, സ്വാമിനാഥൻ, കൗശിക്, കരുണാകരൻ...ഇവരെല്ലാം സമ്മതിച്ചിട്ടുള്ള കാര്യം ഒന്നായിരുന്നു. "ഏതു സ്ഥായിയിലും അനായാസം പാടാൻ കഴിയുന്നു എന്നതായിരുന്നു മറ്റുള്ള ഗായകരിൽനിന്നും യേശുദാസിനെ മാറ്റിനിർത്തുന്ന ഘടകം."

തമിഴകം വിളിക്കുന്നു

യേശുദാസിന്റെ സ്വരസാന്നിധ്യം കാലദേശാതിർത്തികളെ മുഴുവൻ മറികടക്കുന്ന വ്യവസ്ഥയായിരുന്നു. മലയാള ചലച്ചിത്ര സംഗീതത്തിൽ എത്തി അധികം താമസിയാതെ തന്നെ ഇതരഭാഷകളിലേക്ക് അദ്ദേഹത്തിന്റെ ഗാനവീചികൾ പ്രസരിക്കുകയുണ്ടായി. എസ്. ബാലചന്ദറിന്റെ 'ബൊമ്മ'യിലെ പാട്ടുകൾ പാടിയാണ് യേശുദാസ് തമിഴിൽ എത്തിയത്. (1964). പശ്ചാത്തലസംഗീത ഉപകരണങ്ങൾ അധികമൊന്നും ഉപയോഗിക്കാതെ പാടിയ 'നീയും ബൊമ്മ' എന്ന ഗാനം തമിഴകം കൊണ്ടുനടന്ന അക്കാലത്തെ പാട്ടുകളിലൊന്നാണ്. എന്നാൽ 'കാതലിക്ക നേരമില്ലെ' എന്ന സിനിമയിലെ എം.എസ്.വി രാമമൂർത്തി ടീമിന്റെ 'എന്നൈ പാർവൈ' എന്ന ഗാനം സുശീലയുടെ കൂടെ പാടിയതോടെ യേശുദാസ് എന്ന ഗായകനെ തമിഴ് നാട്ടുകാർ അംഗീകരിക്കുകയായിരുന്നു. 1975-ൽ എം.എസ്.വി. 'മലരേ കുറിഞ്ചിമലരേ'(ശിവ)യിൽ യേശുദാസിന്റെ ശബ്ദം ഉപയോഗിച്ചതിൽപ്പിന്നെ അത് തമിഴ് ജനതയുടെ സ്വരംകൂടിയായി മാറി. പിന്നീട് എം.എസ്.വി. യേശുദാസ് ടീമിന്റേതായി വന്ന 'വീണൈ മീട്ടും അതുപേശും', 'നീലമലർകളിലെ' എന്നീ ഗാനങ്ങൾ തമിഴകത്ത് ചുവടുറപ്പിച്ചു. നാടകീയത മുറ്റി നിൽക്കുന്ന ഗാനങ്ങളായിരുന്നു അവയെല്ലാം.

എം.എസ്.വിയുടെ പുഷ്കലകാലത്തിന് ശേഷം ഇളയരാജയുടെ ഹിറ്റുകളാണ് യേശുദാസിന് തമിഴ്നാട്ടിൽ മറ്റെങ്ങുമില്ലാത്ത പേരും പെരുമയും നൽകിയത്. 'എൻ ഇളയനിലാവേ', 'കണ്ണൈ കലൈമാനേ', 'പൂമാലൈ വാങ്കിവന്താൻ', 'അമ്മാവൈ വണങ്കാത'....ഇങ്ങനെ നൂറുകണക്കിന് ഗാനങ്ങളിലൂടെ മെലഡിയുടെ രാജയുഗത്തിന് തമിഴകം സാക്ഷ്യം വഹിച്ചു.

'സിന്ധുഭൈരവി' എന്ന സിനിമയിൽ യേശുദാസിന്റെ ക്ലാസ്സിക്കൽ ഗാനാവതരണമുണ്ടാക്കിയ അനുരണനങ്ങൾ കുറേക്കാലത്തേക്ക് മാഞ്ഞതേയില്ല. 'തണ്ണിതൊട്ടി തേടിവന്ത' എന്ന ഇളയരാജ ഗാനം യേശുദാസിന്റെ ഫോക് ആലാപന സ്പർശത്തിന് മതിയായ തെളിവായിരുന്നു. 'പഴമുതിർ ചോലയിൽ', 'പൊട്ടുവയ്ത്ത ഒരു വട്ടനില', 'അൻപേ വാ അരുകിലേ'....... തുടങ്ങി എത്രയോ മധുരതരമായ പാട്ടുകളുടെ വർഷം തന്നെ രാജ-യേശുദാസ് കൂട്ടുകെട്ടിലുണ്ടായി. ഏ.ആർ. റഹ്മാൻ, രാജ്കുമാർ, ഗംഗൈഅമരൻ, ദേവ, ശങ്കർഗണേഷ്, വിദ്യാസാഗർ, എസ്.പി. വെങ്കിടേഷ് തുടങ്ങി വ്യത്യസ്ത തലമുറകളുടെ ആയിരത്തിലേറെ ഗാനങ്ങൾ തമിഴിൽ അദ്ദേഹത്തിന്റെ സംഭാവനകളായി പരിഗണിക്കപ്പെടുന്നുണ്ട്. തമിഴിൽ മികച്ച പിന്നണിഗായകനുള്ള പുരസ്കാരങ്ങൾ യേശുദാസിനെ തേടിവന്നു. 1978-ൽ 'അന്തമാൻ കാതലി' എന്ന സിനിമയിൽ (വാണിജയറാമിനോടൊപ്പം നിനൈവാലേ അന്തമാനേ), മധുരൈയ മീട്ട സുന്ദരപാണ്ഡ്യൻ, എന്നീ ഗാനങ്ങൾക്കായിരുന്നു പുരസ്കാരങ്ങൾ. 1981-ൽ 'മൂൻട്രാംപിറൈ'യിലെ 'കണ്ണേകലൈമാനി'നായിരുന്നു പിന്നീടുള്ള സർക്കാർ ബഹുമതി. 1989-ൽ 'വാനം അരികിലൊരു വാനം' (ന്യായതരശ്) എന്ന ശോകഗാനത്തിനായിരുന്നു പുരസ്കാരം. 'മന്നനിലെ' 'അമ്മാ എൻട്രൈയ്ക്കാത' എന്ന ഗാനത്തിന്റെ ആലാപനത്തിന് അദ്ദേഹത്തെ സംസ്ഥാനസർക്കാർ ആദരിച്ചു. തമിഴ്നാടിന്റെ 'കലൈമാമണി' പുരസ്കാരമാണ് മറ്റൊന്ന്.

രവീന്ദ്രജെയിൻ തരംഗം

ഹിന്ദി ചലച്ചിത്ര സംഗീതത്തിലെ മുടിചൂടാമന്നൻമാരായിരുന്ന റാഫി, കിഷോർ, മുകേഷ്, മന്നാഡെ തുടങ്ങിയവർ അരങ്ങുവാഴുന്ന കാലത്താണ് യേശുദാസ് അവിടെ പാടാനെത്തുന്നത്. "ചിത്ചോറി"ലെ ഗാനങ്ങൾക്ക് അദ്ദേഹത്തിന് ദേശീയ പുരസ്കാരം ലഭിക്കുകയുണ്ടായി. 1972-ൽ പുറത്തുവന്ന 'ആനന്ദമഹൽ' എന്ന സിനിമയിലെ ഗാനങ്ങളിലൂടെയാണ് യേശുദാസ് ഹിന്ദിയിൽ തന്റെ സ്വരസാന്നിധ്യം ഉറപ്പിക്കുന്നത്. സലിൽചൗധരിയുടെ ഈണത്തിൽ അദ്ദേഹം പാടിയ അഞ്ചുഗാനങ്ങൾ ഈ സിനിമയിലെ ദീപസ്തംഭങ്ങളായിരുന്നു. 'നിസഗമപനി' എന്ന സലിൽദഗാനം യേശുദാസിന്റെ ശബ്ദമികവിൽ ലോകപ്രശസ്തിനേടി. ഈ സിനിമയിലെ ശ്ലോകഗീതികൾ ആ സ്വരസംഗീതത്തിൽ വിശുദ്ധമായി. 1976-ൽ 'ചിത്ചോർ' എന്ന സിനിമ രവീന്ദ്രജെയിനിന്റെ സംഗീതജീവിതത്തിലെ നാഴികക്കല്ലായിരുന്നു. 'ഗോരി തേരാ ഗാവ് ബഡാ പ്യാരാ' എന്ന ഗാനം മികച്ചഗായകനുള്ള ദേശീയപുരസ്കാരത്തിന് അദ്ദേഹത്തെ അർഹനാക്കി. 'ജബ്ദീപ് ജലേ ആനാ', 'തുജോ മേരേ സുറ്'എന്നീ ഗാനങ്ങളും വൻപ്രചാരം നേടുകയുണ്ടായി. എഴുപതുകളിലും എൺപതുകളിലും യേശുദാസിന് ഹിന്ദിയിൽ അതീവജനപ്രിയത ലഭിക്കുവാൻ രവീന്ദ്രജെയിൻ എന്ന സംഗീതജ്ഞന്റെ അനുഗ്രഹവും കാരണമായി. 'ഇന്ത്യയുടെ ശബ്ദം' എന്ന് ജെയിൻ യേശുദാസിനെ വിശേഷിപ്പിച്ചതിൽ അതിശയോക്തിയുമില്ല. 'നയ്യാ' എന്ന സിനിമയിലെ രവീന്ദ്രജെയിൻ-യേശുദാസ് സംഗമത്തിൽ

പിറന്ന 'ഓ ഗോരിയാരേ' എന്ന പ്രണയഗാനത്തിന് വലിയൊരു ആരാധകവൃന്ദം തന്നെയുണ്ടായി. 'ആയാഷ്' എന്ന സിനിമയിലെ യേശുദാസ് പാടിയ 'ബീത്തിഹുയി' എന്ന സൂപ്പർഹിറ്റ് ഗാനം രവീന്ദ്രജെയിനിന്റെ സംഭാവനയായിരുന്നു. 1979ൽ 'സുനയ്നാ' എന്ന ചിത്രത്തിന് വേണ്ടി അതേ വരിയിൽ തുടങ്ങുന്ന ഗാനം ഈ സംഗമത്തിലെ അപൂർവ്വരത്നമായി ഇന്നും തിളങ്ങുന്നു. ഉഷാഖന്നയുടെ സംഗീതത്തിൽ യേശുദാസ് ആലപിച്ച 'ദിൽകേ ടുക്ഡേ' (ദാദാ എന്ന ചിത്രം) എന്ന ഗാനം അതിന്റെ പുതുമകൾ കൊണ്ട് ഏറെ ശ്രദ്ധേയമായി. 1980-ൽ റിലീസായ 'അഭിമാൻ' എന്ന ചിത്രത്തിലെ 'ആയേമേരേ ഉദാസ്മൻ' എന്ന ജെയിൻ-ദാസ് ഗാനം ആലാപന വശ്യതയും ലയാത്മകതയും കൂടിചേർന്നു സംഗീതത്തിന് പുതിയ സൗന്ദര്യം എഴുതിച്ചേർത്തു.

'താൻസനിലെ' 'ഷഡ്ജനേപായാ' എന്ന രാഗമാലികയായിരുന്നു യേശുദാസിന് ഹിന്ദിയിൽ ലഭിച്ച ഏറ്റവും മികച്ച ഉപഹാരം. അസാവരി, ബഹാർ, കാഫി, ഭൈരവ്, യമൻകല്യാൺ, ബിലാവൽ എന്നീ ഹിന്ദുസ്ഥാനി രാഗങ്ങളുടെ സവിശേഷതകളെ ആണ് പതിമൂന്ന് മിനിട്ടുള്ള ഈ ഗാനം ചിട്ടപ്പെടുത്തുവാൻ രവീന്ദ്രജെയിൻ ഉപയോഗിച്ചിട്ടുള്ളത്. പണ്ഡിറ്റ് ശിവകുമാർ ശർമ്മയും ഹരിപ്രസാദ് ചൗരസ്യയും വീണാപാർത്ഥസാരഥിയും ശബ്ദലേഖകൻ റോബിൻ ചാറ്റർജിയുമെല്ലാം കൂടിച്ചേർത്തൊരുക്കിയ സംഗീതവിസ്മയമായിരുന്നു അത്. 1978-ൽ 'സാജൻ വിനാസുഹഗൻ' എന്ന ചിത്രത്തിലെ 'മധുബൻ ഖുശ്ബു' എന്ന യേശുദാസ് ഗാനത്തിന് ഉഷാഖന്നയുടേതായിരുന്നു സംഗീതം. 1977-ൽ 'ആലാപ്' എന്ന ചിത്രത്തിൽ ജയ്ദേവ് ചിട്ടപ്പെടുത്തിയ വരികൾ പാടിയതാണ് യേശുദാസിന്റെ സംഗീതജീവിതത്തിലെ മറ്റൊരേട്. 'ചാന്ദ്അഗേലാ', 'കോയിഗാതാമേസോ ജാതാ' എന്നിങ്ങനെയുള്ള ഗീതികൾ ഈ കൂട്ടുകെട്ടിലെ മികച്ചവയാണ്. 'കോയിഗാതാ' ഹരിവംശറായ് ബച്ചനെഴുതിയ കവിതയായിരുന്നു. 1979-ൽ രാജ്കമലിന്റെ 'ചാന്ദ് ജൈസേ മുഖ്ഡേ' എന്ന ഗാനം വമ്പൻ ഹിറ്റായി മാറിയതോടെ യേശുദാസിന്റെ ജനപ്രീതി ഉന്നതിയിലെത്തി. 1977-ൽ 'സ്വാമി' എന്ന സിനിമയ്ക്കുവേണ്ടി അദ്ദേഹം ആലപിച്ച 'ക്യാകരും സജിനി' എന്ന ഗാനം (വലിയ ഹിന്ദുസ്ഥാനി പണ്ഡിറ്റുകൾ പാടി അനശ്വരമാക്കിയ തുമ്രി) യേശുദാസിന്റെ ശാസ്ത്രീയജ്ഞാനത്തിന് മാറ്റുരയ്ക്കാൻ കഴിയുന്ന ഒന്നായി മാറുകയായിരുന്നു. രാജേഷ് റോഷനായിരുന്നു സംഗീതസംവിധായകൻ. രാത്രിയുടെ അലൗകിക ഭംഗികൾ പാട്ടിന്റെ പശ്ചാത്തലത്തെ ആഴത്തിൽ ധ്വനിപ്പിക്കുകയുണ്ടായി.

'ബാപ്പിലാഹിരിയുടെ ശ്യാംരംഗ് രംഗാരേ' 'ധീരേ ധീരേ സുബഹ്', 'മാനോ ഹോതും' എന്നീ ഗാനങ്ങൾ യേശുദാസിന്റെ ശബ്ദരേഞ്ചിനെ അത്രയ്ക്കും അടയാളപ്പെടുത്തിയിരുന്നു. ഖയ്യാമിന്റെ ഈണത്തിൽ പുറത്തുവന്ന 'തൃശ്ശൂരിലെ' ഗാനങ്ങൾ അദ്ദേഹത്തിന് വലിയ പിന്തുണ നേടിക്കൊടുത്തു. ലക്ഷ്മീകാന്ത് പ്യാരേലാൽ, ആർ.ഡി. ബർമ്മൻ, നൗഷാദ്,

കല്യാൺ ജി ആനന്ദ്ജി എന്നിങ്ങനെ നിരവധി സംഗീതസംവിധായകരുടെ ഗാനങ്ങൾ യേശുദാസ് ഹിന്ദിയിൽ പാടിയിട്ടുണ്ട്. ലതാമങ്കേഷ്കർ, ആശാ ഭോൺസ്ലേ, ഹേമലത, വാണിജയറാം, മാധുരി, അനുരാധാപട്വാൾ തുടങ്ങിയവർക്കൊപ്പം ശബ്ദം പങ്കിടുകയുണ്ടായി. 1998-ൽ ദൗഡ് എന്ന ചിത്രത്തിൽ ഏ.ആർ റഹ്മാന്റെ ഗാനം പാടിയശേഷം 2006-ൽ ഇളയരാജയുടെ പാട്ട് പാടാൻ വീണ്ടും യേശുദാസ് ഹിന്ദിയിലെത്തി. തെലുങ്കിലും കന്നഡയിലും ശ്രദ്ധേയമായ ഗാനങ്ങൾ അദ്ദേഹത്തിന്റേതായി പുറത്തുവന്നു. രമേശ് നായിഡുവിന്റെ സംഗീതസംവിധാനത്തിൽ 'മേഘസന്ദേശ'ത്തിലെ ഗാനങ്ങൾ പാടിയതാണ് ഇതിൽ പ്രധാനം. 'ആകാശദാസന ആഷാഢമാസാന' എന്ന ഗാനം ഏറെ പ്രശസ്തമായിരുന്നു. കന്നഡത്തിൽ അനവധി പാട്ടുകൾ പാടിയ അദ്ദേഹത്തിന് പലതവണ മികച്ച ഗായകനുള്ള സംസ്ഥാന പുരസ്കാരം ലഭിച്ചിട്ടുണ്ട്. ഹംസലേഖ, രാജ്കുമാർ, ഉപേന്ദ്രകുമാർ, ഗുരുകിരൺ തുടങ്ങി പല പ്രമുഖ സംഗീത സംവിധായകരുടെയും പാട്ടുകൾ പാടിയിട്ടുണ്ട്. 1964-ൽ 'ചന്ദനവല്ലിയതൊട്ടാ' എന്ന ചിത്രത്തിലാണ് യേശുദാസിന്റെ ആദ്യകന്നഡ ഗാനം പുറത്തുവന്നത്. 2014 വരെ ഏതാണ്ട് ഇരുനൂറ്റിയമ്പതിൽ അധികം ഗാനങ്ങൾ അദ്ദേഹം കന്നഡയിൽ പാടി. 1990-ൽ പുറത്തുവന്ന "ശ്രുതി"യാണ് കന്നഡത്തിൽ യേശുദാസിന് ലഭിച്ച മറ്റൊരു സംഗീതചിത്രം. എസ്.എ. രാജ്കുമാർ ഈണമിട്ട രണ്ട് പാട്ടുകളായിരുന്നു യേശുദാസിന് ഈ സിനിമയിലുണ്ടായിരുന്നത്. 'ശ്രീ ദുർഗ്ഗപൂജ' എന്ന ചിത്രത്തിൽ കുന്നക്കുടി വൈദ്യനാഥന്റെ സംഗീതത്തിൽ അദ്ദേഹം പാടിയിരുന്നു.

ബംഗാളിയിലും യേശുദാസിന്റെ ശബ്ദം സാന്നിധ്യമറിയിച്ചു. സലിൽ ദാ, രവീന്ദ്രജെയിൻ എന്നിവരാണ് ഗന്ധർവ്വ ശബ്ദത്തെ ബംഗാളികൾക്ക് പരിചയപ്പെടുത്തുന്നത്. 'നാം ഷൊകുന്തളാതാർ' എന്ന യുഗ്മ ഗാനം ആണ് (സലിൽദാ) ഇതിലേറ്റവും പ്രമുഖം. 'ദേബികാ' എന്ന സിനിമയിലെ 'ആർ ബുജിതേ' എന്ന ഗാനവും സലിൽദായുടെ ഈണത്തിൽ അദ്ദേഹം പാടിയതാണ്. 1995-ൽ സലിൽദായുടെ ഏറ്റവും അവസാന ചിത്രമായ 'സ്വാമി വിവേകാനന്ദ'യിലെ 'നഹിസൂറ്ജോ' എന്ന ഗാനം യേശുദാസിന്റെ സ്വരമാധുരിയിൽ സ്നിഗ്ദ്ധമായി. ഒറിയയിലും മറാഠിയിലും ഗുജറാത്തിയിലും എല്ലാം അദ്ദേഹം സ്വരം പകർന്നഗാനങ്ങൾ പുറത്തുവന്നു. അറബിക്, ഇംഗ്ലീഷ്, സ്പാനിഷ്, ലാറ്റിൻ തുടങ്ങിയ ഭാഷകളിലും യേശുദാസിന്റെ ആലാപനമാധുര്യം നിറഞ്ഞു നിൽക്കുന്നു. ഭാഷദേശാതീതമായ ഒരാലാപനത്തിന്റെ അതിവിശിഷ്ടമായ മേഖലകളിലേക്കായിരുന്നു അദ്ദേഹം നമ്മെ കൊണ്ടുപോകുന്നത്.

മലയാളഗാനങ്ങളുടെ കൂട്ടത്തിൽ വ്യത്യസ്തതയാർന്ന ഭാവപ്രകാശമായിരുന്നു യേശുദാസിലെ ഗായകൻ നിർവഹിച്ചത്. സന്ന്യാസിനി, ആയിരം പാദസരങ്ങൾ, പാരിജാതം, ഹൃദയത്തിൻ രോമാഞ്ചം എന്നിവയെല്ലാം ഇങ്ങനെ പാട്ടിന്റെ വ്യത്യസ്തഭാവസ്ഥലികളെ അനുരാഗപൂർവ്വം അടയാളപ്പെടുത്തുകയായിരുന്നു. 'പഞ്ചവർണ്ണത്തത്ത'എന്ന ഖവാലിയും 'ശരണ

മയ്യപ്പാ'എന്ന അയ്യപ്പഗാനവും 'നിത്യവിശുദ്ധയാം കന്യാമറിയമേ' എന്ന ക്രൈസ്തവ ഗീതിയും 'റംസാൻ നിലാവൊത്ത പെണ്ണല്ലേ' എന്ന മുസ്ലീം ഗാനവും 'രാമകഥാഗാനലയം' എന്ന ശാസ്ത്രീയ സംഗീതഗാനവും യേശുദാസിന്റെ ആലാപനഗാംഭീര്യത്തിന്റെ റേഞ്ച് കാണിച്ചുതരികയായിരുന്നു.

സംഗീതസംവിധായകന്റെ റോളിൽ തിളങ്ങിയ ഒരു കാലം കൂടിയുണ്ട് മലയാള സംഗീത ചരിത്രത്തിൽ യേശുദാസിന്. ആറോളം സിനിമകളിലെ ഗാനങ്ങളിൽ സ്വന്തം സംഗീതസങ്കല്പത്തെ അദ്ദേഹം അതിവിദഗ്ദ്ധമായി സമന്വയിപ്പിക്കുകയുണ്ടായി. 'സ്വപ്നഗന്ധി' (അഴകുള്ള സലീന)യും 'ആശ്ചര്യചൂഢാമണി'യും (തീക്കനൽ) എല്ലാം ഈ സംഗീതച്ചരടിലെ അനർഘമുത്തുമണികളാണ്. നാഗനന്ദിനിയുടെ അനശ്വരരാഗവിടർച്ചകളായിരുന്നു ആശ്ചര്യചൂഢാമണിയിൽ. 'താറാവ്' എന്ന സിനിമയിലെ 'തക്കിടമുണ്ടൻ താറാവേ'എന്ന അന്നത്തെ അടിപൊളിഗാനവും യേശുദാസിന്റെ സംഗീതസംവിധാനത്തിൽ വന്നതാണെന്നതും ആശ്ചര്യമാണ്. യേശുദാസിലെ പിന്നണിഗായകനെയായിരുന്നു എക്കാലവും സംഗീതലോകവും കാത്തിരുന്നത്. അദ്ദേഹം മെരുക്കിയെടുത്ത ശാസ്ത്രീയസംഗീതത്തിന്റെ ലാളിത്യവും ശാലീനതയുമെല്ലാം എത്രയോ മലയാള ഗാനങ്ങളിൽ നിറഞ്ഞുകിടന്നു. ശാസ്ത്രീയസംഗീതത്തിന്റെ കടുപ്പം കളഞ്ഞ ഏറ്റവും ലളിതമായ ആവിഷ്കരണങ്ങളുള്ള ജനങ്ങൾ ഹൃദയത്തിലേറ്റിയതും യേശുദാസിന്റെ നേട്ടമായിരുന്നു. കീർത്തനങ്ങളുടെ തനതായ ശാസ്ത്രീയതയും രാഗാധിഷ്ഠിതഘടനയുമെല്ലാം ചലച്ചിത്ര ഗാനങ്ങളിൽ അതുപോലെ Place ചെയ്തപ്പോഴും അതിനെപാടി ലളിതമാക്കി അവയെയെല്ലാം ശ്രോതാവിനോട് ഇണക്കം വരുത്താനും യേശുദാസിന് കഴിഞ്ഞുവെന്നതാണ് അദ്ദേഹം കാലത്തിന് നൽകിയ വലിയ സംഭാവനകളിൽ മറ്റൊന്ന്. പത്മശ്രീയടക്കം ആറ് ദേശീയ അവാർഡുകൾ, അനേകം സംസ്ഥാന അവാർഡുകൾ, പത്മവിഭൂഷണും.

കർണ്ണാടകസംഗീതവും കച്ചേരിയും

മഹാരഥന്മാരായ ഗായകർ കൂട്ടത്തോടെ താമസിക്കുകയും വന്നുപോവുകയും ചെയ്യുന്ന ചെന്നൈ എന്ന മഹാനഗരത്തിൽ ഇന്നും ഏറ്റവും കൂടുതൽ തിരക്ക് യേശുദാസിന്റെ കച്ചേരിക്ക് തന്നെ. ഡിസംബറിലെ മാർകഴി മ്യൂസിക് ഫെസ്റ്റിവൽ കാലത്ത് ദിവസങ്ങൾക്കു മുമ്പേ എല്ലാ ടിക്കറ്റും വിറ്റു പോകുന്നത് അദ്ദേഹത്തിന്റെ കച്ചേരിക്ക് മാത്രമാണ്. ആർ.എൽ.വി. കോളേജിൽ നിന്ന് ഗാനഭൂഷണം പാസ്സായി ഇറങ്ങിയ കാലം മുതൽ യേശുദാസ് കച്ചേരികൾ ചെയ്തു തുടങ്ങി. യേശുദാസിന്റെ ഒരു കച്ചേരിക്ക് തന്റെ ജീവിതത്തിലെ കണ്ടിട്ടുള്ള ഏറ്റവും വലിയ ജനക്കൂട്ടം ഹൈദ്രാബാദിലായിരുന്നുവെന്ന് യേശുദാസിനുവേണ്ടി കഴിഞ്ഞ ഇരുപത്തിയഞ്ച് വർഷമായി വയലിൻ വായിക്കുന്ന മഹാദേവശർമ്മ പറയുന്നു. സഭാകച്ചേരികളിൽ അദ്ദേഹം പുതിയ പുതിയ രാഗങ്ങളായിരിക്കും അവതരിപ്പിക്കുക.

ഡോ. എം.ഡി. മനോജ്

തരംഗിണിയുടെ സംഭാവനകൾ

തിരുവനന്തപുരത്ത് വെള്ളയമ്പലം ആസ്ഥാനമാക്കി യേശുദാസ് സ്ഥാപിച്ച തരംഗിണിയായിരുന്നു എൺപതുകൾ തൊട്ടിങ്ങോട്ട് ചലച്ചിത്രേതര ഗാനങ്ങൾ നമുക്ക് സമ്മാനിച്ചത്. ഉത്സവഗാനങ്ങൾ, പൊന്നോണതരംഗിണി, ശ്രാവണസംഗീതം, ആവണിപ്പുലരി, ആവണിപ്പൂക്കുട, തിരുവോണക്കൈനീട്ടം, വസന്തഗീതങ്ങൾ, ആർദ്രഗീതങ്ങൾ, ഭാവഗീതങ്ങൾ, ഋതുഗീതങ്ങൾ, ഗ്രാമീണഗാനങ്ങൾ, മധുരഗീതങ്ങൾ എന്നിവ അതാതിന്റെ ശൈലിയിൽ മികവുറ്റവയായിരുന്നു. ഇതുകൂടാതെ അയ്യപ്പഭക്തിഗാനങ്ങൾ, ക്രിസ്തീയ, മുസ്ലീം ഭക്തിഗാനങ്ങൾ എന്നിവയും തരംഗിണിയിൽനിന്നും പുറത്തിറങ്ങിയവയാണ്.

കേരളീയതയെ പ്രതിനിധീകരിച്ച ഗായകനായി യേശുദാസിനെ കാണാവുന്നതാണ്. ആധുനിക കേരളത്തിന്റെ സ്വരസഞ്ചാരങ്ങൾ അടയാളപ്പെട്ടത് യേശുദാസിന്റെ ഗാനങ്ങളിലൂടെയാണ്. ദേശീയമായ ജനപ്രിയത്വം തന്നെ യേശുദാസിനുണ്ടായി. അതേസമയം തികച്ചും സ്വകാര്യമായ ഒരനുഭൂതി ലോകത്തിന്റെ അടരുകളെയും അവ അഭിസംബോധന ചെയ്യുകയുണ്ടായി. ജാതിഭേദങ്ങൾക്കും ദേശഭേദങ്ങൾക്കുമപ്പുറം നിലനിൽക്കുന്ന ചലച്ചിത്ര സംഗീതത്തിന്റെ സമസ്തമൊഴിയഴകുകളും യേശുദാസിലുണ്ട്. ചലച്ചിത്ര സംഗീതത്തിന്റെ രാഗാത്മസ്വഭാവത്തെ അതിന്റേതായ അനുഭൂതി മണ്ഡലത്തിൽ സാംസ്കാരികമായി നിലനിറുത്തിയതിൽ യേശുദാസിന് വലിയ പങ്കുണ്ട്. ഒരേസമയം പാട്ടിന്റെ സാമൂഹികതയിലും സ്വകാര്യതയിലും ഇണക്കത്തോടെ നിൽക്കാൻ കെൽപ്പുള്ള ആഭ്യന്തരമായ ഒരാലാപനശേഷി യേശുദാസിലുണ്ടായിരുന്നു.

കോഴിക്കോട് അബ്ദുൾഖാദർ, മന്നാഡെ, എ.എം. രാജ, മെഹബൂബ്, സി.ഒ. ആന്റോ, കമുകറ, പി.ബി. ശ്രീനിവാസ്, കെ.പി. ഉദയഭാനു തുടങ്ങിയ അക്കാലത്തെ ഗായകരാരും യേശുദാസിന്റെ ആലാപനത്തിലുൾച്ചേർന്നിട്ടുള്ള അമൂർത്തമായ സാർവ്വത്രികത തങ്ങളുടെ ആലാപനത്തിന്റെ ആധാരശ്രുതിയാക്കിയവരായിരുന്നില്ല. “യേശുദാസാകട്ടെ വ്യത്യസ്തമായ അളവിലും അനുപാതത്തിലുമുള്ള സ്വരസംസ്കാര അസംസ്കൃതത്വം പൂർണമായി തേച്ചുരച്ചുകളഞ്ഞ ശബ്ദപ്രപഞ്ചത്തിന്റെ പ്രതിനിധിയാണ്” (സുനിൽ പി. ഇളയിടം-കാലമേ നിനക്കഭിനന്ദനം. മലയാള സിനിമ-കാമന, ശരീരം, ദേശം - Page-35) എന്ന പ്രസ്താവന ഇതിനോട് ചേർത്തുവായിക്കാവുന്നതാണ്. നാടോടി ഗാനം മുതൽ ഭഗവദ്ഗീതവരെയും വഴങ്ങുന്ന ആലാപനപദ്ധതിയിലായിരുന്നു ആ സ്വരസംസ്കാരം നിലനിന്നത്. അനുഭൂതിമേഖലയിലെ സാമൂഹികതയെ അസാധ്യമാക്കിത്തീർക്കുംവിധം വിവിധ സാമൂഹികവിഭാഗങ്ങളുമായി ഒരേസമയം സംവദിക്കാനാകുന്ന സംഗീതാനുഭവത്തെ യേശുദാസ് പ്രതിനിധാനം ചെയ്യുകയുണ്ടായി. അമൂർത്തവും അപൂർവ്വവുമായ രൂപഭദ്രതയിൽ ആലപിക്കപ്പെടുന്ന ഗാനങ്ങളായിരുന്നു അവ. വ്യത്യസ്തഭാവലോകങ്ങളുടെ പ്രകാശനങ്ങളായി ആ ഗാനങ്ങൾ മാറുകയുണ്ടായി. എല്ലാ മാനുഷികഭാവങ്ങളെയും കൂട്ടിയിണക്കുന്ന മുഗ്ദ്ധസ്വരത്തെ ആലാപനത്തിന്റെ ആധാരശ്രുതിയാക്കി മാറ്റുകയായിരുന്നു യേശുദാസ്. ■

ജയചന്ദ്രസംഗീതം
ഭാവാലാപനത്തിന്റെ ലയഭംഗികൾ

ചേന്ദമംഗലത്തുകാരൻ വർഗീസ് ചേട്ടന് മലയാളസിനിമാസംഗീതവുമായി എന്ത് ബന്ധമെന്ന് ആരെങ്കിലും ചോദിച്ചാൽ ഉത്തരം പറയാൻ അവിടുത്തുകാരിൽ പഴയ തലമുറക്കാർക്ക് പോലും സാധിക്കണമെന്നില്ല. എട്ടാമത്തെ വയസ്സിൽ തന്റെ ചുമലിൽ ഇരുത്തി പള്ളിയിലെ ഭക്തിഗാനങ്ങൾ പാടാൻ താൻ കൊണ്ടുപോയ പാലിയത്ത് കുട്ടൻ മലയാളത്തിന്റെ പ്രിയഗായകനാകുമെന്നും വർഗീസ്ചേട്ടൻ കരുതിയിരിക്കില്ല. മൃദംഗത്തിലൂടെ തുടങ്ങിയ സംഗീത ജീവിതത്തിൽ നിന്ന് വേറിട്ടൊരു സ്വരപ്രസാദം കാലത്തിന് നൽകിയ ഗായകൻ പി. ജയചന്ദ്രന്റെ ഓർമകളിൽ വർഗീസ് ചേട്ടന്റെ സ്നേഹസ്മൃതികൾ നക്ഷത്രങ്ങളെപ്പോലെ തിളങ്ങി നിൽക്കുന്നു.

'ജീവിതനൗക' എന്ന സിനിമയിലൂടെയാണ് ജയചന്ദ്രൻ ആദ്യമായി പാട്ടിനിത്രയും മാറ്റുണ്ടെന്നറിയുന്നത്. ആദ്യമായി കണ്ട സിനിമയും ഇതു തന്നെ. ഇരിഞ്ഞാലക്കുടയിലേക്ക് താമസം മാറിയ ശേഷമാണ് എം.ജി. ആറിന്റെയും ശിവാജി ഗണേശന്റെയും തമിഴ് സിനിമകൾ കാണുന്നത്. പാട്ടുകൾ കേൾക്കാൻ മാത്രം 'നീലക്കുയിൽ' പത്തിലേറെ തവണ കണ്ടതും അദ്ദേഹം മറക്കുന്നില്ല. തമിഴിലെ 'കല്യാണപ്പരിശ്', 'കർപ്പൂഗം' തുടങ്ങിയ സിനിമകൾ പാട്ടിന്റെ ലോകത്തേക്കുള്ള ആദ്യപടിയായിരുന്നു. മുഹമ്മദ് റാഫി, മന്നാഡെ, ലതാമങ്കേഷ്കർ എന്നിവരുടെ പാട്ടുകളുമായി വരുന്ന ഗീത്മാല കേൾക്കാനും അക്കാലത്തൊരു കൗതുകമായിരുന്നു. ഹിന്ദിയിലെ മഹാഗായകരോടുള്ള അതിരു കടന്ന ആരാധനയും ഇക്കാലത്തു തുടങ്ങിയതാണ്.

ഗൃഹാതുരം

സംഗീതം ജയചന്ദ്രന്റെ രക്തത്തിൽ അലിഞ്ഞിട്ടുള്ളതാണ്. 1944 മാർച്ച് മൂന്നിനായിരുന്നു ജനനം. കുട്ടിക്കാലത്തെ സംഗീതാഭിമുഖ്യത്തെക്കുറിച്ച് അദ്ദേഹത്തിന്റെ വാക്കുകൾ. 'അച്ഛൻ തൃപ്പൂണിത്തുറ രവിവർമ്മ കൊച്ചനിയൻ സംഗീതത്തിൽ നല്ല അഭിരുചിയുള്ളയാളായിരുന്നു. അമ്മ സുഭദ്രക്കൊച്ചമ്മയാണ് എന്നെ മൃദംഗത്തിന്റെ സംഗീത ലോകത്തിലേക്ക് നയിക്കുന്നത്. വളരെ ചെറുപ്പത്തിൽത്തന്നെ മൃദംഗത്തിന്റെ തരംഗപ്രയാണത്തിലേക്ക് ഞാൻ എന്നെത്തന്നെ നിക്ഷേപിക്കുകയായിരുന്നു.'

മൂത്തസഹോദരൻ സുധാകരൻ, ഗായകൻ യേശുദാസിന്റെ സുഹൃത്തു കൂടിയായിരുന്നു. ജയചന്ദ്രനിലെ ഗായകനെ വളർത്തുന്നതിൽ ജ്യേഷ്ഠനും പങ്കുണ്ടായിരുന്നു. സ്കൂളിൽ പല മീറ്റിംഗുകളിലും ജ്യേഷ്ഠൻ പഠിപ്പിച്ചു തന്ന പാട്ടുകൾ പാടിയാണ് അദ്ദേഹം വേദിയുടെ സ്നേഹത്തുടിപ്പുകൾ ആദ്യം ഏറ്റുവാങ്ങിയത്. "ഇരിങ്ങാലക്കുടയിലെ നാഷണൽ ഹൈസ്ക്കൂളിൽ പഠിക്കുന്ന കാലത്ത് രാമനാഥൻ മാഷിന്റെ പ്രോത്സാഹനത്തിലാണെന്റെ സംഗീതജീവിതത്തിന് അർത്ഥതലങ്ങൾ ഉണ്ടാകുന്നത്. മാഷ് എഴുതി ഈണമിട്ട പാട്ടുകൾ യുവജനോത്സവവേദികളിൽ പാടി എല്ലാവരുടെയും ഇഷ്ടം നേടാൻ കഴിഞ്ഞിരുന്നു. രാമനാഥൻ എന്ന ഗുരുനാഥന്റെ വാത്സല്യവും പ്രചോദനവുമാണ് തന്നെ പാട്ടുകാരനാക്കിയതെന്ന് പറയുമ്പോൾ ജയചന്ദ്രന്റെ കണ്ണുകളിൽ തിളക്കം. കേരള സംസ്ഥാനം രൂപം കൊണ്ടതിനുശേഷം 1958ൽ നടന്ന ആദ്യസംസ്ഥാന യുവജനോത്സവത്തിൽ മൃദംഗമത്സരത്തിന് ഒന്നാം സ്ഥാനം വാങ്ങിയ എട്ടാം ക്ലാസ്സുകാരനെ പാട്ടിന്റെ ലോകത്തേക്ക് നയിച്ച ശക്തിയെന്തായിരുന്നു? ശാസ്ത്രീയസംഗീതത്തിൽ ഒന്നാം സ്ഥാനക്കാരന് മൃദംഗത്തിൽ പിന്നണി നൽകിയപ്പോഴും പാട്ടാണ് തന്റെ കർമ്മനിയോഗമെന്ന് അയാൾ ചിന്തിച്ചിട്ടുണ്ടാവില്ല. ആത്മസൗഹൃദത്തിന്റെ ആലാപന സൗഖ്യം പകർന്ന യേശുദാസ് എന്ന ഗന്ധർവ്വ ഗായകനും ഒരേ വേദിയിൽ പിറവികൊള്ളുകയായിരുന്നുവെന്നത് ചരിത്രം.

ഇരിങ്ങാലക്കുടയിലെ ക്രൈസ്റ്റ് കോളേജിൽ സുവോളജിയിൽ ബിരുദത്തിന് പഠിക്കുമ്പോഴും സംഗീതത്തെ വലിയ ഗൗരവമായിട്ടൊന്നും കണ്ടിരുന്നില്ല. സുഹൃദ് സദസ്സുകളിലും കൊച്ചു ഗാനമേളകളിലുമൊക്കെയായി ചില പാട്ടുകമ്പങ്ങൾ. കലാലയ പഠനം പൂർത്തിയാക്കി എന്തെങ്കിലും ചെറിയ ജോലി സമ്പാദിക്കണമെന്ന മോഹമായിരുന്നു മനസ്സു നിറയെ. മദ്രാസിൽ ബന്ധുക്കൾ ഉള്ളതിനാൽ പ്യാരി ബിസ്ക്കറ്റ് കമ്പനിയിൽ ഒരു ജോലി 'തരായി'. അവിടുത്തെ ജോലിത്തിരക്കുകൾക്കിടയിൽ പാട്ടിന്റെ പദനിസ്വനങ്ങൾ അകന്നുപോകുകയായിരുന്നു. എങ്കിലും മലയാളിസമാജത്തിന്റെ ഗാനമേളകളിൽ സജീവമായി പങ്കെടുത്തിരുന്നു."ഇത്തരത്തിലുള്ള ഒരു ഗാനമേളയിലൂടെയാണെന്റെ കരിയർ തുടങ്ങുന്നതെന്ന് പറയാം. പ്രത്യേകിച്ചും സിനിമാ സംഗീതം. ആർ.കെ.ശേഖർ ഈണം പകർന്ന 'ചൊട്ട മുതൽ ചുടലവരെ' എന്ന ഗാനത്തിന്റെ ഒരു ആരാധകനായിരുന്നു ഞാൻ. എവിടെയും സന്ദർഭം കിട്ടിയാൽ അത് പാടുവാൻ ഇഷ്ടമായിരുന്നു."

ചലച്ചിത്രസംഗീതത്തിന്റെ അദ്ഭുതലോകം തനിക്കു മുന്നിൽ തുറന്നിട്ട കാലത്തിന്റെ കാരുണ്യത്തെ ജയചന്ദ്രൻ മറക്കുന്നില്ല. "1965ൽ മലയാളി സമാജത്തിന്റെ ഗാനമേളയിൽ 'ചൊട്ട മുതൽ' പാടിത്തീർന്നനേരം കാണികൾക്കിടയിൽ നിന്ന് രണ്ടുപേർ എന്നെത്തേടിവന്നു. പേര് പറഞ്ഞപ്പോൾ കണ്ണുതള്ളിപ്പോയി. അക്കാലത്തെ പ്രശസ്ത സംവിധായകൻ വിൻസന്റ് മാഷും നിർമ്മാതാവ് ശോഭനാ പരമേശ്വരൻ നായരും മുന്നിൽ മിന്നൽപ്പിണർ പോലെ. കൈകുലുക്കി അഭിനന്ദിച്ച് പുതിയ സിനിമയിൽ പാട്ടുപാടാൻ ക്ഷണിക്കുന്നു എന്നൊരു വാഗ്ദാനവും; സത്യത്തിൽ വിശ്വസി ക്കാനായില്ല."

'കുഞ്ഞാലിമരയ്ക്കാർ' എന്ന സിനിമയ്ക്ക് വേണ്ടിയായിരുന്നു ആ ക്ഷണം. 'ഒരു മുല്ലപ്പൂമാലയുമായ്' എന്ന പാട്ട് ചിദംബരനാഥിന്റെ സൗമ്യ സംഗീതം. ഭാവഭദ്രമായ ഒരു പാട്ടുകാലം മലയാളിയുടെ മുന്നിൽ തിടം വച്ചു വിടരുകയായിരുന്നു. പിന്നെയും പല സിനിമകളിലും പാടിക്കാൻ നിർമ്മാതാക്കൾ വന്നു. 'ജയിൽ', 'മേയർ നായർ', 'കല്യാണ രാത്രി' എന്നിങ്ങനെ സിനിമകൾ. പാടാൻ വലിയ താത്പര്യമില്ലെന്ന് പറഞ്ഞ് പ്യാരിയിലേക്ക് തന്നെ തിരിച്ചുപോകാൻ ഉറപ്പിക്കുമ്പോൾ 1966ൽ 'കളിത്തോഴൻ' എന്ന സിനിമയിലെ 'മഞ്ഞലയിൽ മുങ്ങിത്തോർത്തി' എന്ന പാട്ടു വന്ന് ജയചന്ദ്രനെ തിരിച്ചു വിളിക്കുകയായിരുന്നു. അദ്ദേഹം പാടിയ ആദ്യ ജനകീയഗാനവും ഇതായിരുന്നു. പിന്നീട് 'അനുരാഗ ഗാനം പോലെ' എന്ന പാട്ടിന്റെ ശ്രീലവസന്തം. അക്കാലത്തെ വലിയ ഗായകനായിരുന്ന കെ.പി. ഉദയഭാനുവിനെക്കൊണ്ട് ഈ പാട്ട് പാടിക്കാനായിരുന്നു ബാബുരാജിന്റെ ആഗ്രഹം. എന്നാൽ നിർമ്മാതാവിന്റെ ഇഷ്ടപ്രകാരം വീണ്ടും പാട്ടിന്റെ പന്ത് ജയചന്ദ്രന്റെ ഗോൾവലയിൽ. പാട്ട് എക്കാലത്തെയും ഹിറ്റായി മാറി. 'അഗ്നിപുത്രി' എന്ന സിനിമയിലെ 'ഇന്ദുമുഖി' എന്ന ഗാനത്തിൽ ആണ് ജയചന്ദ്രൻ ആദ്യമായി തന്റേതായ ഭാവമുദ്രകൾ ചേർത്തുവച്ചത്.

മലയാളഭാഷതൻ മാദകഭംഗി

പാടിയതിൽ ഇഷ്ടപ്പെട്ട ഗാനമേതെന്ന് ചോദിച്ചാൽ ജയചന്ദ്രന് ഒരൊറ്റ മറുപടിയേയുള്ളൂ. 'കല്ലോലിനി'യാണ് ആത്മഗാനം. ഒ.എൻ.വിയുടെ രചനയിൽ ജി. ദേവരാജന്റെ സംഗീതത്തിൽ പിറന്ന 'നീലക്കണ്ണുകളിലെ' മനോഹരഗാനം. താരാട്ടു പോലെ വാത്സല്യവും ലാളിത്യവും കലർന്ന ഗാനശീലുകളിൽ ജയചന്ദ്രന്റെ ഭാവസാന്ദ്രമായ ശബ്ദസൗഖ്യത്തിന് ദേവഗാംഭീര്യം കൈവരികയായിരുന്നു. 1972 ൽ 'പണിതീരാത്ത വീടിന്' വേണ്ടി എം.എസ്. വിശ്വനാഥന്റെ സംഗീതസംവിധാനത്തിൽ അദ്ദേഹം ആലപിച്ച 'സുപ്രഭാതത്തിന്' ആ വർഷത്തെ സംസ്ഥാന അവാർഡ് ലഭിക്കുകയുണ്ടായി. 1978ൽ എം.ബി. ശ്രീനിവാസന്റെ ഈണമായ 'രാഗം ശ്രീരാഗം' (ബന്ധനം) എന്ന ഗാനത്തിന് വീണ്ടും മികച്ച ഗായക അവാർഡ് അദ്ദേഹത്തെ തേടിയെത്തി. 1985ൽ 'ശിവശങ്കര സർവ ശരണ്യ വിഭോ' എന്ന ശ്രീനാരായണ സ്തുതി പാടി ആ വർഷത്തെ ദേശീയ അവാർഡ് നേടിയതും മറ്റാരുമല്ല. പിന്നീട് യുവത്വത്തിന്റെ ഊർജ്ജസ്വലത തുളുമ്പി നിൽക്കുന്ന 'പ്രായം നമ്മിൽ' (നിറം) എന്ന പാട്ടിന് 1998ൽ വീണ്ടും സംസ്ഥാന അംഗീകാരം. 2004ൽ 'തിളക്ക'ത്തിലെ 'നീയൊരു പുഴയായ്' എന്ന ഗാനത്തിന് മികച്ച ഗായകനുള്ള അംഗീകാരത്തിളക്കം. അവാർഡുകൾ തന്റെ പ്രകടനത്തിനുള്ള അംഗീകാരം മാത്രമായേ അദ്ദേഹം കരുതുന്നുള്ളൂ. ആലാപനത്തിൽ കൂടുതൽ നിഷ്കർഷത പുലർത്താനുള്ള ഉത്തരവാദിത്വമായി അദ്ദേഹം അംഗീകാരങ്ങളെ കാണുന്നു. ഒരുപക്ഷേ, പൂർണതയിലേക്കെത്താനുള്ള ആദ്യപടികൾ.

ഭാവഗരിമ

സാഹിത്യമറിഞ്ഞ് പാടുന്നുവെന്നതാണ് ജയചന്ദ്രനെ മറ്റുള്ളവരിൽ നിന്ന് മാറ്റിനിർത്തുന്നത്. ഒരർത്ഥത്തിൽ, മലയാളഭാഷയുടെ മാദകഭംഗി

പാട്ടിൽ ഉടനീളം പൊലിപ്പിച്ചെടുക്കുകയായിരുന്നു ജയചന്ദ്രൻ. നാട്ടുപ്രമാണിയായ ഒരാളുടെ പാട്ടുഭാവങ്ങളാണ് അദ്ദേഹം ആവിഷ്കരിക്കുന്നത്. സ്ഫുടമായ ഭാഷയിലുള്ള ആലാപനം സിദ്ധിച്ചത് ദേവരാജൻമാഷിന്റെ ശിക്ഷണത്തിൽ നിന്നാണെന്ന് അദ്ദേഹം വിശ്വസിക്കുന്നു. ഒരു ഗായകന് അനുപേക്ഷണീയമായ ഘടകങ്ങളിലൊന്നാണ് ഭാവമെന്ന് തിരിച്ചറിഞ്ഞത് ദേവരാജനിൽ നിന്നായിരുന്നു. എങ്ങനെ പാടണമെന്നുള്ളതിനേക്കാൾ പ്രധാനം എങ്ങനെ പാടാതിരിക്കണമെന്നതാണ്. "ഞാനും യേശുദാസുമൊക്കെ ഞങ്ങൾക്ക് മുമ്പുള്ള ഗായകരായ കമുകറ, പി.ബി. ശ്രീനിവാസ്, കെപി. ഉദയഭാനു, എ. എം.രാജ എന്നിവരെയൊന്നും അനുകരിച്ചിട്ടില്ല. സ്വന്തം ശൈലിയിൽ പാടാനാണ് എപ്പോഴും ആഗ്രഹം"

ജയചന്ദ്രന്റെ വാക്കുകളിൽ സത്യത്തിന്റെ സ്നേഹപ്രമാണങ്ങൾ. ആദ്യകാലങ്ങളിലെ പാട്ടുകൾക്ക് കൂടുതൽ മാറ്റമുണ്ടെന്ന വാദത്തെ പ്രബലമാക്കുന്ന രീതിയിൽ ജയചന്ദ്രന്റെ കാഴ്ചപ്പാടുകളിതാ: "ആദ്യകാലത്തെ പാട്ടുകൾ കൂട്ടായ്മയാണ്. നിർമ്മാതാവ്, സംവിധായകൻ, തിരക്കഥാകൃത്ത്, സംഗീതസംവിധായകൻ, പാട്ടെഴുത്തുകാരൻ, ഗായകൻ തുടങ്ങിയവർ എല്ലാവരും സിനിമയുടെയും പാട്ടിന്റെയും സൃഷ്ടിയിൽ അതാവാം ഇൻവോൾവ്ഡ് ആണ്. ഇതിന്റെ ക്വാളിറ്റി പാട്ടിനുണ്ടായതിനാൽ അദ്ഭുതപ്പെടാൻ ഒന്നുമില്ല. ഇന്ന് മേൽപറഞ്ഞവർ പലരും നേരിട്ടു കാണുന്നതിനുപോലുമില്ല. അന്നത്തെ പാട്ടുകൾ സിനിമയുടെ പ്രമേയവുമായി നല്ല അടുപ്പം പുലർത്തുന്നവയുമാണ്. സിനിമയിൽനിന്നും പാട്ടുകൾ സ്വാഭാവികമായി ഉയർന്നുവരികയായിരുന്നു."

വെസ്റ്റേൺ സംഗീതത്തിന് പിറകെയുള്ള ഓട്ടം സിനിമാസംഗീതത്തെ ഒരു പരിധിവരെ നാശമാക്കിയെന്ന അഭിപ്രായവും ജയചന്ദ്രനുണ്ട്. മറ്റു ഗായകരുടെ ആലാപന സവിശേഷതകളെ അദ്ദേഹം വിലയിരുത്തുന്നതിങ്ങനെ "എന്റെ ദിവസത്തുടക്കങ്ങൾ പലപ്പോഴും സുശീലമ്മയുടെ പാട്ടുകൾ കേട്ടായിരിരിക്കും. ഇത്രയും ഡിവൈൻ ആന്ന [illegible]ഖ്യം അധികമാർക്കുമില്ല." ഇഷ്ടപ്പെട്ട ഗായകന്റെ സീറ്റ് അദ്ദേഹം മാറ്റി വയ്ക്കുന്നത് റാഫി സാഹിബിനാണ്. "ഏതു വിധത്തിലുള്ള പാട്ടുകൾ പാടാനും അതിനു വേണ്ട മൂഡ് ക്രിയേറ്റ് ചെയ്യാനും റാഫി സാഹിബിന് പ്രത്യേക കഴിവുണ്ട്." പാട്ടിന് സ്വരസുഗന്ധം നൽകുന്നതിൽ ലതാമങ്കേഷ്കർക്കുള്ള കഴിവിനെയും അദ്ദേഹം അങ്ങയറ്റം ആദരിക്കുന്നുണ്ട്.

സംഗീതസംവിധായകരിൽ ദേവരാജൻ, ബാബുരാജ്, ദക്ഷിണാമൂർത്തി, രാഘവൻമാഷ്, എം.എസ്. വിശ്വനാഥൻ തുടങ്ങിയവരുടെ പാട്ടുകളെല്ലാം ജയചന്ദ്രൻ ഇന്നും മനസ്സിൽ സൂക്ഷിക്കുന്നു. പുതിയ തലമുറയിലെ എല്ലാ സംഗീത സംവിധായകരും ഭാവസംഗീതത്തിന്റെ നാദപ്രപഞ്ചമൊരുക്കുവാൻ (കല്ലായിക്കടവത്ത്, നീയൊരു പുഴയായ്, മറന്നിട്ടുമെന്തിനോ...) പാട്ടിൽ ജയചന്ദ്രന്റെ സാന്നിധ്യം ഉറപ്പിക്കാൻ ശ്രമിക്കുന്നു. "ബാബുക്കയുടെ കൂടെ ഞാൻ മലബാറിൽ പല പ്രോഗ്രാമിലും പാടിയിട്ടുണ്ട്. എന്നെ ആദ്യം കോഴിക്കോട് കൊണ്ടുവരുനത് അദ്ദേഹമാണ്. മാപ്പിളപ്പാട്ടും ഹിന്ദു

സ്ഥാനിയുമെല്ലാം ചേർത്തുള്ള സവിശേഷമായ ഒരു ശൈലി അദ്ദേഹത്തിനു മാത്രം സ്വന്തം."

ജയചന്ദ്രന്റെ ബാബുരാജ് സ്മൃതികൾ

'ദക്ഷിണാമൂർത്തിയുടെ പാട്ടുകൾ ഭക്തിയും ഭാവവും സംഗമിക്കുന്നവയാണ്. രാഘവൻ മാഷുടെ ഫോക്ക് ടച്ചുകൾ മറ്റാർക്കും അനുകരിക്കാനാവില്ല. എം.എസ്.വി ഇന്ത്യ കണ്ടിട്ടുള്ള മ്യൂസിക്ക് ജീനിയസ്സുകളിൽ മുമ്പനാണ്. ഫോക്കും വെസ്റ്റേണും ഒരുമിച്ച് ചേർക്കുമ്പോൾ പാട്ടിനെന്തു ഭംഗി. റഹ്മാന്റെ ശബ്ദ റിക്കോർഡിംഗും മിക്സിംഗുമെല്ലാം പുതിയ തലമുറ മാതൃകയാക്കേണ്ടതാണ്.' പാട്ടിലെ മനോധർമ്മങ്ങൾക്ക് ശ്രുതി ചേർത്തുവച്ച ഒരു ഗായകന്റെ സംഗീതവസന്തകാലത്തെ ആസ്വാദകർക്ക് മറക്കാനാവില്ലല്ലോ.

'ഹർഷബാഷ്പം തൂകി' എന്ന പാട്ടിന്റെ ആലാപന വിശുദ്ധിയിൽ ആകൃഷ്ടനായ ഗാനഗന്ധർവ്വന്റെ അഭിനന്ദനമാണ് തനിക്ക് ആദ്യം ലഭിച്ച അവാർഡെന്ന് ജയചന്ദ്രൻ കരുതുന്നു. മലയാളികൾക്ക് എക്കാലവും മനസ്സിൽ മധുരസ്വപ്നങ്ങൾപോലെ സൂക്ഷിക്കുന്ന ഒട്ടേറെ ഗാനങ്ങൾ ജയചന്ദ്രന്റേതാണ്. ഇതിൽ പലതിനോടും അദ്ദേഹം പ്രിയതരമായ ചങ്ങാത്തം കാത്തുസൂക്ഷിക്കുന്നു. 'മാനത്തുകണ്ണികൾ' (മാധവിക്കുട്ടി), 'ഉപാസന' (തൊട്ടാവാടി), 'മഞ്ഞലയിൽ മുങ്ങിത്തോർത്തി' (കളിത്തോഴൻ), 'കരിമുകിൽക്കാട്ടിലെ' (കള്ളിച്ചെല്ലമ്മ). പിന്നെ സിനിമാഗാനമല്ലാത്ത മറ്റൊരു സൂപ്പർ ഹിറ്റ് 'ഒന്നിനി ശ്രുതിതാഴ്ത്തി പാടുക പൂങ്കുയിലേ...'

തമിഴകത്ത്

തമിഴിൽ ജയചന്ദ്രന്റെ ഗാനങ്ങൾ സൃഷ്ടിച്ച വേലിയേറ്റം സ്വതവേയുള്ള തട്ടുപൊളിപ്പൻ ഭാവുകത്വവുമായി ഇണങ്ങി നിൽക്കുന്നതല്ല. അവിടേയും ഭാവസംഗീതത്തിന്റെ ലയഭംഗികൾ പൊലിപ്പിച്ചെടുക്കാൻ അദ്ദേഹം നിരന്തരം ശ്രമിച്ചുകൊണ്ടിരുന്നു. തമിഴിന്റെ സ്വാഭാവികമായ ഒരൊഴുക്ക് വരികളെ കൂടുതൽ സംഗീതമയമാക്കുന്നുണ്ടെന്നാണ് ജയചന്ദ്രന്റെ അഭിപ്രായം. 'തിരുമുഗൻ അരികിനിലെ', 'പാലഭിഷേകം', 'കണ്ണാ നിൻ സന്നിധിയിൽ', 'ഇസൈക്കാവ്', 'കവിതൈ അരങ്ങേറും നേരം', 'തങ്കച്ചിമിഴുപോൽ' ഇങ്ങനെ എത്രയോ ഹിറ്റുകൾ... എന്നാൽ "രാസാത്തി ഉന്നൈ" (വൈദേഹി കാത്തിരുന്നാർ) സൃഷ്ടിച്ച തരംഗമാലകൾ ഇന്നും നിലച്ചിട്ടില്ല. മലയാള ഗാനത്തെപ്പോലെ ഇവിടെ ആസ്വാദകർ ഈ ഗാനം പാടി നടന്നു. 1994ൽ മികച്ച ഗായകനുള്ള തമിഴ്നാട് സർക്കാർ അവാർഡ് 'കാറ്റാഴം കാറ്റുവഴിക്ക്' എന്ന പാട്ടുവഴി ജയചന്ദ്രനെ തേടിയെത്തി. കന്നഡയിലും തെലുങ്കിലും ഹിന്ദിയിലും (മിലോ വഹൻവഹൻ) ഈ ഭാവത്തിന്റെ സൂര്യരശ്മികൾ കടന്നുചെന്നു. പാട്ടിലെ സമഗ്രസംഭാവനകൾക്ക് 2004ൽ തമിഴ്നാട് ഗവൺമെന്റ് 'കലൈമാമണി' അവാർഡ് നൽകി ജയചന്ദ്രനെ ആദരിച്ചു.

നടനഭാവങ്ങൾ

പാട്ടിന്റെ പ്രണയവല്ലരികൾ മീട്ടുന്ന ഒരാൾക്ക് നടന കൗതുകത്തിന്റെ കമലദളം വിടർത്താനും കഴിയുമെന്ന് ജയചന്ദ്രന്റെ ജീവിതം നമ്മെ അറിയിക്കുന്നു. ലേഖയുടെ മരണം ഒരു ഫ്ളാഷ്ബാക്ക്, ശ്രീ കൃഷ്ണപ്പരുന്ത്, നഖക്ഷതങ്ങൾ, ട്രിവാൻഡ്രം ലോഡ്ജ് എന്നീ സിനിമകളിൽ ഈ ഗായകന്റെ അഭിനയലാളിത്യം മലയാളി മനസ്സിൽ അദ്ഭുതങ്ങൾ നിറയ്ക്കുന്നുണ്ട്. നഖക്ഷതങ്ങളിലെ ചതുരംഗക്കളിക്കാരൻ നമ്പൂതിരിയുടെ വെറ്റില മുറുക്കലും ഈണമിടലുമെല്ലാം എല്ലാവരെയും രസിപ്പിച്ചിട്ടുണ്ട്. പാട്ടിലെ മനോധർമ്മവും താളദീക്ഷയും സ്വതവേയുള്ള നർമ്മബോധവുമെല്ലാമാണ് ഈ ഗായകനിലെ നടനെ മാറ്റി നിർത്തുന്നത്.

പാട്ടിലെ ബഹുസ്വരത

ഏതുതരം പാട്ടായാലും അതിലെ ഭാവത്തിന്റെ സൂക്ഷ്മധ്വനികൾ ഹൃദിസ്ഥമാക്കിയുള്ളൊരു സ്വാഭാവിക ആലാപനപ്രക്രിയയാണ് ജയചന്ദ്രൻ പിന്തുടരുന്നത്. ഭാരതപ്പുഴയുടെ തീരത്ത് മലർന്നു കിടന്ന് പാട്ടുകൾ പാടാൻ കൊതിക്കുന്ന ഒരാളുടെ നാടോടിത്തം കൂടിയാണിത്. ഇതിൽ ഉണ്ണായിവാര്യരുടെയും അമ്മന്നൂരിന്റെയുമെല്ലാം സാംസ്കാരികത്തുടർച്ചയാണ് കാണാനാവുക. ഈ പാട്ടു പാരമ്പര്യത്തിൽ പ്രണയത്തിന്റെ അഗാധമായ നിരീക്ഷണ പാടവമുണ്ട്. ഉച്ചരിക്കുന്ന വാക്കുകളിലെ ലയഭംഗികൾക്ക് കൂടി പൂർണ്ണിമ നൽകുന്ന ഈ ആലാപന സമ്പ്രദായത്തിന് അധികം പിന്തുടർച്ചക്കാരുമില്ല. ഇത്തരം പാട്ടുകളിൽ അദ്ദേഹം പുലർത്തുന്ന ഭാവ വിടർച്ചകൾക്ക് എത്രയോ ഉദാഹരണങ്ങൾ കാണാം. 'കാറ്റു വന്നു നിന്റെ കാമുകൻ വന്നു' എന്ന വരികളിൽ നിറയുന്ന കാമുകഭാവം, 'നിൻ മണിയറയിലെ നീലനീരാളം' എന്ന വാക്കിൽ ഉടക്കി നിൽക്കുന്ന പ്രണയപ്രഫുല്ലത. 'റംസാനിലെ ചന്ദ്രിക'യിലെ, 'മാരദൂതിയോ' എന്നിടത്ത് തുടിക്കുന്ന തരളത, "സന്ധ്യക്കെന്തിന് സിന്ദൂരത്തിലെ 'തങ്കവും വൈരവുമുണ്ടോ' എന്ന ലയ സൗഖ്യം. 'ഏകാകിയാം നിന്റെ സ്വപ്നങ്ങൾക്കൊക്കെയും' എന്ന വരികളിൽ പൊഴിയുന്ന വിഷാദം, 'നീലമലപ്പൂങ്കുയിലേ' എന്ന വിളിയിലെ വാത്സല്യവും താരാട്ടിലെ 'ഏകാന്ത പഥികനിൽ' കിനിയുന്ന സങ്കടത്തുള്ളികൾ, 'ഹൃദയേശ്വരി'യിലെ നെടുവീർപ്പുകൾ... ഇങ്ങനെ ഈണത്ത് തോറ്റിയെടുക്കുന്ന ഭാവപ്പകർച്ചകളെ എത്ര പറഞ്ഞാലാണ് തീരുക.

രാഗത്തെയും ഭാവത്തെയും മറികടന്ന് റിഥത്തിൽ മുങ്ങി നിവരുന്ന പാട്ടിന്റെ കാലത്താണ് നാം ജീവിച്ചു പോരുന്നത്. നേർത്തു തുളുമ്പുന്ന മഴയെ അനുയാത്ര ചെയ്യുന്ന കാറ്റുപോലെയാണ് ജയചന്ദ്രഗീതങ്ങൾ നമ്മെ തേടി വരിക. ഇതിൽ ജീവിതസംഗീതത്തിന്റെ സൂക്ഷ്മശ്രുതികൾ ഈണമുതിർക്കുന്നുണ്ടെന്നും നമുക്കറിയാം. അനന്ത വിസ്മയസംഗീതത്തിന്റെ രംഗഭൂമിയിൽ കേരളീയതയുടെ മലയാളത്തിന്റെ മുദ്രകൾ കണ്ടെടുക്കാൻ ശ്രമിക്കുന്ന ഏത് ശ്രോതാവിനേയും നാട്ടുപ്രമാണിയായ ഈ ഗായകന്റെ നാദസൗന്ദര്യം കാലങ്ങളോളം പിന്തുടർന്നുകൊണ്ടേയിരിക്കുന്നു. ■

ഉണരുമീഗാനം
സൗമ്യാലാപനത്തിന്റെ 35 വർഷങ്ങൾ

ജനപ്രിയസംഗീതത്തിന്റെ പ്രഖ്യാപിത ചരിത്രത്തിൽ ജി. വേണുഗോപാൽ എന്ന ഗായകൻ നിർമ്മിച്ചെടുത്ത സംഗീതസംസ്കാരം മുപ്പത്തിയഞ്ച് വർഷങ്ങൾ പിന്നിടുകയാണ്. പാട്ടിൽ വ്യത്യസ്തമായൊരു ഭാവസംക്രമണ സാധ്യത തുറന്നുവെക്കുകയായിരുന്നു അദ്ദേഹം. നമ്മുടെ ശബ്ദ ബോധത്തെ നിർണ്ണയിക്കുന്ന പ്രധാന സാന്നിധ്യമാവുകയായിരുന്നു ജി. വേണുഗോപാൽ.

വരികളിലും സംഗീതസംവിധാനത്തിലുമൊക്കെ രൂപപ്പെടുന്ന മൗലികമായ ലയാത്മകതയെ സാക്ഷാത്കരിക്കാൻ കഴിയുന്ന നാദവിശേഷമാണ് വേണുഗോപാലിന്റേത്. റേഡിയോ ലളിതസംഗീതത്തിന്റെ അവസാന കണ്ണിയെന്നു വിശേഷിപ്പിക്കാവുന്ന ഈ ശബ്ദം ആ കാലഘട്ടത്തിന്റെ സംവേദനശീലമായിരുന്നു പാട്ടിൽ പകർത്തിയത്. രാഗപരവും ഭാവപരവുമായ ഘടകങ്ങൾ സൂക്ഷ്മമായി സമ്മേളിക്കുന്ന ഗാനങ്ങളിലായിരുന്നു വേണുഗോപാലിന്റെ നാദസിദ്ധി പൂർണ്ണമായി വിനിമയം ചെയ്യപ്പെട്ടത്. ഭിന്ന വേഗങ്ങളിൽ ആവിഷ്കരിക്കപ്പെടുന്ന ലയവ്യത്യാസങ്ങൾ മുഴുവനും ഉൾക്കൊണ്ടാണ് അദ്ദേഹത്തിന്റെ പാട്ടുകൾ പിറവിയെടുക്കുന്നത്. ശ്രുതിഭാവപ്പൊരുത്തത്തിന്റെ സവിശേഷ മാതൃകകൾ ആവിഷ്കരിക്കുന്നതിൽ വേണുഗോപാൽ വലിയ പ്രാധാന്യം നൽകി.

ശുദ്ധിയാർന്ന ഒരു കാമുകശബ്ദത്തിന്റെ ഉടമയാണ് ജി. വേണുഗോപാൽ. ശബ്ദത്തിന്റെ സ്വരഗുണം ആ രീതിയിലുള്ളതാണ്. ഗസൽ സ്വഭാവമുള്ള പാട്ടുകൾ, ശോകഗാനം, താരാട്ട്, റൊമാന്റിക് മെലഡി എന്നിവയുടെ ആലാപനത്തിൽ വേണുഗോപാലിന് മൗലികമായ ചില മുദ്രകളുണ്ട്. ഹൃദയംകൊണ്ട് പാടുന്ന പാട്ടുകാരനാണ് അദ്ദേഹം. ലളിതഗാന സംസ്കാരത്തിന്റെ ചൈതന്യമാവാഹിക്കുന്ന വേണുഗോപാലിന്റെ ഭാവസംഗീത സപര്യ ആരംഭിക്കുന്നത് ആകാശവാണിയിൽനിന്നാണ്. ആകാശവാണിയിലെ മലയാളിത്തം നിറഞ്ഞ ലളിത ഗാനാമ്പേഷണങ്ങളിൽ പങ്കുചേരാൻ അദ്ദേഹത്തിനു കഴിഞ്ഞു. എം.ജി. രാധാകൃഷ്ണൻ, പെരുമ്പാവൂർ ജി. രവീന്ദ്രനാഥ്, തൃശ്ശൂർ പി. രാധാകൃഷ്ണൻ, കെ.പി.ഉദയഭാനു എന്നിവരുടെയെല്ലാം ലളിതഗാനങ്ങൾക്ക് ശബ്ദം നൽകുവാൻ വേണു

ഗോപാൽ മുൻനിരയിൽ ഉണ്ടായിരുന്നു. 'കാവേരി', 'ഹരിതവനത്തിന്റെ കുളിർച്ഛായയിൽ', 'നിളാനദിയുടെ നീർമലതീരം', 'ജയദേവ കവിയുടെ', 'നീവാരം കൊത്തിത്തിന്നും', 'യമുനേ യമുനേ സ്വരരാഗഗായികേ', 'കാല കമലമന്വന്തര' എന്നിങ്ങനെ എത്രയോ ലളിതഗാനങ്ങൾ വേണുഗോപാലിന്റെ ശബ്ദത്തിൽ നാം കേൾക്കുകയുണ്ടായി. പ്രോഗ്രാം എക്സിക്യൂട്ടീവ് ആയി വേണുഗോപാൽ ആകാശവാണിയിൽ ചേരുന്നത് 1988ൽ ആണ്. ദൂരദർശന്റെ ദേശീയ നെറ്റ്വർക്കിലേക്കുള്ള റിക്കോർഡിങ്ങിൽ ഒ.എൻ.വി -ദേവരാജൻ ടീമിനുവേണ്ടി വേണുഗോപാൽ പാടിയ 'ഫാൽഗുനമാസത്തിൽ' എന്ന ലളിതഗാനം മനസ്സിൽ പാട്ടിന്റെ പൗർണമിയായി. 'ഈ രാവും പൂവും മായും' എന്ന നാടകഗാനത്തിന്റെ പേരിൽ അദ്ദേഹത്തിന് മികച്ച ഗായകനുള്ള സംസ്ഥാന അവാർഡ് ലഭിച്ചു. ദൂരദർശനിൽ സംപ്രേക്ഷണം ചെയ്ത ഓണം ലൈറ്റ് മ്യൂസിക് കർസെർട്ടിലെ 'നിറം ചാർത്തി' (പി.കെ.ഗോപി പെരുമ്പാവൂർ ജി രവീന്ദ്രനാഥ്), 'ഇനി നിൻ മനസ്സിന്റെ കൂടു തുറന്നതിൽ' (ഒ.എൻ.വി പെരുമ്പാവൂർ ജി രവീന്ദ്രനാഥ്), 'സാരസ സുമസംഗീതം' (തങ്കൻ തിരുവട്ടാർ- പെരുമ്പാവൂർ ജി.രവീന്ദ്രനാഥ്) എന്നീ പാട്ടുകൾ വേണുഗോപാൽ എന്ന ഗായകശബ്ദത്തിന്റെ ഭാവപൂർണിമയും സൗമ്യാർദ്രതയും വെളിപ്പെടുത്തുന്നതായിരുന്നു.

പാട്ടുള്ള വീട്ടിലായിരുന്നു വേണുഗോപാൽ പിറന്നത്. പറവൂരിലെ താഴത്തുവീട്ടിൽ പറവൂർ സിസ്റ്റേഴ്സ് (വല്യമ്മമാർ) ആയിരുന്നു പാട്ടിനെ വളർത്തിയത്. അമ്മയും വല്യമ്മമാരും ശെമ്മാങ്കുടിയുടെ ശിഷ്യരായിരുന്നു. ചേർത്തല ഗോപാലൻ നായരുടെ കീഴിലായിരുന്നു ശാസ്ത്രീയ സംഗീതത്തിന്റെ ആദ്യാഭ്യസനനാളുകൾ. പിന്നീട് മങ്ങാട് നടേശൻ, ബി.ശശികുമാർ, പെരുമ്പാവൂർ ജി. രവീന്ദ്രനാഥ്, കെ.വി. നാരായണസ്വാമി എന്നിവരെല്ലാം ഗുരുക്കന്മാരായി.

1984ൽ 'ഓടരുതമ്മാവാ ആളറിയാം' എന്ന സിനിമയിലെ 'മേരിഘലടി ഘലടിസിന്ദഗി' എന്ന നാലുവരി കോറസ് പാടിയാണ് സിനിമാ പിന്നണി രംഗത്തേക്ക് വേണുഗോപാൽ കാലെടുത്തുവക്കുന്നത്. ഒ.എൻ.വി-മോഹൻ സിതാര- കൂട്ടുകെട്ടിൽ പിറന്ന 'രാരീ രാരിരം രാരോ'(ഒന്നു മുതൽ പൂജ്യം വരെ) എന്ന പാട്ടോടു കൂടിയാണ് വേണുഗോപാൽ ചലച്ചിത്രസംഗീത രംഗത്തെ നിറഞ്ഞ സാന്നിധ്യമാകുന്നത്. പിന്നിട് മെലഡികളുടെ പൂത്താലവുമായി പാട്ടിന്റെ വസന്തകാലം വേണുഗോപാൽ സിനിമയിലേക്കു കൊണ്ടുവന്നു.

ലയഭരിതവും മൗനമുദ്രിതവുമായ ഒരു ആലാപനശൈലിയാണ് വേണുഗോപാൽ പിന്തുടരുന്നത്. പാട്ടിൽ ഈ ഗായകൻ സൃഷ്ടിക്കുന്ന കുഞ്ഞിടവേളകൾക്ക് ഭാവ പൂർണതയിൽ വലിയ പ്രാധാന്യവും സംഗീതവുമുണ്ടെന്നു കാണാം. താളക്കൊഴുപ്പുകൾക്കന്യമായ പാട്ടിന്റെ ഭാവപരിസരത്തിലാണ് വേണുഗോപാലിന്റെ ആലാപനഭംഗികൾ. വികാരാവിഷ്കരണത്തിനാവശ്യമായ ശബ്ദനിയന്ത്രണമാണ് ഈ ഗായകന്റെ മറ്റൊരു ഗുണം. ഡ്യൂയറ്റ് പാടുമ്പോൾ പങ്കിടുന്ന മൗലികമായ ശാബ്ദിക ഇടങ്ങൾ ആണ്

വേണുഗോപാലിനെ മറ്റുള്ളവരിൽനിന്ന് വ്യത്യസ്തനാക്കുന്നത്. വ്യത്യസ്ത ഗായകശബ്ദത്തിന്റെ നിമ്നോന്നതങ്ങളെ ഭാവാത്മകമായി എതിരിട്ടു കൂടിയാണ് ഈ ആലാപന സാധ്യതകൾ, 'തൂവൽ വിണ്ണിൻ മാറിൽ' എന്ന ഗാനം ഏറ്റവും മികച്ച ഉദാഹരണമാണ്. 'കന്നിക്കാവടിപ്പൂനിറങ്ങൾ', 'ഒന്നാം രാഗം പാടി', 'തുമ്പപ്പൂക്കോടിയുടുത്ത്', 'കണ്ടോ കണ്ടോ കടലു കണ്ടോ' (ചിത്രം), 'കാവേ തിങ്കൾപ്പൂവേ' (അമ്പിളി), 'സ്വർഗങ്ങൾ സ്വപ്നം കാണും', 'കണ്ണിൽ പേട മാനിന്റെ', 'പാടുതാലിപ്പൂത്തുമ്പി' (സുജാത), 'പൂവുള്ളമേട കാണാൻ' (ലതിക), 'താമരനൂലിനാൽ' (ഗായത്രി) ഇങ്ങനെ എത്രയോ ഡ്യുയറ്റുകളിൽ ഈ രീതിയിലുള്ള സംക്രമണങ്ങൾ കേൾക്കാവുന്നതാണ്. വിഷാദഭരിതവും കാല്പനികവുമായ ഓർമ്മകൾ പങ്കുവെക്കുന്ന പാട്ടുകൾക്ക് ഭാവനൈർമല്യമേകാൻ വേണുഗോപാലിനു കഴിഞ്ഞുവെന്നത് ശ്രദ്ധേയമാണ്.

ആലാപനശൈലികൾ

റൊമാന്റിക്, മെലങ്കളിക്, സോംബർ എന്നിങ്ങനെയുള്ള ഫ്ളേവറുകളാണ് വേണുഗോപാലിന്റെ ആലാപനാതിർത്തി പങ്കിടുന്നത്. ഏകാന്ത വിഷാദത്തിന്റെയും മൗനത്തിന്റെയും അഴകുണ്ടാകും ഇതിൽ. പ്രണയത്തിന്റെ മറക്കാനാകാത്ത ആലാപനം, ആലാപനത്തിലെ നാടോടിത്തം, ഉറക്കുപാട്ടിൽ ദീക്ഷിക്കുന്ന ശ്രദ്ധ, മലയാളത്തിന്റെ കൃത്യവും സൂക്ഷ്മവുമായ പദശുദ്ധി എന്നിവയെല്ലാം വേണുഗോപാലിന്റെ പാട്ടിലെ വ്യത്യസ്തധാരകളാണ്. ഹിന്ദുസ്ഥാനി സംഗീതത്തിന്റെ നേർത്ത ശ്രുതിയിണക്കങ്ങളെ ലയിപ്പിച്ചു ചേർത്ത പാട്ടുകളാണ് അദ്ദേഹത്തിന് എക്കാലവും പഥ്യം. 'താമരനൂലുപോലെ', 'ഇലകളിൽ പൊൻവെയിൽ' എന്നപോലെ അതിലോലമാണ് വേണുഗോപാലിന്റെ ആലാപനശൈലി. ചലച്ചിത്ര സംഗീതത്തിൽ അനിവാര്യമായ വൈകാരികാലാപനത്തിന് കൂടുതൽ അഴകു നൽകാൻ അദ്ദേഹത്തിനു കഴിഞ്ഞു. വ്യത്യസ്തമായ ശൈലികൾ ഈ പാട്ടുകളിൽ പൂവിട്ടു ചന്തംപരത്തുന്നത് കാണാനാവും.

മധ്യസ്ഥായിയിൽ വിന്യസിക്കപ്പെടുന്ന ശബ്ദസഞ്ചാരത്തിന്റെ കേൾവിസൗഖ്യമാണ് ഈ പാട്ടുകളെ വേറിട്ടുനിർത്തുന്നത്. 'ചന്ദനമണിവാതിൽ', 'ഉണരുമീ ഗാനം' (സംസ്ഥാന അവാർഡ്), 'വസന്തത്തിൻ മണിച്ചെപ്പ്', 'പ്രസാദചന്ദ്രിക', 'കിനാവിന്റെ കൂടിൽ', 'ഒന്നാം മാനം', 'പൂത്താലം വലംകൈയിലേന്തി', 'മായാമഞ്ചലിൽ', 'നക്ഷത്രനാളങ്ങളോ', 'കറുത്ത രാവിന്റെ', 'മൈനാകപ്പൊൻമുടിയിൽ', 'താനേ പൂവിട്ട മോഹം', 'എന്തിത്ര വൈകി', 'കുഴലൂതും' എന്നിങ്ങനെ മെലഡിയുടെ ഒരു നീണ്ട നിരതന്നെയുണ്ട്. ഇവയെല്ലാം ലളിതഗാനങ്ങളുടെ സംസ്കാരത്തിൽനിന്നുണ്ടായവയാണ്. ഫോക്കിന്റെ അംശങ്ങൾ ചേർന്നു നിൽക്കുന്ന മെലഡിയിലും ഈ ശബ്ദം സൂക്ഷ്മതരമായ മൗലികാസ്തിത്വം കൈവരിക്കുന്നുണ്ട്. ഗാനത്തിന്റെ ഉള്ളമറിഞ്ഞുള്ള ഒരു പാട്ടുരീതിയാണിത്. കേരളീയതയുടെ ഒരു ശബ്ദസംസ്കാരം കൊണ്ടുവരുമ്പോൾത്തന്നെ ജനത്തിന്റെ സംസ്കാരവും

വികാരവുമായിരുന്നു വേണുഗോപാലിന്റെ പാട്ടിൽ നിറഞ്ഞുനിന്നത്. നിഷ്കളങ്കമായ ആസ്വാദനത്തിന്റെ ഒരു തലം ഇവിടെ കാണാം. 'കാണാനഴകുള്ള മാണിക്യക്കുയിലേ', 'കന്നിക്കാവടി പൂനിറങ്ങൾ', 'പീലിക്കണ്ണെഴുതി...', ഇങ്ങനെ എത്രയോ ഫോക് ടച്ചുള്ള പാട്ടുകളിൽ വേണുഗോപാലിന്റെ ശബ്ദത്തിന് മറ്റു വിചാരാർത്ഥങ്ങൾ പ്രദാനം ചെയ്യാൻ കഴിയുന്നു. ഉറക്കുപാട്ടിന്റെ വ്യത്യസ്ത ഭാവങ്ങളുണരുന്ന ഈണങ്ങൾക്ക് വേണുഗോപാൽ ശബ്ദം പകർന്നിട്ടുണ്ട്. വെസ്റ്റേൺ നോട്ടുകളുടെ സമൃദ്ധിയിൽ പിറന്ന 'രാരീ രാരീരം രാരോ' എന്ന പാട്ടിലൂടെയാണ് ഈ ഗായകനെ ചലച്ചിത്രലോകം ആദ്യമറിയുന്നത്. ആർദ്രമധുരമായ ശ്രീരാഗത്തിലായിരുന്നു 'ഏതോ വാർ മുകിലിൻ' എന്ന താരാട്ടുപാട്ടിന്റെ അനുയാത്ര. 'ആടെടീ ആടാടെടീ' എന്ന താരാട്ടുപാട്ടിന്റെ ഉള്ളമറിഞ്ഞു പാടിയാണ് വേണുഗോപാൽ മികച്ച ഗായകനുള്ള 2004ലെ അവാർഡ് വാങ്ങുന്നത്. മോക്ഷം എന്ന സിനിമയിൽ 'മയ്യണിക്കണേ ഉറങ്ങുറങ്ങൂ' (കാവാലം-ബാലഭാസ്ക്കർ) എന്ന പാട്ടിലും താരാട്ടു പാട്ടിന്റെ ശ്രുതികളുണർത്തുകയുണ്ടായി, വേണുഗോപാൽ.

പാട്ടിൽ സമ്പൂർണമായി ഇഴപാകുന്ന ലയഭാവങ്ങൾക്ക് സവിശേഷ തരത്തിലുള്ള വികാരങ്ങളെ കൈപിടിച്ചു നടത്താൻ കഴിഞ്ഞു. 'രാരീ രാരീരം' (താരാട്ട്), 'താനേ പൂവിട്ട മോഹം' (ശോകം), 'എന്നിൽ നിന്നോർമ്മയും പൂക്കളും തീർക്കും' (ഗൃഹാതുരത), 'മൈനാകപ്പൊൻ മുടിയിൽ' (പ്രസാദാത്മകത) എന്നിങ്ങനെ എത്രയോ ഉദാഹരണങ്ങൾ കണ്ടെത്താൻ കഴിയും. 'താനേ പൂവിട്ട മോഹ'ത്തിൽ (സംസ്ഥാന അവാർഡ്) ശോകത്തിന്റെ നദിയൊഴുകി പാട്ടിലെ ഏകാന്തസ്ഥലികളെ ആർദ്രമാക്കുകയാണ്, 'ശോക നിശ്വാസമായ്', 'തേങ്ങും നിന്റെ മൊഴി', 'മിഴിക്കോണിലൊരശ്രുബിന്ദു', 'മൂകം വിതുമ്പും നേരം', 'ശാന്ത നൊമ്പരമായി' എന്നീ ഭാഗങ്ങളിലെല്ലാം ആർദ്രാലാപനത്തിന്റെ രാഗച്ഛായകളുണ്ട്. പാട്ടിൽ വേണുഗോപാൽ നിർമ്മിക്കുന്ന അനായാസവും മധുരോദാരവുമായ ട്വിസ്റ്റുകൾ അദ്ദേഹത്തിനു മാത്രം അവകാശപ്പെട്ട ശബ്ദകുതൂഹലത്തിന്റെ ഭാഗമാണ്. പാട്ടിലെ സ്ഥായിവിന്യാസങ്ങളെയും ഗതിവിഗതികളെയും ശില്പരീതികളെയും ഉദാത്തമായും സൗമ്യമായും ആവിഷ്കരിക്കുകയാണ് അദ്ദേഹം. 'മൈനാകപ്പൊൻമുടിയിൽ' എന്ന പാട്ടിൽ താരസ്ഥായിയിലേക്ക് ഒരു നടകയറുകയാണ്. ഗാനത്തിൽ പ്രകടമാക്കുന്ന പ്രസാദാത്മകമായ അനുഭൂതിയെ ഗായകൻ സവിശേഷമായ പഞ്ച് നൽകിയാണ് ആദരിക്കുന്നത്. പ്രഭാതത്തെ ധന്യമാക്കുന്ന ഒരു പാട്ടുകൂടിയാണിത്. അതേസമയം, 'മനസേ ശാന്തമാകൂ' എന്ന ഗാനം മന്ദ്രസ്ഥായിയിൽ കൊരുത്തിട്ടതാണ്. സ്ഥായി താഴോട്ടിറങ്ങി വിഷാദത്തിന്റെ മൃദുമന്ത്രണം കൊണ്ടുവരുന്നുണ്ട് ഈ പാട്ടിൽ. മുഴുവൻ വാക്കിന്റെയും അർത്ഥം അനുഭവിച്ചിട്ടുള്ള ആലാപനമാണിത്. പാട്ടിനകത്തെ അർത്ഥസഞ്ചാരങ്ങളെ ആഴത്തിൽ തിരിച്ചറിയുന്ന ഒരു മനസ്സിന്റെ പ്രവാഹംകൂടിയാണിത്.

ലളിതഗാനത്തിന്റെ സ്വരസ്വരൂപമുള്ള എത്രയോ ഗാനങ്ങൾ വേണുഗോപാൽ പാടി വിജയിപ്പിച്ചിട്ടുണ്ട്. 'ശ്യാമ വാനിലേതോ', 'കിനാവിന്റെ

കൂട്ടിൽ', 'മായാമഞ്ചലിൽ', 'നക്ഷത്രനാളങ്ങളേ' ഇങ്ങനെ വരുന്നു ഒരു നിര. ഹമ്മിങ്ങിന്റെ സവിശേഷവും മൗലികവുമായ ആവിഷ്കാരരീതികൾ പാട്ടിൽ പ്രബലമാക്കാൻ വേണുഗോപാൽ പ്രത്യേകം ശ്രദ്ധിച്ചു. ഹമ്മിങ്ങിൽ ത്തന്നെ പാട്ടിന്റെ മുഴുവൻ ഭാവങ്ങളും നിറയ്ക്കുന്ന ഒരു രീതി. 'ഉള്ളി ലുള്ള കോവിലിലെ നട തുറന്നുകിടന്നു' (തൂവാനത്തുമ്പികൾ) എന്ന ഭാഗ ത്തിന്റെ ശേഷമുള്ള ഹമ്മിങ്ങിൽ നമ്മുടെ മനസ്സിന്റെ പ്രദിക്ഷിണവഴി കളെല്ലാം ദീപ്തമാകുകയാണ്. 'ഒന്നാം രാഗം പാടി' എന്ന ഗാനം തുടങ്ങു ന്നതുതന്നെ ഹമ്മിങ്ങിലാണ്. ആദ്യം പാട്ടിൽ ഹമ്മിങ് ഉണ്ടായിരുന്നില്ല. വേണുവിന് പാട്ടിന്റെ 'ബെനിഫിറ്റ്' ഉണ്ടാക്കണമെന്നുകൂടി കരുതിയാണ് പിന്നീട് ഹമ്മിങ് ചേർത്തത് എന്നു പറയുമ്പോൾ, പെരുമ്പാവൂർ ജി. രവീന്ദ്ര നാഥിന്റെ വാക്കുകളിൽ ശിഷ്യനോടുള്ള വാത്സല്യവും വിശ്വാസവും നിറ യുന്നു. 'ചന്ദനമണിവാതിൽ' എന്ന പാട്ടിൽ ഹിന്ദോളത്തിന്റെ ആന്ദോളനം. ഹമ്മിങ്ങിന്റെ ഭംഗിയിൽ പാട്ടുയരുന്നു, മറ്റൊരു വിതാനം തേടി. 'തളിർ വെറ്റിലയുണ്ടോ' എന്ന ഗാനത്തിൽ തറ്റുടുത്തു നിൽക്കുന്ന തരളലാവണ്യം ഹമ്മിങ്ങിനോടൊപ്പം ചേർന്നുനിന്ന് ലയസൗഖ്യമുണർത്തുന്നു. ഇവിടെ ഉപയുക്തമാക്കുന്ന Nuances വേണുഗോപാലിന്റെ സ്വരസിദ്ധിയുടെ കാത ലാണ്. 'കൈനിറയെ വെണ്ണതരാം' എന്ന പാട്ടിലെത്തുമ്പോൾ വാത്സല്യ ത്തിന്റെ മുളൽ വഴക്കങ്ങൾ അനുഭവിച്ചറിയാം. ഇതുകൂടാതെ പാട്ടിന്റെ പല്ലവിയിലും അനുപല്ലവിയിലും ചരണത്തിലു മെല്ലാം തുളുമ്പിനിൽക്കുന്ന ചില ചമത്കാരങ്ങൾ ശ്രദ്ധേയമാണ്. 'പാടൂ നീ താലപ്പൂത്തുമ്പി' (നയം വ്യക്തമാക്കുന്നു) എന്ന പാട്ടിൽ 'നീ' എന്ന ഭാഗം നിറയുന്നതിങ്ങനെയാണ്. 'താളത്തിൽ പൂപ്പടകൂട്ടാനായ് കന്യകമാരായിരമുണ്ടോ' എന്ന വരിയുടെ നീട്ടലിൽ ഈ തുളുമ്പൽ ചേർന്നുനിൽക്കുന്നുണ്ട്. 'പൂവെല്ലാം പൊൻപണ മായ്', 'ഇന്നെന്റെ ചുണ്ടത്ത് നറുതേനായ്' എന്നീ പാട്ടിന്റെ വരികളിലെല്ലാം വേണുഗോപാലിന്റെ സൗമ്യശബ്ദത്തിന്റെ കാല്പനികത സാന്ദ്രമാകുന്നു. ജോൺസൺ എന്ന സംഗീത സംവിധായകന്റെ പാട്ടുകളിൽ വേണുഗോ പാലിന്റെ ശബ്ദസാന്നിധ്യം ഉജ്ജ്വലമായത് ചരിത്രമാണ്.

തലത് മെഹ്മൂദിന്റെ ശബ്ദം ഒരിക്കലും വേണുഗോപാലിൽനിന്ന് ഒഴുകി പ്പോയില്ല. സൈഗാൾ, പങ്കജ് മല്ലിക്, ആർ.ഡി. ബർമൻ, മദൻമോഹൻ, ബാബുരാജ് എന്നിവരുടെ കടുത്ത ആരാധകനായ അദ്ദേഹം അത്തരം റെയ്ഞ്ചിലുള്ള പാട്ടുകൾ പാടാൻ കൊതിച്ചത് സ്വാഭാവികം. പാട്ടിന്റെ പതിഞ്ഞ കാലങ്ങളിലൂടെയുള്ള നടത്തമാണ് വേണുഗോപാലിന്റെ സംഗീതജീവിതമെന്ന് കാലം തെളിയിച്ചു. ശാസ്ത്രീയ സംഗീതസ്പർശ മുള്ള പാട്ടുകൾ പാടുമ്പോൾ ഭാവനൈർമല്യത്തിന്റെ ഒരു ആന്തരിക ലോകത്ത് അത് ഭദ്രമാക്കിയിരുന്നു. 'പൂന്തേൻ നേർമൊഴി' (നഗര വധു), 'പച്ചിലച്ചാർത്താം' (കരയിലേക്ക് ഒരു കടൽ ദൂരം) എന്നീ ഗാനങ്ങൾ ഇതിനെ അർത്ഥവത്താക്കുന്നു. 'പോസിറ്റീവ്' എന്ന സിനിമയിൽ അല ക്സ് പോളിന്റെ സംഗീതത്തിൽ വേണുഗോപാൽ പാടി അഭിനയിച്ചിരുന്നു. 'ഡ്യുയറ്റ്' എന്ന തമിഴ്ചിത്രത്തിന്റെ ഹിന്ദിപ്പതിപ്പിന് 'നൂഹിമേരാദിൽ' എന്ന ഗാനം എ.ആർ. റഹ്മാനു വേണ്ടി പാടിയതും വേണുഗോപാലായിരുന്നു.

വി.കെ. പ്രകാശിന്റെ 'ഫ്രീക്കി ചക്ര'യിൽ 'നാചാഹേമുജ' (ഔസേപ്പച്ചൻ) എന്ന ഗാനത്തിലും വേണുഗോപാലിന്റെ ശബ്ദം അലയടിച്ചു.

കാവ്യസംഗീതം

വേണുഗോപാലിന്റെ പാട്ട് നമ്മുടെ ഓർമ്മയുടെ ആഴത്തിൽ വേരോടിയ പൂമരമാണ്. മലയാളത്തിന്റെ സുദീർഘമായ കാവ്യപാരമ്പര്യത്തെ സ്വാംശീകരിക്കുന്ന സൂചകങ്ങൾ വേണുഗോപാലിന്റെ പാട്ടിലുണ്ട്. ആഭിജാത്യവും ആത്മഗൗരവവും ധ്വനിപ്പിക്കുന്ന പാട്ടുകൽപനകൾക്കായിരുന്നു എക്കാലവും അദ്ദേഹം ശബ്ദം നൽകിയത്. കാവ്യരൂപത്തിലെ ആന്തരികമായ സൂക്ഷ്മതകളെ അത്രമേൽ പാട്ടിലൂടെ സാക്ഷാത്കരിക്കാനും വേണുഗോപാലിന് സാധിച്ചു. പാട്ടിൽ കവിതയുടെ ഋതുക്കളെ കൊണ്ടുവരികയാണിവിടെ. മൂന്നു ദശകങ്ങൾ പാട്ടിൽ സ്ഫുടം ചെയ്ത സൗമ്യവും ശാന്തവുമായ ശബ്ദകാലത്തെയാണ് വേണുഗോപാൽ പ്രതിനിധാനം ചെയ്യുന്നത്. ജീവിതക്കാഴ്ചയും അറിവും നിരീക്ഷണവും വായനയും സൗഹൃദവും എല്ലാം വേണുഗോപാൽ എന്ന ഗായകന്റെ പാട്ടുജീവിതത്തെ ആകർഷകമാക്കുന്നു. കവിതയുടെ കാന്തി നിറയുന്ന ഒട്ടേറെ പാട്ടുകൾ വേണുഗോപാലിന്റെ ശബ്ദത്തിൽ നാം കേട്ടിട്ടുണ്ട്. ലളിത സംഗീതാനുശീലനങ്ങൾ കവിതയുടെ ആത്മാവിലേക്കിറങ്ങാൻ എളുപ്പമാക്കി. എം.ബി. ശ്രീനിവാസന്റെ പാട്ടുകൾ വേണുഗോപാലിന്റെ ശബ്ദസാന്നിധ്യത്തിന് നന്നായി ഇണങ്ങുമെന്ന് തോന്നിയിട്ടുണ്ട്. 'സ്വരമിടറാതെ' (ഉത്തരം), 'തങ്കച്ചേങ്ങില' (ഈ പുഴയും കടന്ന്), 'കനകമുന്തിരികൾ' (പുനരധിവാസം) 'ഒടുവിലീ സന്ധ്യയും ഞാനും' (മഥി), 'തനിയേ പറക്കുന്നപക്ഷി' (പുനർജനി), 'മഞ്ഞിൻവിലോലമാം' (ഉത്തരം), 'രാഗം ശോകം' (തനിയേ), 'ആറ്റുനോറ്റ്' (ഇത്രമാത്രം), 'പോകയായ് വിരുന്നുകാരി' (ഇന്ത്യൻ റുപ്പി-ഗസൽ ശൈലി) ഇങ്ങനെ കവിതയുടെ കനകമുന്തിരികൾ വിളയുന്ന ഒരു തോപ്പിലൂടെ വേണുഗോപാൽ നമ്മെ കൂട്ടിക്കൊണ്ടുപോകുന്നു. പാട്ടിലെ കാവ്യസംഗീതമെന്ന സങ്കൽപം മലയാളത്തിൽ ജനകീയമാക്കിയതിൽ വേണുഗോപാലിന് വലിയ പങ്കുണ്ട്. കവിതയിലെ ആന്തരിക ശ്രുതിയെ വിസ്തരിക്കുവാനാണ് അദ്ദേഹത്തിനു താത്പര്യം. ഒട്ടേറെ കവിതകൾക്ക് മൃദുവായ ഈണത്തിന്റെ ചിറകിൽ പറക്കാൻ കഴിഞ്ഞത് വേണുഗോപാലിന്റെ കാവ്യരാഗത്തിലൂടെയാണ്. ഒ.എൻ.വിയുടെ 'വാടക വീട്ടിലെ' 'വനജ്യോത്സന'യും, സുഗതകുമാരിയുടെ 'പവിഴമല്ലി'യും, സച്ചിദാനന്ദന്റെ 'മീര പാടുന്നു'വും എല്ലാം പാട്ടിലെ ശ്രദ്ധേയമായ ഒരു കവിതാന്തരീക്ഷത്തെ കൂടെ കൂട്ടുന്നുണ്ട്. പിന്നീട് ജെയ്സൺ ജെ. നായരുടെ സംഗീതത്തിൽ 'കാവ്യഗീതികൾ' (രണ്ട് വാല്യങ്ങൾ) കാവ്യാസ്വാദകർക്ക് പ്രിയങ്കരമായി. 'കാവ്യഗീതികൾ' ഒന്നും (എൻ.എൻ. കക്കാട്, ഒ.എൻ.വി, ഡി. വിനയചന്ദ്രൻ, സച്ചിദാനന്ദൻ...) 'കാവ്യഗീതികൾ' രണ്ടും (വയലാർ, സുഗതകുമാരി, വിജയലക്ഷ്മി, ജി. കുമാരപിള്ള) ഉപകരണസംഗീതത്തിന്റെ ലാളിത്യത്തിൽ പുതിയൊരു ഭാവതലത്തിലേക്ക് ഉയരുകയാണ്. 'സഫലമീയാത്ര' എന്ന കവിത പന്ത്രണ്ടോളം തവണ പാടിയാണ് മിക്സ് ചെയ്തത്.

കവിതയുടെ ആത്മാംശം ചോരാതെയുള്ള ആലാപനത്തെ വേണുഗോപാൽ അത്രയും ഗർവത്തോടെയാണ് കാണുന്നത് എന്നർത്ഥം. ഷഹബാസ് അമൻ സംഗീതം നിർവ്വഹിച്ച 'സഹയാത്രിക'യിലെ (ഒ.എൻ.വി) "അതിലോലം ഒരു പൂവിന്നിതളുകൾ വിരിയുമ്പോൾ, അതിലൊരു സംഗീതമുണ്ടോ" എന്ന ഗീതയിൽ വേണുഗോപാൽ പ്രതിനിധീകരിക്കുന്ന പാട്ടുലോകത്തിന്റെ Leitmotif ലയിച്ചുചേർന്നിട്ടുണ്ട്. പല്ലവിയിൽ 'മൃദുലേ' എന്ന ഭാഗത്തുള്ള വിലോലത എടുത്തുപറയേണ്ടതാണ്. ഈ ഗാനസമാഹാ നടി.. "നീ അരികിലിരിക്ക", "ഇത്തിരിപ്പൂവേ" തുടങ്ങി ഗസലിനോടടുത്തു നിൽക്കുന്ന പാട്ടുകൾക്കാണ് വേണുഗോപാൽ ശബ്ദം പകർന്നത്.

അടുത്ത കാലത്തിറങ്ങിയ വേണുഗോപാലിന്റെ മലയാളം ഗസൽ ('പ്രണയാർദ്രം'-പി.കെ.ഗോപി- ജ്യോതി) നമ്മെ പാട്ടിന്റെ ആർദ്രമായ ഒരു ലോകത്തെക്കുറിച്ച് അറിയാനും പറയാനും പ്രേരിപ്പിക്കുന്നു. ഈ വർഷം 'ബുദ്ധൻ ചിരിക്കുന്നു' (ചാപ്ലിന്റെ ജീവിതവുമായി ബന്ധപ്പെട്ട ആർ. ശരത്തിന്റെ സിനിമ) എന്ന സിനിമയ്ക്ക് സംഗീത സംവിധാനവും നിർവ്വഹിക്കുമ്പോൾ അദ്ദേഹത്തിന്റെ ബഹുസ്വരതയാർന്ന കർമ്മമേഖല വിസ്തൃതമാവുകയാണ്.

അനുസ്മൃതിയുടെ സമൃദ്ധിയും അതിനേക്കാളും നിറവുള്ള മൗനവും സംയോജിപ്പിച്ചാണ് പാട്ടിൽ ഭാവുകത്വപരമായ പരിണാമമുണ്ടാക്കുന്നത്. വേണുഗോപാലിന്റെ പാട്ടിൽ ഇത് നല്ലവണ്ണം ചേർന്നിട്ടുണ്ട്. വേണുഗോപാലിന്റെ പ്രതീക്ഷിത ശ്രോതാക്കൾ ഏകാന്തതയിലിരുന്ന് പാട്ട് കേൾക്കുന്നവരാണ്. അതാണ് അയാളുടെ തനിമ, അയാളുടെ വിജയം. ഒരേസമയം അത് വൈയക്തികവും ജനകീയവുമാണ്. പാടുന്ന കാലത്തു മാത്രമല്ല, ഏതു കാലത്തും കുറേ ആസ്വാദകരെയെങ്കിലും നിലനിർത്താൻ വേണുഗോപാലിനു കഴിയുന്നത് സമൃദ്ധമായൊരു പാട്ടുകാലത്തിന്റെ വലിയൊരു കരുത്തായി വിലയിരുത്താവുന്നതാണ്.

■

ഇതിഹാസങ്ങൾ ജനിക്കും മുമ്പേ

"ഇതിഹാസങ്ങൾ ജനിക്കും മുമ്പേ
ഈശ്വരൻ ജനിക്കും മുമ്പേ
പ്രകൃതിയും കാലവും ഒരുമിച്ചു പാടി
പ്രേമം ദിവ്യമാമൊരനുഭൂതി"

എന്ന എക്കാലത്തെയും പ്രേമവിളംബര ഗീതം ഓർക്കുന്നില്ലേ? മഞ്ഞിലാസിന്റെ 'ചുവന്ന സന്ധ്യകൾ' എന്ന സിനിമയ്ക്കു വേണ്ടി വയലാർ എഴുതി ദേവരാജൻ ഈണമിട്ട ഈ ഗാനം പാടി അനശ്വരമാക്കിയ ഗായകനെ എത്ര പേർ ഓർക്കുന്നുണ്ടാവും?

ഈ പാട്ടിന്റെ റെക്കോഡിങ് വേളയിൽ ഗായകന്റെ സമീപത്തു വന്ന് ഒരു രഹസ്യം പോലെ മാഷ് മൊഴിഞ്ഞു: "നിന്റെ പേര് ഞാൻ മാറ്റാൻ പോവുകയാണ്. ഇനി മുതൽ അച്ഛനും അമ്മയുമിട്ട പേരു മാറ്റി ശ്രീകാന്ത് എന്നാണ് നീ അറിയപ്പെടുക." ശ്രീകാന്ത് എന്ന പിന്നണിഗായകൻ പിറക്കുകയായിരുന്നു. ശശിധരൻ എന്ന പേരിൽ മറ്റൊരു ഗായകനുള്ളതു കൊണ്ടാണ് ഈ പേരുമാറ്റമെന്നും മാഷ് പറഞ്ഞു. എന്റെ മിഴികൾ ജലാർദ്രമായ നിമിഷം. അന്നേരം പിതൃതുല്യമായ ഒരാളുടെ വാത്സല്യം താനറിയുകയായിരുന്നു എന്നു ശ്രീകാന്ത്.

ഇതിഹാസങ്ങൾക്കപ്പുറം അവസരങ്ങളുടെ പെരുമഴപ്പെയ്ത്തായിരുന്നു. പിന്നീടെത്രയോ സിനിമകളിൽ പിന്നണിപ്പാട്ടുകാരനായി. എത്രയോ ഗായകരുടെ കൂടെ പാടി. ഗാനമേളകളിൽ സജീവമായി. ദേവരാജനെന്ന പ്രതിഭാശാലിയുടെ സംഗീതാങ്കണത്തിൽ പിച്ചവച്ചതിൽ ഈ ഗായകൻ അഭിമാനം കൊള്ളുന്നു. "ഇന്നും ഞാനറിയപ്പെടുന്നത് 'ഇതിഹാസ'ത്തിന്റെ പേരിലാണ്. ഏതു ഗാനമേളയിലും ടോപ് നമ്പറാണിത്. ഈണത്തിന്റെ ഇഴയടുപ്പത്തിന് എന്റെ ശബ്ദം അത്രമാത്രം ചേർന്നതാവാം കാരണം. 'പൊന്നി', 'അഞ്ജലി', 'റോമിയോ', 'സ്വാമി അയ്യപ്പൻ', 'പറങ്കിമല', 'നാരദൻ കേരളത്തിൽ', 'പ്രിയമുള്ള സോഫിയ', 'എന്റെ സ്നേഹം നിന്റെ മാത്രം' എന്നിങ്ങനെ അറുപതോളം പടങ്ങളിൽ ശ്രീകാന്തിന്റെ ശബ്ദസാന്നിധ്യമുണ്ടായിരുന്നു.

പാടാതെപോയ 'ചന്ദ്രകളഭം'

എന്നാൽ, പാട്ടിന്റെ മൂത്താശാരിയായ ദേവരാജൻ മാസ്റ്ററുടെ സംഗീതത്തിൽ പിറന്ന പ്രശസ്ത ഗാനം കപ്പിനും ചുണ്ടിനുമിടയ്ക്ക് നഷ്ടമായതിന്റെ

ദുഃഖം ശ്രീകാന്തിന് ഇന്നുമുണ്ട്: "ഒന്നര ആഴ്ചയോളം മാസ്റ്റർ എന്നെ ഇരുത്തിപ്പഠിപ്പിച്ച പാട്ടാണ് 'കൊട്ടാരം വിൽക്കാനുണ്ട്' എന്ന സിനിമയിലെ 'ചന്ദ്രകളഭം ചാർത്തിയുറങ്ങും തീരം.' ഭരണി സ്റ്റുഡിയോയിൽ റെക്കോർഡിങ് വരെ ഫിക്സ് ചെയ്തതാണ്. തലേന്ന് മാസ്റ്റർ എന്നെ വിളിച്ചു പറയുകയും ചെയ്തു, വെയിൽ കൊള്ളരുതെന്നും വിയർക്കരുതെന്നും. എന്നാൽ, വൈകീട്ടത്തെ വിളി പാട്ട് നഷ്ടപ്പെട്ട കാര്യം അറിയിക്കാനായിരുന്നു. യേശുദാസിന്റെയും മാധുരിയുടെയും ശബ്ദത്തിൽ ചന്ദ്രകളഭം റെക്കോർഡ് ചെയ്തതായി പിന്നീടറിഞ്ഞു.

പാട്ട് നഷ്ടപ്പെട്ടതിലുള്ള ആദ്യ നിരാശ യേശുദാസ് ആ പാട്ട് പാടിക്കേട്ടപ്പോൾ പമ്പകടന്നു. എങ്കിലും ഏറെ ജനകീയമായ ആ ഗാനം പതിയെ കൈക്കുടന്നയിൽ നിന്നൂർന്നുപോയ പവിഴം പോലെ മനസ്സിൽ തിളങ്ങി നിൽക്കുന്നു. എന്നാൽ, ഇതിനൊരു മറുപുറമുണ്ട്: ദേവരാജൻ മാഷിലെ കറകളഞ്ഞ സംഗീത സംവിധായകൻ ശ്രീകാന്തിന്റെ നിരാശയകറ്റാൻ ആ സിനിമയിൽ തന്നെ 'ഭഗവാൻ ഭഗവാൻ' എന്ന പാട്ടു നൽകി അനുഗ്രഹിച്ചു.

അമ്മയുടെ കണ്ടെത്തൽ

1949ൽ തിരുവനന്തപുരത്തെ പേട്ടയിൽ നടരാജൻ-പൊന്നമ്മ ദമ്പതികൾക്കു ജനിച്ച ശ്രീകാന്തിന് അച്ഛനമ്മമാർ ഇട്ടപേര് എൻ. ശശിധരൻ എന്നായിരുന്നു. ഒമ്പതു മക്കളിൽ രണ്ടാമൻ. നന്നായി പാടുന്ന അച്ഛനും കൊച്ചച്ഛന്മാരും. എല്ലാവർക്കും മൃദംഗവായനക്കമ്പമുണ്ട്. ആനക്കൊമ്പിൽ ശില്പങ്ങൾ നിർമിക്കുന്ന ആർട്ടിസ്റ്റായിരുന്നു അച്ഛൻ. മഹാത്മാഗാന്ധി, നെഹ്റു എന്നിവരെയെല്ലാം അച്ഛൻ ആനക്കൊമ്പിൽ ആലേഖനം ചെയ്തിട്ടുള്ളത് ശ്രീകാന്ത് ഓർക്കുന്നു. കൊച്ചച്ഛൻ രത്നാകരൻ ഭാഗവതർ അക്കാലത്ത് 'ആകാശവാണി'യിലെ ആർട്ടിസ്റ്റായി പേരെടുത്തിരുന്ന കാലം.

ശ്രീകാന്തിനു പരമ്പരാഗതമായി കിട്ടിയ സംഗിതവാസന പിന്നീട് സഫലമാവുന്നത് സ്കൂൾ വിദ്യാഭ്യാസത്തിനു ശേഷമാണ്. സ്കൂളിൽ പഠിക്കുന്ന കാലത്ത് പ്രശസ്ത ഗായകരുടെ പാട്ടുകളെല്ലാം പാടുമായിരുന്നുവെങ്കിലും നാണം കാരണം വേദിയിൽ കയറിയിരുന്നില്ല. എസ്.എം.വി സ്കൂളിൽ കൂട്ടുകാരുടെയിടയിൽ 'കായാമ്പൂ', 'നാദബ്രഹ്മത്തിൻ', 'ഉത്തരാസ്വയംവരം' എന്നിവയെല്ലാം പാടി ഫലിപ്പിക്കുമായിരുന്നു. "വേദികളിൽ പാടാത്തതിനാൽ ആരും എന്റെ സംഗീതക്കമ്പം കണ്ടുപിടിച്ചില്ല, അമ്മയൊഴികെ."

ഇങ്ങനെയിരിക്കെ 1972ൽ അഖിലേന്ത്യാടിസ്ഥാനത്തിൽ 'ആകാശവാണി' സംഘടിപ്പിച്ച സംഗീത മത്സരത്തിൽ അമ്മയുടെ നിർബന്ധപ്രകാരം ശ്രീകാന്ത് പാടാൻ തീരുമാനിച്ചു. ശാസ്ത്രീയമായി സംഗീതം പഠിക്കാത്തതിനാൽ ചെറിയൊരു വൈമുഖ്യമുണ്ടായിരുന്നു. കൊച്ചച്ഛനെ ആശ്രയിക്കാനും തോന്നിയില്ല. മത്സരത്തിൽ ഒന്നാം സ്ഥാനം നേടിയതോടെയാണ്

ശ്രീകാന്തിനു വാർത്താപ്രാധാന്യം ലഭിക്കുന്നത്. അച്ഛന്റെ ജ്യേഷ്ഠപുത്രൻ ജയരാജൻ എഴുതിയ വരികൾക്ക് ഇരുവരും ചേർന്ന് സംഗീതം നൽകിയ 'പൂവേ നിൻ മനോവ്യഥ കാണുവാൻ' എന്ന ഗാനം ഏറെ ഇഷ്ടമായി. അന്നത്തെ വിധികർത്താക്കളിലൊരാളായ സാക്ഷാൽ എം.ജി. രാധാകൃഷ്ണൻ അടുത്തുവിളിച്ച് വാത്സല്യപൂർവം പറഞ്ഞതിങ്ങനെ: "നിനക്ക് നല്ലൊരു മെറ്റാലിക് വോയ്സുണ്ട്. സംഗീതലോകത്ത് വലിയൊരു ഭാവി നിലനിർത്താൻ നിനക്കു കഴിയുമെന്നു തീർച്ചയാണ്."

പിന്നീട് 'ആകാശവാണി'യിൽ പടിപടിയായി ഗ്രേഡുകൾ കരസ്ഥമാക്കാൻ പ്രേരണയായത് ഈ വാക്കുകളാണ്. ആകാശവാണി'യിലെ 'ലളിത സംഗീത പാഠത്തിൽ എം.ജി. രാധാകൃഷ്ണന്റെ സംഗീതത്തിൽ നിരവധി ഗാനങ്ങൾ പാടാൻ കഴിഞ്ഞു. 'പീരുമേട്ടിലെ പനിനീർക്കുളിരേ' എന്ന പാട്ടൊക്കെ അക്കാലത്ത് പോപ്പുലറായി. ശിവഗിരി ശാരദ കലാസമിതിയുടെ ഗാനമേളയിൽ മുഖ്യഗായകനായി നിയമനം കിട്ടിയത് ശ്രീകാന്തിന്റെ പാട്ടുജീവിതത്തെ ആകർഷണീയമാക്കി.

ദേവരാജനുമായുള്ള ആദ്യ കൂടിക്കാഴ്ച

അക്കാലത്താണ് ഒരു ദിവസം സംഗീത സംവിധായകൻ സാക്ഷാൽ ജി. ദേവരാജന്റെ വിളി എം.ജി. രാധാകൃഷ്ണനെ തേടിയെത്തിയത്: "പുതിയൊരു ഗായകനെ വേണം. നിന്റെ കീഴിൽ പലരും കാണുമെന്നെനിക്കറിയാം." രാധാകൃഷ്ണന്റെ മറുപടി പെട്ടെന്നായിരുന്നു: 'ഒരാളെ ഞാൻ വിടാം മാഷേ. നല്ല ബേസും ഹൈപിച്ചുമുള്ള ഒരാൾ. "

1974ലെ മഞ്ഞണിഞ്ഞ ഡിസംബർ മാസത്തിൽ മദ്രാസിലേക്ക് വണ്ടി കയറുമ്പോൾ ദേവരാജൻ മാഷെക്കുറിച്ചുള്ള മുൻവിധികൾ ശ്രീകാന്തിനെ ഒട്ടൊന്നുമല്ല പരിഭ്രാന്തനാക്കിയത്. ഇത്രയും ദൂരം യാത്ര ചെയ്ത് അപമാനിതനാകേണ്ടി വരുമോ എന്ന ഭയം പോലുമുണ്ടായിരുന്നു. കാപ്പിയും വണ്ടിക്കൂലിയും കൊടുത്ത് പലരെയും തിരിച്ചയച്ചതൊക്കെ മനസ്സിൽ മിന്നി മറഞ്ഞു.

ദേവരാജനുമായുള്ള ആദ്യ സമാഗമം ശ്രീകാന്ത് ഇപ്പോഴുമോർക്കുന്നു:

വീട്ടിൽ ചെന്നു കണ്ടപ്പോൾതന്നെ ഒരു പാട്ടു പാടാൻ പറഞ്ഞു. ആരും കേൾക്കാത്ത ഏതെങ്കിലുമൊരു പാട്ടു പാടാനാണ് തോന്നിയത്. 'കാണാതിരിക്കുമ്പോൾ കാണുവാൻ കൊതിയാവും' എന്ന ലളിതഗാനത്തിൽ തുടങ്ങി, പിന്നീട് ഒരു സിനിമാഗാനത്തിലേക്കുള്ള സംക്രമണമായിരുന്നു മാഷ് ഉദ്ദേശിച്ചത്. 'അമ്പലപ്പറമ്പിലെ ആരാമത്തിലെ' മുതൽ ഒമ്പതോളം പാട്ടുകൾ പാടിച്ചു. വിവിധ പിച്ചിലും സ്കെയിലിലും ശബ്ദം നിയന്ത്രിക്കാനും നിർദേശിച്ചു. ഇത്രയുമൊക്കെയായപ്പോൾ മാസ്റ്റർക്ക് എന്തോ എന്നെ വിശ്വാസം വന്നതുപോലെ.

ശബ്ദപരീക്ഷണങ്ങളെല്ലാം അവസാനിച്ചപ്പോൾ ദേവരാജൻ മാഷ് ആരെയോ ഫോൺ ചെയ്തതിനു ശേഷം എന്നോട് പറഞ്ഞു: "എടാ,

നിനക്കു ഭാഗ്യമില്ലല്ലോ. ബാലമുരളീകൃഷ്ണയാണ് ഫോണിൽ. അദ്ദേഹത്തിനു സംഗീതം പറഞ്ഞുതരാൻ സമയക്കുറവാണത്രേ. സാരമില്ല, ജി.എൻ.ബിയുടെ ശിഷ്യരിലൊരാളുടെ കൂടെ നിന്ന് നിനക്കു സംഗീതം പഠിക്കാം."

വാസ്തവത്തിൽ ഈയൊരു കാലയളവിലാണ് സംഗീതത്തിന്റെ ആഴപ്പരപ്പിലേക്ക് തന്റെ മനസ്സ് ഊളിയിട്ടിറങ്ങുന്നതെന്ന് ശ്രീകാന്ത്. അതൊരു സുദൃഢമായ ഗുരു-ശിഷ്യബന്ധമായി വളരുകയായിരുന്നു. ഗാനമേളകൾ സജീവമായിരുന്ന കാലം. ഗാനമേളകൾ കാരണം യേശുദാസിന്റെ സാന്നിധ്യം റിഹേഴ്സലിൽ വളരെ പരിമിതമായിരിക്കും. മറ്റുള്ള ഗായകർ അദ്ദേഹത്തിന്റെ പാട്ടുകൾ ഹൃദിസ്ഥമാക്കി ദേവരാജൻ മാസ്റ്ററുടെ നേതൃത്വത്തിൽ പരിശീലനം നേടുന്ന ദിവസങ്ങളായിരുന്നു അത്.

ഇങ്ങനെയുള്ള ഒരു റിഹേഴ്സൽ ക്യാംപ് കഴിഞ്ഞ് പിറ്റേദിവസം വീട്ടിൽ ചെല്ലാൻ മാഷ് നിർദേശിച്ചു. അവിടെ എത്തിയപ്പോൾ 'ഭാര്യ ഇല്ലാത്ത രാത്രി' എന്ന സിനിമയ്ക്കായി ശ്രീകുമാരൻ തമ്പി എഴുതിയ 'അഭിലാഷ മോഹിനി' എന്ന പാട്ടിന്റെ വരികൾ എടുത്തു കൈയിൽ തന്ന് മാധുരിയമ്മയുടെ കൂടെ പാടാൻ പറഞ്ഞു. 1974 ഡിസംബറിലായിരുന്നു റെക്കോർഡിങ്. ഒരു കാലത്തും മനസ്സിൽ നിന്നു മായാത്ത നിമിഷമായി അതിനെ ഓർക്കുകയാണ് ശ്രീകാന്ത്.

ശ്രീകാന്തിന്റെ ജീവിതത്തിലെ നാഴികക്കല്ലായ 'ഇതിഹാസങ്ങൾ' എന്ന പാട്ടിന്റെ പിറവിക്ക് പിന്നെയും കാത്തുനിൽക്കേണ്ടി വന്നു.

ദാസേട്ടനൊപ്പം

ഒരിക്കൽ തിരുനക്കരയിൽ വച്ച് ദാസേട്ടന്റെ ഗാനമേളയിൽ കൂടെ പാടാൻ അവസരമുണ്ടായി. ഇടവേളയിൽ 'ഇതിഹാസങ്ങൾ' എന്ന പാട്ടു മൂളി, താൻ പാടുന്നതു ശരിയാണോ എന്ന് അദ്ദേഹം ചോദിക്കുകയുണ്ടായി! മഹാഗായകന്റെ ചോദ്യത്തിനു മുമ്പിൽ സന്തോഷവും അഭിമാനവുംകൊണ്ട് ഞാൻ എന്നെത്തന്നെ മറന്നു.

യേശുദാസിനെ മനസ്സുകൊണ്ട് ആരാധിക്കുന്ന ശ്രീകാന്തിന് യേശുദാസിന്റെ കൂടെ സിനിമയിൽ പാടാനും പിന്നിട് അവസരം ലഭിച്ചു. 1977ൽ 'ദ്വന്ദ്വയുദ്ധം 'എന്ന സിനിമയിൽ ജെറി അമൽദേവിന്റെ സംഗീതത്തിൽ യേശുദാസ്, ജയചന്ദ്രൻ എന്നിവർക്കൊപ്പം 'പരിപ്പുവട തിരുപ്പംകെട്ടിയ' എന്ന പാട്ടിന് ശബ്ദം നൽകിയത് ശ്രീകാന്തായിരുന്നു. മൂവരും ചേർന്നു പാടിയ ഹാസ്യഗാനം അക്കാലത്ത് ഏറെ പോപ്പുലറാവുകയും ചെയ്തു. ജോൺസന്റെ കൂടെ 'തുറന്ന ജയിൽ' എന്ന സിനിമയിൽ പാടാനും ശ്രീകാന്തിന് അവസരമുണ്ടായി. 'സ്വാമി അയ്യപ്പൻ' എന്ന ചിത്രത്തിലെ 'കൈലാസ ശൈലാദ്രിനാഥാ' എന്ന ഗാനം പി. ലീലയ്ക്കൊപ്പമാണ് പാടിയത്. വാണി ജയറാം, മാധുരി, ലതാരാജു എന്നിവർക്കൊപ്പം പാടാനും ശ്രീകാന്തിന് അവസരമുണ്ടായി.

സുശീലയുടെ സമ്മാനം

പി. സുശീല എന്ന ഗായികയിൽ പാട്ടിന്റെ മാധുര്യമത്രയും നിറഞ്ഞു കിടപ്പുണ്ടെന്നാണ് ശ്രീകാന്തിന്റെ വിലയിരുത്തൽ. സുശീലയുടെ അനുമോദനം ലഭിക്കാനിടയായ സന്ദർഭം ശ്രീകാന്ത് ഓർക്കുന്നു. 1998-ലാണെന്നു തോന്നുന്നു, കമുകറ ഫൗണ്ടേഷൻ പ്രോഗ്രാമിന്റെ വേദിയിൽ സുശീലാമ്മയ്ക്കൊപ്പം പാടാൻ സന്ദർഭമുണ്ടായി. ഞാൻ 'പ്രമദവന'മാണ് പാടിയത്. പാടിക്കഴിഞ്ഞതും സുശീലാമ്മ എന്റെ കൈയിൽ 500 രൂപ നോട്ട് വച്ചു തന്ന് അഭിനന്ദിക്കുകയുണ്ടായി. ജീവിതത്തിൽ ഞാൻ ഏറെമൂല്യം കല്പിക്കുന്ന സമ്മാനമാണിത്.

രവീന്ദ്രൻ എന്ന സംഗീത സംവിധായകന്റെ വിയോഗത്തിനു തൊട്ടു മുമ്പ് 2002ൽ കുളത്തൂപ്പുഴ ഉത്സവത്തിനു രവീന്ദ്രസംഗീതം ഗാനമേളയിൽ ശ്രീകാന്തും പാടാൻ ചെന്നു. അന്ന് രവീന്ദ്രൻ സംഗീതം പകർന്ന് അനശ്വരമാക്കിയ 'ആത്മാവിൽ പുസ്തകത്താളിൽ', 'പ്രമദവനം' എന്നിവ പാടിയത് ഹർഷാരവത്തോടെയാണ് നാട്ടുകാർ സ്വീകരിച്ചത്. പാട്ടിന്റെ ശില്പിയായ രവീന്ദ്രൻ മാഷ് തന്നെ അകമഴിഞ്ഞ് അനുമോദിച്ചതും മറക്കാനാവാത്ത അനുഭവമാണ്.

സിനിമയിൽ സജീവമല്ലെങ്കിലും ഇന്നും അതിന്റെ പരിസരഭംഗികളിൽ മുഴുകി ജീവിക്കുന്ന മനസ്സുണ്ട് ശ്രീകാന്തിന്. 'വസന്തത്തിന്റെ കനൽവഴികൾ' എന്ന സിനിമയിൽ സംഗീത സംവിധായകൻ എ.ആർ. റഹ്മാന്റെ സഹോദരി എ.ആർ. റെയ്ഹാനയുടെ ഈണത്തിൽ ഒരു ഗാനമാലപിക്കുന്നുണ്ട് ശ്രീകാന്ത്. റെയ്ഹാനയുടെ ആദ്യ മലയാള സിനിമ കൂടിയാണിത്. അഞ്ചു സംഗീത സംവിധായകരും പത്തു പിന്നണിഗായകരും ഒരുമിക്കുന്ന ഈ സിനിമയിലെ 'കുഞ്ഞുന്നാളിലെ' (കൈതപ്രം) എന്ന പാട്ടിൽ ശ്രീകാന്തിന് ഏറെ പ്രതീക്ഷയുണ്ട്.

സിനിമയിൽ നിന്ന് ഒഴിഞ്ഞു നിന്നതിന് ശ്രീകാന്തിനു പ്രത്യേകിച്ച് കാരണങ്ങളൊന്നും ചൂണ്ടിക്കാണിക്കാനില്ല. ഒട്ടേറെ പടങ്ങൾ ഇടക്കാലത്തുണ്ടായെങ്കിലും എനിക്കെന്തോ കൂടുതൽ സജീവമാകാൻ കഴിഞ്ഞില്ല. എന്റെ സ്വന്തം തീരുമാനങ്ങളാവാം ഇതിനു കാരണം. നാട്ടിലേക്കു ചേക്കേറുകയാണെന്നു പറഞ്ഞപ്പോൾ എന്നോട് പോകേണ്ടെന്ന് ദേവരാജൻ മാഷ് പറഞ്ഞതുമില്ല. ഭാഗ്യപരീക്ഷണങ്ങൾക്കു തുനിയേണ്ട എന്നതു കൊണ്ടാവാം. ദേവരാജൻ മാഷ് രംഗത്തു കൊണ്ടു വന്നതിനാൽ മറ്റു പലർക്കും പാടിക്കാനും സ്വാഭാവികമായ വിഷമങ്ങൾ കാണുമായിരിക്കും. ആരോടും പരിഭവമില്ല - ശ്രീകാന്ത് പറയുന്നു.

2008ൽ 'എ.കെ.ജി' എന്ന സിനിമയ്ക്കു വേണ്ടി ജോൺസന്റെ സംഗീതത്തിൽ 'സത്യാന്വേഷികളേ' എന്ന പാട്ട് ശ്രീകാന്ത് പാടിയിരുന്നു. ഗാനമേളകളിൽ 'അഭിലാഷമോഹിനി'ക്കും 'ഇതിഹാസങ്ങൾ'ക്കുമൊക്കെ നല്ല മാർക്കറ്റാണ്. ഓൾഡ് ഈസ് ഗോൾഡ് പ്രമാണത്തിൽ വിശ്വസിക്കുന്നവർ ശ്രീകാന്തിന്റെ പാട്ടുകളെ വിലമതിക്കുന്നുണ്ട്.

■

പാട്ടിന്റെ അമ്പിളിക്കല

മലയാളം, തമിഴ്, കന്നഡ, തെലുങ്ക് എന്നീ ഭാഷകളിലായി എണ്ണൂറോളം സിനിമകളിലെ മൂവായിരത്തോളം ഗാനങ്ങൾ ആലപിച്ച അമ്പിളിയെ നമുക്കു മറക്കാനാവുമോ? ഇപ്പോഴും സംഗീതത്തിന്റെ വഴിയിലൂടെ യാത്ര തുടരുമ്പോഴും ഇന്നത്തെ ചലച്ചിത്ര ലോകം അമ്പിളി എന്ന ഗായികയ്ക്ക് അർഹമായ സ്ഥാനം നൽകിയിട്ടുണ്ടോ? സംശയമാണ്.

യേശുദാസ്, ദക്ഷിണാമൂർത്തി, ചിദംബരനാഥ്

ഗാനഗന്ധർവൻ യേശുദാസിന്റെ കൂടെത്തന്നെ എഴുപതോളം ഗാനങ്ങൾ പാടിയിട്ടുണ്ട് അമ്പിളി. 'ഇടവഴിയിൽ' (പാതിരാ സൂര്യൻ), 'മിഴിയിണ ഞാൻ തുറക്കുമ്പോൾ' (മണിയറ), 'തന്നന്നം താനന്നം താളത്തിലാടി' (യാത്ര), 'ഇന്നല്ലോ പൊൻതിരുവോണം' (വാളെടുത്തവൻ വാളാൽ), 'കോളേജ് ലൈല' (മൈലാഞ്ചി), 'ഏകാന്തതയുടെ യാമങ്ങൾ' (ബീഡിക്കുഞ്ഞമ്മ) അങ്ങനെ എത്രയോ ഗാനങ്ങൾ.

ആലാപനത്തിൽ ഇതിഹാസങ്ങൾ എഴുതിച്ചേർത്ത ദാസേട്ടന്റെ കൂടെ ചെറുപ്രായത്തിലേ പാടിയതിനാൽ ഏറെ വാത്സല്യം എന്നോടുണ്ടായിരുന്നു. എനിക്കേറെ ബഹുമാനവുമുണ്ട്. ഇന്നും ആ ബന്ധം ഞാൻ കാത്തുസൂക്ഷിക്കുന്നുണ്ട്. - അമ്പിളി പറയുന്നു.

തിരുവനന്തപുരം പെരുന്താണിയിൽ 1957ൽ ജനിച്ച അമ്പിളിക്ക് സംഗീതതാത്പര്യം ജനിക്കുന്നത് അമ്മയിൽ നിന്നാണ്. ജി.എൻ.ബിയുടെ ശിഷ്യയായിരുന്ന സുകുമാരിയമ്മയുടെയും തിരുവനന്തപുരത്ത് വിദ്യാഭ്യാസ വകുപ്പിലെ ഉദ്യോഗസ്ഥനായ ആർ.സി. തമ്പിയുടെയും മകളായ അമ്പിളി മൂന്നു വയസ്സു മുതൽ പാട്ടിന്റെ ലോകത്തായിരുന്നു. ഷനാന മിഷൻ സ്കൂളിൽ ആറാം ക്ലാസിൽ പഠിക്കുമ്പോഴാണ് അമ്പിളിയുടെ കുടുംബം ചെന്നൈയിലേക്ക് കൂടുമാറുന്നത്. പാട്ടിന്റെ തട്ടകത്തിൽ നിൽക്കാൻ സാക്ഷാൽ ദക്ഷിണാമൂർത്തി സ്വാമിയുടെ ശിക്ഷണം തേടിയായിരുന്നു യാത്ര. സരസ്വതി ടീച്ചറുടെയും 'ആകാശവാണി'യിലെ രത്നാകരൻ ഭാഗവതരുടെയും ശിഷ്യത്വത്തിൽ ആരംഭിച്ച ആദ്യകാല സംഗീതപഠനം സ്വാമിയുടെ മുന്നിലിരിക്കാൻ അമ്പിളിയെ പ്രാപ്തയാക്കി. പിന്നീട് സംഗീതത്തിന്റെ പഠനവ്യാപ്തി അമ്പിളിയെ ചിദംബരനാഥിന്റെ സന്നിധിയിലാണ് എത്തിച്ചത്.

ശ്ലോകം ചൊല്ലി തുടക്കം

പഠിക്കുന്ന കാലത്ത് യുവജനോത്സവ സംഗീതമത്സരങ്ങളിൽ അമ്പിളി താരം തന്നെയായിരുന്നു. ഇ.എം.എസിന്റെ കൈയിൽ നിന്ന് സമ്മാനം വാങ്ങിയ നിമിഷം അമ്പിളിയുടെ ഓർമയിൽ നക്ഷത്രമായി തിളങ്ങുന്നു. ചെന്നൈയിൽ പതിനൊന്നാം വയസ്സു മുതൽ സ്വാമിയുടെ കീഴിൽ പാട്ടു പഠിക്കാൻ തുടങ്ങിയ അമ്പിളി അടുത്ത വർഷം 'ധർമശാസ്ത്ര' എന്ന സിനിമയിൽ ശ്ലോകം ചൊല്ലിയാണ് രംഗത്തുവരുന്നത്.

1970-ൽ രേവതിസ്റ്റുഡിയോയിൽ വെച്ച് റെക്കോർഡ് ചെയ്ത 'ഗുരുവായൂരപ്പന്റെ തിരുവമൃതേത്തിന്' എന്ന പാട്ടാണ് എന്റെ സംഗീതഭാവി നിർണയിച്ചത്. 'കലാരത്നം' എന്ന പ്രശസ്തിപത്രവും ദേവസ്വം ബോർഡിന്റെ അവാർഡും എനിക്ക് ഈ പാട്ടിലൂടെ ലഭിച്ചു. - അമ്പിളിയുടെ നിറയുന്ന ഓർമകൾ. പിന്നീട് നിരവധി സിനിമകൾ അമ്പിളിക്ക് പാടാനായി പാട്ടുമായി വന്നു.

സ്റ്റൂളിൽ കയറിനിന്ന് റെക്കോർഡിങ്

ജാനകിയമ്മയുടെ കൂടെ 'അല്ലാഹു അക്ബർ' എന്ന സിനിമയിൽ പാടിയത് വലിയ അദ്ഭുതമായിരുന്നു. കുട്ടിയായ എന്നോട് ഏറെ സ്നേഹവാത്സല്യത്തോടെയാണ് ജാനകിയമ്മ പെരുമാറിയത്. സ്റ്റൂളിൽ കയറിനിന്നായിരുന്നു പാടിയതെന്നോർക്കുമ്പോൾ അമ്പിളി ചിരിക്കുന്നു. ദേവരാജനും ബാബുരാജും എം.കെ. അർജുനനും ആർ.കെ. ശേഖറും സലിൽ ചൗധരിയും എ. ടി. ഉമ്മറും എം.എസ്.പിയും എം.ജി. രാധാകൃഷ്ണനും കെ.ജെ. ജോയിയും കണ്ണൂർ രാജനും ശങ്കർ ഗണേഷും രഘുകുമാറും ശ്യാമും ഔസേപ്പച്ചനും മോഹൻ സിത്താരയുമെല്ലാം അമ്പിളിക്കു വേണ്ടി പാട്ടൊരുക്കിയിട്ടുണ്ട്. ഇത് അക്കാലത്തെ എല്ലാ ഗായികമാർക്കും ലഭിക്കാത്ത അപൂർവ ബഹുമതിയാണ്.

'വീണ്ടും പ്രഭാത'ത്തിലെ 'ഊഞ്ഞാല' എന്ന ഗാനം സൂപ്പർ ഹിറ്റായി മാറിയതോടെയാണ് അമ്പിളിയുടെ ജാതകം തെളിഞ്ഞത്. പി. ഭാസ്കരൻ-ദക്ഷിണാമൂർത്തി ടീമിന്റെ പുതുമനിറഞ്ഞ ഗാനം, പടം 150 ദിവസം ഓടിയതിന്റെ വിജയാഘോഷത്തിൽ പങ്കെടുക്കാൻ കോഴിക്കോട് റെയിൽവേസ്റ്റേഷനിൽ ട്രെയിനിറങ്ങുമ്പോൾ ആളുകൾ 'ഊഞ്ഞാലാ അമ്പിളി', 'ഊഞ്ഞാലാ അമ്പിളി' എന്ന ആരവത്തോടെയും കരഘോഷത്തോടെയുമാണ് വരവേറ്റത്. ആളുകൾ തന്നെ തിരിച്ചറിയുന്നല്ലോ എന്നോർത്ത് സന്തോഷം തോന്നിയ നാളുകൾ.

കുട്ടിത്തത്തിന്റെ പാട്ടുകൾ

ദേവരാജൻമാഷുടെ സംഗീതത്തിൽ അമ്പിളി പാടിയ 'പൊന്നോണക്കിളിക്കാറു കടക്കാൻ' (നഗരം സാഗരം) എന്ന ഗാനം ആസ്വാദകരുടെ ചുണ്ടിൽ മൂളിപ്പാട്ടായി മാറി. ആർ.കെ. ശേഖർ സംഗീതം പകർന്ന

'പുള്ളിപ്പശുവിന്റെ കുഞ്ഞ് എന്ന ഗാനവും ഏറെ ജനപ്രിയമായി. കുട്ടികൾ കഥാപാത്രമായി വരുന്ന സന്ദർഭങ്ങൾക്കു വേണ്ടിയായിരുന്നു അമ്പിളിയുടെ അതുവരെയുള്ള പാട്ടുകാലം.

1979-ൽ 'ലൗ ലെറ്റർ' എന്ന സിനിമയിൽ നായിക വിധുബാലയ്ക്കു വേണ്ടി പാടിയ 'സ്വർണമാലകൾ' (സംഗീതം കെ.ജെ. ജോയി) ആണ് അമ്പിളിയിലെ ഗായികാ ഇമേജിനെ പുതുക്കിപ്പണിയുന്നത്. 'രാഗപ്പൈങ്കിളി' എന്ന അർജുനൻ മാഷുടെ ഗാനവും ജനകീയമായി. 'തേടിവരും കണ്ണുകളിൽ' എന്ന ഗാനത്തിന് അമ്പിളി നൽകിയ പ്രാർഥനാഭരിതമായ ഭക്തരസധ്വനിയും ശ്രദ്ധേയമായി.

"സലീൽദായുടെ സംഗീത സംവിധാനത്തിൽ ഞാനും സുജുവും (സുജാത) കൂടി പാടിയ 'തുമ്പീ തുമ്പീ തുള്ളാൻ വായോ' എന്ന ഗാനം ഞങ്ങളിലെ കുട്ടിത്തത്തിന്റെ ഗാനവുമായിരുന്നു. പിന്നീട് അദ്ദേഹത്തിന്റെ 'ആരാരോ സ്വപ്നജാലക'മെന്ന 'പുതിയ വെളിച്ച'ത്തിലെ ഗാനവും മറക്കാനാവില്ല.

അർജുനൻ മാഷുടെ അഭിനന്ദനം

അർജുനൻ മാഷുടെ വ്യത്യസ്തമായ ഒരീണത്തിന്റെ സാകല്യമായിരുന്നു 1977ൽ പുറത്തുവന്ന 'ഏപ്രിൽ മാസത്തിൽ' എന്ന ഗാനം. ഈ ഗാനത്തിൽ അമ്പിളിയുടെ ആലാപനത്തിന് വല്ലാത്ത പുതുമയുണ്ടായിരുന്നു. അർജുനൻമാഷുടെ സാധാരണ കോംപസിഷനിൽ നിന്ന് വിട്ടുമാറിയായിരുന്നു 'ഭാര്യാവിജയ'ത്തിലെ ഈ പാട്ടിന്റെ ചിട്ടപ്പെടുത്തൽ. പ്രത്യേകതരം ഫീലുകൾ പാട്ടിൽ കൊണ്ടുവരാൻ ആവശ്യപ്പെട്ടതനുസരിച്ച് പാടിയപ്പോൾ മാഷ് അഭിനന്ദിച്ചത് ഒരിക്കലും മറക്കാനാവില്ല. - അമ്പിളി പറയുന്നു.

എത്രയും ബഹുമാനപ്പെട്ട

'ജയ് സന്തോഷിമ' എന്ന ഹിന്ദി ചിത്രത്തിൽ ലക്ഷ്മൺറാവുവിന്റെ സംഗീതത്തിലും അമ്പിളി പാടിയിരുന്നു. മാപ്പിളപ്പാട്ടിന്റെ മധുരോദാരമായ ഇതൾത്തെളിച്ചം മലയാളമണ്ണിൽ കൊളുത്തിവച്ചതിൽ അമ്പിളിക്കുള്ള പങ്ക് നിഷേധിക്കാനാവില്ല. 'ദുബായ് കത്ത് എന്ന പേരിലിറങ്ങിയ 'എത്രയും ബഹുമാനപ്പെട്ട എന്റെ' എന്ന ഗാനത്തിലൂടെ മാപ്പിളപ്പാട്ടിന്റെ ഈണങ്ങൾ അന്യദേശങ്ങളിലേക്കുമെത്തി. എസ്.എ. ജമീൽ എഴുതി സംഗീതം ചെയ്തു വരികളിൽ പ്രവാസിയുടെ കണ്ണീരിന്റെ നനവും ഗൃഹാതുര സ്മൃതികളുമുണ്ട്.

സംവിധായകന്റെ സഹധർമിണി

മലയാളത്തിൽ ഒട്ടേറെ ചലച്ചിത്രങ്ങൾ സംവിധാനം ചെയ്ത രാജശേഖരന്റെ സഹധർമിണിയായ അമ്പിളി ഭർത്താവിന്റെയും മക്കളുടെയും പ്രോത്സാഹനത്തെ അകമേ അറിയുന്നുണ്ട്. രാജേട്ടന്റെ സംവിധാനത്തിൽ ഒട്ടേറെ പടങ്ങൾ മലയാളത്തിൽ വന്നിട്ടുണ്ട് 'വെല്ലുവിളി', 'പത്മതീർത്ഥം',

'അന്തപ്പുരം', 'ചമ്പൽക്കാട്','തിരയും തീരവും' എന്നിങ്ങനെ. ഈ സിനിമകളിലെല്ലാറ്റിലും എന്നെ പാടിക്കണമെന്ന് അദ്ദേഹം വാശിപിടിച്ചില്ല. അപൂർവം ചില പാട്ടുകൾ മാത്രം പാടി. സ്വന്തം സിനിമകളിൽ മറ്റുള്ളവരെയൊക്കെയാണ് പാടിച്ചത് - ഗായിക മനസ്സു തുറക്കുന്നു.

മലയാളത്തിലെ പ്രഗത്ഭരായ എല്ലാ സംഗീത സംവിധായകരുടേയും നിർദ്ദേശത്തിൽ പാടിയ ഈ ഗായികയുടെ ഓർമകൾ ഒരു സംഗീതകാലഘട്ടത്തിന്റെ നിറസാന്നിധ്യത്തെയാണ് നിർണയിക്കുന്നത്.

ഓൾഡ് ഈസ് ഗോൾഡ്

മാപ്പിളപ്പാട്ടിന്റെ വേദിയായ 'പട്ടുറുമാലി'ൽ വിധികർത്താവായി വരുമ്പോൾ പണ്ടു പാടിയ പാട്ടിന്റെ ഈണങ്ങൾ അമ്പിളിക്കു തുണയായി നിൽക്കുന്നു.

2009 മുതൽ ചെന്നെ കേന്ദ്രമാക്കി മായമ്പ് (മായ+അമ്പിളി) എന്ന പേരിൽ ഒരു സംഗീതട്രൂപ്പ് നടത്തി വരികയാണ്. അമ്പിളി. കാലിക്കറ്റ് ഓർക്കസ്ട്രയാണ് ഗാനമേളയ്ക്ക് ചുക്കാൻ പിടിക്കുന്നത്. 'ഓൾഡ് ഈസ് ഗോൾഡ്' എന്ന ബാനറിലും അമ്പിളി പാട്ടിന്റെ ലോകത്ത് സജീവമാണ്.

2012ൽ 'വിശ്വനർത്തകി' എന്ന സിനിമയിൽ അമ്പിളി പാടിയിട്ടുണ്ട്. കൂടാതെ ആദിത്യറാമിന്റെ സംഗീതത്തിൽ അയ്യപ്പഭക്തിഗാനങ്ങളുടെ ഒരു നിർമാണസംരംഭവും ഈ വർഷം അമ്പിളി ഏറ്റെടുത്തിട്ടുണ്ട്. 'ഗോപുര വല്ലരി' (അന്തപ്പുരം), 'ഇന്നു കാണും പൊൻകിനാവ്' (യത്തീം), 'കണ്ണാ നിന്നെ' (ചീഫ് ഗസ്റ്റ്), 'അത്തപ്പൂക്കളം' (കതിർമണ്ഡപം), 'അമ്മയെന്ന രണ്ടക്ഷരം' (അവൻ ഒരു അഹങ്കാരി)', 'ഏഴു നിലയുള്ള ചായക്കട' (ആരവം) എന്നിങ്ങനെ എത്രയോ പാട്ടുകൾ അമ്പിളിയുടെ ആലാപനത്തിൽ മലയാളിക്ക് സ്വന്തമായിട്ടുണ്ട്.

ഇത്രയേറെ പാട്ടുകൾ പാടി ഇന്നു ജീവിതത്തിന്റെ ഒഴിഞ്ഞ കോണിൽ കുടുംബിനിയായി കഴിയുമ്പോഴും സംഗീതത്തെ അമ്പിളി കൈവിടുന്നില്ല.

ജീവിതത്തിൽ സംഗീതമില്ലാതെ എനിക്കൊരു ലോകമില്ല. ദക്ഷിണാമൂർത്തി സ്വാമിയോടും മെറിലാന്റ് സുബ്രഹ്മണ്യം മുതലാളിയോടും ചിദംബരനാഥ് അങ്കിളിനോടുമാണ് എനിക്ക് ഏറ്റവും കടപ്പാട്. അവരുടെ അനുഗ്രഹമില്ലായിരുന്നെങ്കിൽ ഞാനെന്ന ഗായിക ഉണ്ടാവുമായിരുന്നില്ല- വിനയാന്വിതമായ സ്വരത്തിൽ അമ്പിളി പറയുന്നു. ■

സിനിമാഭ്രമമില്ലാതെ ഒരു ഗായിക

എത്രയോ യുവജനോത്സവവേദികളിൽ മത്സരാർത്ഥികളുടെ ഇഷ്ടഗാനമായ 'ഓടക്കുഴലേ' എന്ന ലളിതഗാനം പാടിയ സുശീലാദേവിയെ ഓർമയുണ്ടോ? 'ആകാശവാണി'യുടെ ലൈറ്റ് മ്യൂസിക് കൺസേർട്ടിനു വേണ്ടി ഒ.എൻ.വി രചിച്ച ഈ ഗാനം എം.ജി. രാധാകൃഷ്ണൻ സംഗീതം ചെയ്തത് സുശീലാദേവിക്ക് പാടാൻ വേണ്ടിയായിരുന്നു. എന്നാൽ, ഇന്നീ ഗാനം എത്ര പേർ ഓർക്കുന്നുണ്ട്?

എം.ജി. രാധാകൃഷ്ണന്റെ സംഗീതത്തിൽ 'പറയാനും വയ്യ പറയാതിരിക്കാനും വയ്യ' എന്ന സിനിമയിലെ 'കുളിര് കുളിര്' എന്ന ഗാനവും സുശീലാദേവിയുടെ ആലാപനം കൊണ്ട് ശ്രദ്ധേയമായി.

എന്തുകൊണ്ടാണ് പിന്നീട് പിന്നണിഗാനത്തിൽ നിന്നകന്നുപോയത്?

കുറഞ്ഞ കാലത്തിനുള്ളിൽ ശ്രദ്ധേയമായ ചില പാട്ടുകൾ മഹാന്മാരായ സംഗീത സംവിധായകരുടെ കീഴിൽ പാടാൻ കഴിഞ്ഞുവെന്ന ചാരിതാർത്ഥ്യമുണ്ട്. സിനിമയിലെ അന്തരീക്ഷത്തിനനുസരിച്ച് നിലനിൽക്കാനുള്ള പ്രാപ്തിക്കുറവായിരിക്കാം കാരണം. അടിസ്ഥാനപരമായ നിശ്ചയദാർഢ്യവും ആത്മവിശ്വാസവുമെല്ലാം ഒരു പക്ഷേ, സിനിമയ്ക്ക് അന്യമായിരിക്കാം, ഇന്നത്തെ സാഹചര്യമായിരിക്കില്ല നാളെ. ശുദ്ധസംഗീതത്തിന്റെ അമൃതവിശുദ്ധി കാത്തുസൂക്ഷിക്കാൻ ശ്രമിക്കുന്നത് വെറുതെയാവും. കുതികാൽവെട്ടും പാരവെപ്പും ഹീനമായ മാർക്കറ്റിങ് തന്ത്രങ്ങളും എക്കാലത്തും സിനിമയിലുണ്ട്. പലപ്പോഴും അവയോടൊക്കെ പൊരുത്തപ്പെടാനാവാതെ വരും. സുശീലാദേവിയുടെ വാക്കുകളിൽ നിരാശയുടെ നേർത്ത തുളുമ്പലുകൾ.

ദക്ഷിണാമൂർത്തിയുടെ പ്രശംസ പിടിച്ചുപറ്റിയ, സംഗീത സുകൃതം അനുഭവിക്കുന്ന ഒരു പാട്ടുകാലം സുശീലാദേവി മനസ്സിൽ സൂക്ഷിക്കുന്നു. സ്വാമിയുടെ കോംപസിഷൻ രീതികളും വൈഭവവും പ്രത്യേകതകൾ നിറഞ്ഞതാണ്. സ്വാമി സംഗീതം പകർന്ന പാട്ടിൽ ഓരോ അക്ഷരത്തിലും സ്വരത്തിലും വരെ ഭാവം നിന്നു തുടിക്കുമ്പോൾ നമ്മുടെ ആത്മാവിൽ അതു വന്നു തൊട്ടുപോകാതിരിക്കില്ല-സുശീലാദേവി പാട്ടിന്റെ പോയ നേരങ്ങളെ ഓർത്തെടുക്കുകയാണ്.

ബിച്ചു തിരുമലയുടെ സഹോദരി

ബിച്ചു തിരുമലയുടെയും ദർശൻ രാമന്റെയും സഹോദരിയായ എനിക്ക് വീട്ടിൽ പൊതുവേ കവിതയുടെയും സംഗീതത്തിന്റെയും അന്തരീക്ഷമാണ് പിൻബലമായി നിന്നത്. പന്ത്രണ്ടാം വയസ്സിൽ സുശീലാദേവിക്ക് സംഗീതത്തിന്റെ ബാലപാഠങ്ങൾ സമ്മാനിക്കുന്നത് എസ്. രാമസ്വാമി എന്ന ഗുരുവായിരുന്നു. തിരുവനന്തപുരം കോട്ടൺഹിൽ സ്കൂളിൽ പഠിക്കുമ്പോൾ യുവജനോത്സവവേദികളിൽ ശാസ്ത്രീയ സംഗീതം, ലളിതഗാനം, മലയാള പദ്യം എന്നിവയിലൊന്നിലും മറ്റാർക്കും പിടിനൽകാത്ത ഉയരങ്ങളിലായിരുന്നു സുശീലാദേവിയുടെ സ്ഥാനം. കായികയിനങ്ങളിലും മികച്ച പ്രകടനമായിരുന്നു കാഴ്ചവച്ചത്.

ചേട്ടന്റെ (ബിച്ചു തിരുമല) നാടകങ്ങളിലെല്ലാം അക്കാലത്ത് ഞാൻ പാടിയിരുന്നു. പന്ത്രണ്ടാം വയസ്സു മുതൽക്കേ ഗാനമേളകളിൽ സജീവമായി. പൂജപ്പുര കലാകൈരളിയുടെ വാർഷികത്തിൽ 'മധുമതി'യിലെ ഗാനങ്ങൾ പാടിയപ്പോൾ കിട്ടിയ കൈയടി ഇന്നുമോർക്കുകയാണ് ഞാൻ. മൂന്നു കൊല്ലം ബി.എ സംഗീതത്തിന് വിമൻസ് കോളേജിൽ പഠിക്കുമ്പോഴും എം.എക്ക് ചേർന്ന കാലത്തുമൊക്കെ ജയചന്ദ്രന്റെയും ബ്രഹ്മാനന്ദന്റെയും കമുകറയുടെയുമെല്ലാം കൂടെ ഗാനമേളകളിൽ പാടിയപ്പോൾ കുട്ടിക്കാലത്തുണ്ടായ പ്രോഗ്രാമുകളിൽ നിന്നു കിട്ടിയ ധൈര്യം ഏറെ പിന്തുണച്ചു.

മൂർത്തിസ്വാമിയുടെ 'ബ്ലോട്ടിങ് പേപ്പർ'

സിനിമാ സംഗീതത്തിലെ സവിശേഷ കാലഘട്ടത്തിലാണ് സുശീലാദേവിയുടെ കടന്നുവരവ്. 1970നും 80നുമിടയ്ക്കുള്ള കാലം. ജി. ദേവരാജനും പി. ദക്ഷിണാമൂർത്തിയും കെ. രാഘവനും എം.എസ്. ബാബു രാജുമെല്ലാം പാട്ടിന്റെ വസന്തകാലം ചമയ്ക്കുന്നതിനു സുശീലാദേവിയിലെ പിന്നണി ഗായിക സാക്ഷിയും പങ്കാളിയുമാവുകയായിരുന്നു.

ബ്ലോട്ടിങ് പേപ്പറെന്നും ടേപ് റെക്കോർഡർ എന്നുമൊക്കെ വിളിച്ച് ചെറിയ അഭിനന്ദനങ്ങൾ രേഖപ്പെടുത്തുന്ന നേരത്ത് സംഗീത സംവിധായകൻ സാക്ഷാൽ വി. ദക്ഷിണാമൂർത്തിയുടെ മുഖത്തെ വാത്സല്യപൂർണമായ മന്ദഹാസം ഇന്നും ഈ കലാകാരിയുടെ മനസ്സിൽ തെളിയുന്നു.

ഇതിനു മുമ്പ് ദേവരാജൻ മാഷുടെ 'സിന്ദൂരച്ചെപ്പി'ൽ മാധുരിക്കൊപ്പം 'മണ്ടച്ചാരേ മൊട്ടത്തലയില് കണ്ടംവെക്കാറായില്ലേ' എന്ന തമാശപ്പാട്ട് പാടിയത് സുശീലാദേവിയായിരുന്നു.

കടുത്ത ദേഷ്യക്കാരനാണ് ദേവരാജൻ മാഷ്. എന്റെ അമ്മാവന്റെ അടുത്ത സുഹൃത്തായതിനാൽ എനിക്ക് മറ്റുള്ളവരുടെയത്ര ബുദ്ധിമുട്ടുണ്ടായില്ല. കൂടുതൽ പാട്ടുകൾ പാടിപ്പിച്ച് ബുദ്ധിമുട്ടുണ്ടാക്കുമ്പോൾ അമ്മാവൻ ഇങ്ങനെ പറയും: 'സിനിമയിൽ പാട്ട് പാടിക്കുന്നുണ്ടെങ്കിൽ ഇയാള് അതു ചെയ്താട്ടെ.' പിന്നീടൊന്നും പറഞ്ഞില്ല. മുൻകോപക്കാരനായതിനാൽ വളരെ അടുത്തും അറിഞ്ഞുമാണ് പാട്ട് പാടിത്തീർത്തത്.

'ദേവരാജനല്ല ദേവേന്ദ്രനായാലും കൊള്ളാം'

എന്നാൽ, ഇതിനിടയിൽ ദേവരാജൻ മാഷോട് ചെറിയ നീരസം തോന്നിക്കുന്ന അനുഭവവുമുണ്ടായി:

1972ൽ ദാസേട്ടനുമായി ചേർന്ന് ഒരു യുഗ്മഗാനം പാടാൻ സ്റ്റുഡിയോയിൽ എത്താൻ പറഞ്ഞു. ചെന്നപ്പോൾ ദാസേട്ടന്റെ കൂടെ മാധുരിയമ്മ പാടാൻ നിൽക്കുന്നതാണ് കണ്ടത്. വിഷമമൊന്നും തോന്നിയില്ല. കോറസ് പാടാൻ വന്നവർ എന്നോട് അവരുടെ കൂടെ പാടാൻ പറഞ്ഞു. അവർക്കൊരു രസം. കോറസ് പാടുന്നത് കുറച്ചിലുണ്ടാകുമെന്നു ഭയന്നിട്ടല്ല പിന്മാറിയത്. പറഞ്ഞവാക്ക് മാറ്റിക്കളഞ്ഞതിലായിരുന്നു എന്റെ വിഷമം. പിന്നീട് 'ദേവരാജനല്ല ദേവേന്ദ്രനായാലും കൊള്ളാം' എന്നു പറഞ്ഞ് അവിടെ നിന്നിറങ്ങിപ്പോയി. ചെറുപ്പത്തിന്റെ ആവേശവും കാരണമാവാം. ദേവരാജൻ മാഷുടെ ഇത്തരം പെരുമാറ്റങ്ങളെ വിമർശിക്കുമ്പോൾ തന്നെ സംഗീതജ്ഞനെന്ന നിലയിൽ അദ്ദേഹത്തിന് സുശീലാദേവിയുടെ മനസ്സിൽ വലിയ സ്ഥാനമുണ്ട്.

'സിന്ദൂരച്ചെപ്പി'ലെ പാട്ടുകൾ കേട്ടാണ് ബാബുരാജ് 'സംഭവാമി യുഗേ യുഗേ' എന്ന സിനിമയിൽ പാടാൻ ക്ഷണിക്കുന്നത്. ശ്രീകുമാരൻ തമ്പി എഴുതിയ 'മൂക്കില്ലാ രാജ്യത്ത്' എന്ന ഗാനം യേശുദാസിനോടൊപ്പം പാടിയ അനുഭവം സുശീലാദേവിയുടെ മനസ്സിൽ ഇന്നുമുണ്ട്. ദാസേട്ടന്റെ കൂടെ പാടാൻ ആഗ്രഹിക്കാത്തവർ ആരുണ്ട്? സാധാരണ പാടുമ്പോൾ പേടി തോന്നാറില്ലെങ്കിലും അന്നു ചെറിയ വെപ്രാളം തോന്നി. ഒപ്പം പാടുന്നത് മഹാഗായകനല്ലേ? പക്ഷേ, ദാസേട്ടന്റെ പ്രോത്സാഹനം ധൈര്യം പകർന്നു. പാടിക്കഴിഞ്ഞ് എന്നെ അഭിനന്ദിക്കാനും മറന്നില്ല അദ്ദേഹം. അക്കാലത്ത് ക്യാംപസുകളിൽ ഹരമായിത്തീർന്നിരുന്നു ഈ പാട്ട്. പിന്നീട് തരംഗിണിയുടെ ഗ്രാമീണ ഗാനങ്ങളിൽ യേശുദാസിന്റെ കൂടെ സുശീലാദേവിയുടെ ശബ്ദം നാം കേട്ടതാണ്. 'കാവേരിക്കരയിൽ' എന്ന ഗാനം ഏറെ പ്രശസ്തമായി. എം. ജി. രാധാകൃഷ്ണന്റെ സംഗീതസംവിധാനത്തിൽ 'ആകാശവാണി'യുടെ നിരവധി ലളിതഗാനങ്ങൾ സുശീലാദേവിയുടെ ആലാപനത്തിൽ പുറത്തുവന്നിട്ടുണ്ട്. ബിച്ചുതിരുമല എഴുതിയ 'അന്നത്തോണി', 'വിഷ്ണുപഞ്ചമി സന്ധ്യയിൽ' എന്നിവയെല്ലാം എത്രയോ പേരുടെ മൂളിപ്പാട്ടായിരുന്നു.

'അഭയ'ത്തിലെ ഹമ്മിങ്

ആദ്യഗാനം ദക്ഷിണാമൂർത്തിക്കു വേണ്ടിയായിരുന്നുവെങ്കിലും അതിനു മുമ്പുതന്നെ സിനിമയിൽ സുശീലാ ദേവിയുടെ ശബ്ദം മുഴങ്ങിയിട്ടുണ്ട്. 1971-ൽ 'അഭയം' എന്ന ചിത്രത്തിൽ സുദീർഘമായ ഒരു ഹമ്മിങ്ങിന്റെ രൂപത്തിലായിരുന്നു അത്.

എന്റെ മലയാളം ടീച്ചർ പ്രഫ. നളിനകുമാരിയാണ് എന്റെ പേര് നിർമ്മാതാവായ ശോഭനാ പരമേശ്വരൻ നായരുടെ ശ്രദ്ധയിൽ കൊണ്ടുവരുന്നത്. പ്രശസ്ത കഥാകാരി രാജലക്ഷ്മിയുടെ ജീവിതകഥയുമായി സാദൃശ്യമുള്ള

കഥയായിരുന്നു 'അഭയ'ത്തിന്റേത്. ക്ലൈമാക്സ് സീനിൽ കഥാകാരി മരിച്ചു കിടക്കുമ്പോൾ സന്ദർഭത്തിന്റെ വൈകാരികത പകർത്താൻ ഒരു കവിതാ ശകലം പശ്ചാത്തലത്തിൽ വേണം. ആ വരികൾ പാടാനായിരുന്നു ആദ്യ നിർദ്ദേശം. എന്നാൽ, ശബ്ദം മൈക്കിലൂടെ കേട്ടപ്പോൾ വരികളേക്കാൾ ഹമ്മിങ്ങായിരുന്നു സന്ദർഭത്തിന് കൂടുതൽ ഇണങ്ങുക എന്ന് സലീൽ ദായ്ക്ക് തോന്നി. വിഷാദസാന്ദ്രമായ സന്ദർഭത്തിന് അനുയാത്ര പോകുന്ന ഒരീണസൗന്ദര്യം. അതു റെക്കോർഡ് ചെയ്തപ്പോൾ സ്റ്റുഡിയോയിൽ വിഷാദമൗനം തളംകെട്ടിയതുപോലെ!

കേൾക്കാതെപോയ പാട്ടുകൾ

സുശീലാദേവിയുടെ ശബ്ദമാധുര്യം ചലച്ചിത്രലോകം അറിയുന്നത് ദക്ഷിണാമൂർത്തി ചിട്ടപ്പെടുത്തിയ 'ശബരിമല ധർമശാസ്താവി'ലെ പാട്ടുകളിലൂടെയാണ്. (പ്രത്യേകിച്ച് 'ഞാറ്റുവേലയ്ക് ഞാൻ നട്ട പിച്ചകം' എന്ന ഗാനം. 'അഭയ'ത്തിലെ ഹമ്മിങ് സ്വാമിക്ക് ഇഷ്ടമായിരുന്നു. സ്റ്റുഡിയോയിൽ ഓരോ വരിയും പാടിത്തന്ന് പഠിപ്പിക്കുമ്പോൾ പുതുമയുള്ള എന്തെങ്കിലും നമ്മുടെ ശബ്ദത്തിൽ നിന്നു വന്നാൽ അതിനെ അഭിനന്ദിക്കാൻ സ്വാമിക്ക് മടിയുണ്ടായിരുന്നില്ല.

ബോംബെ എസ് കമാൽ എന്ന കൃതഹസ്തനായ സംഗീത സംവിധായകന്റെ നിർദ്ദേശത്തിൽ പാടിയ 'അടുക്കള' എന്ന യാത്രയിലെ ഗാനങ്ങൾ ശ്രദ്ധിക്കപ്പെടാതെ പോയതിൽ സുശീലാദേവിക്ക് ഏറെ നിരാശയുണ്ട്. സിനിമ ഇറങ്ങാത്തത് ഒരു കാരണമാണ്. ദാസേട്ടന്റെ കൂടെ പാടിയ പാട്ടുകൾ പോലും ആളുകൾ കേട്ടില്ല. എങ്കിലും മികച്ച ഗാനങ്ങൾ തന്നെയായിരുന്നു അവയെല്ലാം.

കൃഷ്ണചന്ദ്രന്റെ സംഗീതാധ്യാപിക

വിവിധ സംഗീത കോളേജുകളിൽ സംഗീതാധ്യാപികയായിരുന്നതിനാൽ നിരവധി ശിഷ്യഗണങ്ങളെ സമ്പാദിക്കാൻ കഴിഞ്ഞ ഭാഗ്യമുണ്ട് സുശീലാദേവിക്ക്. ചിറ്റൂർ ഗവ. സംഗീത കോളജിൽ ഗായകൻ കൃഷ്ണചന്ദ്രനെ സംഗീതം പഠിപ്പിച്ചിട്ടുണ്ട്. സിനിമാ ഗാനശാഖയിൽ കഴിവു തെളിയിക്കാൻ കൃഷ്ണചന്ദ്രന്റെ വിനയവും സമർപ്പണവും കാരണമായെന്ന് അവർ വിശ്വസിക്കുന്നു.

തിരുവനന്തപുരം വിമൻസ് കോളജിൽ നിന്നു നിരവധി ശിഷ്യരെ ഗാനശാഖയ്ക്കു നൽകാൻ സുശീലാദേവിക്ക് കഴിഞ്ഞിട്ടുണ്ട്. 1991-ൽ സംഗീത അക്കാദമിയിലെത്തിയ സുശീലാദേവി 2002-ലാണ് അവിടെ നിന്നു പടിയിറങ്ങുന്നത്. ഇതിനിടയിൽ എത്രയോ പേർക്ക് സംഗീതം പറഞ്ഞുകൊടുത്തത് ജീവിതത്തിലെ ഏറ്റവും വലിയ സുകൃതമായി അവർ കണക്കാക്കുന്നു. യാതൊരു വിട്ടുവീഴ്ചയുമില്ലാതെ ഇന്നും തുടരുന്ന സംഗീത സപര്യയ്ക്കിടയിൽ മലയാളിത്തം തുളുമ്പുന്ന നിരവധി പഴയപാട്ടുകൾക്ക് ശബ്ദം നൽകി വേദികളെ ധന്യമാക്കാൻ ഈ ഗായിക ഇന്നും ശ്രദ്ധിക്കുന്നു.

യേശുദാസിനെയും റാഫിയെയും ഇഷ്ടപ്പെടുന്ന സുശീലാദേവിയുടെ ഇഷ്ട ഗായികമാർ ലതാജിയും പി. സുശീലയുമാണ്: സുശീലാമ്മയുടെ ശബ്ദ ത്തിലെ സുതാര്യതയും ആകർഷണീയതയും ഇന്ത്യയിൽ ചുരുക്കം ഗായികമാർക്കേ ലഭിച്ചിട്ടുള്ളൂ. ഒതുക്കമാർന്ന ശൈലിയുടെ അവസാന വാക്കാണ് അവർ.

സിനിമാ ഗ്ലാമറിൽ പണ്ടേ ഭ്രമമില്ല

സിനിമയിൽ കുറച്ചു പാട്ടുകൾ പാടിക്കഴിഞ്ഞ് അധികം വൈകാതെ നാട്ടിലേക്കു തിരിച്ചുപോയതിനാൽ സിനിമയെ തൊട്ടുനിൽക്കുന്ന മറ്റൊരു സംഗീതത്തിന്റെ സമാന്തര ലോകം അവർക്ക് അനുഭവിക്കാൻ കഴിഞ്ഞു. അവസരങ്ങൾക്കു വേണ്ടി ആരെയും ചെന്നുകാണാൻ കൂട്ടാക്കാത്ത പ്രകൃതം. ഒരുപക്ഷേ സിനിമാലോകത്തിന് സമ്മതമായിക്കാണില്ല. സിനിമ യോട് എനിക്ക് ഒരിക്കലും ഭ്രാന്തമായ ആഭിമുഖ്യം ഉണ്ടായിരുന്നില്ല. എങ്കിലും കിട്ടിയ ഗാനങ്ങളോട് അങ്ങേയറ്റം നീതി കാട്ടാൻ ശ്രമിച്ചിട്ടുണ്ട്. സ്നേഹം മുഴുവൻ സംഗീതത്തോട് മാത്രമായിരുന്നു. ലളിതഗാനങ്ങൾ എന്ന സംഗീതശാഖയിൽ എന്റെ സംഭാവനകൾ കൂടി അടയാളപ്പെടുത്താൻ ശ്രമിച്ചു. ഇന്നും ഗാനമേളകളിൽ ഇത്തരം പാട്ടുകൾക്കുകൂടി അവസരം നൽകാറുണ്ട്. മരിക്കുവോളം സംഗീതത്തിൽ മുഴുകണമെന്നേ ഇന്നു ഞാൻ ആഗ്രഹിക്കുന്നുള്ളൂ.

സിനിമയുടെ ഗ്ലാമർതിളക്കങ്ങളിൽ കണ്ണു മഞ്ഞളിക്കാതെ നിലനിൽ ക്കാൻ കഴിഞ്ഞത് മനസ്സിന്റെ നിശ്ചയദാർഢ്യവും ആത്മവിശ്വാസവും കൊണ്ടു മാത്രമാണെന്ന് സുശീലാദേവി ഉറച്ചു വിശ്വസിക്കുന്നു. സമ്പന്ന മായൊരു പാട്ടുകാലത്തിന്റെ ഗൃഹാതുര സ്മൃതിയിൽ സംഗീതത്തിനു വേണ്ടി മാത്രം ജീവിക്കാൻ കഴിഞ്ഞാൽ അതിൽപരമൊരു ആത്മസാധകം വേറെയില്ലെന്ന് അവർ കരുതുന്നു.

ഒളിമങ്ങാത്ത നാദനക്ഷത്രപരാഗങ്ങൾ വാരിവിതറിയ സംഗീത ലോകത്ത്, ആത്മാവിൽ സംഗീതസുഗന്ധം പരത്തുന്ന മധുരനാദമായി കാലം സുശീലാദേവിയെയും അടയാളപ്പെടുത്തുമെന്നു തീർച്ച.

■

www.ingramcontent.com/pod-product-compliance
Lightning Source LLC
LaVergne TN
LVHW060626051026
849519LV00002B/771
9789387357495